യൂസുഫ് സെക്കറിന്റെ കടൽ

Yusuf Secarinte Kadal
Novel

Manu Rahman

CHINTHA PUBLISHERS
Thiruvananthapuram

First Edition
January 2022

Typesetting and Published
Chintha Publishers, Thiruvananthapuram

Cover Design
Vinod Mangoes

ISBN : 978-93-93468-48-2

CO - 3072 / 5799

Email: chinthapublishers@gmail.com
Website: www.chinthapublishers.com

A version is available at National Libraries
Kolkata, Mumbai, Chennai and Delhi

Distribution
DESHABHIMANI BOOKHOUSE
H O Thiruvananthapuram 695035

Branch
Head Office Kunnukuzhi • Statue Thiruvananthapuram
KSRTC Bus Station Thiruvananthapuram
KSRTC Bus Station Alappuzha • KSRTC Bus Station Ernakulam
Machingal Lane Thrissur • IG Road Kozhikode
Mavoor Road Kozhikode • NGO Union Building Kannur
Central Bus Terminal Complex Thavakkara Kannur

യൂസുഫ് സെക്കറിന്റെ കടൽ
(നോവൽ)

മനു റഹ്മാൻ

ചിന്ത പബ്ലിഷേഴ്സ്
തിരുവനന്തപുരം-695 035

മനു റഹ്മാൻ

1971 ൽ കോഴിക്കോട്ട് ജനനം. പിതാവ്: പരേതനായ ചേരക്കളത്തിൽ അബ്ദുല്ലക്കോയ. മാതാവ്: മലയിൽ ആസ്യ. ജെ.ഡി.റ്റി ഇസ്‌ലാം ഹൈസ്‌കൂൾ, മലബാർ ക്രിസ്ത്യൻ കോളേജ് എന്നിവിടങ്ങളിൽ വിദ്യാഭ്യാസം.

ചരിത്രത്തിൽ ബിരുദാനന്തര ബിരുദവും പത്രപ്രവർത്തനത്തിൽ പി ജി ഡിപ്ലോമയും നേടി. 1995 മുതൽ മാധ്യമപ്രവർത്തകനായി ജോലി ചെയ്യുന്നു.

കൃതികൾ: *കശ്മീർ ഏകാന്തസഞ്ചാരിയുടെ കുറിപ്പുകൾ* (യാത്രാ വിവരണം), സ്വപ്നാഘാട്ടിയിലെ ചിത്രശലഭങ്ങൾ (നോവൽ), *മറക്കാൻ വയ്യ, മറക്കില്ലൊരിക്കലും* (പ്രശസ്തരുടെ ഓർമ്മകൾ), *കടൽ കടന്നവർ* (ലോഞ്ചുകളിൽ ഗൾഫിലേക്ക് പോയവരുടെ ഓർമ്മകൾ)

ഭാര്യ : പി കെ ജഫ്ന

മക്കൾ : ആദിൽ അബ്ദുല്ല, ഷാൻ, അർഷ്

വിലാസം : ഗ്രീൻസ്
ചേവായൂർ (പി ഒ)
കോഴിക്കോട് 673 017

ഫോൺ : 8547521789

ഇ മെയിൽ : maarehman@gmail.com

ഉള്ളടക്കം

പ്രസാധകക്കുറിപ്പ്

ഡോ. കമാൽ അക്തർ ഹബീബ് എന്ന അക്ബർ അറേബ്യൻ നഗരങ്ങളിലൊന്നിലെ സർവ്വകലാശാല അദ്ധ്യാപകനാണ്. ജെ എൻ യുവിലെ പൂർവ്വവിദ്യാർത്ഥി. അക്ബർ സന്ധിക്കുന്ന സ്ത്രീകൾ, ജീവിതതുറസ്സുകൾ. ഫെമയെന്ന സുഹൃത്തിനൊപ്പം ഒരവധിക്കാലത്ത് കോഴിക്കോട്ടങ്ങാടിയിൽ സായാഹ്ന സവാരി നടത്തവെ പഴയ പുസ്തകങ്ങൾക്കിടയിൽനിന്നും അക്ബറിന് ആ പഴയ ഡയറി കിട്ടുന്നു. യൂസുഫ് സെക്കർ എന്ന കപ്പലോട്ടക്കാരന്റെ ഡയറിക്കുറിപ്പുകളിലൂടെ കടന്നുപോകുന്ന അക്ബറിനു മുന്നിൽ യൂസുഫ് സെക്കറിന്റെ കടലും കപ്പലോട്ടങ്ങളും ഈന്തപ്പനകളും കുന്തിരിക്കമരങ്ങളും നിറഞ്ഞ അറേബ്യൻ ഗ്രാമങ്ങളും അയാളുടെ പ്രണയവും കാലഭേദങ്ങൾ കടന്നെത്തുന്നു. അറേബ്യയിലെ നഗരങ്ങളും കലാപങ്ങളും സർവ്വകലാശാലകളും പ്രവാസത്തിന്റെ വിഹ്വലതകളും ഇടകലരുന്നു. യൂസുഫ് സെക്കറിനെ കേന്ദ്രപ്രമേയമാക്കി അക്ബറിന്റെ സുഹൃത്ത് അൻവർ റഷീദ് എഴുതുന്ന നോവൽ, അക്ബറിനെ സ്നേഹിച്ച സ്ലാവ്ക്ക, ഇങ്ങനെ മനുഷ്യാനുരൂപങ്ങളുടെ വൻകടലിലൂടെയും ഭൂഖണ്ഡങ്ങളിലൂടെയും സഞ്ചരിക്കുന്ന അത്യപൂർവ്വമായ നോവൽ.

ചിന്ത പബ്ലിഷേഴ്സ്

ആമുഖം

മാധ്യമപ്രവർത്തനത്തിൽ പി ജി ഡിപ്ലോമ കഴിഞ്ഞ് ആവേശത്തോടെ ഫീച്ചർ എഴുതി നടന്നിരുന്ന 1997 ലാണ് യൂസുഫ് സെക്കർ എന്ന യമനിയെക്കുറിച്ച് കേൾക്കുന്നത്. കോഴിക്കോട്ടെ വലിയങ്ങാടിയോടു ചേർന്ന് നിരവധി പണ്ട്യാല (പാണ്ടികശാല)കൾ സ്വന്തമായുണ്ടായിരുന്ന ഒരാൾ. അതിൽക്കൂടുതൽ ഒന്നും ആ മനുഷ്യനെക്കുറിച്ച് എന്റെ അന്വേഷണത്തിൽ ഇന്നും അറിയാനായിട്ടില്ല. 2005 കാലഘട്ടത്തിലാണ് യൂസുഫ് സെക്കർ ഒരു നോവൽ ബീജമായി രൂപാന്തരപ്പെടുന്നത്. എന്റെ ബോധമനസ്സിന് ഒരിക്കലും അതിൽ പങ്കുണ്ടായിരുന്നില്ലെന്നാണ് ഇപ്പോഴും വിശ്വസിക്കുന്നത്.

അതിസങ്കീർണ്ണമായ രചനാശൈലിയിൽ രൂപപ്പെട്ട ഈ കൃതി പിന്നീടുള്ള വായനയിൽ എനിക്ക് പലപ്പോഴും അവിശ്വസനീയമായി തോന്നിയിട്ടുണ്ട്. ഏഴു വർഷമെടുത്തു ആദ്യ ഡ്രാഫ്റ്റ് പൂർത്തീകരിക്കാൻ. പിന്നീട് പലരും വായിച്ചു. ബഷീർക്ക (ഡോ. എം എം ബഷീർ) 2013 ൽ കൈയെഴുത്തുപ്രതി വായിച്ച് നിർദ്ദയം വിമർശിച്ചു. പലതും തിരുത്താൻ പ്രേരിപ്പിച്ചു. ഭാഷയിലെ ചില പ്രശ്നങ്ങളായിരുന്നു കാരണം.

ഡോ. വി. രാജകൃഷ്ണൻ സാറിന് മുന്നിലേക്ക് കൈയെഴുത്തുപ്രതിയുമായി ചെന്നത് ഭയത്തോടെയായിരുന്നു. വായനയ്ക്കുശേഷം സാറിൽനിന്ന് ലഭിച്ച പ്രചോദനപരമായ വാക്കുകൾ എന്റെ ഉദ്യമത്തിന് കരുത്തേകുന്നതായിരുന്നു. അദ്ദേഹത്തിന് ഈ കൃതിയിലുള്ള പ്രതീക്ഷയുടെ രേഖപ്പെടുത്തലായാണ് ഞാൻ അവതാരികയെ കാണുന്നത്. നോവൽ വായിച്ച് എഴുത്തിന് പ്രായപൂർത്തിയായെന്ന് അഭിപ്രായപ്പെട്ട ഗുരു ജമാൽക്ക (ജമാൽ കൊച്ചങ്ങാടി)യുടെ വാക്ക് വലിയൊരു അംഗീകാരമായി കാണുന്നു.

ആറു വർഷക്കാലം തിരുത്തലുകളുമായി വീണ്ടും കടന്നുപോയി. ചില പ്രസിദ്ധീകരണങ്ങളുടെ ഓഫീസുകളിലെ മേശകളിലും റാക്കുകളിലുമെല്ലാം *യൂസുഫ് സെക്കറിന്റെ കടൽ* മാസങ്ങളോളം ഉറങ്ങി.

കോഴിക്കോട്ട് ഒരുപാട് വിദേശികൾ പ്രത്യേകിച്ചും അറബികൾ പണ്ട് വാണിജ്യവുമായി ബന്ധപ്പെട്ട് വന്നുപോകുകയും ഇവിടെനിന്ന് വിവാഹം കഴിച്ച് കുടുംബമായി കഴിയുകയുമെല്ലാം ചെയ്തിരുന്നു. അതൊന്നും നാം കേട്ട അറബിക്കല്യാണങ്ങളുടെ ഗണത്തിൽപ്പെടുന്നതായിരുന്നില്ല. കുറ്റിച്ചിറയിലെ പേരുകേട്ട ചില തറവാടുകളുമായി അറബികൾക്ക് വൈവാഹിക ബന്ധങ്ങളുണ്ടായിരുന്നു.

ഇനി നോവലിലേക്കു വരാം. യൂസുഫ് സെക്കറിന്റെ ഡയറിക്കുറിപ്പുകളെ ആധാരമാക്കി അക്ബറും (ഡോ. കമാൽ അക്തർ ഹബീബ്) സുഹൃത്ത് അൻവർ റഷീദും എഴുതാൻ ശ്രമിക്കുന്ന ഒരു നോവൽ. കോഴിക്കോട്ടെ കടൽപ്പാലം അക്കരെ യമൻവരെ നീളുമെന്ന് സ്വപ്നം കാണുന്ന, ആ സ്വപ്നത്തെ സത്യമായി ഉൾക്കൊണ്ടു ജീവിക്കുന്ന യൂസുഫ് സെക്കർ. കോഴിക്കോട്ടുനിന്ന് തുടങ്ങി, ഷാർജ, ദുബൈ, യമൻ, ഇസ്താംബൂൾ, പ്രാഗ് തുടങ്ങിയ നഗരങ്ങളെയെല്ലാം ചേർത്തുവെക്കപ്പെടുന്ന ഒരു കൃതി. കടലും മരുഭൂമിയും മഞ്ഞുകാലവുമെല്ലാം ഇതിലുണ്ട്. കോഴിക്കോട്ടെ കോളറക്കാലവും ഈന്തപ്പനയുടെ പുരാണവും കാട്ടിൽ വിത്തായി മുളപൊട്ടാൻ നോറ്റുകിടന്ന മഞ്ചാടിക്കുരുവിന്റെ നൊമ്പരവും ഭൂമിയിലേക്ക് മഴനാരിലൂടെ ഇറങ്ങിവരുന്ന സൂര്യനുമെല്ലാം വായനക്കാരെ ആകർഷിക്കുമെന്നു കരുതുന്നു.

ബഷീറിക്കയ്ക്കും രാജാകൃഷ്ണൻ സാറിനുമൊപ്പം പുസ്തകത്തിന്റെ കെട്ടിനും മട്ടിനുമായി പരിശ്രമിച്ച രാധാകൃഷ്ണൻ ചെറുവല്ലി ഉൾപ്പെടെയുള്ള ചിന്ത പബ്ലിഷേഴ്സിലെ സുഹൃത്തുക്കൾ, ഭാഷാപരമായ തെറ്റുകൾ തിരുത്താൻ പരിശ്രമിച്ച സുഹൃത്ത് എ കെ അനിൽകുമാർ, തിരക്കിനിടയിലും വായിച്ച് അഭിപ്രായം പറയാൻ നിർബ്ബന്ധബുദ്ധി കാണിച്ച സോമേട്ടൻ (ഇ സോമനാഥ്), ഇനിയും കുറേ മുഖങ്ങൾ കൂടി ഉള്ളിലുണ്ട്. എല്ലാവരോടുമുള്ള സ്നേഹവും ഇഷ്ടവും വാക്കുകളിലേക്കു പകർത്താതെ ഉള്ളിൽ സൂക്ഷിക്കട്ടെ.

മനു റഹ്മാൻ

അവതാരിക

ഞണ്ടുകൾ മാളം തീർക്കുമ്പോൾ

രാജകൃഷ്ണൻ വി

മനു റഹ്മാൻ തന്റെ പുതിയ പുസ്തകത്തിന് യൂസുഫ് സെക്കറിന്റെ കടൽ എന്ന തലക്കെട്ടാണ് നൽകിയിരിക്കുന്നത്. പല ഭൂഖണ്ഡങ്ങളിൽ ചിതറിക്കിടക്കുന്ന ചെറുതും വലുതുമായ പട്ടണങ്ങൾ ഈ നോവലിലെ ആഖ്യായികയ്ക്ക് പശ്ചാത്തലമായി വർത്തിക്കുന്നുണ്ട്. ഓർമ്മകൾ മയക്കം കൊള്ളുന്ന കോഴിക്കോടൻ തെരുവുകൾതൊട്ട് നിറങ്ങളും മണങ്ങളും വാരിയണിഞ്ഞ ഇസ്താംബൂളിലെ രാജവീഥികൾ വരെയുള്ള ഇടങ്ങൾ ഇവിടെ നമ്മുടെ കൺമുന്നിലൂടെ കടന്നുപോകുന്നു. സ്ഥലത്തിന്റെ ചൈതന്യം എന്നൊക്കെ വിളിക്കപ്പെടുന്ന പ്രതിഭാസമില്ലേ, അത് ഈ നോവലിന്റെ ആഖ്യാനത്തിൽ ത്രസിച്ചുനില്പുണ്ട്. നോവലിസ്റ്റിന്റെ കൗതുകങ്ങൾ പാറിനടക്കുന്നത് കഥപറച്ചിലിലില്ല, നേരെ മറിച്ച് അന്തരീക്ഷനിർമ്മിതിയിലാണ്. നോവലിസ്റ്റ് മനസ്സിരുത്തി രേഖപ്പെടുത്തിയിട്ടുള്ള ഒന്നാണ് ഇതിലെ സ്ഥലപുരാണം.

ഏറ്റവും മനോഹരമായ സ്ത്രീവിരലുകൾക്ക് ഞണ്ടിന്റെ കാലുകൾക്ക് സമാനമായ ആകൃതിയാണുള്ളതെന്ന് ഈ നോവലിലെ ഒരു കഥാപാത്രം നിരീക്ഷിക്കുന്നുണ്ട്. ഒപ്പം ഞണ്ടുകൾ വീടൊരുക്കുന്ന രീതിയെക്കുറിച്ചും ഒരു പരാമർശമുണ്ട്. രണ്ട് വേലിയേറ്റങ്ങൾക്കിടയിലാണ് ഞണ്ടുകൾ താവളമൊരുക്കുന്നത്. പുലർച്ചയ്ക്ക് കുഴിമാന്തി താമസമാക്കുന്ന ഞണ്ടുകൾ വേലിയേറ്റം ആരംഭിക്കുമ്പോൾ മാളങ്ങളിൽ കുടുങ്ങും. പിന്നീട് അവ പെട്ടെന്ന് പുറത്തു വരാറില്ല.

ഞണ്ടുകൾ സുരക്ഷിതമായ അഭയസ്ഥാനമൊരുക്കുന്ന ഈ രീതിയെ ഓർമ്മിപ്പിക്കുന്ന ഒരംശം മനു റഹ്മാന്റെ രചനാവിദ്യയിലുണ്ട്. ഉറപ്പുള്ള ഒരു കഥാവസ്തുവിന്മേലല്ല അദ്ദേഹം തന്റെ നോവൽശില്പം ഒരുക്കൂട്ടിയിരിക്കുന്നത്. ചിതറിപ്പോയ ഓർമ്മകളും പൂർത്തീകരിക്കപ്പെടാത്ത കൈയെഴുത്തുപ്രതികളും എങ്ങോ അപ്രത്യക്ഷനാകുന്ന കാമുകകലാകാരനും

ഉൾപ്പെട്ട അസ്ഥിരമായ ഒരു ഭൂമികയിലാണ് ഈ നോവലിൽ വിവരിച്ചിട്ടുള്ള സംഭവങ്ങൾ നടക്കുന്നത്. ജനപഥങ്ങൾ താണ്ടിയുള്ള അവസാനമില്ലാത്ത ഒരു യാത്രയുടെ ചിത്രം ഈ നോവലിൽ തങ്ങിനില്പുണ്ട്.

കഥയുടെ കേന്ദ്രഭാഗത്ത് യൂസുഫ് സെക്കർ എന്ന അതികായനായ മനുഷ്യൻ നിലയുറപ്പിച്ചിരിക്കുന്നു. ചില്ലറ വീരസാഹസിക കൃത്യങ്ങളും കൊച്ചുകൊച്ചു അത്ഭുതങ്ങളും കപ്പൽച്ചേതങ്ങളും അടങ്ങുന്ന ഒരു ജീവിതത്തിനുടമയാണ് അയാൾ. യൂസുഫ് സെക്കറുടെ മുറിഞ്ഞുപോയ ഓർമ്മക്കുറിപ്പുകളാണ് അൻവർ റഷീദ് എഴുതുന്ന നോവലിന്റെ നിർമ്മാണവസ്തുവായി തീരുന്നത്. അൻവറിന്റെ അപൂർണ്ണമായ രചന അക്ബറിന്റെ കൈകളിലൂടെ കടന്നുപോകുന്നു. അൻവറിന്റെ തിരോധാനം ഒരു കടങ്കഥപോലെ ബാക്കി നില്ക്കുമ്പോൾ അയാൾ ബാക്കിയിട്ട കൈയെഴുത്തുപ്രതി ചെത്തിമിനുക്കി അതിന് പേരും ആകൃതിയും നല്കുന്ന ജോലി അക്ബർ ഏറ്റെടുക്കുന്നു. നമ്മൾ വായിക്കുന്ന നോവൽ, അക്ബർ ചിട്ടപ്പെടുത്തിയെടുത്ത ഈ കൈയെഴുത്തുപ്രതിയാണ്. വേറൊരു രീതിയിൽ പറഞ്ഞാൽ നോവൽ എഴുതിക്കൊണ്ടിരിക്കുന്ന ഒരു നോവലിസ്റ്റിനെക്കുറിച്ചുള്ള ഒരു നോവലാണ് യൂസുഫ് സെക്കറിന്റെ കടൽ. ആന്ദ്രെ ഷീദിന്റെ ദ കൗണ്ടർഫീറ്റേഴ്സ് തൊട്ട് ഉടലെടുത്തിട്ടുള്ള ഇത്തരം നോവലുകളുടെ ഓർമ്മ ഇതെഴുതുമ്പോൾ മനസ്സിൽ കടന്നുവരുന്നു. ഇങ്ങനെ സർഗ്ഗക്രിയയെ മുഖ്യവിഷയമാക്കുന്നു എന്നതാണ് മനു റഹ്മാന്റെ കൃതിയുടെ സവിശേഷതയായി ഞാൻ കാണുന്നത്.

രചനാപ്രക്രിയയിൽ അന്തർഭവിച്ചിട്ടുള്ള സമസ്യകൾക്കൊപ്പം രണ്ട് പ്രണയകഥകൾകൂടി നോവലിസ്റ്റ് വിളക്കിച്ചേർത്തിട്ടുണ്ട്.

ജീവസ്സുറ്റ ഭാഷയിലാണ് നോവലിസ്റ്റ് തന്റെ കഥാപാത്രങ്ങളുടെ സഞ്ചാരത്തിന്റെയും അലച്ചിലിന്റെയും രംഗങ്ങൾ ചിത്രീകരിച്ചിട്ടുള്ളത്. ദൃശ്യഭംഗി കലർന്ന പല വിവരങ്ങളും ഇതിലുണ്ട്.

ഒന്ന്

കടൽക്കരയിലെ
പെൺമണമുള്ള തെരുവ്

ഒന്ന്

പക്ഷികളുടെ ജന്മം

കോഴിക്കോട്ടുകാരായ ഞങ്ങൾക്ക് പക്ഷികളുടെ ജന്മമാണ്.
പിന്നിട്ട യുഗങ്ങളിൽ പക്ഷികളായി ഈ തീരത്ത് പറന്നിറങ്ങി കൂടുകൂട്ടിയവരാവാം.
പരിണാമദശകളിൽ ഒന്നിലാവാം ഞങ്ങളുടെ പൂർവ്വികർ അടയിരുന്ന് മനുഷ്യക്കുഞ്ഞുങ്ങളെ വിരിയിച്ചിരിക്കുക.
മരക്കൊമ്പിൽ പിറന്ന ഞങ്ങൾ പിച്ചവയ്ക്കാനും ചാടാനും പഠിച്ചതിൽ പിന്നെയാവും മണ്ണിലേക്ക് ഇറങ്ങിയത്.
ആദ്യതലമുറയിൽപ്പെട്ടവർ മരച്ചില്ലകളിലാവും കഴിഞ്ഞത്?
എന്നാവാം മണ്ണിലേക്ക് ഇറങ്ങിയിരിക്കുക?
അപ്പോഴും ഞങ്ങൾക്ക് ചിറകുണ്ടായിരുന്നോ?
നടക്കുന്നതിനിടയിൽ വീഴുമ്പോൾ ചിറകുവിരിച്ച് രക്ഷപ്പെടാൻ ശ്രമിക്കുമായിരുന്നോ.
മാനാഞ്ചിറയും മുതലക്കുളവും കുറ്റിച്ചിറയും ബിലാത്തിക്കുളവുമെല്ലാം അന്ന് അങ്ങാടിയെ പകുത്തൊഴുകിയ പുഴയുടെ കടവുകളായിരുന്നിരിക്കാം. കടൽ കയറി രൂപാന്തരപ്പെട്ട വൻതടാകവുമാവാം.
കടൽ ഉൾവലിഞ്ഞു രൂപപ്പെട്ട നഗരം. അങ്ങനെയെങ്കിൽ ഖനനങ്ങളിൽ ഒരു മത്സ്യത്തിന്റെ അസ്ഥിയെങ്കിലും ലഭിക്കേണ്ടതല്ലേ.
ആർക്കറിയാം...
ഞങ്ങളുടെ ചരിത്രകാരന്മാരൊന്നും അത്തരം ഗവേഷണം നടത്തിയിട്ടില്ല. പൈതൃകനഗരമാണെങ്കിലും രേഖപ്പെടുത്താത്ത ചരിത്രങ്ങൾ ഒരുപാടുണ്ട്. എന്നെങ്കിലും ആരെങ്കിലും അതെല്ലാം എഴുതിവയ്ക്കുമെന്ന് നഗരം പ്രതീക്ഷിക്കുന്നു.
ചേരമാൻ പെരുമാൾ ഒടിഞ്ഞ വാളും പൊട്ടിയ ശംഖും നല്കി

ചത്തും കൊന്നും പിടിച്ചെടുക്കാൻ മാണിക്കനോടും വിക്കരനോടും പറഞ്ഞിട്ടുണ്ടാവുക ഏറെ കാലത്തിന് ശേഷമാവാം.
എന്തുകൊണ്ട് ഈ നഗരത്തിൽ ഇന്നേവരെ ഒരു ഉദ്ഖനനവും നടന്നില്ല. ചരിത്രശേഷിപ്പുകൾക്ക് പഞ്ഞമുണ്ടായിട്ടല്ല, ഹാരപ്പൻ സംസ്കാരം കണ്ടെത്താൻ നിയോഗം സിദ്ധിച്ച ജോൺ മാർഷലിനെപ്പോലെ ഒരാളെ ഇവിടത്തെ ചരിത്രം ഉഴുതുമറിക്കാൻ കാലം ചുമതലപ്പെടുത്താത്തതിനാലാവുമോ.
വനങ്ങളും ജലജീവികളും നിറഞ്ഞ തടാകമോ, തണ്ണീർത്തടങ്ങളോ ആയിരുന്നിരിക്കാം ഈ പ്രദേശം. മഴ തോർന്ന് വെയിൽ ചിരിതൂകിയ ദിനങ്ങളിലാവാം വിദൂരദേശങ്ങളിൽനിന്നു പക്ഷികൾ കൂട്ടമായി ഇവിടെ എത്തിയിരിക്കുക.
വൻമരങ്ങളും മത്സ്യങ്ങൾ നിറഞ്ഞ തടാകങ്ങളുമാവാം പറന്നുപോകുന്നതിനിടയിൽ പക്ഷിക്കൂട്ടത്തെ ആകർഷിച്ചിട്ടുണ്ടാവുക. നീർത്തടങ്ങളിൽ നീന്തിത്തുടിക്കുന്ന നീർനായകളെയും കൂറ്റൻ ജലജീവികളെയും തിന്നാൻ തക്കംപാർത്ത് വന്യജീവികളും ഉണ്ടായിരുന്നിരിക്കാം.
രോമത്തോടൊപ്പം കൊഴിഞ്ഞപല്ലുകളും ദ്രവിച്ച അസ്ഥികളും പണ്ടെന്നോ മുതലക്കുളം വറ്റിച്ചപ്പോൾ ലഭിച്ചതായി കോഴിക്കോട് വാണിരുന്ന സാമൂതിരിമാരുടെ ചരിത്രരേഖകളിൽ പരാമർശിക്കുന്നുണ്ട്.
ഓർത്തപ്പോൾ എല്ലാം വിചിത്രമെന്ന് തോന്നി. കോഴിക്കോടെന്ന പൗരാണികനഗരത്തിന് അങ്ങനെയും ഒരു ഇന്നലെകൾ ഉണ്ടായിരുന്നോ?

ഡയറിയുടെ താളുകളിൽ വിചിത്രവും ഭാവനാസമ്പന്നവുമായി കുറിച്ച സത്യമെന്ന് തോന്നാവുന്ന കാര്യങ്ങൾ. വായിച്ചുകൊണ്ടിരുന്ന വരികളിൽനിന്നു മിഴിയടർത്തി ഒരു നിമിഷം ചിന്തിച്ചു.

മിത്താവാമെങ്കിലും ആരേയും മോഹിപ്പിക്കുന്ന സൗന്ദര്യമില്ലേയെന്ന് അക്ബർ ആത്മഗതംചെയ്തു. യൂസുഫ് സെക്കറിന്റെ ഡയറിയുടെ ആദ്യതാളിൽ കുറിച്ചിട്ടിരിക്കുന്ന അത്രയും കാര്യങ്ങൾ വായിച്ചെടുക്കാൻ ഡോ. കമാൽ അക്തർ ഹബീബ് എന്ന അക്ബർ കുറേ നേരമെടുത്തു.

അരികുദ്രവിച്ച മഞ്ഞച്ചതാളുകളിൽനിന്നു ക്ഷമയോടെ കാര്യങ്ങൾ ഗ്രഹിക്കാൻ ഒരാളും തുനിയണമെന്നില്ല.

രണ്ട്

നഗരഹൃദയമായ മാനാഞ്ചിറയിലും മിഠായിത്തെരുവിലും ഞങ്ങൾ മിക്കപ്പോഴും കറങ്ങാറുണ്ട്. പ്രത്യേകിച്ചും ഹൃദയത്തെ ചുട്ടുനീറ്റുന്ന വല്ലതും സംഭവിച്ചാൽ...

ഭാര്യയിൽ നിന്നാവാം, സന്തതിപരമ്പരകളിൽ നിന്നാവാം, സഹോദരങ്ങളിൽ നിന്നാവാം, മാതാപിതാക്കളിൽ നിന്നാവാം...

നഗരത്തിലൂടെ രണ്ടുചാൽ നടന്നാൽ എല്ലാറ്റിനും ആശ്വാസമാവും. കലിപൂണ്ട് ചാടിത്തുള്ളി വീട്ടിൽനിന്നു ഇറങ്ങിയാലും മസാലദോശയോ, ചൂടുള്ള ബിരിയാണിയോ വാങ്ങിയാവും കീശയിൽ കാശുള്ളവർ ഭാര്യക്കും മക്കൾക്കും അരികിലേക്കെത്തുക.

നഗരത്തിന് ഞങ്ങളുടെ ഏത് നൊമ്പരവും ശമിപ്പിക്കാവുന്ന അത്യപൂർവ്വമായ സിദ്ധിയുണ്ട്. ഒരു ദൈവസന്നിധിപോലെ പവിത്രമാണീ നഗരപാതകൾ.

പെറ്റുവീണ ഞങ്ങൾ പിച്ചവെച്ചും കാലിടറിയും നഗരഹൃദയം കാണാൻ ചെന്നു. കണ്ടു കഴിഞ്ഞപ്പോൾ സന്തതികളായ ഞങ്ങൾക്കാർക്കും പിരിയാനായില്ല. ഗർഭപാത്രത്തിന്റെ ഇളംചൂടുപോലെ, അമ്മിഞ്ഞ കിനിയുന്ന മധുപോലെ ഞങ്ങൾക്കത് എക്കാലത്തും വേണമായിരുന്നു.

വേപഥുപൂണ്ട ചിന്തകളുമായി കെട്ടിമറിഞ്ഞപ്പോഴെല്ലാം വീടിന്റെ വാതിലുകൾ പതുക്കെത്തുറന്നു ഞങ്ങൾ ആഞ്ഞുനടന്നു. പടിഞ്ഞാറൻകാറ്റുകൾ അപ്പോഴെല്ലാം ഉൽക്കണ്ഠയോടെ ചോദ്യമെറിഞ്ഞു. ആശ്വസിപ്പിക്കാൻ ചുമലിലും കവിളിലും തലോടി.

നഗരം കാഴ്ചകളും ഗോഷ്ഠികളുമായി ഞങ്ങളോട് ഒട്ടിനടന്നു. ആധികൾക്ക് ശമനം ലഭിക്കാൻ കാറ്റ് കിന്നാരംപറഞ്ഞു. പാട്ടറിയി

ല്ലെങ്കിലും വരികൾ മുക്കിമൂളി. നഗരത്തിന് ഒന്നേ വേണ്ടിയിരുന്നുള്ളൂ. എത്തിപ്പെടുന്നവരാരും വേദനിക്കരുത്, വെറുക്കരുത്, കരയരുത്. അരുതാത്തതൊന്നും ചെയ്തുപോകരുത്. നഗരത്തിലെ ആളും ആരവങ്ങളും ഞങ്ങളുടെ വ്രണിതഹൃദയങ്ങളിൽ ആശ്വാസത്തിൻ തെന്നലുകൾ വീശി.

ഞങ്ങൾ നഗരത്തെ സ്നേഹിച്ചു, മറ്റെന്തിനേക്കാളുമേറെ. നഗരത്തിന്റെ ലിംഗം തിരയാൻ ഞങ്ങൾ മുതിർന്നില്ല. മിശ്രലിംഗമാണെന്നറിഞ്ഞാലും ഞങ്ങൾക്ക് പ്രണയിക്കാതിരിക്കാനാകില്ല. രക്തവും മജ്ജയും മിടിപ്പുമില്ലാതിരുന്നതിനാൽ ജാതിയെക്കുറിച്ചും ആരും ഉൽക്കണ്ഠപ്പെട്ടില്ല.

ആ പ്രണയത്തിന് രതികാമനകളുടെ നിറമോ, മണമോ അന്യമായിരുന്നു.

ഞങ്ങൾ ഈ നഗരത്തിൽ പെറ്റുവളർന്ന സന്തതികളാണ്. എപ്പോൾ വിളിച്ചാലും തെല്ലും മടിയില്ലാതെ ഈ മണ്ണിലേക്ക് മടങ്ങേണ്ടവരാണെന്ന് തിരിച്ചറിഞ്ഞവരുമാണ്. ഈ മണ്ണിന്റെ ഊഷരതയിൽ വളമായി ഞങ്ങൾ മാറും. ഞങ്ങളുടെ രക്തവും മാംസവും വാർന്നും ദ്രവിച്ചും നഗരത്തിന് വളമാവും.

ഫലഭൂയിഷ്ഠമാവുന്ന മണ്ണിൽ പുത്തൻതളിരുകൾ വിടരും.

പൂക്കൾ വിരിയും.

പൂമ്പാറ്റകൾ പറക്കും.

പുതുതലമുറയ്ക്ക് തണലും കാറ്റും സൗരഭ്യവും ലഭിക്കും.

മണ്ണിൽ ലയിച്ചില്ലാതായാലും കാറ്റായി, മഞ്ഞായി, മഴയായി, മണൽത്തരിയായി വീണ്ടും പിറക്കും.

നഗരത്തെ നാശമേല്ക്കാതെ കാത്തുവെക്കാൻ.

രാവുകളിൽ സ്വപ്നമായി എന്നെ പുണർന്നപ്പോൾ നഗരത്തിന് പെണ്ണിന്റെ മണമായിരുന്നു.

അവൾ മൂളിയ പാട്ടുകൾക്ക് പക്ഷിയുടെ സ്വരമായിരുന്നു.

വണ്ടി മാറിക്കയറാൻ രാവിൽ കോഴിക്കോട്ടങ്ങാടിയിൽ എത്തിയ പലരും രണ്ടുചാൽ നടന്ന ശേഷം യാത്ര അവസാനിപ്പിച്ച് നഗരത്തിൽ ചേക്കേറിയിട്ടുണ്ട്. പാണ്ട്യാലകളിൽ തൊഴിലെടുത്തും വലിയങ്ങാടിയിൽ ചരക്കിറക്കിയും അന്നത്തിന് വക തേടിയവരും ദിവസങ്ങൾ കഴിയവേ പട്ടണത്തിന്റെ ഭാഗമായി.

ഉദ്യോഗവുമായി നഗരത്തിലെ സർക്കാർ സ്ഥാപനങ്ങളിൽ എത്തിച്ചേർന്നവരും നഗരത്തിൽ ചേക്കേറി. ആരും ഒരിക്കലും തിരിച്ചുപോയില്ല.

ആ ഒരു ചിന്തപോലും ആരെയും അലട്ടാൻ നഗരവും ഞങ്ങളും അനുവദിച്ചില്ല. എല്ലാവർക്കും ചെയ്യാവുന്ന തൊഴിലുകൾ നല്കി പശിയറിയാതെ വളർത്തി. മനസ്സ് ഖിന്നമായപ്പോൾ കടൽക്കരയിലേക്കും മിഠായിത്തെരുവിലേക്കും മാനാഞ്ചിറയിലെ പച്ചപ്പില്ലു

പാകിയ ഓളപ്പരപ്പുകളിലേക്കും ക്ഷണിച്ചു.
ഞങ്ങൾ കോഴിക്കോട്ടുകാർക്ക് അതിഥികളെ പിരിയാനാവില്ല. എത്തിപ്പെടുന്നവരെല്ലാം കാലത്തിന്റെ നിയോഗം പേറുന്നവരാണെന്നും അവരുടെ മജ്ജയും മാംസവും അസ്ഥിയും അലിഞ്ഞും അളിഞ്ഞും ദ്രവിച്ചും ഞങ്ങൾക്കൊപ്പം ഈ മണ്ണിൽ ലയിക്കേണ്ടതാണെന്നും ഓരോ കോഴിക്കോട്ടുകാരനും വിശ്വസിക്കുന്നു.
ചേക്കേറിയ അനേകർ തോപ്പയിലെ ഖബർസ്ഥാനിലും ശ്മശാനത്തിലും സെമിത്തേരിയിലും തൊട്ടുരുമ്മി ഉറങ്ങുന്നു. മാവൂർ റോഡിലെ ശ്മശാനത്തിലും കണ്ണംപറമ്പിലെ ഖബർസ്ഥാനിലും അന്തിയുറങ്ങുന്നവരും നിരവധിയാണ്. പട്ടണത്തിലെ സ്വന്തംവീടിന്റെ ഇറയത്ത് നിത്യനിദ്രയിൽ ആണ്ടവരും ഒരുപാടുണ്ട്.
നൂറുനൂറ് വർഷങ്ങളിലൂടെ രൂപപ്പെട്ടു വന്നതാണ് ഈ നഗരം. ഒരുപക്ഷേ, ആരംഭകാലത്ത് പ്രമാണിമാരാൽ മോരോ, വെള്ളമോ നല്കുന്ന ഒരു തണ്ണീർപ്പന്തലിൽ നിന്നാവാം നഗരം ഒരുങ്ങിത്തുടങ്ങിയത്. കാളവണ്ടികൾ കാത്തുകിടന്ന മരത്തണലിൽ നിന്നുമാവാം. പഥികർക്ക് മോരും വെള്ളവും നല്കിയിരുന്നത് ഒരു മാഞ്ചുവട്ടിലാവാനും മതി.
വേനൽക്കാലത്ത് മധുവൂറുന്ന മാമ്പഴങ്ങൾ പൊഴിഞ്ഞിരിക്കണം. കാക്കയും മൈനയും തത്തയും അണ്ണാറക്കണ്ണന്മാരും മാമ്പഴത്തിനായി തല്ലുകൂടിയിട്ടുണ്ടാവും തീർച്ച.
നഗരം കാണാനെത്തിയവർ ഓരോരുത്തരായി മാങ്ങാച്ചാറ് നുണഞ്ഞും കടിച്ചീമ്പിയും തൃപ്തരായി പല വഴി നീങ്ങിയിരിക്കാം. കാലവും നേരവും ഗണിക്കാതെ കാക്കകൾ മാവിൻ കൊമ്പിലിരുന്ന് വിരുന്നുകാരെ നീട്ടിവിളിച്ചു. വേനലിൽ വെള്ളയും വയലറ്റും ചുവപ്പും മഞ്ഞയും പൂക്കൾ പൊഴിക്കുന്ന ഒരു പൂമരത്തിന് ചുവട്ടിലുമാവാം നഗരം പിറവികൊണ്ടിരിക്കുക. രാവുകളിൽ മരം നഗരത്തിന് മുകളിൽ സൗരഭ്യമായി പടർന്നിരിക്കാം.
ഒരുപാട് ഇണക്കിളികൾക്ക് കൊക്കുരുമ്മി ചിറകൊതുക്കി പ്രണയത്തോടെ രാത്രി പിന്നിടാൻ അഭയം നല്കിയിരിക്കാമെന്നതിലും ആരും സംശയിക്കേണ്ട.
പറവകളുടെ പരിഭവങ്ങൾക്കും പ്രണയചാപല്യങ്ങൾക്കും സാക്ഷിയായിട്ടുമുണ്ടാവണം. യക്ഷികൾ സൂര്യനുദിക്കുവോളം മത്തരായി മരക്കൊമ്പിൽ മയങ്ങിയിരിക്കാം. കാലാന്തരത്തിൽ കടകളും തെരുവും ചുറ്റും നിറയവേ മരം ഭൂഗർഭത്തിലേക്ക് ഇറങ്ങിപോയതാവാനേ വഴിയുള്ളൂ.
സീതയെപ്പോലെ.
മഹാബലിയെപ്പോലെ...
ഭൂമിക്കടിയിലേക്ക് താഴ്ന്നുപോയ ഏതോ മഹാമുനിയുമാവാം ആ പൂമരം.

18 യൂസുഫ് സെക്കറിന്റെ കടൽ

മനു റഹ്മാൻ

മിഠായിത്തെരുവിന് ഏതുനേരവും കുളിരാണ്.
ഒരു പുഴക്കരപോലെ.
ഇന്നും മരത്തിന്റെ അദൃശ്യകരങ്ങൾ മിഠായിത്തെരുവിന് മുകളിലുണ്ടെന്നതിനെ ആരും ചോദ്യംചെയ്യില്ല.
മീനം കത്തുമ്പോഴും കുളിർമുറ്റിയ കാറ്റുകൾ തെരുവിൽ തെന്നിക്കളിക്കുന്നത് സന്ദേഹികൾക്കുള്ള കിറുകൃത്യമായ ഉത്തരമാണ്.
നഗരം ആഗ്രഹിച്ചവർക്കെല്ലാം ആ വൃക്ഷത്തിന്റെ കിനാക്കാഴ്ച നല്കിയിട്ടുമുണ്ടാവാം.

മൂന്ന്

എന്റെ പേര് യൂസുഫ് സെക്കർ, കപ്പലോട്ടക്കാരൻ യൂസുഫ് സെക്കർ.

ദിനാന്ത്യക്കുറിപ്പുകൾ ആരംഭിക്കുന്നതിനുമുമ്പായി അയാൾ സ്വയം പരിചയപ്പെടുത്തി. പിതാവ് ഹാജി അദ്നാൻ സെക്കർ, കച്ചവടത്തിനായി ജീവിതത്തിലുടനീളം വൻകരകൾ താണ്ടി സഞ്ചാരത്തിലായിരുന്നു. മുത്തച്ഛൻ യൂസുഫ് സെക്കർ മുത്തലിബിനും കച്ചവടം രക്തത്തിലുണ്ടായിരുന്നു. മുത്തച്ഛനെക്കുറിച്ചുള്ള രേഖകളെല്ലാം എന്നോ ചാമ്പലായെന്ന് പിതാവ് പറഞ്ഞിരുന്നു.

പുസ്തകങ്ങൾ കുന്നുകൂടിയ അക്ബറിന്റെ വായനാമുറിയിൽ ആ ഡയറി ഏറെ നാളുകൾ കിടന്നു.

യമനിത്തലപ്പാവുമായി നില്ക്കുന്ന യൂസുഫ് സെക്കറിന്റെ കണ്ണിലെ കനലിന് ഒരുതരിയും മാറ്റുകുറഞ്ഞിട്ടില്ലെന്നത് അത്ഭുതം തന്നെ, അക്ബർ ആത്മഗതംചെയ്തു. പുറംചട്ടയിലെ യൂസുഫ് സെക്കറിന്റെ കണ്ണിൽ അയാൾ കണ്ടത് ആർദ്രതയുടെ ഉൾക്കടലായിരുന്നു.

കഴിഞ്ഞ വർഷമാണ് അക്ബറിന് യൂസുഫ് സെക്കറിന്റെ ഡയറി ലഭിച്ചത്. അവധിക്കെത്തിയ ആദ്യ ആഴ്ചയിൽ ഫെമയ്ക്കൊപ്പം കോഴിക്കോട്ടങ്ങാടിയിൽ സായാഹ്ന സവാരിക്ക് ഇറങ്ങിയപ്പോഴായിരുന്നു മിഠായിത്തെരുവിൽ വില്പനയ്ക്കായി അലക്ഷ്യമായി കൂട്ടിയിട്ട പുസ്തകങ്ങൾക്കിടയിൽ ഡയറി കണ്ടത്.

യൂസുഫ് സെക്കറിനെക്കുറിച്ച് വല്യുപ്പയിൽനിന്ന് കുട്ടിക്കാലത്ത് അക്ബർ കേട്ടിരുന്നു. വല്യുപ്പ പറഞ്ഞ എണ്ണമറ്റ കഥകളിൽ മനസ്സിൽ നിറഞ്ഞുനിന്ന കഥാപാത്രമായിരുന്നു യൂസുഫ് സെക്കർ. ഏഴാം ബഹറി*ന് അക്കരെയുള്ള സുൽത്താന്മാരെക്കുറിച്ചും അവരുടെ രാജകൊട്ടാരങ്ങളിലെ

സ്വർഗ്ഗതുല്യമായ സുഖസൗകര്യങ്ങളെക്കുറിച്ചും പറഞ്ഞുകൊണ്ടിരുന്ന അതേ ആവേശത്തിലായിരുന്നു യൂസുഫ് സെക്കറിനെക്കുറിച്ചും വല്ല്യൂപ്പ ഹാജി അലി വല്ല്യുപ്പ സംസാരിക്കാറ്.

വലിയങ്ങാടിയിലെ ഏറ്റവും വലിയ പാണ്ട്യാല**യുടെ ഉടമയായിരുന്നു യൂസുഫ് സെക്കർ. വല്യുപ്പ പറഞ്ഞ കഥകളിലെ കഥാപാത്രങ്ങളിൽ ഭൂരിഭാഗവും ഒരു നൂറ്റാണ്ടോളം നീണ്ട അദ്ദേഹത്തിന്റെ ജീവിതയാത്രയിൽ കണ്ടുമുട്ടിയവരും ഇടപഴകിയവരുമായിരുന്നു. കാലം ദ്രവിപ്പിച്ച ആ പാണ്ട്യാല ഇന്നുമുണ്ടെന്നതും അത്ഭുതമായി അക്ബറിനെ പൊതിഞ്ഞു.

കഴിഞ്ഞ പത്തുപതിനഞ്ച് വർഷമായി ഒടിഞ്ഞുകുത്തി ഏതു നിമിഷവും ചക്രശ്വാസംവലിക്കാൻ കാത്തുകഴിയുന്ന പാണ്ട്യാല...

ജന്നാത്തുൽഫിർദൗസിന്റെ ഗന്ധം-വല്യുപ്പയുടെ മണം ചുറ്റും നിറഞ്ഞു. അത്തറിന്റെ ഗന്ധം മൂക്കിലെത്തിയാൽ വല്യുപ്പയുടെ കറുത്തകോട്ടിന്റെ ഓർമ്മ അയാളിൽ നിറയും.

നടന്നാൽ ഒരിക്കലും അവസാനിക്കാത്തതെന്ന് ചുമട്ടുതൊഴിലാളികൾ പിറുപിറുത്ത കൂറ്റൻപാണ്ട്യാല. കോഴിക്കോട്ടങ്ങാടിയുടെ ചരിത്രത്തിനും കടൽപ്പാലത്തിന്റെ പോയകാല പ്രതാപങ്ങൾക്കുമെല്ലാം സാക്ഷിയായതാണത്. നൂറ്റാണ്ടുകൾ പഴക്കമുള്ള നഗരത്തിന്റെ അഭിമാനമായി നിലകൊണ്ട എടുപ്പ്.***

തേഞ്ഞ അസ്ഥികൾക്കിടയിൽ ഇന്നും തൊഴിലാളികൾ ചിന്തിയ വിയർപ്പിന്റെ നാറ്റവും യൂസുഫ് സെക്കർ പുശിയ ഊദിന്റെ സൗരഭ്യവും പാണ്ട്യാലയുടെ കോണുകളിൽ അടഞ്ഞുകൂടി കിടപ്പുണ്ടാവാം. മനുഷ്യന് പിടിച്ചെടുക്കാനാവുന്നതിലും നേർത്തനിലയിൽ...

ഗൾഫിൽ ഒരാഴ്ച മാത്രം ചെലവഴിച്ച് തിരിച്ചുപോന്ന പൊന്നാരംക്കണ്ടി അസൈനാരുടെ തേങ്ങാക്കട പ്രവർത്തിക്കുന്നത് കാലപ്രവാഹത്തിൽ പൂർണ്ണമായും തകരാത്ത പാണ്ട്യാലയുടെ താഴെയാണ്.

ഏതാനും വർഷം മുമ്പുവരെ പത്തുപന്ത്രണ്ട് കച്ചവടക്കാർ അതിനുള്ളിൽ തേങ്ങാ സംഭരണവും വില്പനയുമായി കഴിഞ്ഞിരുന്നു. പിന്നീട് കാലഘട്ടത്തിന്റെ നേർസാക്ഷിയായ പാണ്ട്യാലയ്ക്ക് കാവലാൾ അസൈനാർ മാത്രമായി.

---

* കടൽ

** പാണ്ഡികശാല

*** കെട്ടിടം

നാല്

കാലപ്രവാഹത്തിൽ ആളും ആരവവും നഷ്ടമായ കടൽപ്പാലം.

തുരുമ്പിച്ച് നിലംപൊത്താറായ ആ നിർമ്മിതിക്കരുകിൽ അക്ബർനിന്നു.

ക്രെയിനുകൾ നിർത്താതെ മുരളുകയും തൊഴിലാളികൾ ഒച്ചവെക്കുകയും ചെയ്തത് ഇതേ പാലത്തിലായിരുന്നോ?

ഈമ്പിത്തീരാറായ കോൽഐസിന് സമാനമായ പാലം. പാലത്തിന്റെ പടിഞ്ഞാറെ അറ്റത്ത് അവശേഷിക്കുന്നത് ദ്രവിച്ചതൂണുകളുടെ തുരുമ്പിച്ച കുറ്റികൾ. കോൺക്രീറ്റ് പാളികൾ അടർന്ന അവ തേക്കടി തടാകത്തിലെ മരക്കുറ്റികളെ ഓർമ്മിപ്പിച്ചു.

അറബിക്കടലിന്റെ മറുകരവരെ എത്തുമെന്ന് യൂസുഫ് സെക്കർ സ്വപ്നം കണ്ട കടൽപ്പാലം!

ലോകത്തിന്റെ വിവിധ ഭാഗങ്ങളിൽ സഞ്ചരിക്കുകയും നിരവധി തുറമുഖങ്ങളിലൂടെ കടന്നുപോകുകയും ചെയ്ത മഹാനായ ഒരു നാവികൻ എന്തിനാവാം ഒരു പോയത്തക്കാര*ന്റെ സ്വപ്നം പേറിയത്. അയാളുടെ ഭാവനയായിരുന്നോ ഡയറിയിൽ ചിതറിക്കിടന്നത്? ആഴക്കടലിൽ പൊങ്ങിക്കിടക്കുന്ന തേക്കിൻതടിപ്പാലം, എന്തൊരു വിചിത്രഭാവന.

ജീവിതം ആഘോഷിച്ച ഒരാൾ എന്തിനാവാം ഇത്തരം വിവരണങ്ങൾ ചമച്ചത്? പിന്നാലെ എത്തുന്നവർ വിഡ്ഢിത്തം ആവർത്തിക്കരുതെന്ന് കരുതിയാവുമോ. ഉത്തരമില്ലാത്ത ചോദ്യങ്ങൾ.

കുട്ടിക്കാലത്ത് കുറേ ക്രെയിനുകൾ പാലത്തിൽ മടിപിടിച്ച് ഉറങ്ങിയിരുന്നു. വല്ലപ്പോഴും കടൽ താണ്ടിയെത്തിയിരുന്ന ഗോതമ്പായിരുന്നു അവയുടെ ഉറക്കത്തിന് അർദ്ധവിരാമമിട്ടത്.

അമേരിക്കൻ കപ്പലുകൾ ഗോതമ്പ് കയറ്റി എത്തിയിരുന്ന കാലത്ത്

തീരദേശത്ത് ഉത്സവം കൊടിയേറുമായിരുന്നു.

നാല്ക്കവലയിലും കടൽക്കരയിലും ചീട്ടുകളിച്ചും ബീഡിവലിച്ചും നേരം കൊന്ന യുവാക്കൾ ആലസ്യം വിട്ടുണരുന്ന അത്യപൂർവ്വകാലം.

ഗോതമ്പു കയറ്റിയ മഞ്ചി**കളുടെ മത്സരിച്ചുള്ള പോക്കുവരവുകൾ വള്ളംകളിയെ അനുസ്മരിപ്പിച്ചു. ക്രെയിനുകളുടെ മുരൾച്ചയിൽ പരിസരം മുഖരിതമാവുന്ന കാലം. കടൽപ്പാലം പെരുന്നാളും ഓണവും ദീപാവലിയും അപ്പവാണിഭ നേർച്ചയും ആഘോഷിക്കുന്നത് കപ്പൽ വരുമ്പോഴാണെന്ന ഒരു തമാശയും തീരദേശത്ത് പ്രചരിച്ചിരുന്നു.

ഹോട്ടലുകളിൽ വിളക്കണയാത്ത രാവുകൾ.

ആർക്കും ഒന്നിനും നേരമില്ലാത്ത കാലം.

ഭക്ഷണം കഴിക്കാനെത്തുന്നവർ കപ്പലിന്റെ ഗാംഭീര്യത്തെക്കുറിച്ചും വാഴപ്പോളപോലെ വെളുത്ത ജോലിക്കാരെക്കുറിച്ചും വാചാലരായി. കടലമ്മയുടെ കനിവിനായി വള്ളമിറക്കുന്നവരുടെ എണ്ണം കുറഞ്ഞു.

മഞ്ചിപ്പണി അവസാനിക്കരുതേയെന്ന് തീരത്തെ ഓരോ കുഞ്ഞും പ്രാർത്ഥിച്ച നാളുകൾ. പണം മാത്രമായിരുന്നില്ല ഉത്തേജനം, ആരവത്തിൽ അലിഞ്ഞുചേരാനും യുവാക്കൾ മത്സരിച്ചു. തീരദേശത്തെ യുവാക്കളിൽ ബഹുഭൂരിഭാഗവും നാലു കാശ് സമ്പാദിക്കണമെന്നോ, വീട്ടിൽ കഞ്ഞിയും കറിയും വെക്കാൻ പണം നല്കണമെന്നോ ചിന്തയില്ലാത്തവരായിരുന്നു.

തൊഴിലില്ലാപ്പട കടൽക്കരയിൽ തമ്പടിച്ച് ചായി*** പറഞ്ഞു. ഒഴിഞ്ഞ പീടികമുറികൾക്ക് മുമ്പിൽ കൂട്ടമായിരുന്ന് ചീട്ടുകളിച്ചു. ക്യാരംസ് കളിക്കാൻ കടകൾക്ക് മുമ്പിൽ വട്ടംകൂടി. ഫുട്ബോൾ മത്സരത്തിന് സാക്ഷിയായി. എവിടെ നിന്നെങ്കിലും ചില്ലറത്തുട്ടൊത്താൽ ക്രൗണിലും ഡേവിസണിലും സിനിമ കാണാൻ നെട്ടോട്ടമോടി നാളുകൾ തള്ളിയ സുന്ദരകാലം. ഗോതമ്പുമായി പുറംകടലിൽ കപ്പൽ നങ്കൂരമിട്ടാൽ ഈ വർഗ്ഗത്തിന് പെട്ടെന്ന് വംശനാശം സംഭവിക്കും.

കഴിഞ്ഞ പത്തുപതിനഞ്ച് വർഷമായി തിരയുടെ ഇരമ്പത്തിന് കാതോർക്കാൻ പാലത്തിൽ ക്രെയിനുകളില്ല. വടക്കേ കടൽപ്പാലത്തിലേത് കാൽ നൂറ്റാണ്ടോളമായി അപ്രത്യക്ഷമായിട്ട്. കുറച്ചുകാലം കൂടി തെക്കേ കടൽപ്പാലത്തിലേത് നിന്നിരുന്നു.

അരിയും ഗോതമ്പും ഈത്തപ്പഴവും പട്ടണത്തിലേക്ക് എത്തിയ കഥപറയാൻ ക്രെയിനുകൾ ഇന്നില്ല. തിരഞ്ഞെടുപ്പ് രംഗം ചൂടുപിടിക്കുമ്പോൾ കടൽമാർഗ്ഗം കൂടുതൽ ചരക്കെത്തിക്കുമെന്ന് രാഷ്ട്രീയനേതാക്കൾ പറയുമെങ്കിലും അതെല്ലാം വോട്ടിനായുള്ള വലവീശലിൽ ഒടുങ്ങും.

കാലാന്തരത്തിൽ വാഗ്ദാനലംഘനങ്ങളുടെ സ്മാരകം കൂടിയായി മാറി കോഴിക്കോട്ടെ കടൽപ്പാലങ്ങൾ. നേതാക്കളുടെ വാക്കുകളിൽ ഭ്രമിച്ച് കടലിൽ കപ്പൽ നങ്കൂരമിട്ടതായി കിനാക്കണ്ട് തോർത്തുമുണ്ടും തലയിൽ കെട്ടി യുവാക്കൾ അർദ്ധരാത്രി പാലത്തിനരുകിലേക്ക് ധൃതിപ്പെട്ട് ചെല്ലുമായിരുന്നു.

കാലം കവർന്ന പാലത്തിന്റെ കാലുകൾ തിരിച്ചുവന്നതേയില്ല. അവ

നേതാക്കളുടെ വാഗ്ദാനങ്ങളെ തേടി അപ്രത്യക്ഷരായി. നൂറ്റാണ്ടുകളുടെ പ്രതാപകാലം അയവിറക്കി അസ്ഥിപഞ്ജരമായി പാലം നിലകൊള്ളുന്നു, വരാനിരിക്കുന്ന കാറ്റിലോ, മഴയിലോ പൂർണ്ണമായും അപ്രത്യക്ഷമായേക്കാം.

മണൽത്തിട്ടയിൽ കടൽക്കാറ്റ് മൊഴിഞ്ഞ കഥകൾക്ക് കാതുകൂർപ്പിച്ച് അക്ബർ മയങ്ങി.

---

* വിഡ്ഢി

** നൂറുക്കണക്കിന് ചാക്ക് ധാന്യം കയറ്റാവുന്ന കൂറ്റൻ വള്ളം.

*** തമാശ, വീരവാദം.

അഞ്ച്

വൈകുന്നേരങ്ങളിൽ കോഴിക്കോട്ടെ പാണ്ട്യാലകൾക്കിടയിലൂടെ തെക്കുവടക്ക് നടക്കുമ്പോൾ നീളമേറിയ പാദങ്ങൾ ഊന്നി യൂസുഫ് സെക്കർ മുന്നിൽ നടക്കുന്നത് അക്ബർ സങ്കല്പിച്ചു.

പുഴക്കത്തെ പള്ളിയിൽനിന്ന് തുടങ്ങുന്ന നടത്തം നേർരേഖയിൽ പടിഞ്ഞാറോട്ട് നീങ്ങി രണ്ടാം പാലത്തിനു മുമ്പിൽ അവസാനിക്കും.

ഇംഗ്ലീഷുകാർ പണികഴിപ്പിച്ച ഒരു കിലോമീറ്ററോളം വരുന്ന കോൺക്രീറ്റ് റോഡാണ് പുഴക്കത്തെപള്ളിക്കും തെക്കേ കടൽപ്പാലത്തിന് സമീപം അവസാനിക്കുന്ന വലിയങ്ങാടിക്കും ഇടയിലുള്ളത്. കടൽപ്പാലത്തിന് ചുവട്ടിലെ പഞ്ചാരമണലിൽ അയാൾ കടലിലേക്ക് ഉറ്റുനോക്കി ഇരിക്കുന്നതും അക്ബറിൽ തെളിഞ്ഞു. അവയൊന്നും സ്വപ്നമല്ലെന്ന് സുഹൃത്തുക്കളോടു സമർത്ഥിക്കാൻ അയാൾക്ക് ആവേശമായിരുന്നു.

കത്തുന്നഉച്ചകളിൽ യൂസുഫ് സെക്കർ യമനിക്കെട്ടും തലയിൽപ്പേറി കന്തൂറ പൊക്കിപ്പിടിച്ച് ക്ഷോഭിച്ച കടലിലേക്ക് ഭാരമില്ലാതെ നടന്നു മറയുന്നതിന് നിരവധി തവണ അയാൾ സാക്ഷിയായിട്ടുണ്ട്. ചങ്കിടിപ്പോടെ യൂസുഫ് സെക്കറിനരുകിലേക്ക് ഓടിയെത്താൻ ശ്രമിച്ചപ്പോഴെല്ലാം അരയാഴി*യിലെ പുതഞ്ഞമണ്ണിൽ ആഴ്ന്നുകിടന്ന ദീർഘപാദം കണ്ട് തൃപ്തനാവേണ്ടി വന്നു. കണ്ട കാഴ്ചകൾ കിനാവല്ലെന്ന് ആശ്വസിക്കാൻ അയാൾക്ക് അത് ധാരാളമായിരുന്നു.

അരിയുടെയും മല്ലിയുടെയും വെളുത്തുള്ളിയുടെയും കൊപ്രയുടെയുമെല്ലാം സമ്മിശ്രഗന്ധം പേറുന്ന വലിയങ്ങാടി.

കിഴക്കു പടിഞ്ഞാറായി കോൺക്രീറ്റിൽ നിർമ്മിച്ച പ്രൗഢിയുള്ള പാത സ്വന്തമായുള്ള വലിയങ്ങാടി.

തീവണ്ടികൾ മുരൾച്ചയോടെ വന്നെത്തുമ്പോൾ നടുങ്ങുന്ന വലിയങ്ങാടി.

നല്ലജീരകത്തിന്റെയും സവാളയുടെയും ഇതര അനാദിസാധനങ്ങളുടെയും ഗന്ധം വഹിക്കുന്ന കാറ്റുകൾ ചുറ്റിത്തിരിയുന്ന വലിയങ്ങാടി.

സന്ധ്യമൂടിയാൽ ആളും ആരവങ്ങളും മറവിയിലേക്കു തള്ളിമാറ്റി കരിമ്പടം പുതച്ചുറങ്ങുന്ന വലിയങ്ങാടി.

ഏകാകികളായ സന്ദർശകർ കാമംനുകരാൻ ഇരുളിൽ വന്നു തപ്ത നിശ്വാസങ്ങൾ പുറത്തുവിട്ട് ഇരുളിൽ മറയുന്നതിന് മൂകസാക്ഷിയാവുന്ന വലിയങ്ങാടി.

ആൺ-പെൺ വേശ്യകളും ഹിജഡകളും രാവുകളിൽ തിമർക്കുന്ന വലിയങ്ങാടി.

അസമയത്ത് എത്തുന്നവരുടെ കാതുകളിൽ അത്തരക്കാരുടെ രതി നിർവൃതിയുടെ ശബ്ദഘോഷങ്ങളാവും പതിയുക. സകലപാപികളുടെയും ഭാരം താങ്ങാൻ വിധിക്കപ്പെട്ടതായിരുന്നു പാതയോരത്തു ചലനമറ്റു കിടക്കുന്ന റാളി**കൾ. പകൽ മുഴുവൻ അരിയും ഉപ്പും പലവ്യഞ്ജനങ്ങളും കയറ്റിപോകുന്ന റാളികൾക്ക് രാവിലും വിശ്രമില്ല.

എണ്ണമറ്റ പാണ്ട്യാലകളുടെ ഉടമയായി വിലയങ്ങാടിയിൽ നിറഞ്ഞുനിന്ന യൂസുഫ് സെക്കർ. കറുപ്പും വെള്ളയും ഇടകലർന്ന യമനി തലപ്പാവുമായി പുഞ്ചിരിപൊഴിച്ച് നടന്നിരുന്ന യൂസുഫ് സെക്കർ.

അയാൾ എന്നായിരിക്കും ഫക്കീറാ***യത്.

രാവിൽ കോൺക്രീറ്റ് തറയിലൂടെ അയാൾ നടക്കുമ്പോൾ കൈയിൽ കരുതുന്ന ഊന്നുവടിയുടെ മുഴക്കവും ഷൂസിന്റെ മുരൾച്ചയും വലിയങ്ങാടിയിലേക്ക് വന്നണയുന്ന ചെറുറോഡുകളിലൂടെയും ഇടവഴികളിലൂടെയും വളരെ ദൂരേക്കുവരെ എത്തുമായിരുന്നു. അടിഭാഗത്തു പിച്ചള വളയം ഘടിപ്പിച്ചതായിരുന്നു ആ ഊന്നുവടി.

വലിയങ്ങാടിയിലും പരിസരത്തും യൂസുഫ് സെക്കറിനൊപ്പം ജീവിച്ചവരുടെ ഹൃദയങ്ങളിൽ ഇന്നും ആ ശബ്ദത്തിന്റെ മുഴക്കമുണ്ട്. പാതിരാവിൽ വലിയങ്ങാടി കരിമ്പടംപുതച്ചുറങ്ങുന്ന നേരത്ത് തികഞ്ഞ നിശ്ശബ്ദതയിൽ ആ ഷൂസിന്റെ ശബ്ദം ഇന്നും പലരും കേൾക്കാറുണ്ട്. തെഅ്ജുത്**** നമസ്കാരത്തിനായി പള്ളിയിലേക്ക് ഭക്തർ നീങ്ങുന്ന നേരത്താണ് വലിയങ്ങാടിയുടെ ഉറക്കത്തിലേക്ക് ആ ശബ്ദം ഒരു പ്രകമ്പനംപോലെ എത്താറെന്ന് കാളവണ്ടിക്കാരനായ അദ്രമാൻ ഗുരുക്കളും അങ്ങാടിയുടെ പടിഞ്ഞാറെ മൂലയിൽ നന്നാറി സർബ്ബത്തും ബീഡിയും സിഗരറ്റും വില്പന നടത്തിയിരുന്ന സഖാവ് കുഞ്ഞിക്കണ്ണനും സാക്ഷ്യപ്പെടുത്തിയിട്ടുണ്ട്.

പകൽ ഇരുളുവോളം ഗുദാമുകളിൽ ചരക്കുകൾ പേറി രാവിൽ തളർന്നുറങ്ങുമ്പോൾ സെക്കർ നടക്കുന്ന ശബ്ദം ഒരു പ്രകമ്പനംപോലെ പലവുരി കേട്ടിട്ടുണ്ടെന്നു കമ്മാലി***** മമ്മാലി പലതവണ പറഞ്ഞിട്ടുണ്ട്.

ഓരോ തവണയും ആ കഥ അയവിറക്കുമ്പോൾ ആ ശബ്ദം അനുഭവിച്ച ഭാവം മമ്മാലിയുടെ മുഖത്ത് മിന്നിമറയുന്നതിനും ഞാൻ സാക്ഷിയായിട്ടുണ്ട്.

യൂസുഫ് സെക്കർ വലിയങ്ങാടിക്കു തെക്കുപടിഞ്ഞാറുള്ള കണ്ണംപറമ്പിലെ പള്ളിക്കാട്ടിൽ ഒടുങ്ങിയിട്ട് വർഷം പത്ത് പതിനഞ്ച് പിന്നിട്ടെ

ങ്കിലും ആ മനുഷ്യന്റെ സാന്നിദ്ധ്യം ഇന്നും വലിയങ്ങാടിയിലുണ്ടെന്ന് അദ്ര്മാൻ ഗുരുക്കളും കുഞ്ഞിക്കണ്ണനും മമ്മാലിയും ഉൾപ്പെടെയുള്ളവർ വിശ്വസിക്കുന്നു.

ആണ്ടറുതികളിൽ എല്ലുമുറിയെ പണിയെടുത്ത് വീടണയാൻ കഴിയാതെ ഗുദാമുകളിൽ രാവ് പുലരാൻ കാത്തുകിടക്കവേ വലിയങ്ങാടിയിലെ ചുമട്ടുകാരും ആ ഷൂസിന്റെ കരകരാ ശബ്ദവും ഊന്നുവടിയുടെ മുഴക്കവും കേട്ടതായി സാക്ഷ്യപ്പെടുത്തിയിട്ടുണ്ട്.

---

* പിൻവാങ്ങുന്ന തിരകൾ കടലിൽ ചേരുന്ന ഭാഗം. വെള്ളം പിൻവാങ്ങുന്നിടത്ത് കടലിന്റെ മാറിടം കാണാം. അരയാഴിക്ക് മുകളിൽ കടൽവെട്ടി നിർത്തിയ പോലെ തോന്നും.

** കൈവണ്ടി

*** ദരിദ്രൻ.

**** അർദ്ധരാത്രിക്കും പുലർച്ചയ്ക്കും ഇടയിലുള്ള പ്രത്യേക നമസ്കാരം.

***** ചരക്കുകൾ കയറ്റിയിറക്കുന്ന ആൾ.

ആറ്

യൂസുഫ് സെക്കറിന്റെ ഡയറിയുടെ ഓരോ താളിലും കണ്ട ആ ജീവിതം അക്ബറിനെ വിസ്മയിപ്പിച്ചു.

എന്തെല്ലാം കാര്യങ്ങളാണ് അയാൾ കുറിച്ചിരിക്കുന്നത്. മനുഷ്യജന്മത്തിലെ വികാരനിർഭരമായ എത്രയോ ഏടുകൾ അവയിൽ പിണഞ്ഞുകിടക്കുന്നു.

തെക്കും വടക്കും പത്തേമാരികൾക്കായി നോറ്റുകിടക്കുന്ന കടൽപ്പാലങ്ങൾക്കിടയിലെ പഞ്ചാരമണലിൽ മാനംനോക്കി കിടക്കവേയാണ് യൂസുഫ് സെക്കറിന്റെ ഡയറിയെക്കുറിച്ച് അവനോട് പറഞ്ഞത്.

ജീവിതത്തിന്റെ ഒഴുക്കും ചുഴികളും മാറി മറിഞ്ഞിരുന്നുവെങ്കിൽ എന്തെല്ലാം സംഭവിച്ചേക്കാമെന്ന ചർച്ചയ്ക്കിടയിലാണ് ഡയറി കയറിവന്നത്. യൂസുഫ് സെക്കറിനെക്കുറിച്ച് കേൾക്കുന്തോറും ഇഷ്ടംകൂടുന്നതായി അവൻ ആവർത്തിച്ചു.

ഒരിക്കലല്ല, ഒരുപാട് നാളുകൾ സൂര്യൻ അസ്തമിച്ചത് മുതൽ കടൽക്കരയിൽ ഇരുന്ന് ഞങ്ങൾ സംസാരിച്ചതത്രയും ആ മനുഷ്യനെക്കുറിച്ചായിരുന്നു. ഡയറി ലഭിച്ച ശേഷം ആ കുറിപ്പുകൾ ഒന്നിച്ചിരുന്ന് ഞങ്ങൾ വായിച്ചിരുന്നു. ആ ദിവസങ്ങളിൽ ഡയറി നിധിപോലെ പേറിയാണ് നടന്നത്. ആരാണ് നോവൽ എഴുതേണ്ടതെന്ന കാര്യത്തിലും തർക്കിച്ചിരുന്നു. കോഴിക്കോടൻ പശ്ചാത്തലത്തിൽ നോവലെഴുതാൻ പ്രതിജ്ഞയെടുത്ത അൻവർ റഷീദിന്റെ കണ്ണുകൾ നിറഞ്ഞൊഴുകിയ രാത്രിയിലാണ് നോവലെഴുത്ത് പകുത്തെടുക്കാമെന്ന ഒത്തുതീർപ്പ് ഫോർമുല രൂപപ്പെട്ടത്. അപ്പോഴേക്കും ആ ഡയറിക്കുറിപ്പുകൾ ഏറക്കുറെ ഞങ്ങൾക്ക് മനഃപാഠമായിരുന്നു.

അവന് ആ ഡയറി കിട്ടിയേ മതിയാവൂ എന്നായപ്പോൾ രണ്ടാമതൊന്നാലോചിച്ചില്ല. ഒടുവിൽ വീട്ടിലോളം അനുഗമിച്ച് യൂസുഫ് സെക്ക

റിന്റെ ഡയറിയും നെഞ്ചോടുചേർത്താണ് അവൻ മടങ്ങിയത്.

മങ്ങിയവെളിച്ചത്തിൽനിന്നു കൂരിരുളിലേക്ക് മറയുന്ന ആ രൂപം ഇന്നും ഒരാന്തലായി കണ്ണിലുണ്ട്, അല്പംപോലും മങ്ങാതെ.

നോവൽ രചന ആരംഭിച്ച നാളുകളിൽ സിക്ക് ലീവിന്റെ മറവിൽ വർഷത്തിൽ രണ്ടും മൂന്നും തവണ നാട്ടിലെത്തുമായിരുന്നു. ചെത്തിക്കൂർപ്പിച്ച കഥാപാത്രങ്ങളെയും തോളിലേറ്റി ആ കൂടിക്കാഴ്ചകളിൽ ബഹുദൂരം നടന്നിട്ടുണ്ട്.

എന്തിനാ ഡയറി കൈമാറാൻ ധൃതിപ്പെട്ടത്? എഴുത്തുകാരനും പത്രപ്രവർത്തകനുമായ ആത്മസുഹൃത്താണ് അൻവർ. ജീവിതകഥ എന്നെങ്കിലും താളുകളിലേക്ക് പകർത്തിയാൽ ആദ്യാവസാനം ഇടം പിടിക്കേണ്ടുന്ന വ്യക്തികൂടിയാണവൻ. അവന്റെ ആവശ്യങ്ങൾ ഒരിക്കലും നിരസിച്ചിട്ടില്ല.

ഭൂമിയിലെ സമസ്ത പ്രശ്നങ്ങളെക്കുറിച്ചും ചിന്താധീനനായി വിങ്ങിപൊട്ടി ജീവിക്കുന്ന അവൻ നോവൽ എഴുതുമോ.

കടപ്പുറത്ത് കഥ പറഞ്ഞിരിക്കേ ഒരുപാട് തവണ ആ സംശയം പങ്കുവെച്ചപ്പോഴും ഉറച്ചശബ്ദത്തിലാണ് അവൻ മറുപടി പറഞ്ഞത്.

കോഴിക്കോട് മലബാർ ക്രിസ്ത്യൻ കോളേജിൽ നിന്നായിരുന്നു ഞങ്ങൾ ചരിത്രത്തിൽ ബിരുദം നേടിയത്. പി ജി പഠനം പൂർത്തിയാക്കാൻ ഞാൻ കലാലയത്തിൽ തുടർന്നപ്പോൾ അൻവർ പത്രപ്രവർത്തന പരിശീലനത്തിനായി പുറത്തിറങ്ങി. ഗൾഫിലെത്തിയ ആദ്യ വർഷങ്ങളിൽ അവനെ കടൽകടത്താൻ പ്രലോഭനങ്ങളുടെ നീണ്ടനിര ഒരുക്കിയെങ്കിലും നിരാശനാവേണ്ടി വന്നു. മാധ്യമപ്രവർത്തകന്റെ കുപ്പായവുമിട്ട് അവൻ നാട്ടിൽ വിലസവേ എന്നെങ്കിലും ഗൾഫിലേക്ക് ചേക്കേറുമെന്ന് നിനച്ചെങ്കിലും അത് സംഭവിച്ചില്ല. ജോലിയുടെ ഭാഗമായ അവന്റെ ദീർഘയാത്രകൾ അവധിക്ക് വന്നപ്പോൾ കൂടിച്ചേരലിന് തടസ്സമായി.

യൂസുഫ് സെക്കറിന്റെ ഡയറി ലഭിച്ച കാലത്താണ് ബിരുദ പഠന നാളുകളുടെ തിരിച്ചുവരവെന്നപോലെ ഞങ്ങൾ ചർച്ചകളുമായി കടൽക്കരയിൽ വൈകുന്നേരങ്ങൾ ചെലവിട്ടത്.

കുട്ടിക്കാലത്ത് ആ മനുഷ്യൻ ഭൂമുഖത്തില്ലെന്ന് വിശ്വസിക്കാനേ സാദ്ധ്യമായില്ല. നടവഴിയിൽ എന്നെങ്കിലും ആ മനുഷ്യന്റെ തലപ്പാവുള്ള ആകാരം പ്രത്യക്ഷപ്പെടുമെന്ന് വിശ്വസിച്ചുപോയ കാലം.

കടലിന് മുകളിലൂടെ യൂസുഫ് സെക്കർ തീരത്തേക്ക് അതിവേഗം നടന്നടുക്കുന്നത് പല തവണ ഞങ്ങൾ സ്വപ്നം കണ്ടിരുന്നു. ആ മനുഷ്യന്റെ നീളവും തടിയും ഉടുപ്പിന്റെ പ്രത്യേകതകളുമെല്ലാം രണ്ടു പേരുടെയും സ്വപ്നങ്ങളിൽ എങ്ങനെ സമാനമായെന്നത് ഇന്നും അത്ഭുതപ്പെടുത്തുന്നു.

പലപ്പോഴും ഏതാനും ദിവസത്തെ ഇടവേളകളിലാണ് ആ സ്വപ്നം ഞങ്ങളെ തേടിയെത്തിയത്. വിവരണം സത്യമാണോയെന്ന് പരസ്പരം സംശയിച്ച കാലം. ആ വിഷയത്തിൽ തർക്കങ്ങളുമായി നീണ്ടുപോയ

വൈകുന്നേരങ്ങൾ. യൂസുഫ് സെക്കറിന്റെ വാക്കുകൾപോലും വള്ളിപുള്ളി വ്യത്യാസമില്ലാതെയാണ് ഞങ്ങളിലേക്ക് വന്നണഞ്ഞത്.

യൂസുഫ് സെക്കറിനെ സ്പർശിക്കാൻ തനിക്ക് ലഭിച്ച അവസരത്തെക്കുറിച്ച് അൻവറിന്റെ ഉപ്പ പല തവണ ഭക്ത്യാദരങ്ങളോടെ ആവർത്തിച്ചിരുന്നു. അന്നൊന്നും ആ മനുഷ്യൻ എഴുതിയ ഒരു ഡയറി ഞങ്ങളെ തേടിയെത്തുമെന്ന് കരുതിയില്ല. ഉപ്പയും കാദർകുട്ടിക്കയും സംസാരിച്ചിരുന്ന വ്യക്തിയിൽനിന്ന് കടലാഴം ദൂരമുണ്ടായിരുന്നു കപ്പൽ യാത്രകൾക്കിടയിലെ വിചിത്രാനുഭവങ്ങളുമായി കെട്ടിമറിഞ്ഞ യൂസുഫ് സെക്കറിന്.

അയാൾ കോറിയിട്ട യാത്രാനുഭവങ്ങൾ വായിക്കുമ്പോൾ കടലിരമ്പം ചെവിയിലെത്തുമായിരുന്നു. ആ നിമിഷങ്ങളിൽ ദേഹത്ത് പാഞ്ഞുകയറുന്ന കാറ്റിൽ ഉപ്പുപുളി രുചിച്ചറിയാം. കടലാഴങ്ങൾക്ക് മീതെ കാലങ്ങളോളം ജീവിച്ചൊരാൾ. ആ മനുഷ്യൻ കാറ്റിലും കോളിലും നാമാവശേഷമാവാതെ എങ്ങനെയാണ് ഓരോ തവണയും തീരമണഞ്ഞതെന്നും വായനയ്ക്കിടയിൽ ആശ്ചര്യപ്പെട്ടിട്ടുണ്ട്. ഓരോ കഥ അവസാനിക്കുമ്പോഴും അയാൾ കാറ്റിനൊപ്പം പറക്കാനാവുന്ന, വെള്ളത്തിനൊപ്പം ഒഴുകാൻ കഴിയുന്ന ജിന്നോ, മലക്കോ* ആവാമെന്ന് ഞങ്ങൾ സംശയിച്ചു.

വല്യുപ്പ ഹാജി അലി വലിയുല്ലയെപ്പോലെ ആ മനുഷ്യനും സൂഫിയായി ജനിച്ച് സൂഫിയായി മടങ്ങിയ ദിവ്യനാണെന്നതിൽ ഞങ്ങൾക്കാർക്കും തരിമ്പും സംശയമുണ്ടായിരുന്നില്ല. അന്നൊന്നും ഇത്തരത്തിൽ തികച്ചും അസംഭവ്യമായൊന്ന് വന്നണയുമെന്ന് ചിന്തിച്ചതേയില്ല. ആളും ആരവവുമായി ആഘോഷമായി കടന്നുപോയതെന്ന് ഞങ്ങൾ സങ്കല്പിച്ച യൂസുഫ് സെക്കറിന് ഡയറിയെഴുതാൻ സമയം കണ്ടെത്താനായത് എങ്ങനെ.

---

* മാലാഖ

ഏഴ്

നാരായണൻ മാഷിന്റെ ക്ലാസിലായിരുന്നു ഞങ്ങൾ പഠിച്ചത്.

കടുത്ത വിഷാദച്ഛവി പറ്റിനിന്ന ഒരു മുഖം. നാലാം ക്ലാസുകാരായ ഞങ്ങളെ ആ മുഖഭാവം മിക്കപ്പോഴും നൊമ്പരപ്പെടുത്തി. കുറേ കഴിഞ്ഞാണ് ആ മനുഷ്യൻ വൻദുരന്തങ്ങൾക്ക് സാക്ഷിയായ മനുഷ്യനാണെന്ന് അറിയുന്നത്. വനത്തോട് ചേർന്ന ഏകാദ്ധ്യാപക വിദ്യാലയത്തിൽ ജോലി ചെയ്യവേയായിരുന്നു മാഷിന് ഭാര്യയെയും മകളെയും നഷ്ടമായത്. സമീപത്തെ കൃഷി നശിപ്പിക്കാനെത്തിയ ഒറ്റയാൻ കുടുംബത്തെ ആക്രമിക്കുകയായിരുന്നു. ആദിവാസി വിദ്യാർത്ഥികൾക്ക് അക്ഷരവെളിച്ചം എത്തിക്കാൻ പുറപ്പെട്ടതായിരുന്നു ആ മനുഷ്യസ്നേഹി.

ചങ്കുപൊട്ടിച്ചിരിക്കേണ്ട സന്ദർഭങ്ങളിലും മാഷിന്റെ ചിരി ചുണ്ടുകൾക്കിടയിൽ ഏതാണ്ടെന്തോപോലെ അവസാനിക്കും. ഗവ. ഫിഷറീസ് എൽ പി സ്കൂളിലെ ബഹുഭൂരിപക്ഷത്തിനും രക്ഷിതാവായിരുന്നു നീണ്ടുമെലിഞ്ഞ ആ മനുഷ്യൻ. ചാകരക്കാലത്ത് മത്സ്യംവാരാൻ പാഠപുസ്തകം ഉപേക്ഷിച്ച് കുട്ടികൾ ഓടിമറഞ്ഞാൽ നാരായണൻ മാഷ് വിദൂരതയിൽ മിഴിനട്ട് ചിന്താമഗ്നനാവും. തീരത്തേക്ക് കുതിച്ചെത്തുന്ന തിരമാലകൾ കുട്ടികളെ നക്കിയെടുത്തേക്കുമോയെന്ന ഭയവുമായാവും മാഷ് ആ ദിനം തള്ളുക.

മൂന്നാം ക്ലാസിലായപ്പോഴായിരുന്നു കർക്കിടകത്തിലെ തിരുവാതിര ഞാറ്റുവേലയിൽ അന്ന് നാളിൽ കടൽ ഇരമ്പിയെത്തിയത്. വിദ്യാലയത്തിലെ സകലതും കടലെടുത്തു. കുട്ടികളെ രക്ഷിച്ചെടുക്കാൻ നാരായണൻ മാഷ് വെപ്രാളപ്പെട്ടത് ഇന്നും ഓർമ്മയിലുണ്ട്. മാഷിനൊപ്പം നാല് അദ്ധ്യാപികമാരായിരുന്നു.

പുരുഷനായതിനാൽ ഏത് കാര്യത്തിനും മാഷായിരുന്നു സ്കൂളിന്റെ ആശ്രയം. നൂറ്റിപ്പതിനാറ് കുട്ടികളായിരുന്നു നാലു ക്ലാസുകളിലായി പഠി

ച്ചിരുന്നത്. പഞ്ഞമാസം വന്നാൽ മുക്കുവക്കുട്ടികളിൽ പലരും ക്ലാസിലെത്തില്ല. ആ ദിനങ്ങളിൽ സൈക്കിളിൽ അരിയും പേറി നാരായണൻ മാഷ് അവരുടെ വീടുകൾ തേടിയിറങ്ങും. രണ്ടോ മൂന്നോ ദിവസമായി അന്നനാളത്തിലൂടെ കട്ടിയുള്ളതൊന്നുമെത്താതെ ക്ഷീണിച്ച കുട്ടികളെ മാഷിന്റെ കാരുണ്യം വിദ്യാലയത്തിലേക്ക് മടക്കിക്കൊണ്ടു വരുന്നതിനും ഞങ്ങൾ സാക്ഷികളാണ്.

ഉപ്പച്ചി കുഞ്ഞുമരയ്ക്കാർക്ക് ആദ്യ കാലത്ത് ഹജൂർ കച്ചേരിയിലായിരുന്നു ജോലി. സ്വാതന്ത്ര്യം പ്രഖ്യാപിക്കുകയും ബ്രിട്ടീഷ് മുദ്രകൾ മായുകയും ചെയ്ത കാലത്താണ് ഉപ്പച്ചി തെക്കേ കടൽപ്പാലത്തിന് സമീപത്ത് കൊപ്രക്കച്ചവടം ആരംഭിച്ചത്. സമീപത്തു തന്നെയായിരുന്നു അൻവറിന്റെ ഉപ്പ കാദർകുട്ടിക്കയുടെ കാപ്പിക്കട. കാദർകുട്ടിക്കയും ഉപ്പച്ചിയും സഹപാഠികളായിരുന്നു. നാലാം തരം പാസായ ഉപ്പച്ചി അഞ്ചാം ക്ലാസ് പഠനത്തിനായി മറ്റൊരു വിദ്യാലയം തേടിയപ്പോൾ കാദർകുട്ടിക്ക ബാപ്പയുടെ കച്ചവടത്തിൽ സഹായിയായി.

എന്നെയും അൻവറിനെയും ഒന്നാം ക്ലാസിൽ ചേർക്കാൻ ഫിഷറീസ് സ്കൂളിലേക്ക് കൈപിടിച്ചു നടത്തിയത് ഉപ്പച്ചിയായിരുന്നു. അന്നായിരുന്നു ആദ്യമായി കടൽക്കരയിൽ ഞങ്ങൾ ദീർഘനേരം കളിച്ചുല്ലസിച്ചത്. സൂര്യൻ താഴ്ന്നു താഴ്ന്ന് ചക്രവാളച്ചോപ്പിൽ ലയിച്ചിട്ടും തിരിച്ചുവരവിനായി ആകാംക്ഷയോടെ കാത്തുനിന്നത് ഇന്നോർത്താൽ രസമാണ്. ദൂരേ ആരുമായോ സംസാരിച്ച് ഉപ്പച്ചി നിന്നിരുന്നു. തൊട്ടടുത്തു നിന്ന അൻവറിന്റെ കണ്ണുകളിലും നനവ് പടർന്നിരുന്നു.

“എടാ സൂര്യൻ കടലിൽ മുങ്ങിച്ചത്തോവോ. അങ്ങനായാൽ നാളെ നേരംവെളുക്കൂലല്ലേ?”

അവന്റെ ആ ചോദ്യം മറന്നിട്ടില്ല. പത്രപ്രവർത്തകനായി അൻവർ റഷീദ് വിലസുമ്പോഴും ഇടയ്ക്ക് ആ ഓർമ്മകളുടെ ഓരത്തുകൂടി മനസ്സ് സഞ്ചരിക്കും.

എട്ടാം ക്ലാസിൽ പഠിക്കുമ്പോഴായിരുന്നു ചായപ്പൊടി കച്ചവടക്കാരൻ വയനാട്ടുകാരൻ കുഞ്ഞായിക്കാന്റെ മകൾ സലീനയുമായി ഞങ്ങൾ പ്രണയബദ്ധരായത്. പാഠപുസ്തകത്തിന്റെ അവസാനത്തെ ഉൾത്താളിൽ അവളുടെ രൂപം അന്ന് മത്സരിച്ച് ഞങ്ങൾ വരയ്ക്കുമായിരുന്നു.

ക്ലാസിന്റെ ഇടവേളകളിൽ അവൾ ഞങ്ങൾക്കൊപ്പം കളിക്കാനെത്തിയാൽ ഹൃദയത്തിൽ പെരുന്നാൾ പിറക്കും. അൻവറിന്റെ തമാശകളിൽ അവൾ മതിമറന്നു ചിരിക്കും. തൊട്ടുതൊട്ടില്ലെന്ന മട്ടിൽ നിരവധി തവണ നടന്നിട്ടും ആ ഇഷ്ടം ഞങ്ങളുടെ പുസ്തകത്താളുകളിലും ഹൃദയത്തിന്റെ ഉള്ളറകളിലുമായി തളിർത്തു പുഷ്പിച്ചുണങ്ങി.

ഞങ്ങളുടേത് ഉൾപ്പെടെ ചുറ്റുപാടുള്ള ഭേദപ്പെട്ട വീടുകളെല്ലാം ഓലമേഞ്ഞതായിരുന്നു. പുരകെട്ടാൻ താമസിക്കുന്ന കാലത്ത് അവനും കുടുംബവും ഞങ്ങളുടെ വീട്ടിലാവും വർഷകാലം ചെലവിടുക. ആ ദിനങ്ങളിലാണ് നാടിനെക്കുറിച്ചുള്ള ഐതിഹ്യങ്ങളും കേട്ടുകേൾവികളുമെല്ലാം

ഞങ്ങളിലേക്ക് വല്യുപ്പയും ഉപ്പച്ചിയും കഥകളാക്കി തുറന്നുവിടുക.

വല്ല്യുപ്പയെക്കുറിച്ചും യൂസുഫ് സെക്കറിനെക്കുറിച്ചും ആ കാലത്ത് കഥകൾക്ക് പഞ്ഞമുണ്ടായിരുന്നില്ല. അന്ന് പടച്ചവൻ കഴിഞ്ഞാൽ ഹൃദയം കവർന്ന രണ്ടു രൂപങ്ങളായിരുന്നു അവരുടേത്. ഓരോ കഥ അവസാനിക്കുമ്പോഴും അവരുടെ രൂപങ്ങൾക്ക് കൂടുതൽ വലിപ്പം അനുഭവപ്പെട്ടു.

എട്ട്

ഓർമ്മകൾ ആരംഭിക്കുന്നിടത്ത് ആ മുഖമുണ്ട്.

മൂന്നോ, നാലോ വയസ്സുള്ളപ്പോഴത്തെ കാര്യമാണ്. കൈയെത്തി തൊടാവുന്ന അകലമേ ഞങ്ങളുടെ വീടുകൾക്കുള്ളൂ. പുറംചുമരുകൾ ഏത് നേരവും മുഖത്തോടുമുഖം നോക്കുന്നതായി തോന്നിയിട്ടുണ്ട്. തെക്കേ ഭാഗത്തെ മുറിയുടെ ജനലിന് എതിർവശത്തായി അവന്റെ വീടിനും ജനലുണ്ടായിരുന്നു. ജാലകപ്പുറത്ത് അവന്റെ നിലവിളി ദീർഘിക്കുമ്പോൾ കളിപ്പാട്ടങ്ങൾ നീട്ടിയിരുന്നു. നല്കാൻ ശ്രമിച്ചവ മിക്കപ്പോഴും വീടുകൾക്കിടയിലെ ഇറയോടു ചേർന്ന മണ്ണിൽ ദിവസങ്ങളോളം അനാഥരായി.

ഉമ്മയോ, മുതിർന്ന മറ്റാരെങ്കിലുമോ അവയെ കുളിപ്പിച്ച് പുത്തനാക്കി എനിക്കരികേ വീണ്ടുമെത്തിച്ചു.

ഉമ്മ ജമീലയ്ക്ക് പലപ്പോഴും അതൊരു ജോലിയായി മാറിയിരുന്നത് ഞാൻ ഓർക്കുന്നു.

അൻവറിനെ ഇടയ്ക്ക് കാണാതാവുമ്പോൾ നിന്റെ വാലാത്തൻ* എവിടെയെന്ന് ഉമ്മ അന്വേഷിക്കുമായിരുന്നു. ഉമ്മയെക്കുറിച്ചുള്ള ഓർമ്മകളിലെല്ലാം ഭക്ഷണത്തിന്റെ ഗന്ധങ്ങൾ ഉൾച്ചേർന്നിരുന്നു. അടുപ്പിൽ കനലിൽ വേവുന്ന ഇറച്ചിക്കറിയുടെ ഗന്ധം, ഇളംതീയിൽ പാകമായി വരുന്ന പാലുവായക്ക**യുടെയും കടലക്കറി***യുടെയും നറുമണം. വെളിച്ചെണ്ണയിൽ പൊരിയുന്ന അയക്കൂറയിൽനിന്നും വലിയമത്തിയിൽനിന്നും പുറപ്പെടുന്ന മസാലകൾ കലർന്ന മത്സ്യഗന്ധം...

വീടിന്റെ ഉമ്മറം കളിക്കളമായി മാറിയപ്പോഴാണ് ഞങ്ങൾ കൂട്ടുകാരായത്. ഏത് മത്സരത്തിലും ജയിക്കണമെന്ന വാശിയോടെ ഒരു ടീമായി പൊരുതിയ ഞങ്ങൾ മിക്കപ്പോഴും ജേതാക്കളായി. തനിച്ചാവുന്ന അവസ

രങ്ങളിൽ ഒരിക്കലും മത്സരക്കളിയിലേക്ക് ഞങ്ങൾ പോയില്ല. രണ്ടിലൊരാൾ തോല്ക്കുന്നതിലെ വേദനയായിരുന്നു അത്തരം കളികളെ കൈയൊഴിയാൻ പ്രേരണ.

മൊട്ടത്തലയൻ ഖാദർകുട്ടിയും നെയ്ച്ചോറ് നുണയൻ അദ്രമാനുമെല്ലാം ഞങ്ങളെ പിണക്കാൻ ശ്രമിച്ചെങ്കിലും വിജയിച്ചില്ല. അവർ ഒരിക്കൽ വിജയിച്ചത് ഇന്നും നോവായുണ്ട്. സ്ലേറ്റ് പെൻസിൽ തുണ്ടുകൾ ഓഹരിവെക്കുന്നതിനിടയിലായിരുന്നു അത് സംഭവിച്ചത്.

ആ രാത്രി രണ്ടു പേർക്കും ഉറങ്ങാനായില്ല. പിന്നീടൊരിക്കലും അത്തരം ഒന്ന് സംഭവിക്കാതിരിക്കാൻ ഞങ്ങൾ ജാഗ്രത പുലർത്തി. ഒന്നാം ക്ലാസിലേക്ക് ഉപ്പച്ചിക്കൊപ്പം നടക്കുമ്പോൾ അവനിട്ടിരുന്ന നീല ഷർട്ട് ഇന്നും ഓർമ്മയിലുണ്ട്. കാപ്പി നിറത്തിലുള്ളതായിരുന്നു ഞങ്ങളുടെ ട്രൗസറുകൾ.

എട്ടാം ക്ലാസിൽ പഠിക്കുമ്പോഴായിരുന്നു പാന്റ് ധരിച്ചത്. ആ വസ്ത്രത്തിൽ വിദ്യാലയ കവാടത്തെ സമീപിച്ചപ്പോൾ അനുഭവിച്ച വിമ്മിട്ടം മറന്നിട്ടില്ല.

"എടാ നമുക്ക് തിരിച്ചുപോയാലോ?"

നാണത്താൽ കോടിപ്പോയ മുഖത്തോടെയാണ് അൻവർ അത്രയും പറഞ്ഞത്. സ്കൂൾ എടുപ്പിന് തൊട്ടടുത്തെത്തിയപ്പോഴാണ് ഞങ്ങൾ നാട്ടിലെ ഏറ്റവും ഉയരമുള്ള ആൽമരം സ്ഥിതിചെയ്യുന്ന അമ്പലപ്പറമ്പിലേക്ക് നടന്നത്. നീളൻ കാലസറായി****യും കുപ്പായവും കൽപ്പടവിൽ ഉരിഞ്ഞിട്ട് ഒറ്റ നിമിഷത്തിനകം കുളത്തിലേക്ക് ഊളിയിട്ടു. വൈകുന്നേരംവരെയും ആ നീരാട്ട് നീണ്ടു.

വീട്ടുകാരെ വഞ്ചിച്ചെന്ന ബോധം ഹൃദയത്തെ മഥിച്ചതിനാൽ ആ രാത്രി കണ്ണടയ്ക്കാനേ സാധിച്ചില്ല. ഇരുണ്ട ആ രാവ് കൂടുതൽ ഇരുണ്ട് പിന്നീട് എപ്പോഴോ വെളുത്തു.

മൗനം കടുപ്പിച്ച ഉപ്പയുടെ മുഖവും അരുതാത്തതെന്തെങ്കിലും സംഭവിച്ചിരുന്നെങ്കിലോയെന്ന ആധി വിട്ടുമാറാത്ത ഉമ്മയുടെ കലങ്ങിയ കണ്ണുകളും നോവായി നിറഞ്ഞു. പിന്നീടൊരിക്കലും അമ്പലപ്പറമ്പിലെ മാഞ്ചോട്ടിന് അപ്പുറത്തെ കുളക്കടവിലേക്ക് ഞങ്ങൾ പോയില്ല. ഹൈസ്കൂൾ പഠനകാലത്ത് അയൽവാസി രമേശേട്ടൻ നീന്തൽ പരിശീലനം ആരംഭിച്ചപ്പോഴാണ് കുളം തണുപ്പായി ഞങ്ങളെ പുണർന്നത്.

ക്രിസ്ത്യൻ കോളേജിൽ ഡിഗ്രി പൂർത്തിയാക്കുന്നതുവരെ ഞങ്ങളുടെ ജീവിതങ്ങൾ ചേർന്നൊഴുകി. ഒരേ കിനാവിന്റെ രണ്ടറ്റങ്ങളും താങ്ങി നടന്ന കാലം. ഭാവിയിൽ വന്നുചേർന്നേക്കാവുന്ന കൂട്ടുകാരികളെക്കുറിച്ച സങ്കല്പങ്ങളിലും അത്ഭുതപ്പെടുത്തുന്ന സാമാനതകളുണ്ടായിരുന്നു. കടൽക്കരയിലും മാനാഞ്ചിറ സ്ക്വയറിലുമെല്ലാം ആ സ്വപ്നങ്ങളെ കാറ്റും വെളിച്ചവുമേല്ക്കാൻ തുറന്നുവിടുമായിരുന്നു. രാവേറെ ചെല്ലു

വോളം കടൽക്കാറ്റിന്റെ താരാട്ടിൽ അവ ഞങ്ങളെ ചുറ്റിപ്പറ്റി നില്ക്കും. കണ്ണടവെച്ച സഖിമാരെ കിനാക്കരയിൽ കണ്ടതേയില്ല.

---

* സ്നേഹിതൻ

** നേന്ത്രപ്പഴം ചേർത്ത് തേങ്ങാപ്പാലിൽ തയ്യാറാക്കുന്ന പായസം.

*** അരിമാവും കടലപ്പരിപ്പും നേന്ത്രപ്പഴവും ചേർത്ത് തേങ്ങാപ്പാലിൽ തയ്യാറാക്കുന്ന പായസം.

**** പാന്റ്സ്

ഒൻപത്

ജെ എൻ യുവിലെ എന്റെ പഠനകാലത്താണ് ഞങ്ങൾ സ്ഥലകാലങ്ങളാൽ അകറ്റപ്പെട്ടത്.

ആ കാലത്തും കലണ്ടറിലെ അക്കങ്ങളിൽനിന്ന് ഒട്ടും കുറയാത്ത ദീർഘിച്ച എഴുത്തുകൾ ഞങ്ങൾക്കിടയിൽ സഞ്ചരിച്ചു. അവ ഇന്നും എന്റെ കൈയിൽ ഭദ്രമായുണ്ട്. അവയിലെ വരികൾ ഹൃദയത്തിൽ എഴുത്തോലച്ചുരുളുകളായി രൂപാന്തരപ്പെട്ടിരിക്കുന്നു. വീണ്ടും വായിക്കണമെന്ന് തോന്നിയിട്ടില്ല. ഇടയ്ക്ക് ചില താളുകൾ മറിച്ചുനോക്കുമെങ്കിലും തീയതിക്ക് ശേഷമുള്ള ആദ്യവരി അവസാനിക്കുമ്പോഴേക്കും കത്തിന്റെ ഉള്ളടക്കം ബിംബങ്ങളായി ഉയിർത്തെഴുന്നേല്ക്കും.

വീടിനോട് ചേർന്ന കറുപ്പൻ കുഞ്ഞബ്ദുല്ലയുടെ കടയ്ക്ക് മുമ്പിലെ സിമെന്റു തിണ്ണയായിരുന്നു ഏഴംഗങ്ങൾ ഉൾപ്പെട്ട ഗ്യാങ്ങിന്റെ കേന്ദ്രം. ദീർഘിച്ച ഇരുത്തത്താൽ വിയർപ്പിന്റെ ഉപ്പും ദേഹത്തിന്റെ ചൂടുമേറ്റ് മെഴുപ്പാർന്നതായിരുന്നു ആ സിമന്റ് തിണ്ണ. ഞങ്ങളുടെ യൗവന സ്വപ്നങ്ങളെല്ലാം ആ തിണ്ണയിൽ അമർത്തിയുരച്ചാൽ കിട്ടുമെന്ന തമാശ മുതിർന്നവർ പങ്കിട്ടിരുന്നു.

ബഷീറിനെയും തകഴിയെയും പൊറ്റെക്കാട്ടിനെയുമെല്ലാം ആഴത്തിൽ അറിഞ്ഞ ആ കൃതികൾ ഏറക്കുറെ മനഃപാഠമാക്കിയ ആളായിരുന്നു സൗഹൃദത്തിന് ഉയിരിനേക്കാൾ വിലകല്പിക്കുന്ന കുഞ്ഞബ്ദുല്ലാക്ക.

നാട്ടിലെ പ്രണയിനികൾക്കെല്ലാം അയാൾ കാണപ്പെട്ട ദൈവമായിരുന്നു. പ്രത്യാഘാതങ്ങളിൽ ചഞ്ചലപ്പെടാതെ അവർക്കൊപ്പം നിലകൊള്ളുന്നതായിരുന്നു അയാളുടെ പ്രകൃതം. പട്ടിണിക്കാർക്ക് ഉണ്ണാൻ പ്രത്യേക ടോക്കണും ആ മനുഷ്യസ്നേഹി ഖാദറിന്റെ റഹ്മത്ത് ഹോട്ടലിൽ ഏല്പിച്ചിരുന്നു. ആന ഇറങ്ങിയാൽപ്പോലും പിൻവാങ്ങാൻ കൂട്ടാക്കാത്ത ജാതിയാണ് ആ മനുഷ്യനെന്ന് പ്രായമായവർ തീർപ്പുകല്പിച്ചു.

ന്യായമെന്നു തോന്നുന്നതിനൊപ്പം ഏതറ്റം വരെയും പോകാൻ ഒരുക്കമുള്ള മറ്റൊരാളെയും ഞങ്ങൾ കണ്ടിട്ടില്ല. കറുത്തുമെലിഞ്ഞു നീണ്ട ഒരു മനുഷ്യൻ. കാഴ്ചയിൽ അത്രയും കരുത്തുള്ള ഒരു ഹൃദയം ആ ദേഹത്തുണ്ടെന്ന് തോന്നില്ല.

ആ മനുഷ്യൻ ഒരിക്കലും പാർട്ടികളുടെ കൊടിക്കീഴിൽ അണിനിരന്നില്ല. ഒരു മതസംഘടനയിലും സംഘ ബലത്തിനായി വരിസംഖ്യ അടച്ചില്ല. ഞങ്ങളുടെ കാലത്തെ യൗവനങ്ങളെല്ലാം കുഞ്ഞബ്ദുല്ലാക്കയിൽനിന്ന് ഊർജ്ജം ഉൾക്കൊണ്ട് വളർന്നവരായിരുന്നു. ജീവിതസാഹചര്യങ്ങൾ കള്ളനാക്കിയ കിടങ്ങൻ ഹംസക്കോയയിൽപോലും ആ സ്വാധീനം ഞാനും അൻവറും തിരിച്ചറിഞ്ഞിട്ടുണ്ട്.

അവന്റെ ഉറക്കറയിൽനിന്ന് ലതയുടെയും മുകേഷിന്റെയും ഗാനങ്ങൾ രാവിൽ പുറത്തിറങ്ങും. ആ രണ്ട് ഗായകരെയും അവൻ അതിരറ്റു സ്നേഹിച്ചു. എന്റെ ഇഷ്ടഗായകർ അവരായിരുന്നില്ലെങ്കിലും രാവിൽ ആ വരികൾ ആത്മാവിലോളം എത്തിയിരുന്നു.

ലോകം ചുറ്റിക്കറങ്ങി യാതൊരു കെട്ടുപാടുകളുമില്ലാതെ അലയണമെന്നതായിരുന്നു അവന്റെ സ്വപ്നം. യൂറോപ്യൻ ജിപ്സികളുടെ ജീവിതം അവന്റെ ചിന്തയെ ആഴത്തിൽ സ്വാധീനിച്ചിരുന്നു. പച്ചക്കുപ്പായവും ചുവന്ന പട്ടുറുമാലുമായി മാസത്തിലെ ആദ്യ വെള്ളിയാഴ്ച വരുന്ന ഒറ്റക്കണ്ണൻ കുഞ്ഞായി ഫക്കീർക്ക ഞങ്ങൾക്ക് മുമ്പിൽ കാണാത്ത നാടിനെക്കുറിച്ച് കഥകൾ നിറച്ചു.

രാവിലെ എത്തുന്ന ഫക്കീർക്ക ഞങ്ങളുണ്ടെന്നറിഞ്ഞാൽ അന്നത്തെ ഊരുചുറ്റലിൽ വെള്ളംചേർക്കും. പിന്നെ കഥകളുടെ ഖജനാവിന് ഉള്ളറകളിലേക്ക് ഞങ്ങളെ നയിക്കും. ഖോജമാരും ഖോജാത്തികളും ഞങ്ങളുടെ ഹൃദയങ്ങളിൽ റൂഹിടും.* ജിന്നും ശൈത്താനും ദുർമ്മന്ത്രവാദിയും നർത്തകരും പാമ്പുപിടുത്തക്കാരും യാചകരും കൊള്ളക്കാരുമെല്ലാം നിറഞ്ഞ വിദൂരദേശങ്ങളിലെ പട്ടണക്കാഴ്ചകളും ആ കഥകളിൽ നൃത്തമാടും.

നഗരത്തിൽ ആദ്യം പ്രവേശിക്കുന്ന യാത്രികനെ പട്ടികകൊണ്ട് തലയ്ക്കടിക്കാൻ തുനിഞ്ഞിറങ്ങുന്ന ജിന്ന് അബ്ബാസും ചായക്കടയ്ക്ക് മുമ്പിൽ ചായയ്ക്ക് യാചിക്കുന്ന തലമൽകൈയനും പോത്തിന്റെ നെറുകയിൽ പേൻ തിരയാൻ ശ്രമിച്ച് കുത്തേറ്റ് മരിച്ച കോങ്കണ്ണൻ ദേറുവുമെല്ലാം ഞങ്ങൾക്ക് ചുറ്റും വലംവെക്കും.

---

* ജീവൻ വയ്ക്കും.

പത്ത്

സഖ്യയിലെ തോട്ടങ്ങളിൽ ഈത്തപ്പഴങ്ങൾ പഴുക്കാൻ തുടങ്ങിയിരിക്കും.
ചുറ്റിയടിക്കുന്ന മരുക്കാറ്റിൽ അവ ഉറക്കം നടിച്ച് കിടക്കുകയാവാം. കാറ്റുകൾ ശക്തമായി പിടിച്ചുവലിക്കുമ്പോഴും വീഴാതിരിക്കാനാവും അവയുടെ പ്രയത്നവും പ്രാർത്ഥനയും. ഞെട്ടറ്റുവീഴുന്നത് വിത്തുമായാണെങ്കിലും ചെടിയായി പിറവിയെടുക്കുന്നത് പുതുതലമുറയല്ലെ.
മൂപ്പെത്തുന്നതിനിടയിൽ അമ്മമാർ ഭാവിയെക്കുറിച്ച് ഓർമ്മപ്പെടുത്തും. കാറ്റില്ലാത്ത രാവിനെ സാക്ഷിയാക്കി ഉപദേശങ്ങൾ നല്കും.
ജീവിക്കുന്നവർക്കെല്ലാം വേർപാട് വേദനയാണ്. കാറ്റുകൾ കശക്കിയെറിയാൻ ഇടതടവില്ലാതെ പാഞ്ഞടുക്കുമ്പോൾ ഓരോ ഈത്തപ്പഴവും അമ്മയുമായുള്ള പൊക്കിൾക്കൊടി വേർപ്പെടാതിരിക്കാൻ ഉത്സാഹിക്കും. ആപത്ത് വരുമ്പോൾ അമ്മയെ പുണരുന്നതും സ്മരിക്കുന്നതും സൃഷ്ടികളിലെ ജൈവികതയാണ്.
പൂർവ്വപിതാക്കളിൽ ആരോ ആയിരുന്നു മരുഭൂമിയുടെ വന്യതയിൽ നിന്ന് ജനപഥങ്ങളിലേക്ക് ഈന്തപ്പനയെ കുടിയിരുത്തിയതെന്ന് പിതാവ് സൂചിപ്പിച്ചിരുന്നു.
വിജനമായ മരുക്കാട്ടിൽ ഇടതിങ്ങിയായിരുന്നു ആദിയിൽ ഈന്തപ്പനകൾ വളർന്നത്. ഭക്ഷണത്തിനൊപ്പം ഗ്രാമങ്ങളിൽ തണലും കുളിരും സൃഷ്ടിക്കാമെന്ന് തിരിച്ചറിഞ്ഞ് പില്ക്കാലത്ത് ഗോത്രത്തലവന്മാരുടെ നേതൃത്വത്തിൽ തോട്ടമൊരുക്കി.
മുത്തച്ഛൻ യൂസുഫ് സെക്കർ മുത്തലിബ് അത്ഭുതവൃക്ഷമായ ഈ

ന്തപ്പനയെക്കുറിച്ച് നിരവധി കഥകൾ കുട്ടിയായ എന്നോട് പറഞ്ഞിരുന്നു. ചലിക്കാനാവുന്ന ജീവികളായാണ് കുട്ടിക്കാലത്ത് ഈന്തപ്പനയെ സങ്കല്പിച്ചത്. കാറ്റും തണുപ്പുമേറ്റ് മരുഭൂമിയിൽ കുത്തനെ നില്ക്കുന്ന അവ വേനൽരാവുകളിൽ ദാഹജലം തേടി നടക്കുന്നത് ഞാൻ സ്വപ്നം കണ്ടിരുന്നു.

ഗോത്രപ്പകയിൽ വെന്തുരുകിയതായിരുന്നു മുത്തച്ഛന്റെ കാലം. കടൽ താണ്ടിയുള്ള വ്യാപാരത്തിന്റെ ഇടവേളകളിൽ ഗോത്രങ്ങളെ കുടിപ്പകയിലേക്ക് നയിക്കുന്ന മൂലകാരണങ്ങളെക്കുറിച്ച് അദ്ദേഹം അന്വേഷിച്ചുകൊണ്ടിരുന്നു. ഈന്തപ്പഴത്തെക്കുറിച്ചും വിലപ്പെട്ട വിവരങ്ങൾ മുത്തച്ഛൻ തലമുറകൾക്കായി സൂക്ഷിച്ചു.

പാറക്കെട്ടുകൾ നിറഞ്ഞതായിരുന്നു സയ്യയുടെ കടലിനോട് ചേർന്ന പ്രദേശങ്ങൾ. പായ്‌വഞ്ചികളിൽ തീരത്തെത്തുന്നവർ ഒട്ടകപ്പുറത്തായിരുന്നു ഗ്രാമത്തിലേക്ക് വരിക. മിക്കപ്പോഴും ഗ്രാമപാതയിൽ മണൽക്കാറ്റ് രൗദ്രതയോടെ സഞ്ചാരികളെ കാത്തുനില്പുണ്ടാവും. കടൽതാണ്ടി എത്തുന്നവർക്ക് സയ്യയിലേക്കുള്ള ദിശാസൂചികയായി ചുവപ്പൻപായലുകൾ തീരക്കടലിലെ ഓളങ്ങളിൽ വട്ടംകറങ്ങി. ഗ്രാമത്തിന്റെ സാന്നിദ്ധ്യം ഉറപ്പിക്കാൻ കടൽയാത്രികരെ സഹായിച്ച മറ്റൊരു ഘടകം തീരത്തോട് ചേർന്ന ഉപ്പ് ഘനീഭവിച്ച പാറക്കെട്ടുകളായിരുന്നു.

തിരകൾ കയറിയിറങ്ങുന്നിടങ്ങളിൽ ഇളംമഞ്ഞ മണലായിരുന്നു. അവയ്ക്ക് മുകളിൽ അനേകം ചിപ്പികൾ. ചിപ്പികൾക്കുള്ളിൽ ജീവിതത്തിന്റെ അർത്ഥം തേടുന്ന ചെറുജീവികൾ, അവയെ തിരകൾ താരാട്ടി. ജലസ്പർശമില്ലാത്ത തീരമണലിൽ ചിപ്പികൾ കുമിഞ്ഞുകൂടി. ജീവികൾ ജാഗ്രതയോടെ സംരക്ഷിച്ച ചിപ്പികൾ. ആത്മാവും മാംസവും നഷ്ടപ്പെട്ടതോടെ വെള്ളത്തിനടിയിലും കരയിലെ ചുടുപിടിക്കുന്ന മണലിലും അവ അനാഥരായി. നട്ടെല്ലുള്ള ജീവികളുടെ അസ്ഥികൾപോലെ.

കടലിന്റെ പിടച്ചിലിൽ അവ ഇളകിമറിഞ്ഞു. തിരതാരാട്ടുന്ന ചിപ്പികളിൽ കണ്ണുടക്കിയപ്പോഴെല്ലാം പൊട്ടിച്ചിരിക്കുന്ന കുഞ്ഞുങ്ങളുടെ ഓർമ്മ എന്നെ വേട്ടയാടി. റുബയ്യ കാത്തുസൂക്ഷിച്ച മഞ്ചാടിമണികളെക്കുറിച്ച് ഞാൻ ബോധവാനായി.

പത്തൊൻപത് വയസ്സുവരെയായിരുന്നു സയ്യയിൽ ജീവിതം. കടൽ മുറിച്ചു കടക്കാനാവുമെന്ന് ബോദ്ധ്യപ്പെട്ടതോടെ മാസങ്ങൾ നീളുന്ന യാത്രകൾക്ക് തുടക്കമായി. വിദൂര തുറമുഖങ്ങളിലേക്ക് ചരക്കുമായി ഗമിക്കുന്ന അച്ഛന്റെ ഒട്ടകക്കൂട്ടങ്ങൾക്ക് കാവലാളായായിരുന്നു ആദ്യ യാത്ര.

കടലിന്റെ മറുകരയിലും ലോകമുണ്ടെന്ന് ബോദ്ധ്യമായതോടെ പുതിയ നാടുകൾ തേടിയായി പിന്നീടുള്ള യാത്രകൾ.

കച്ചവടം നിമിത്തമായെന്നു മാത്രം.

പതിനൊന്ന്

പൗർണ്ണമിയിൽ നീന്തിത്തുടിക്കുന്ന മരുസാഗരം.

പൂർണ്ണചന്ദ്രൻ മണൽത്തിട്ടയ്ക്കടുത്തേക്ക് കുറേക്കൂടി ഇറങ്ങി നിന്നു.

തൊട്ടുനിന്ന് ആസ്വദിക്കാനാവണം ചന്ദ്രൻ താഴോട്ടെത്തിയത്. പതിനാലാംരാവിൽ ഗ്രാമത്തിന്റെ വാദ്യസംഘം പുലരുവോളം പാട്ടുംകൂത്തുമായി കഴിയും. വിജനമായ രാവിനെ സാക്ഷിയാക്കി നാദങ്ങളിൽ താളലയങ്ങൾ സമ്മേളിക്കും. വാദ്യസംഘത്തിൽ ഇരുപത്തിരണ്ടുപേരാണ് അണിനിരക്കാറ്. രാവിന്റെ നിശബ്ദതയിൽ പ്രതിദ്ധ്വനിക്കാത്ത രാഗങ്ങൾ മണൽക്കാടുകളുടെ അതിരുതേടി ഒഴുകുന്നു. ഒട്ടകപ്പാലിനോളം തെളിമയുള്ള വിടർന്നകണ്ണുമായി തരുണികൾ പാടുന്നു. കറുത്ത കൃഷ്ണമണി ചുഴറ്റി സുന്ദരികൾ നൃത്തം ചെയ്യുന്നു. നീണ്ട അറ്റംചുവന്ന മൂക്കുമായാണ് നർത്തകികൾ പൊട്ടിച്ചിരിച്ച് ആടിത്തിമർക്കുന്നത്.

രാവിന്റെ കുളിരിൽ ഗ്രാമം ആനന്ദത്തിൽ ആറാടുന്നു. ഒരുപാടു നേരമായിക്കാണും പാട്ടും നൃത്തവും തുടങ്ങിയിട്ട്. മണലും ചളിയും ഈന്തപ്പനപ്പട്ടകളും ഉപയോഗിച്ചു നിർമ്മിച്ച ഗ്രാമത്തിലെ ഓരോ മൺകുടിലിലേക്കും രാക്കാറ്റ് പാട്ടുമായി ഓടുന്നു. വാർദ്ധക്യത്തിന്റെ അവശതകളുമായി മല്ലടിക്കുന്ന പിതാവ് ഹാജി അദ്നാൻ സെക്കറും പാട്ടിനു ചെവിയോർക്കുകയാവും.

കാലം നല്കിയ തൊണ്ണൂറാണ്ട് ദീർഘിച്ച ജീവിതത്തിൽ നേടിയ അറിവുകളും സന്തോഷങ്ങളും സങ്കടങ്ങളുമെല്ലാം ആ ഹൃദയത്തിൽ ഇപ്പോഴും ഭദ്രമായിരിക്കും. പാട്ടിന്റെ ഈരടികൾ ചെവിയിൽ മൂളുമ്പോൾ ആ മുഖത്ത് വിരിയുന്ന അഭിനന്ദനത്തിന്റെ

വിവിധ ഭാവങ്ങൾ എനിക്ക് കാണാമായിരുന്നു.
ഉബൈദ് ഇബ്നു മസൂദിന്റെ മകൾ ആയിശ ഉബൈദിയാവും മരുഭൂമിയുടെ ഹൃദയത്തിൽ രാഗങ്ങളുടെ പെരുമഴ പെയ്യിക്കുന്നത്. പെയ്യാതെ ഓടിമറയുന്ന വന്ധ്യമേഘങ്ങളെക്കുറിച്ചു പാടാനായിരുന്നു അവൾക്കിഷ്ടം. ഉച്ചസ്ഥായിയിൽ പരിഭവത്തിന്റെ ധ്വനിയുള്ള ആ വരികൾ ഉൾക്കൊണ്ട് കുറഞ്ഞ മേഘങ്ങളെങ്കിലും ഓട്ടം ഉപേക്ഷിച്ച് സയ്യയ്ക്ക് മുകളിൽ മഴയായി പെയ്തിറങ്ങുമെന്ന് അന്ന് കരുതിയിരുന്നു.
ഏറെനാൾ ഹൃദയത്തിൽ താലോലിച്ച വരികളെ നിരക്ഷരയായ അവൾ തൊണ്ടയിൽ നിറച്ചു പുറത്തേക്കു തള്ളുകയാണോയെന്ന് ആ പാട്ടിന് സാക്ഷിയായ പ്രഥമരാവിൽ തോന്നിയിരുന്നു. അവളുടെ ഹൃദയത്തിൽ എപ്പോഴാവും അക്ഷരങ്ങൾ വന്നുകുമിയുന്നതും വാക്കുകളായി പിറക്കുന്നതും.
മരുക്കാറ്റും തീക്കാറ്റും ദിക്കറിയാതെ ചുറ്റിക്കറങ്ങുന്ന സയ്യയിൽ തുടർച്ചയായി മഴ വർഷിക്കുന്നതും പുൽച്ചെടികളും പൂമരങ്ങളും പച്ചചാർത്തുന്നതും കാട്ടുപൂക്കളുടെ പരിമളത്താൽ ആകൃഷ്ടരായി തേനീച്ചകളും ചിത്രശലഭങ്ങളും കാട്ടുപക്ഷികളും ഓടിയെത്തി കൂടുകൂട്ടുന്നതുമെല്ലാം എങ്ങനെയാണ് ഒരു കൊച്ചുപെണ്ണിന് സങ്കല്പിക്കാനാവുന്നത്.
രൂപഭംഗിയാർന്ന പവിഴമാലപോലെ എങ്ങനെ വാക്കുകൾ വരികളായി രൂപാന്തരപ്പെടുന്നു. എന്നെങ്കിലും അലിഫും ബാവും താവും* പഠിച്ച് അവൾ എഴുത്തുകാരിയായാൽ മനസ്സിൽ വെട്ടിത്തിരുത്തി അടുക്കിവയ്ക്കുന്ന വാക്കുകളുടെ തീവ്രത അവയ്ക്ക് അന്നുമുണ്ടാവുമോ.

---

* അറബി അക്ഷരമാലയിലെ ആദ്യാക്ഷരങ്ങൾ.

പന്ത്രണ്ട്

തീക്കാറ്റിൽ നാടും നഗരവും വെന്തുരുകുന്ന വേനൽദിനങ്ങൾ. പർവ്വതശിഖരങ്ങളിൽ തണുപ്പ് അല്പമെങ്കിലും ബാക്കിയായേക്കാം. മലമടക്കുകളിൽ അറേബ്യൻ പുള്ളിപ്പുലികൾ ഇരതേടിയും ഇണ ചേർന്നും കഴിയുന്നുണ്ടാവും. കുന്നിൻപുറങ്ങളിൽ ചൂട് കനത്താൽ മടകളിൽ അവ മടിപിടിച്ചു കിടക്കാനും സാദ്ധ്യതയുണ്ട്.
മധുകനികളും താങ്ങി ഈന്തപ്പനകൾ കാറ്റും ചൂടും സഹിച്ച് പൊറുതിമുട്ടി നില്ക്കുന്നത് യൂസുഫ് സെക്കർ സങ്കല്പിച്ചു. ആറ്റുനോറ്റ് മൂപ്പെത്തിച്ച കായകൾ ഏതു നിമിഷവും പിരിഞ്ഞുപോവുമെന്ന വേദനയിലുമാവാം മരങ്ങൾ. തോട്ടങ്ങൾക്കിടയിലെ നീർച്ചാലിൽ പക്ഷികൾ ചിറകുനനയ്ക്കുകയും ഒച്ചവച്ചു പാറിനടക്കുകയും ചെയ്യും...

കടലിന്റെ പടിഞ്ഞാറേക്കരയിൽ നിന്നെത്തുന്ന മധുര്യംമുറ്റിയ യമനിക്കാറ്റ് ചുറ്റും നിറഞ്ഞു. ഈന്തപ്പഴം പഴുത്തുകൊഴിയാൻ തുടങ്ങിയതിന്റെ സൂചനയാണ് ആ കാറ്റ്. ചുടുകാറ്റ് അന്യമായിട്ട് വർഷമെത്ര കടന്നുപോയിരിക്കുന്നു. ഈന്തപ്പനകളുടെ നിഴൽപ്പറ്റി അലസമായി നടന്ന ആ ദിനങ്ങൾക്ക് ഓർമ്മയിൽ നിറയുന്ന വ്യക്തതയേ ഉള്ളൂവെന്നത് വേദനിപ്പിക്കുന്നു.
രാവ് പുലർത്താൻ ചെന്നുകയറുന്ന പട്ടണങ്ങളോടും മനുഷ്യർക്ക് പ്രണയം തോന്നുമെന്നു പഠിപ്പിച്ചത് കോഴിക്കോടെന്ന സത്യത്തിന്റെ തുറമുഖമായിരുന്നു.
തീരത്ത് മുട്ടിയുരുമ്മി കൊതിതീരാതെ പിൻവാങ്ങുന്ന തിരകൾ ഒന്നൊന്നായി മരിച്ചുവീഴുന്ന അരയാഴി. തിരമാലകൾ മണലിൽ

പുതഞ്ഞ്, പിടഞ്ഞുചാവുമ്പോൾ പുതിയവ കണ്ണെത്താദൂരങ്ങളിൽ നിന്നു തീരംതേടുന്നു.

വെയിൽ ചെഞ്ചായംപൂശിയ യൂസുഫ് സെക്കറിന്റെ മുഖത്ത് ചിന്തകൾ കോലംവരച്ചത് വരികൾക്കിടയിൽ അക്ബറിന് കാണാനായി.

മലബാറിൽ മഴ ഘോരഘോരം പെയ്യുന്ന കാലം.
ഏലവും കുരുമുളകും ഇഞ്ചിയും മഞ്ഞളുമെല്ലാം ഉണക്കിയെടുത്തു യമനിലെ ഗുദാമുകളിൽ ഞാൻ സൂക്ഷിച്ചുവയ്ക്കുന്ന കാലം. പിതാവിനുശേഷം ഒറ്റയ്ക്ക് കപ്പൽയാത്ര ആരംഭിച്ചത് ആ നാളുകളിലായിരുന്നു.
എനിക്കന്ന് ഇരുപത്തിരണ്ട് വയസ്സേയുള്ളൂ. തീക്ഷ്ണയൗവനത്തിന്റെ കാലം. നാലഞ്ചു വർഷം കഴിഞ്ഞിട്ടും ആയിശ ഉബൈദിയോടു തോന്നിയ കടുത്ത പ്രണയം എന്നെ വിട്ടകന്നിരുന്നില്ല.
ആ പ്രണയം എന്നിൽ സൃഷ്ടിച്ച ചൂടും പുകയും പഴയതിലും ഇരട്ടിയായി അവശേഷിച്ചു. രാവേറെ ചെന്നാലും നിലാവുള്ള ആകാശത്തിനു ചുവട്ടിൽ ഞാൻ ഏകാകിയായി കഴിയും. കാറ്റില്ലാത്ത രാത്രികളിൽ മണലാരണ്യത്തിന്റെ അനന്തതയിൽ കണ്ണുനട്ട് കാതോർത്തിരിക്കും. പിറുപിറുത്തും പാട്ടുമൂളാൻ ശ്രമിച്ചും കഴിഞ്ഞുകൂടിയ കാലത്തായിരുന്നു ബന്ധുക്കൾ വിവാഹം നിശ്ചയിച്ചത്.
റുബയ്യ അസീസ് ജീവിതത്തിലേക്ക് കടന്നുവന്നതോടെ ഞങ്ങളുടെ വീടിന് ചുറ്റും പ്രണയം പൂവിട്ടു, ചുറ്റും സൗരഭ്യമായി പടർന്നു.
എന്റെ അയൽഗ്രാമക്കാരിയായിരുന്നു അവൾ. ഒരു തെളിനീർ ഉറവപോലെ കടന്നുവന്നവൾ എന്റെ ജീവിതത്തെ മാറ്റിപ്പണിതു. ഗോത്രാചാരങ്ങളുടെ ചിട്ടവട്ടങ്ങൾക്ക് ചെവികൊടുക്കാതെ റുബയ്യ കോഴിക്കോട്ടേക്കു വരാൻ സന്നദ്ധമായപ്പോൾ വിദൂരനഗരത്തിൽ ജീവിതം കരുപ്പിടിപ്പിക്കാമെന്ന ആത്മവിശ്വസം വേരുറച്ചു. ഗ്രാമത്തിന്റെ പഴംപുരാണങ്ങളിൽ ഒന്നിൽപോലും സ്വന്തം ഗ്രാമം വിട്ടു ദൂരേക്കു കപ്പലേറിയ ഒരു യമനി പെൺകൊടിയെയും കാണാനാവില്ല.
ഭർത്താക്കന്മാർ കടൽ താണ്ടിയാൽ പ്രിയതമ അയാൾക്കായി കാത്തിരിക്കണമെന്നതായിരുന്നു ഗ്രാമത്തിന്റെ അലംഘനീയമായ നിയമം. ഗ്രാമത്തിലെ ഹക്കീം നല്കുന്ന രക്ഷ സ്വീകരിച്ച് വലതുകൈയിൽ ധരിച്ചാവും ഭർത്തൃമതികൾ കാതോർത്ത് ദിനങ്ങൾ തള്ളുക. പതിവായി പ്രാർത്ഥിക്കണമെന്നതും ഗ്രോത്രാചാരം. കാറ്റും കോളും കടലിലെ ശത്രുക്കളും ഭർത്താവിനെ അപായപ്പെടുത്തരുതേയെന്ന പ്രാർത്ഥനകളുമായാവും അവർ കഴിയുക. പത്തേമാരികൾ കാഴ്ചയിൽനിന്നു മറഞ്ഞാൽ അവരുടെ കണ്ണുകൾ സജലങ്ങളാവും. ദിവസങ്ങളോളം നീളുന്ന കണ്ണീർക്കയത്തിൽ ആണ്ടു*

കിടക്കവേയാവും നെഞ്ചുരുകിയുള്ള തേട്ടങ്ങൾ പിറക്കുക. പുറപ്പെട്ടുപോയവരെക്കുറിച്ച് തിരിച്ചെത്തുവോളം ചിലപ്പോൾ ഒന്നും കേട്ടെന്ന് വരില്ല.
വിവിധ രാജ്യാതിർത്തികളിലൂടെ ഓളം മുറിച്ചോടുന്ന പത്തേമാരികൾ, പായക്കപ്പലുകൾ...
അവയിൽ ഏതിലോ ഒന്നിൽ കച്ചവടത്തിന്റെ പുതുതന്ത്രങ്ങളുമായി ഞാൻ കഴിഞ്ഞു. വ്യാപാരിയായും കപ്പിത്താനായും ഒരേസമയം പകർന്നാടി. റുബയ്യയ്ക്കൊപ്പം കോഴിക്കോട്ട് സ്ഥിരതാമസമാക്കിയതോടെ കടൽയാത്രകൾക്ക് താല്ക്കാലിക വിരാമമായി. ചരക്ക് വാങ്ങാനും വില്ക്കാനും എത്തുന്നവർ മദ്ധ്യവർത്തിയാവാൻ നിർബ്ബന്ധിച്ചതോടെ കരയിൽ സ്ഥിരം ജോലിയായി. ക്രയവിക്രയം നടത്തുന്നവർ ആത്മമിത്രത്തെയും വിശ്വസ്തനായ മധ്യവർത്തിയെയും എന്നിൽ കണ്ടെത്തിയതോടെ ജീവിതത്തിനു അടുക്കുംചിട്ടയുമായി. സമ്പത്തും സമാധാനവും വീട്ടിനകത്തേക്കെത്തി.

---

* വൈദ്യൻ.

പതിമൂന്ന്

കാടു കാണാൻ പോയപ്പോൾ സംശയങ്ങൾ അവളെ പൊതിഞ്ഞു. മുമ്പൊരിക്കലും കണ്ടിട്ടില്ലാത്ത കാടിനെക്കുറിച്ച് നിരവധി ചോദ്യങ്ങളുമായി അവൾ മുട്ടിയുരുമ്മി നടന്നു.

കാട്ടുമരങ്ങൾക്കിടയിൽ റുബയ്യയെ അത്ഭുതപ്പെടുത്തിയത് മഞ്ചാടിമരമായിരുന്നു. ഉറ്റിവീണ ചോരത്തുള്ളിപോലുള്ള ആ വിത്തുകളിൽ കണ്ണുടക്കി ദീർഘനേരം അവൾ നിന്നത് മറക്കാനാവില്ല.

ആ മുഖം പരിചിതമായിരുന്നില്ല. സമീപത്തെ മരങ്ങൾക്കിടയിലൂടെ അരിച്ചെത്തുന്ന പ്രഭാതകിരണങ്ങളിൽ അവളുടെ മുഖത്തെ തുടിപ്പ് പതിന്മടങ്ങായി. അർത്ഥഗർഭമായ ഒരു നോട്ടം മഞ്ചാടിമണികളിൽ തറച്ചുവെച്ചു.

കൈനിറയേ മഞ്ചാടിമണികളും ശേഖരിച്ചായിരുന്നു റുബയ്യ എനിക്കൊപ്പം തിരിച്ചുനടന്നത്.

ആർത്തവ ദിനങ്ങളിൽ മഞ്ചാടി മണികളിൽ തുടുത്തകുഞ്ഞുങ്ങളുടെ രൂപങ്ങൾ അവൾ സൃഷ്ടിച്ചു. വിവിധ പ്രായത്തിലുള്ള പിഞ്ചുകുഞ്ഞുങ്ങൾ. ആർത്തവനാളുകൾ ആവർത്തിക്കപ്പെടുമ്പോൾ അവളിൽ നിന്നുയർന്ന നെടുവീർപ്പിന് മനുഷ്യരിൽനിന്ന് കേൾക്കാത്ത മുഴക്കവും ദൈർഘ്യവുമുണ്ടായിരുന്നു.

പൂവും കായയും നല്കാത്ത ഈന്തപ്പനമരമെന്ന് അവൾ സ്വയം ശപിച്ചു. ഇലച്ചാർത്തും തണലുമായി പറവകളെ ക്ഷണിച്ച് അപഹാസ്യയാവുന്ന ഈന്തപ്പനപോലെ എന്തിന് കഷ്ടപ്പെടുത്തുന്നെന്ന് ദൈവത്തോട് അവൾ അത്യുച്ചത്തിൽ ചോദിച്ചു. നോവുന്ന ആ ഹൃദയം എനിക്ക് വേണ്ടിയും ഇടയ്ക്ക് മലർക്കെ റുബയ്യ തുറന്നുവെക്കും.

ആ നേരങ്ങളിൽ സർവ്വവും നഷ്ടപ്പെട്ട ഭാവമായിരുന്നു പീലിനിറഞ്ഞ ആ സുറുമക്കണ്ണുകളിൽ. ജീവിതത്തിൽ കണ്ട ഏറ്റവും സുന്ദരമായ ആ മിഴികൾക്ക് പാതിമുക്കാലും കത്തിയമർന്ന റേഡിയോയുടെ വലിയ ബാറ്ററികളോടായിരുന്നു ആ നിമിഷങ്ങളിൽ സാമ്യം. ദൈവത്തോട് ദേഷ്യപ്പെട്ട് ഉച്ചത്തിൽ സംസാരിക്കുമ്പോൾ അവളിലേക്ക് മുഴുഭ്രാന്തി ചേർന്നുനില്ക്കും.
വീടിന്റെ തൂണുകളിൽ തല ശക്തിയായി ഇടിക്കും. വീട്ടിക്കട്ടിലിലെ അച്ചിപ്പായ താഴേക്ക് ചവിട്ടിതള്ളും. പിന്നെ തുണ്ടുതുണ്ടായി കീറി ദൂരേക്കെറിയും. കൈനഖങ്ങളാൽ കട്ടിൽ മാന്തിപ്പൊളിക്കാൻ ശ്രമിക്കും. പല തവണ മുല ചെത്തിമാറ്റാനും അവൾ ശ്രമിച്ചിരുന്നു. റുബയ്യ പുറപ്പെടുവിക്കുന്ന ഭ്രാന്തൻശബ്ദങ്ങൾ രാവിന്റെ നിശ്ശബ്ദതയിൽ തൊട്ടടുത്ത വീട്ടുകാരുടെ ഉറക്കത്തിന് ഭംഗംവരുത്തുമോയെന്ന് ഭയന്ന നാളുകൾ...
രതിയുടെ താളക്രമത്തിനിടയിൽ അവൾ നിർന്നിമേഷയായി മച്ചും നോക്കി അനക്കമറ്റു കിടക്കും. ദേഹം സമർപ്പിച്ച് അവൾ എങ്ങോട്ടാണ് പിൻവലിയുന്നത്. അതിന് ഇന്നും ഉത്തരമായിട്ടില്ല.
ആർത്തവ ദിനങ്ങൾ അടുത്തെത്തുമ്പോൾ വീടിന്റെ ഏതെങ്കിലും കോണിൽ ചുരുണ്ടുകൂടി കിടക്കും. നിരാശയിൽ മുങ്ങിത്താഴുന്ന അത്തരം ദിനങ്ങളിൽ അടുപ്പ് പുകയില്ല. അടിവയറ്റിൽ വേദനയോടെ ആരംഭിക്കുന്ന ഓരോ ആർത്തവചക്രത്തിലും അവൾ അടിവയറും തുടകളും മാന്തിപ്പറിക്കാൻ പ്രയത്നിച്ചു.
സൃഷ്ടി നിഷേധിക്കുന്ന ദൈവത്തെ അവൾ ശപിച്ചു. പല രാത്രികളിലും ഉണർന്നിരുന്ന് ഒച്ചവെച്ചു. ശബ്ദമുയർത്തി സംസാരിക്കാത്ത അവൾ ആ രാത്രികളിൽ എന്നെ വിസ്മയിപ്പിച്ചു. ഒട്ടും വൈകാതെ പുതിയൊരാൾ വീട്ടിലേക്കെത്തുമെന്ന് അവൾ ഭയന്നിരിക്കാം. റുബയ്യ എന്നെ മനസ്സിലാക്കാത്തതിൽ സങ്കടപ്പെട്ട ദിനങ്ങൾ കൂടിയായിരുന്നു അവ.
തലയണയ്ക്ക് മഞ്ഞിൻതണുപ്പാവും. രാവിന് ദൈർഘ്യം കൂടിക്കൊണ്ടിരിക്കും. പ്രസവിക്കാത്ത സ്ത്രീയെ ഒരു ഭർത്താവും വെച്ചുപൊറുപ്പിക്കില്ലെന്നതിന് ഉദാഹരണമായി ഒട്ടനവധി പഴമൊഴികൾ അവൾ പുലമ്പുമായിരുന്നു. കായ്ക്കാത്ത ഈന്തപ്പനയ്ക്കും പുഷ്പിക്കാത്ത രാത്രിമുല്ലയ്ക്കും പ്രസവിക്കാത്ത പെണ്ണിനും ദുനിയാവിൽ സ്ഥാനമില്ലെന്ന് അവൾ ഉറച്ചുവിശ്വസിച്ചു.
ആശ്വാസവാക്കുകൾക്ക് ആ വിശ്വാസത്തെ ഭേദിക്കാനായില്ല.
ഗ്രാമം ചൊല്ലിപ്പതിഞ്ഞ പഴമൊഴികളുടെ പിടിയിൽനിന്നു അവൾക്ക് രക്ഷപ്പെടാനായില്ല. ഇന്നും എന്റെ തലയണയ്ക്കടിയിൽ ആ മഞ്ചാടിമണികളുണ്ട്. റുബയ്യ ഭദ്രമായി പൊതിഞ്ഞുകെട്ടിയ അതേ നിലയിൽ.
കാലം നിറംകെടുത്തിയ മഞ്ചാടിമണികൾ.

ഒരു നാൾ പെയ്തേക്കാവുന്ന മഴയിൽ ചെടിയായി, മരമായി പുഷ്പിക്കുമെന്ന് കൊഴിഞ്ഞുവീഴവേ അമ്മ ആശ്വസിപ്പിച്ച മഞ്ചാടിമണികൾ.

ചെടിയായി പിറക്കാൻ കാട്ടുവഴികളിൽ നോറ്റുകിടന്നിരുന്നെങ്കിൽ അമ്മ പറഞ്ഞത് കളവായിരുന്നെന്ന് അവ കരുതില്ലായിരുന്നു.

പതിനാല്

ഒട്ടകങ്ങൾക്കൊപ്പമായിരുന്നു എന്റെ ബാല്യം.

പിതാവ് സയ്യാ ഗ്രാമം ഉൾപ്പെടുന്ന ഹദറമൗത്തിലെ കച്ചവടപ്രമാണിയായിരുന്നു.

ഹദറമൗത്തിന്റെ തുറമുഖ നഗരമായ മുക്കല്ലയിലും ചെങ്കടൽത്തീരത്തെ അൽ ഹൊദൈദ തുറമുഖത്തും എത്തുന്ന ചരക്കുകൾ സഊദി മരുഭൂമി മുറിച്ചുകടന്നു വടക്കു-കിഴക്കുള്ള പട്ടണങ്ങളിലേക്കും ഗ്രാമങ്ങളിലേക്കും എത്തിക്കാൻ പിതാവിനൊപ്പം നിരവധി തവണ ഞാനും സഞ്ചരിച്ചിട്ടുണ്ട്.

ആഴ്ചകൾ നീളുന്ന അത്തരം യാത്രകളിലൂടെയാണ് മരുഭൂമിയുടെ വേഷപ്പകർച്ച നെഞ്ചിൽ വേരിറക്കിയത്. പൊടിക്കാറ്റിനോട് യുദ്ധം ചെയ്യേണ്ടിവരുന്ന യാത്രകളിൽ ഒട്ടകങ്ങൾ നല്കുന്ന സൂചനകൾ പഠിച്ചെടുക്കലായിരുന്നു. ഒരു കാരവൻ വ്യാപാരിക്കു അടിസ്ഥാനമായി വേണ്ട അറിവെന്ന് പതിമൂന്നാം വയസ്സിലേ എനിക്ക് ബോദ്ധ്യപ്പെട്ടിരുന്നു.

പറവകളെ നിരീക്ഷിച്ച് കാലാവസ്ഥയും കാറ്റിന്റെ ഗതിയും ഒപ്പം വെള്ളത്തിന്റെ സാമീപ്യവും മനസ്സിലാക്കാനും ആ യാത്രകളാണ് എന്നെ പ്രാപ്തനാക്കിയത്. കുറഞ്ഞ കാലത്തിനകം മരുഭൂമിയിൽ ജനിച്ചുവളർന്ന ഒരു ബദുവിയെപ്പോലെ കുറ്റമറ്റ നിലയിൽ മരുഭൂമിയിലെ ഭാവപ്പകർച്ചകൾ പ്രവചിക്കാൻ എനിക്ക് സാധിക്കുമെന്നായി. പിതാവിന്റെ കാരവൻ സംഘത്തിന് ഞാൻ അനിവാര്യതയായി. നിലാവുള്ള രാത്രികളിൽ ഒട്ടകക്കൂട്ടത്തെയും നയിച്ചു യാത്ര തുടരുമ്പോൾ എന്തെല്ലാം ശ്രദ്ധിക്കണം, എവിടെ എത്തുമ്പോഴാവും ശീതക്കാറ്റും രക്തംഉറയ്ക്കുന്ന തണുപ്പും സംഘത്തെ പിടികൂടുക, ഏതെല്ലാം വഴികളിൽ വിഷംചീറ്റുന്ന ഇഴജീവികൾ കാണും അവ

യെല്ലാം തെറ്റുപറ്റാതെ പ്രവചിക്കാൻ സർവ്വശക്തൻ സഹായിച്ചു. രാവിൽ തമ്പടിക്കുന്ന പ്രദേശത്തിനുണ്ടായിരിക്കേണ്ട ഗുണങ്ങൾ, നായയുടെ ഘ്രാണശക്തിയോടെ തിരിച്ചറിഞ്ഞു. മരുപ്പച്ചയുടേയും ദിക്കിന്റേയും തെറ്റായ അടയാളങ്ങൾ ധ്വനിപ്പിക്കുന്ന ജിന്നുകളെയും പിശാചുക്കളെയും എങ്ങനെയാണ് തട്ടിനീക്കി സംഘത്തെ മുന്നോട്ടുനയിക്കേണ്ടതെന്നും യാത്രകളിലൂടെ പഠിച്ചു.
ഏതൊരു യുവാവും ഭ്രമിക്കുന്ന ആ കാഴ്ച എന്റെ ആത്മവിശ്വാസത്തിനേറ്റ കനത്ത പ്രഹരമായിരുന്നു.
പൂനിലാവ് നിറഞ്ഞൊഴുകുന്ന ആകാശത്തിന് ചുവട്ടിൽ ചുറ്റും പാരാവാരംപോലെ നിശ്ചലമായി കിടന്ന മരുഭൂമിയിലൂടെ യാത്ര ചെയ്യവേയാണ് ആകാശം മണൽത്തിട്ടകളിൽ ചായുന്നിടത്ത് അവളെ കണ്ടത്.
കരിനീല പീലികൾക്കുള്ളിൽ അവളുടെ സുറുമക്കൺമുനകൾ പിടച്ചുകൊണ്ടിരുന്നു. ചുരുണ്ടു താഴോട്ടു തൂങ്ങിനില്ക്കുന്ന മുടിയിഴകൾക്കുള്ളിൽ നഗ്നമായ പെരുംമുലകളുടെ മായക്കാഴ്ച. അരവരെ നഗ്നയായിരുന്ന അവളുടെ മേനിയിൽ പൊടിക്കാറ്റേറ്റ ലാഞ്ഛന പോലും കണ്ടില്ല.
കൃത്യമായി കാണാവുന്ന അകലത്തിൽ എത്തിയപ്പോഴാണ് ഞാൻ നിന്നത്. ചരക്കുകളുമായി മരുഭൂമി താണ്ടി വടക്കു-കിഴക്കുള്ള പട്ടണങ്ങളിലേക്കുള്ള യാത്രയ്ക്കിടയിലായിരുന്നു വാക്കുകളിൽ പുനഃസൃഷ്ടിക്കാനാവാത്ത ആ അനുഭവം. കാരവൻ സംഘത്തിനൊപ്പം തമ്പിൽ രാത്രി കഴിയവേ ഉറക്കംഞെട്ടുകയും പുറത്തെ നിലാവിൽ ആകൃഷ്ടനാവുകയുമായിരുന്നു. ജീവനേക്കാൾ സ്നേഹിക്കുന്ന വെളുത്ത ഒട്ടകവുമായി പുറത്തേക്കിറങ്ങി പ്രകൃതിഭംഗി ആസ്വദിക്കവേയാണ് വിജനതയിൽ അവളെ കണ്ടത്.
അരികിലേക്കു അവൾ മാടിവിളിച്ചപ്പോൾ ആ ജീവിയുടെ കാലുകൾ മണലിൽ വേരിറക്കിയപോലെ നിശ്ചലമായി. കേൾക്കുന്നില്ലെന്ന് ബോദ്ധ്യപ്പെട്ടപ്പോൾ തൊണ്ട ശരിപ്പെടുത്തി ഉച്ചത്തിൽ കുയിലിനേക്കാൾ മധുരമായി പാടാൻ തുടങ്ങി. രാക്കാറ്റിൽ കുന്തിരിക്കത്തിന്റെ ഗന്ധം പരന്നു.
ഒട്ടകം മുക്കുചീറ്റി, ഒരടിപോലും ആ സാധുമൃഗം മുന്നോട്ടുനീങ്ങാൻ കൂട്ടാക്കിയില്ല. എന്നിട്ടും ആ പാട്ടിൽ ആകൃഷ്ടനായി ഒട്ടകത്തെ അവൾക്കരുകിലേക്കു നയിക്കാൻ ശ്രമിച്ചു. ബോധം തിരിച്ചെത്തിയപ്പോൾ തമ്പിൽനിന്നു ദൂരെ മണൽത്തിട്ടയിലായിരുന്നു.
ഭയചകിതനായ ഒട്ടകം എന്നോട് ചേർന്നുകിടന്ന് ദൂരേക്ക് കണ്ണയക്കുന്നു. ആ കണ്ണിൽ ഭീതിയുടെ നിഴൽ ബാക്കിയായിരുന്നു. മുഖത്തും കാലുകളിലും രക്തം ഉറഞ്ഞിരുന്നു.
ആരായിരുന്നു അവൾ.
എവിടെ നിന്നാവാം വന്നത്.
ഇന്നും സമസ്യയായി എനിക്കൊപ്പമുണ്ട് ആ ദിനം.

പതിനഞ്ച്

സയ്യയുടെ തെക്കു-കിഴക്കായിരുന്നു കുന്തിരിക്കമരങ്ങൾ നിറഞ്ഞ ആ കുന്നിൻപുറം.

ഗ്രാമീണരിൽ ഒരാൾപോലും കുന്തിരിക്കം ശേഖരിക്കാൻ ആ കുന്നു കയറാൻ ധൈര്യപ്പെട്ടിരുന്നില്ല. പണ്ട് ആ പ്രദേശം മുഴുവൻ കടലായിരുന്നു. കടലിൽ മുങ്ങിയ പർവ്വതത്തിന്റെ ശിഖരം മാത്രമേ കണ്ണിൽപ്പെടൂ. ആട്ടിടയന്മാർ പാടിപ്പതിഞ്ഞ നാടൻശീലുകളിൽ ആ കുന്നിൻപുറവുമായി ബന്ധപ്പെട്ട നിരവധി ഐതിഹ്യങ്ങളുണ്ട്.

കുന്നിൻപുറങ്ങളിലൂടെ ആട്ടിൻപറ്റവുമായി നീങ്ങുന്നതിനിടയിലാണ് കുന്നിനെക്കുറിച്ച് അവർ ഉച്ചത്തിൽ പാടുക. ഭീതിയകറ്റാനുള്ള ഉപായംകൂടിയാണത്.

തുറമുഖം ലക്ഷ്യമാക്കി വരുന്ന കപ്പലുകളെ കൊള്ളചെയ്യാൻ തക്കം പാർക്കുന്ന കടൽക്കൊള്ളക്കാരുടെ കേന്ദ്രമായിരുന്നു ആ പർവ്വതവും ചുറ്റിനില്ക്കുന്ന വീതി കുറഞ്ഞ താഴ്‌വരയും.

അനേകം വർഷങ്ങൾക്ക് മുമ്പുള്ള കഥയാണ്.

പർവ്വതത്തിന്റെ ഉച്ചിയിൽനിന്നു യാനങ്ങൾ സമീപിക്കുന്നുണ്ടോയെന്ന് കൊള്ളക്കാർ നിരീക്ഷിക്കും. ദൂരെ പൊട്ടുപോലെ പ്രത്യക്ഷപ്പെട്ടാൽ കൊച്ചുവള്ളങ്ങളിൽ അതിവേഗം തുഴയെറിഞ്ഞു പത്തേമാരികളെ കീഴ്പ്പെടുത്തും. കുന്നിൻപുറങ്ങളിൽ വളരുന്ന കാട്ടുപുല്ലിൽനിന്നു വാറ്റിയെടുക്കുന്ന മദ്യമായിരുന്നു കൊള്ളസംഘത്തിന്റെ ഊർജ്ജദായിനി.

ജൈവായുധം കടൽ യാത്രികരെ കീഴ്പ്പെടുത്താൻ കൊള്ളക്കാർ ഉപയോഗിച്ചിരുന്നതായും ഈണത്താൽ ആരെയും ആകർഷിക്കുന്ന വരികളിലുണ്ട്. മലമുകളിലെ നിഗൂഢമായ അറകളിൽ

മുത്തും പവിഴവും ഉൾപ്പെട്ട അളവറ്റ കൊള്ളമുതൽ ശേഖരിച്ചുവ ച്ചിരിക്കുന്നതായി ഗ്രാമം വിശ്വസിച്ചു.

പത്ത് നൂറു വർഷം മുമ്പത്തെ തലമുറയിൽ ഉൾപ്പെട്ട ചിലർ അവിടെ നിധികുംഭങ്ങൾ തേടി അലഞ്ഞതായും കേട്ടിരുന്നു. അവരിൽ മിക്ക വരും താഴ്വരയിലെ വീടുകളിലേക്ക് തിരിച്ചെത്തിയത് മുഴുഭ്രാന്തു മായാണ്. അവരുടെ പിൻഗാമികൾക്ക് ആ മല കയറാൻ ധൈര്യ മുണ്ടായില്ല.

ഇടയന്മാർ അന്നും ഇന്നും കുന്നിന്റെ തെക്കേതാഴ്വാരത്ത് ആടു കളെ മേയ്ക്കാറുണ്ട്. ആടുകൾ കൂട്ടംതെറ്റി കുന്നിൻ മുകളിലേക്ക് ഓടിപ്പോയാൽ ആരും അവയെ തിരിച്ചെത്തിക്കാൻ ഉത്സാഹിക്കാ റില്ല. കീഴ്പ്പെടുത്തിയ മനുഷ്യരുടെ കുടലിൽ തീക്കനൽ നിറയ്ക്കും. ഹതഭാഗ്യരായ കപ്പലോട്ടക്കാർ വെപ്രാളപ്പെട്ട് ഇഞ്ചിഞ്ചായി മരി ക്കുന്നത് ആസ്വദിക്കുകയായിരുന്നു കൊള്ളക്കാരുടെ ഇഷ്ടവിനോദം. തൊലിയുരിച്ചു വൃത്തിയാക്കിയ തലയോട്ടികളിൽ ചുടുചോര ഒഴിച്ച് പാനംചെയ്യുന്നതും അവരെ രസിപ്പിച്ചിരുന്നു. തീക്കനലിൽ ചൂടാ ക്കിയായിരുന്നു രക്തപാനമെന്നും ഈരടികളിലുണ്ട്.

പർവ്വതത്തിന്റെ പല ഭാഗങ്ങളിലും ദ്രവിക്കാത്ത തുടയെല്ലും നെഞ്ചിൻകൂടും ചിതറിക്കിടപ്പുണ്ടെന്നാണ് സംസാരം. ദിക്കുതെറ്റി ഗ്രാമത്തിലെത്തിയ ചില മുസാഫിറു*കൾ അവിടെ പാതിവെട്ടി പാനത്തിനായി ഉപയോഗിച്ച പഴകിയ തലയോട്ടികൾ കണ്ടതായി ഗ്രാമത്തലവനെ അറിയിച്ചിരുന്നു.

പർവ്വതത്തിന് മുകളിൽ കയറിയ ചില സഞ്ചാരികൾ ദിവസങ്ങ ളോളം പനിപിടിച്ചു കിടന്ന ശേഷമാണ് ദേശാടനം തുടർന്നതെന്നും ചിലരെക്കുറിച്ച് ഒന്നും കേട്ടില്ലെന്നും ഗ്രാമീണരുടെ വാമൊഴികളി ലുണ്ട്.

ഞങ്ങളുടെ പിതാമഹന്മാരുടെ കാലത്തായിരുന്നു ഭീതിജനിപ്പി ക്കുന്ന അത്തരം കഥകളെല്ലാം ആളുകൾ ഗൗരവപൂർവ്വം ചർച്ച ചെയ്തത്. ഇന്ന് ആ മലമുകളിൽ അവശേഷിക്കുന്നത് ഏതാനും പാറക്കെട്ടുകളും കൊടുങ്കാറ്റിലും നിശ്ചലമായി കിടക്കുന്ന മണൽ ത്തിട്ടയുമാണ്.

കാറ്റേറ്റ് അറ്റംകൂർത്ത പാറക്കെട്ടിന്റെ തെക്കുള്ള ചെറിയ മാളത്തി ലൂടെ ഊർന്നിറങ്ങിയാൽ പുതിയൊരു ലോകത്തെത്തുമെന്ന് പഴ മക്കാർ വിശ്വസിച്ചു.

ജീവിച്ചിരിക്കുന്ന ഓരോ സഖ്യക്കാരനും അത്തരം കഥകളെല്ലാം ഇന്നും യാഥാർത്ഥ്യങ്ങളേക്കാൾ പ്രിയപ്പെട്ടവയാണ്. താഴോട്ട് എത്തുന്തോറും വീതികൂടിവരുന്ന മുനിയറയോടു സാദൃശ്യമുള്ള താണ് പാറക്കെട്ടിന്റെ ഉൾഭാഗം. സൂക്ഷിച്ചിറങ്ങണം, കാലൊന്നു തെറ്റിയാൽ പിന്നെ ദേഹം ചിന്നിച്ചിതറും.

സൂര്യൻ ഉച്ചിയിലെത്തുമ്പോൾ, വേലിയേറ്റത്തിൽ കടൽവെള്ളം

പാറയ്ക്കിടയിലെ തുരങ്കങ്ങളിലേക്ക് ഇരച്ചുകയറുന്ന ശബ്ദം ഏത് ധീരനെയും അന്ധാളിപ്പിക്കും.
കുറച്ചുകൂടി ഇറങ്ങിയാൽ ചുണ്ടുകളിൽ ഉപ്പുരസം പടരും. വീണ്ടും താഴോട്ടു ചെന്നാൽ അടിത്തട്ടുകാണാത്ത നീലജലാശയം ദൃശ്യമാവും. ആ കടൽക്കാഴ്ച ആർക്കും മറക്കാനാവില്ല. കൂട്ടംതെറ്റി മലമുകളിലെത്തുന്ന ഏകാകികളുടെ പ്രധാന ആകർഷണം അതു മാത്രമായിരുന്നില്ല.
കട്ടപിടിച്ച ഇരുട്ടിലും നിലാവുപെയ്യുന്ന ഒരു ഗുഹയുണ്ട് പാറക്കെട്ടിനിടയിൽ. അതിനകത്തെ എണ്ണമറ്റ പൊത്തുകളിൽ മലകയറിയെത്തുന്ന ഓരോ മനുഷ്യന്റെയും മരണ നിമിഷം രേഖപ്പെടുത്തിയിരുന്നു. ചെന്നെത്തുന്നവർക്ക് സ്വന്തം ആയുസ്സ് കൊത്തിയ പൊത്തിന്റെ അടപ്പല്ലേ തുറക്കാനാവൂവെന്നതും അത്ഭുതം തന്നെ.
മരിക്കാൻ അൻപതു വർഷം.
മുപ്പതു വർഷം.
ഒരു ദിവസം.
ഒരു പകലോ രാത്രിയോ മാത്രം...
ഗുഹയുടെ ഇരുണ്ട ഉൾഭാഗത്ത് മരണം സമീപിക്കാറായ കുറേ ആളുകൾ ഉറക്കത്തിലാണ്ടു കിടന്നു. മരിക്കുന്നവരുടെ ദേഹങ്ങൾ ഗുഹയിൽ എത്തുന്നവർ താങ്ങിയെടുത്തു പർവ്വതത്തിന്റെ ഏറ്റവും ഉയർന്ന ഭാഗത്തെ പൊത്തിലൂടെ നീലിമയാർന്ന കടലിൽ തള്ളും. ദേഹം വീഴുന്നതും നോറ്റിരിക്കുന്ന സ്രാവുകൾ മുകൾപരപ്പിലേക്കു കുതിച്ചെത്തും. ഭീമാകാരന്മാരായ കൊമ്പൻസ്രാവുകൾ വാപിളർത്തി ചൂടാറാത്ത മനുഷ്യമാംസം ആർത്തിയോടെ വെട്ടിവിഴുങ്ങും. മനുഷ്യമാംസത്തിനായുള്ള സ്രാവിൻകൂട്ടത്തിന്റെ പരാക്രമം ഞൊടിയിടയിൽ അവസാനിക്കും.
മാംസം വെട്ടിച്ചീന്താൻ സ്രാവുകൾ പ്രകടിപ്പിക്കുന്ന പരക്കംപാച്ചിൽ കണ്ടുനില്ക്കാനാവില്ല. കടലിൽ കലരുന്ന ചോര വെപ്രാളത്തോടെ പാനംചെയ്യുന്നതും ഹൃദയത്തെ നടുക്കും. നിമിഷങ്ങൾക്കകം തുടയെല്ലും വാരിയെല്ലുമെല്ലാം അങ്ങിങ്ങ് പറ്റിപ്പിടിച്ച മാംസത്തുണ്ടുകളുമായി താഴുമ്പോൾ കുഞ്ഞുസ്രാവുകൾ മൂർച്ചയേറിയ പല്ലിനാൽ ചുരണ്ടിയെടുക്കാൻ പിന്നാലെ ഓടും. സ്രാവിൻ കുഞ്ഞുങ്ങളും ഉപേക്ഷിക്കുന്നതോടെ ചെറുമീനുകൾ തത്രപ്പെട്ട് ആഴ്ന്നുപോകുന്ന അസ്ഥിക്കൊപ്പം കൂട്ടമായി അടിത്തട്ടിലേക്കു ഊളിയിടും.

കടൽക്കരയിൽ ഇരുന്നു സയ്യയുടെ ഐതിഹ്യങ്ങൾ അയവിറക്കവേ എവിടെ നിന്നോ ആദ്യത്തെ കോഴി കൂവി. പിന്നെ സമീപത്തെ കാറ്റാടിക്കാട്ടിലിരുന്ന ഒരു കാക്ക പ്രഭാതമായോയെന്ന് കോഴിയോട് വിളിച്ചു ചോദിച്ചു. കാത്തിരുന്നപോലെ കാക്കകൾ പലഭാഗത്തു നിന്നും കരയാൻ തുടങ്ങി. അധികം വൈകാതെ അതൊരു കോറ

സായി രൂപാന്തരപ്പെട്ടു.

ഉദയത്തിനു മുമ്പുള്ള രക്തച്ഛവി ആകാശത്തിൽ അലിഞ്ഞുതീരുന്നത് യൂസുഫ് സെക്കർ വേദനയോടെ നോക്കി. ദീർഘദൂരം സഞ്ചരിച്ച് തീറ്റതേടുന്ന പറവക്കൂട്ടം ശരംപോലെ വടക്കോട്ട് കുതിച്ചു. കിഴക്കൻദിക്കിലെ തെങ്ങിൻകൂട്ടങ്ങൾക്കു പിറകിൽനിന്നു ഉദയകിരണങ്ങൾ എത്തിനോക്കി.

എല്ലാ ദിവസവും അവയെല്ലാം സംഭവിക്കുന്നതാണെന്ന് മനസ്സ് ഓർമ്മപ്പെടുത്തിയിട്ടും ആ കാഴ്ചയോട് തോന്നിയ ഇഷ്ടം ഒട്ടും കുറഞ്ഞില്ല.

അരയാഴിയിൽ വീണ ചന്ദ്രബിംബം സാവധാനം അപ്രത്യക്ഷമായി. അരയാഴിയിലെ കുഴഞ്ഞ പൂഴിക്കടിയിലാണ് ചന്ദ്രബിംബം പോയൊളിച്ചതെന്ന് ഓരോ തവണയും ആ പ്രതിഭാസത്തിന് സാക്ഷിയാകവേ സംശയിച്ചിരുന്നു.

---

* യാത്രക്കാരൻ

പതിനാറ്

സ്വപ്നത്തുടർച്ചയെ യമനിക്കാറ്റ് ഭേദിച്ചു.

ജരാനരകൾ കൂടൊരുക്കിയ ദീർഘാകാരത്തെ തറയിൽ ഉറപ്പിച്ചു നിർത്തി കട്ടിലിൽനിന്നു എഴുന്നേറ്റു.

കടൽക്കരയോട് ചേർന്ന വാടകമുറിയിൽ ഒറ്റയ്ക്കായിട്ട് കാലമെത്രയായി. മേല്ക്കൂരയിലെ ദ്രവിച്ചഓലകളുടെ പഴുതിലൂടെ പടിഞ്ഞാറോട്ട് കണ്ണയച്ചു.

പഞ്ചാരമണൽ അതിരിടുന്ന കര, പിന്നെ ചക്രവാളത്തോളം പരന്നുകിടക്കുന്ന നീലക്കടൽ. കോണുകളിൽ ചുവപ്പുരാശി പടർന്ന കണ്ണുകളിലേക്ക് ഓടിയണയുന്ന യമനിക്കാറ്റുകളെ മിഴികൾ പരമാവധി വിടർത്തി ആർത്തിയോടെ നോക്കി. മൺകലത്തിലെ തണുത്ത ജലം കാവ*ക്കപ്പിലേക്കു ഒഴിച്ച് ദാഹമകറ്റി. കപ്പ് പഴയപടി വെച്ച് കിടക്കയിൽ ഇരുന്നു.

മൂളുന്നകാറ്റ് ഉറങ്ങാനേ അനുവദിച്ചില്ല. വെള്ളമുണ്ടും ബനിയനും ഉൾപ്പെട്ട രാവസ്ത്രത്തിനു മുകളിൽ കന്തുറ വലിച്ചിട്ടു. അറ്റം മടങ്ങിയ മുട്ടൻഷൂസ് ധരിച്ച്, യമനി ഗായകൻ അലി അബ്ബാസ് സമ്മാനിച്ച ഊന്നുവടിയിൽ അരുമയോടെ ദേഹം താങ്ങി വീടിനു പുറത്തേക്കിറങ്ങി.

ഏതാനും വാര അകലെ അറബിക്കടൽ ഇരമ്പുന്നു. അലിഫും ബാവും താവും... കപ്പലോട്ടക്കാലത്തു സയറിലെ ഓത്തുപള്ളിയിൽനിന്ന് കേട്ട അറബി അക്ഷരമാലയുടെ ആദ്യഭാഗം ചെവിയിൽ മൂളുന്നു. കറുത്തുണങ്ങിയ ഓത്തുപള്ളിയിലെ കുട്ടികളുടെ രൂപം വീണ്ടും തെളിഞ്ഞു. ജാഗ്രതയോടെ ശ്രദ്ധിച്ചപ്പോൾ ചെവിക്കരികിൽ യമനിക്കാറ്റ് തുടരെ മുത്തമിടുന്നത് അറിയാനായി, ഒരു സ്വപ്ന

സാക്ഷാൽക്കാരം പോലെ...
തെക്കേകടൽപ്പാലം സഹതാപത്തോടെ എന്നെ നോക്കി, കണ്ടി ല്ലെന്ന ഭാവത്തിൽ മുന്നോട്ടുനീങ്ങി. എന്നെപ്പോലെ പാലത്തിനും അക്കരയ്ക്കു നീളാൻ കൊതിയുണ്ടാവും. വർഷമെത്ര കടന്നുപോയിരിക്കാം അത്തരം ഒരു ആഗ്രഹവുമായി കടൽപ്പാലം കഴിയാൻ തുടങ്ങിയിട്ട്. പത്തേമാരികൾ ഏറ്റിവന്ന ഈത്തപ്പഴം ഉൾപ്പെട്ട ചരക്കുകൾ ചുമന്ന ക്ഷീണത്തിലാവാം ക്രെയിനുകൾ.
പാലത്തിന്റെ കാലുകളിലൊന്നിൽ ദേഹംചാരി. താഴെ വീണ ഈന്തപ്പനയോലത്തുണ്ടുകൾ ഒന്നൊന്നായി പെറുക്കിയെടുത്ത് വലം കൈയിൽ മുറുകെപ്പിടിച്ചു. കഴിഞ്ഞ ദിവസം പുറംകടലിൽ കണ്ട കൂറ്റൻ പത്തേമാരി സഊദി-യമൻ അതിർത്തിയിൽനിന്നാണ് എത്തിയതെന്നു ചരക്കിറക്കിന് നേതൃത്വം നല്കുന്ന മൂപ്പൻ പറഞ്ഞിരുന്നു. കൈക്കുമ്പിളിൽ ഞെരിഞ്ഞമരുന്ന ഈന്തപ്പനയോലയിൽ ഭ്രാന്തമായി ചുംബിച്ചു.
മധുവിധു രാവുകൾ എന്നിൽ നിറഞ്ഞു. സിരകളിൽ ആവേശം അണപൊട്ടി. മധുവിധു തീരുംമുമ്പേ തനിച്ചാക്കി മടങ്ങിയ പ്രിയതമ മാടിവിളിച്ചു. ഞരമ്പുകളെ ത്രസിപ്പിച്ച ആവേശം ആവിയായി. ചുട്ടുപൊള്ളിയ നെറ്റിത്തടവും പടപടാ മിടിച്ച നെഞ്ചിൻകൂടും നേരിയ തീക്കാറ്റ് പുറന്തള്ളിയ കക്ഷവും വലിഞ്ഞുപൊട്ടിയേക്കുമെന്നു തോന്നിച്ച തുടയിടുക്കുമെല്ലാം മഞ്ഞുകാല പുലർച്ചകളിലെ ഇരുമ്പഴി കണക്കേയായി. ഇതൾവിരിയുന്ന യമനിക്കാഴ്ചകൾക്കെല്ലാം അര നൂറ്റാണ്ടിലധികം പഴക്കമുണ്ടെന്നത് ഉൾക്കൊള്ളാനാവുന്നില്ല. കടൽപ്പാലത്തിന്റെ കാലിൽ തളർന്നപേശികൾ ഒന്നുകൂടി ചേർന്നുനിന്നു.
വെള്ളെഴുത്ത് ബാധിച്ച ഇടുങ്ങിയ കണ്ണുകൾ വലിച്ചടച്ച് ധ്യാനത്തിലേക്കോ, ഉറക്കത്തിന്റെ ആഴങ്ങളിലേക്കോ ആ നിമിഷം ആണ്ടുപോയി. രാവിന്റെ അവസാന യാമങ്ങളിൽ കരയിലേക്കു കുതിച്ചു കയറിയ യമനിക്കാറ്റിനൊപ്പം കാല്ക്കൽ ഈത്തപ്പഴം തുരുതുരെ വീഴാൻ തുടങ്ങി. അവ മുട്ടോളം ഉയരത്തിലാണിപ്പോൾ...
അതും ഒരു സ്വപ്നമായിരുന്നോ.
നിദ്രാമോഹത്താൽ അടഞ്ഞ കണ്ണുകൾ പ്രത്യാശയോടെ തുറന്നു. തൊട്ടടുത്ത് മണ്ണിൽ പുതഞ്ഞ ഒരു ഈത്തപ്പഴം. സ്വപ്നക്കൂമ്പാരത്തിൽനിന്ന് വഴുതിവീണതാവാം. ആ മധുരക്കനി കൈനീട്ടി എടുത്തു. തലയിലെ യമനിക്കെട്ടഴിച്ച് ശ്രദ്ധാപൂർവ്വം തുടച്ച് മണൽത്തരി മുക്തമാക്കി. ഗർഭപാത്രത്തിൽനിന്ന് പുറത്തെത്തിയ നവജാതശിശുവിനെ കഴുകിത്തുടയ്ക്കുന്ന സൂക്ഷ്മതയോടെ...
നുരഞ്ഞുപതയുന്ന ഓർമ്മകൾക്കിടയിൽ ഈത്തപ്പഴം ഉമിനീരിൽ മുങ്ങി. ദന്തനിരകളിൽ രുചികണങ്ങൾ പൊടിഞ്ഞു. പിതാവിന്റെ തോട്ടത്തിലെ ഈത്തപ്പഴത്തിന് സമാനമായ രുചി.

ഈന്തനകൾക്കിടയിൽ ഒച്ചവയ്ക്കുന്ന കൂട്ടുകാരെയും നീരുറവയ്ക്കരുകിൽ ചിലച്ചുകൊണ്ടുനീങ്ങുന്ന പക്ഷികളെയും ഞാൻ ആർത്തിയോടെ നോക്കി. നീലാകാശം പ്രതിബംബിക്കുന്ന കടലിൽ കാറ്റു സൃഷ്ടിക്കുന്ന എണ്ണമറ്റ ഓളങ്ങൾ മാത്രം. എത്ര ശ്രമിച്ചിട്ടും എനിക്ക് അതൊന്നും ഉൾക്കൊള്ളാനെ സാധിച്ചില്ല.

---

* അറബികൾ നിരന്തരം കുടിക്കുന്ന ചൂടുള്ള പാനീയം

പതിനേഴ്

യൂസുഫ് സെക്കറിന്റെ കുറിപ്പുകളിൽ സത്യവും മിഥ്യയും വേർതിരിക്കുന്ന കാണാച്ചരട് എവിടെയാവുമെന്ന് അക്ബർ അത്ഭുതത്തോടെ പരതി. വല്യുപ്പ പറഞ്ഞ കഥകളും യൂസുഫ് സെക്കർ കോറിയിട്ട വരികളുമെല്ലാം ഇഴപിരിക്കാൻ ശ്രമിക്കുന്തോറും കൂടുതൽ കെട്ടുപിണയുന്നു.

'കടലിരമ്പങ്ങൾക്കിടയിൽ അക്കരെയുള്ള സ്വന്തം ഗ്രാമത്തിന്റെ സ്പന്ദനം എനിക്ക് തിരിച്ചറിയാനാവുമായിരുന്നു.

ജന്മഗ്രാമമായ സയ്യയെ ഹൃദയതാളത്തിൽനിന്നു ഒരിക്കലും മാറ്റി നിർത്താനാവില്ല. തീരത്തുനിന്ന് അല്പം ഉള്ളിലേക്ക് മാറിയായിരുന്നു. പാറക്കെട്ടുകൾ അതിരായുള്ള ഞങ്ങളുടെ ഗ്രാമം.

റോമിന്റെയും ഗ്രീസിന്റെയും സ്പെയിനിന്റെയും ഈജിപ്തിന്റെയും തീരങ്ങളിലേക്ക് സുഗന്ധമുള്ള പത്തേമാരികൾ അതിശീഘ്രം ഓടിപ്പോയതിന് കോഴിക്കോടിനൊപ്പം എന്റെ ഗ്രാമമായ സയ്യയും സാക്ഷിയായിരുന്നു. കോഴിക്കോട്ട് കടൽ പ്രക്ഷുബ്ധമാവാൻ തുടങ്ങുന്ന വർഷകാലത്തിനുമുമ്പായിരുന്നു പടിഞ്ഞാറൻ ചക്രവാളത്തിലേക്കുള്ള ആ യാത്രകൾ. വയനാടൻ കുരുമുളകും ഏലവും ചുക്കും പാണ്ട്യാലയിൽ സംഭരിക്കുകയും കാറ്റിന്റെ ഗതിക്കൊത്ത് യമനിലെ ഗുദാമുകളിലേക്ക് കയറ്റിവിടുകയും ചെയ്യുന്ന തിരക്കുപിടിച്ച കാലം.

ആദ്യകാലത്ത് കപ്പിത്താന്റെ വേഷവും ഞാൻ കെട്ടിയിരുന്നു.

മലബാർത്തീരത്ത് കാറ്റും മഴയും സംഹാരനൃത്തമാടുമ്പോൾ യമനിലെ ഗുദാമുകൾക്കു പുറത്തെ തുറസ്സിൽ കുരുമുളകും ചുക്കും ഏലവും ആഴ്ചകൾ നീണ്ട കപ്പൽയാത്രക്കൊടുവിൽ ഉണങ്ങുന്നു

ണ്ടാവും. കൊടുംചൂടിൽ ലക്കുംലഗാനുമില്ലാതെ മരുഭൂമിയിലൂടെ വെയിൽമണംപേറി കാറ്റ് ഓടിനടക്കും. മരുഭൂമി മുഴുക്കെ ആ ദിനങ്ങളിൽ മലയാളക്കരയുടെ ഗന്ധം അവ ഏറ്റിക്കൊണ്ടുപോകും. വെയിലേറ്റ ഉല്പന്നങ്ങൾ അരുമയോടെ മരപ്പത്തായങ്ങളിൽ നിറയ്ക്കും. മണിക്കൂറുകൾക്ക് ശേഷവും ഇളംചൂടാവും മരപ്പത്തായങ്ങൾക്ക്. ആഴ്ചകൾ പിന്നിട്ടാലും ചുക്കിന്റെയും ഏലത്തിന്റെയും വയനാടൻ മഞ്ഞളിന്റെയും കുരുമുളകിന്റെയും സമ്മിശ്രഗന്ധം ഗുദാമിനെ പൊതിഞ്ഞുനില്ക്കും.

രണ്ടാഴ്ച നീളുന്ന വിശ്രമത്തിനും യാത്രയ്ക്കുള്ള തയ്യാറെടുപ്പുകൾക്കും ശേഷമാവും ഉല്പന്നങ്ങൾ വിറ്റഴിക്കാനായി യമനി സുഹൃത്തുക്കളിൽ ചിലരുമായി പടിഞ്ഞാറോട്ടു പത്തേമാരിയിൽ പുറപ്പെടുക...

വായിച്ച താളുകൾ അയവിറക്കി അക്ബർ ചിന്തയിലാണ്ടു. യൂസുഫ് സെക്കറിനെക്കുറിച്ചുള്ള നോവൽ പൂർണ്ണമാവാൻ സ്വന്തം ഭാവനയ്ക്കൊപ്പം വല്യുപ്പ പറഞ്ഞ കാര്യങ്ങളും അൻവറും ചേരുവയാക്കിയേക്കും.

ഏത് രീതിയിലാവും അവൻ യൂസുഫ് സെക്കറിനെ നോവലിലേക്ക് ആവാഹിക്കുക.

അവൻ എഴുതുന്ന നോവലിന്റെ ആദ്യഭാഗങ്ങൾ പൂർത്തിയാവുമ്പോൾ ഉള്ളിൽ നിറഞ്ഞ എഴുത്തു സങ്കല്പങ്ങളിൽനിന്നു എത്ര കടലിന്റെ ദൂരം കാണും?

അയാൾ ഉൽക്കണ്ഠാകുലനായി.

പതിനെട്ട്

യമനിൽനിന്നും അലക്സാണ്ഡ്രിയയിലേക്കായിരുന്നു എന്റെ ആദ്യ കടൽയാത്ര.

വടക്കുപടിഞ്ഞാറൻ ദിശയിൽ ചെങ്കടൽ താണ്ടിയായിരുന്നു ആ പുറപ്പാട്. അച്ഛന് വയ്യാതായപ്പോൾ പത്തേമാരിയിലെ ജോലിക്കാർക്കൊപ്പം പുറപ്പെടേണ്ടിവന്നു. പാറക്കെട്ടിൽനിന്നു കടലിലേക്ക് ഇരുമ്പ് തൂണുകളിൽ നിർമ്മിച്ച 14 മീറ്റർ നീളമുള്ള ഒരു പാലത്തിലേക്കായിരുന്നു അച്ഛന്റെ വിശ്വസ്തരായ ജോലിക്കാർ എന്നെ നയിച്ചത്.

കരയോട് ചേർന്ന പാറയിൽനിന്നു പാലത്തിലേക്ക് കയറവേ ആഴത്തിൽ തിരമാലകൾ കയർക്കുന്ന കടൽ കണ്ടു. അവർക്കൊപ്പം ഈന്തപ്പനത്തടികൾ പാകിയ, ചഞ്ചാടുന്ന പാലത്തിലൂടെ നടന്നതിനെക്കുറിച്ച് ഓർത്താൽ ഇന്നും ദേഹം അടിമുടി വിറയ്ക്കും. രണ്ട് അടിയോളം വീതിയിൽ കുത്തനെ ഇറങ്ങിപ്പോവുന്ന കൈവരിയില്ലാത്ത ഒന്ന്.

പാലം അവസാനിക്കുന്നതിന്റെ രണ്ടുമീറ്ററോളം പിന്നിലായിരുന്നു ഒടുവിലത്തെ ഇരുമ്പുതൂൺ. പത്തേമാരിയിലേക്ക് കയറിപ്പറ്റാനായി പാലത്തിന്റെ അറ്റത്തെത്തിയപ്പോൾ ഈന്തപ്പനപ്പലകകൾ ആടിയുലഞ്ഞു. ഞങ്ങളുടെ ഭാരത്താൽ പൊട്ടിവീഴുമോയെന്നും ഭയന്നു. ഒപ്പമുള്ളവരുടെ മുഖത്ത് യാത്രയോടുള്ള അഭിനിവേശം മാത്രമേ കണ്ടുള്ളൂ. ആ മുഖങ്ങൾ നാളുകളോളം എന്റെയുള്ളിൽ കറങ്ങിനടന്നു.

"ആദ്യ തവണയല്ലെ, സാരമാക്കേണ്ട..."

ജോലിക്കാരിൽ ഒരാളായ താലിബ് അദ്നാൻ ചിരിയോടെ ആശ്വ

സിപ്പിച്ചു.
അവന്റെ മഞ്ഞച്ചപല്ലുകൾ പുറത്തേക്കുതള്ളി. ഒരു പാവത്താനാണെങ്കിലും ചിരിക്കുമ്പോൾ ആ മുഖം തീർത്തും വികൃതമാവും. നേരിയകയറിൽ തൂങ്ങി ഓരോരുത്തരായി പത്തേമാരിയിലേക്ക് ഇറങ്ങി. മുറിപ്പാലത്തിന്റെ അറ്റത്ത് മരണഭയവുമായി അനേക സംവത്സരങ്ങൾ നിന്നപോലെ.
കൈകൾ ഭയത്താൽ വിറയാർന്നു. കയർക്കോണിയിൽ പിടിച്ചതും തീരെ ഭാരമില്ലാതായപോലെ...
വൈതരണികൾ നീന്തിക്കയറി ഒരിക്കലും കേമനായ കപ്പലോട്ടക്കാരനാവാനാകില്ലെന്ന് മനസ്സ് മന്ത്രിച്ചു. എന്റെ സങ്കല്പത്തിലെ യാത്രാപഥങ്ങൾ സുന്ദരവും മുല്ലപ്പൂ വാരിവിതറിയതിന് സമാനവുമായിരുന്നു. ലോഞ്ചിലേക്കുള്ള കയറിന്റെ അറ്റം രണ്ടു പേർ ഇളകാതെ മുറുകെ പിടിച്ചിട്ടും കാലെടുത്തുവച്ചപ്പോഴേക്കും വഴുതി. കയർക്കോണി ഇടയ്ക്കൊന്ന് പിരിഞ്ഞു. ഏണിയിൽ തൂങ്ങിനില്ക്കുന്ന നിലയിൽ അല്പനിമിഷം താഴെ കടൽമാത്രം. ജോലിക്കാരിൽ ആരുടെയോ തൊണ്ടയിൽ ആർത്തനാദം മുറിഞ്ഞു. അവരുടെ ദൃഢനിശ്ചയത്താൽ കോണി പഴയപടിയായി. ആറു പടികളേ ഉണ്ടായിരുന്നുള്ളൂവെങ്കിലും ലോഞ്ചുയാത്രയുടെ ആ നടുക്കം ഇന്നും ഹൃദയത്തിലുണ്ട്.
പാറക്കെട്ടിന്റെ അടിഭാഗത്ത് ചുവന്ന ഞണ്ടുകളെ കൂട്ടമായി കണ്ടതും ഓർക്കുന്നു. വെള്ളത്തിനോട് ചേർന്ന ഭാഗത്തായിരുന്നു അവ ദേശീയ ഗാനത്തിനെന്നപോലെ അണിനിരന്നത്. അന്നുവരെ കണ്ട ഞണ്ടുകൾക്കൊന്നും അത്ര വലിപ്പമുണ്ടായിരുന്നില്ല. ഭയത്താൽ എന്റെ കൃഷ്ണമണി പൂർവ്വാധികം വിടർന്നതിനാൽ തോന്നിയതുമാവാം.
പാമ്പുകൾ പാറയുടെ വിടവിൽ ചുരുണ്ട് കിടന്നിരുന്നു. ചുരുട്ടിവെച്ച കയറുപോലെ.
ആഴംകൂടിയ ഭാഗത്തായിരുന്നു ഗോത്രത്തലവന്മാരിൽ ആരോ ഒരാൾ പാലം പണിതത്. സാമാന്യം വലിയ പത്തേമാരികൾക്കും പായക്കപ്പലിനും സുഗമായി ആ ഭാഗത്ത് അടുക്കാൻ കഴിയുമായിരുന്നു.

പത്തൊൻപത്

പത്തേമാരിയിൽ എത്തിയിട്ടും നെഞ്ചിടിപ്പ് പൂർവ്വസ്ഥിതിയിലാവാൻ കുറേ നേരമെടുത്തു

രക്തയോട്ടം മന്ദീഭവിച്ച ദേഹം നല്ലപോലെ വിളറിയിരുന്നു. നാഡിമിടിപ്പ് താഴ്ന്നു. ഉപ്പും പഞ്ചസാരയും ചേർത്ത വെള്ളത്തിൽ പച്ചമരുന്നുകൾ ചതച്ചിട്ട് ജോലിക്കാർ നിർബ്ബന്ധിച്ച് കുടിപ്പിച്ചു.

ആദ്യ കവിൾ ശക്തിയോടെ ഛർദ്ദിച്ചെങ്കിലും പിന്നീട് അതുണ്ടായില്ല. കാറ്റും വെളിച്ചവുമുള്ളിടത്ത് അവർ ഉടുപ്പൂരിക്കിടത്തി. ദേഹത്ത് അടിവസ്ത്രം മാത്രം. മലർന്നുകിടക്കവേ ചുറ്റും കണ്ണോടിച്ചു. യാത്രയ്ക്കുള്ള തയ്യാറെടുപ്പുകളുമായി ജോലിക്കാർ തിരക്കിലാണ്. അല്പം കഴിഞ്ഞിരിക്കണം കാഴ്ചകൾ മങ്ങി. സയ്യയിലെ മണൽപ്പുറത്ത് കാറ്റേറ്റ് കിടക്കുന്ന അവസ്ഥ. കാറ്റിന് സുഖകരമായ കുളിര്.

പത്തേമാരിയുടെ കടകടാ ശബ്ദമാണ് ഉണർത്തിയത്. ക്ഷീണംമാറിയിരുന്നു. കാവ നിറച്ച ഒരു കൂജയും കപ്പും താലിബ് മുമ്പിലെത്തിച്ചു. കുരുമുളകും ഇഞ്ചിയും ഇടിച്ചുചേർത്ത ആ കാവയ്ക്ക് നല്ല രുചിയായിരുന്നു.

ആ ദ്രാവകം അകത്തേക്ക് എത്തിയതോടെ ഉന്മേഷം തിരിച്ചുകിട്ടി. തീരത്തുനിന്നു കടലിന്റെ ഉൾഭാഗത്തേക്ക് പത്തേമാരി നീങ്ങി. ഞങ്ങൾ പുറപ്പെട്ട മുറിപ്പാലം നോക്കിനില്ക്കേ ചെറുതായി ചെറുതായി വന്നു. പിന്നെ മുടിനാരിഴയായി കാഴ്ചയിൽനിന്നു മറഞ്ഞു. പാറക്കെട്ടും കണ്ണിൽനിന്നു മറഞ്ഞതോടെ ആ ഭാഗം നീലപുതച്ചു. ലോഞ്ചിന് കിഴക്ക് സൂര്യന്റെ വെള്ളിശോഭ. കുറച്ചുകൂടി സഞ്ചരിച്ചിരിക്കണം, ആകാശം പക്ഷികളാൽ മൂടപ്പെട്ടു. ആയിരക്കണക്കിന്

പക്ഷികൾ അതിവേഗം ഞങ്ങൾക്ക് നേരെ പറന്നടുത്തു.
ചുറ്റും അനന്തമായ കടൽ.
എവിടെ നിന്നാവും ഇത്രയും പക്ഷികൾ എത്തിയിരിക്കുക. ഞങ്ങൾ പുറപ്പെട്ട ദിശ ലക്ഷ്യമാക്കിയാണ് അവയുടെ കുതിപ്പ്. പത്തേമാരിക്കു മുകളിൽ ഇരുൾപരന്നു. പത്തു മിനിറ്റോളം പക്ഷിക്കൂട്ടത്തിന്റെ പ്രയാണം ഞങ്ങൾക്കും ആകാശത്തിനുമിടയിൽ നിഴൽവിരിച്ചു.
നനഞ്ഞതൂവലുകളുടെ ഗന്ധം ഞങ്ങളെ പൊതിഞ്ഞു. ആദ്യം പറന്നത് വെളുത്തപക്ഷികളായിരുന്നെങ്കിൽ പിന്നീട് നീല, മഞ്ഞ... മറ്റനേകം വർണ്ണങ്ങളും പിന്തുടർന്നു. പക്ഷിക്കൂട്ടം മറഞ്ഞതോടെ മത്സ്യങ്ങൾ പുളയ്ക്കാൻ തുടങ്ങി. പക്ഷികളുടെ കാഷ്ഠവും തീറ്റയുടെ അവശിഷ്ടങ്ങളുമാണ് മത്സ്യങ്ങളെ ആകർഷിച്ചത്. അവ ജലോപരിതലത്തിൽ തിമിർക്കുന്നു.
പത്തേമാരിയുടെ പിന്നിൽ കാഴ്ചയുടെ മറ്റൊരു വിസ്മയം–നോക്കെത്താവുന്നിടത്തെല്ലാം മത്സ്യങ്ങൾ, വെള്ളത്തിലാണ് അവയെന്ന് വിശ്വസിക്കാൻ പ്രയാസം. കുത്തിമറിയുമ്പോൾ തൂവെള്ളനിറമാർന്ന അടിവയർ സൂര്യകിരണങ്ങളേറ്റ് തിളങ്ങി. ബക്കറ്റിൽ കുബ്ബൂസിന്റെ തുണ്ടുകളുമായി ജഅഫർ യൂനുസ് എത്തി.
എന്തിനെന്ന് സംശയിച്ചെങ്കിലും പിറകെ എട്ട് പത്ത് ചൂണ്ടലുകളുമായി താലിബ് വന്നു. കുതിർത്തി ഉരുട്ടിയെടുത്ത കുബ്ബൂസ് തുണ്ടുകൾ ചൂണ്ടയിൽ കൊരുത്തു. ആ ജോലി പത്തുപതിനഞ്ച് മിനിറ്റ് നീണ്ടു. ചൂണ്ട മുങ്ങേണ്ട താമസം മത്സ്യങ്ങൾ പത്തേമാരിയിലേക്ക് ചൂണ്ടക്കയറിൽ തൂങ്ങിയെത്തി. പത്തു മിനിറ്റിനുള്ളിൽ മത്സ്യങ്ങൾ കുന്നുകൂടി.
പിടയ്ക്കുന്ന മത്സ്യങ്ങളെ നോവിക്കാതെ ജഅ്ഫറും താലിബും ചൂണ്ടലിൽനിന്നു വേർപ്പെടുത്തി. പത്തേമാരിയുടെ അടിത്തട്ടിലെ വലിയ ടാങ്കിൽ മത്സ്യങ്ങൾ പുളയ്ക്കുന്ന ശബ്ദം കേട്ടുകൊണ്ടിരുന്നു.
കാറ്റിന് അന്നുവരെ പരിചിതമല്ലാത്ത രൂക്ഷഗന്ധം. ആഴക്കടലിലൂടെ നീങ്ങുമ്പോൾ ഛർദ്ദി വിടാതെ പിടികൂടി. ഓരോ ഓക്കാനത്തിലും കണ്ണുകൾ പുറത്തേക്ക് തള്ളി. താലിബ് നിർബ്ബന്ധിച്ച് കുടിപ്പിച്ച കഷായക്കൂട്ട് ആ അവസ്ഥയെ മറികടക്കാൻ സഹായിച്ചു.
നീലിമയാർന്ന കടൽ.
നൃത്തംചെയ്യുന്ന ഡോൾഫിനുകൾ, പത്തേമാരിയിൽ വാലിട്ടടിച്ച് പ്രതിഷേധിക്കുന്ന കൊമ്പൻസ്രാവുകൾ.
കൂട്ടത്തോടെ വട്ടമിടുന്ന വെളുത്ത കടൽക്കാക്കകൾ...

ഇരുപത്

അമ്മായിയുടെ കരിനീല മിഴികളോടായിരുന്നു എനിക്ക് ആദ്യമായി പ്രണയം തോന്നിയത്.

പത്തുവയസ്സായിട്ടും അവർ നെഞ്ചോടുചേർത്തായിരുന്നു ഉറക്കിയത്. പിതാവിന്റെ മുത്തച്ഛന്മാരായ കപ്പലോട്ടക്കാരെക്കുറിച്ചുള്ള നിറംപിടിപ്പിച്ച കഥകൾ അവർ വിവരിക്കുമ്പോൾ നീലച്ഛവി പടർന്ന കണ്ണുകളുടെ പ്രഭ പാരമ്യത്തിലെത്തും.

പുഴയിലും തോട്ടിലും ചെരിഞ്ഞുകിടന്ന് വികൃതി ഒപ്പിക്കുന്ന പരൽമീനുകളുടെ വശങ്ങളിലെ തിളക്കമാണ് ആ കണ്ണുകൾക്കെന്ന് കോഴിക്കോട്ടെ വാസത്തിന് ശേഷം തോന്നിയിട്ടുണ്ട്.

ആ തിളക്കം മിഴിചിമ്മാതെ നിശ്ചലം നോക്കിയപ്പോഴാവാം എന്നിൽ ആദ്യമായി പ്രണയം നാമ്പെടുത്തത്. കരകാണാക്കടലിൽ തിരമാലകളെ അതിജീവിച്ച് പിതാവ് സഞ്ചരിച്ചിരുന്ന കാലത്താവണം ഉമ്മയില്ലാത്തതിന്റെ സങ്കടം ലഘൂകരിക്കാൻ അമ്മായി കഥയുടെ ഖജനാവ് തുറന്നിരിക്കുക.

ചില രാവുകളിൽ അമ്മായി എന്തെല്ലാമോ പുലമ്പുകയും ശക്തമായി ദേഹത്തോടു ചേർത്തു ഞെരിക്കുന്നതും അനുഭവിച്ചിട്ടുണ്ട്. രാവിനെ ഭേദിച്ച് മരുക്കാട്ടിലേക്ക് ഓടിമറയുന്ന അമ്മായിയുടെ കൂർക്കംവലിയും വാരിയെല്ലുകൾക്കിടയിൽനിന്നു ഇഴഞ്ഞെത്തുന്ന നേർത്ത വേദനയുമാവും കണ്ണുതുറക്കുമ്പോൾ ബാക്കിയാവുക.

ഉടയാത്ത വലിയമുലകൾ പുതപ്പിനും ഉടുപ്പിനും പുറത്ത് രാവിന് കാവൽനില്ക്കും. അമ്മായിയുടെ ചുണ്ടുകളേക്കാൾ ചുവന്നതായിരുന്നു മുലഞെട്ടുകൾ. ചില രാവുകളിൽ കാലിൽ ചേർന്നുപിണയുന്ന ആ കാലുകൾക്ക് പനിച്ചൂടാവും. എപ്പോഴായിരുന്നു അവർ

തൊട്ടമുറിയിലെ പതുപതുത്തമെത്തയിൽ തനിച്ചുകിടത്തി പാട്ടു പാടി ഉറക്കാൻ ആരംഭിച്ചത്.
പിതാവിനൊപ്പം സയ്യ വിട്ട് പാറി നടക്കാൻ കൊതിച്ച കാലത്തെ ഒരു വേനൽരാവിലായിരുന്നു എന്നിൽ പ്രണയം മൊട്ടിട്ടത്. ആയിശ ഉബൈദിയുടെ പാട്ട് ആദ്യമായി കേട്ടത് അന്നായിരുന്നു. അവളുടെ പാട്ടിന്റെ വരികളോ, അവയിൽ ഒളിഞ്ഞിരിക്കുന്ന ജീവിതവീക്ഷണമോ ആയിരുന്നില്ല പ്രണയമായി നിറഞ്ഞത്.
ആ ശബ്ദം ആ രാത്രി മുഴുവൻ ചെവിയിൽ മൂളിക്കൊണ്ടേയിരുന്നു. എപ്പോഴോ അവസാനിച്ച ആ സ്വരമാധുരി രാവു പുലരുവോളം ചെവിയിൽ മുഴങ്ങിയത് എങ്ങനെ. ആ പാട്ട് ദിവസങ്ങളോളം കേട്ടു കൊണ്ടിരുന്നു. ഉറക്കംപുല്കാത്ത അകക്കണ്ണിൽ അവളുടെ രൂപം ഉറച്ചുപോയിരുന്നു. ശ്വാസം അകത്തേക്കു വലിക്കുമ്പോൾ അവളുടെ മുഴുത്തമുലകൾ ഓളങ്ങളെപ്പോലെ ഉയർന്നുതാഴുന്നതും...
അന്ന് സയ്യയിൽ ശൈഖ് ഇസ്മയീൽ ഹയ്യ ബനൂത്തയുടെ ജന്മദിനാഘോഷം നടന്നിരുന്നു. ഹയ്യ ബനൂത്തയുടെ നൂറ്റിതൊണ്ണൂറ്റിനാലാം ജന്മദിനം. എല്ലാവർഷവും ശൈഖിന്റെ ജന്മദിനം കെങ്കേമമായി ഗ്രാമം ആഘോഷിക്കാറുണ്ട്. ഹയ്യ ബനൂത്തയുടെ കാവലിലാണ് ഗ്രാമത്തിന്റെ രക്ഷയും ഐശ്വര്യവും കുടികൊള്ളുന്നതെന്ന് സയ്യയുടെ സന്തതിപരമ്പരകൾ വിശ്വസിക്കുന്നു.
ആഘോഷദിനത്തിൽ ഗ്രാമീണഭവനങ്ങൾക്കിടയിലെ മണൽ വഴികളെല്ലാം പെൺകൊടിമാർ തൂത്തുവൃത്തിയാക്കും. ചെറുപ്പക്കാർ ഈന്തപ്പനയോലകളാൽ ചമയങ്ങളൊരുക്കും.
കാർമൂടിയ മാനം. ചൂളംകുത്തി പായുന്ന മരുക്കാറ്റ് ദൂരേക്കെങ്ങോ പോയതിനാലാണ് പെൺകൊടികൾക്ക് മുറ്റം തൂക്കേണ്ടിവന്നത്. പൂർവ്വികരിൽ ഏതോ ഒരു സുന്ദരിയാവണം കാറ്റിനെ പ്രണയിച്ചതും വഴി തൂത്തുവരേണ്ട ഉത്തരവാദിത്വം അവനിൽ കെട്ടിവെച്ചതും.
ആയിശയുടെ സ്വപ്നങ്ങൾക്ക് സയ്യയുടെ പുറമ്പോക്കുകളുമായിപ്പോലും ബന്ധമുണ്ടായിരുന്നില്ല. ധാരാളം ഒട്ടകങ്ങൾ സ്വന്തമായുള്ള ധനാഢ്യനെ അവൾ വരാനായി ആഗ്രഹിച്ചില്ല. സുന്ദരനും മിതഭാഷിയുമായ ഒരു യുവാവ് തന്നെ മോഹിച്ച് ഒട്ടകപ്പുറത്തേറി ബന്ധുക്കൾക്കരുകിൽ വന്നുനില്ക്കുന്നത് കിനാക്കണ്ടില്ല.
നിലാവുപെയ്യുന്ന നിശബ്ദരാവിൻ പ്രിയനൊപ്പം ഒട്ടകപ്പുറത്തേറി മരുഭൂമിയുടെ കാണാമറയത്ത് മഞ്ഞിൽ പുണർന്നുറങ്ങുന്നതും കാട്ടുമുയലുകളെ തേടി രാവുവെളുക്കുവോളം അലയുന്നതും സ്വപ്നത്തിന്റെ പ്രാന്തങ്ങളിൽപ്പോലും ഇടംപിടിച്ചില്ല.
ഹൃദയത്തിന്റെ അടിത്തട്ടിൽ, കാലങ്ങളായി സ്വരൂക്കൂട്ടിയ വാക്കും വരികളും അക്ഷരങ്ങളായി തന്റെ കൈപ്പടയിൽ പകർത്തപ്പെടുന്ന ധന്യനിമിഷം മാത്രമായിരുന്നു അവളിൽ എല്ലായ്പ്പോഴും നിറഞ്ഞ സ്വപ്നം. പ്രിയമുള്ള വാക്കും വരിയും എഴുത്താണിയാൽ ശ്രദ്ധ

യോടെ കുറിക്കുന്നതും അവയ്ക്കുമേൽ അരുമയോടെ തലോടുന്നതും സങ്കല്പിച്ചപ്പോൾ അവൾക്ക് രോമാഞ്ചമുണ്ടായി. കാൽവിരലുകളുടെ അറ്റവും മൂക്കിൻതുമ്പും മുലഞെട്ടും ആലസ്യംവിട്ടുണർന്നു.

പല രാത്രികളിലും ഉയരംകൂടിയ കറുത്തകുതിരകളുടെ കുളമ്പടിശബ്ദം ചെവിയിൽ നിറഞ്ഞു. കുളമ്പടിക്കൊപ്പം മണിയൊച്ചയും ആയിശ വേറിട്ടുകേട്ടു. ഈന്തപ്പനയോലകളാൽ വേർതിരിക്കപ്പെട്ട ശയ്യാഗൃഹത്തിലേക്ക് മരുവഴി താണ്ടിയാണ് ശബ്ദങ്ങൾ എത്തിയത്. ദേഹമാസകലം പുതപ്പിട്ട ഒരാൾ കുതിരയെ മരുക്കാട്ടിൽ മേയാൻ വിട്ട് ശയ്യാഗൃഹത്തിലേക്ക് വന്നു. ഓരോ രാത്രിയും അയാൾ തുടർച്ചയായെത്തി. പാതിരാവിൽ മുലകൾ ചൂടുപിടിക്കുവോളം തഴുകിയാണ് അക്ഷരരഹസ്യം ഹൃദയതന്ത്രികളിലേക്ക് ചേർത്തുവച്ചത്. മനസ്സും ശരീരവും അനുഭവിച്ച കോരിത്തരിപ്പിൽ മാതളഅല്ലിയുടെ നിറമുള്ള മുലഞെട്ടുകൾ ഉണർന്നെഴുന്നേറ്റ് പറന്നേക്കുമോയെന്നു ആയിശ ഭയന്നു.

നിലാവില്ലാത്ത പതിമൂന്നു രാത്രികളിൽ മുഖമില്ലാത്ത അയാൾ ആയിശ ഉബൈദിയെ അക്ഷരങ്ങൾക്കൊപ്പം നടത്തി. മരുഭൂമിയിൽ നിലാവ് പെയ്യാൻ തുടങ്ങുമ്പോഴേക്കും അയാൾ ഓർമ്മയായി. അക്ഷരരഹസ്യങ്ങൾ കൈമാറി പിൻവാങ്ങുമ്പോഴേക്കും അവളുടെ ഹൃദയത്തിൽ വേരിറക്കിയ അക്ഷരങ്ങൾക്ക് വീർപ്പുമുട്ടാൻ തുടങ്ങി. അവ വാക്കും വരികളുമായി പറക്കാൻ ആഗ്രഹിച്ചു.

ചൂടും തണുപ്പും കാറ്റും ഹാജരില്ലാത്ത നേരത്ത് മരുഭൂമിയിൽ ഞങ്ങൾ തനിച്ച് കണ്ടുമുട്ടിയപ്പോഴാണ് അവൾ ഇതെല്ലാം എന്നിലേക്ക് പകർന്നത്. കൺകോണിൽ പറ്റിനിന്ന പ്രണയനാമ്പുകൾ അടർത്തവേ ആയിശയിൽനിന്നു ദീർഘനിശ്വാസം ഉതിർന്നു.

അവളെ പിന്നീട് കണ്ടതേയില്ല.

ഇരുപത്തി ഒന്ന്

ജീവിതത്തിൽ ഒരിക്കലും കാലത്തെ ഞാൻ ഓർത്തുവെച്ചിട്ടില്ല. അതൊരു ആവശ്യമാണെന്ന് തോന്നിയിട്ടുമില്ല. കാലം എന്റേയോ, നിങ്ങളുടേയോ സ്വന്തമല്ല.
കാലം ഓടിമറയുന്നതിന് കാണികളാവേണ്ടതിനായാണ് ഈ ഭൂമിയിലെ സർവ്വചരാചരങ്ങളും സൃഷ്ടിക്കപ്പെട്ടതെന്ന് ചിലപ്പോൾ തോന്നും.
ഒരു ലാവാ പ്രവാഹംപോലെ ജീവിതം.
അരയാൽമരത്തിന്റെ വേരുകളുടെ തത്രപ്പെട്ടുള്ള സഞ്ചാരംപോലെ, എങ്ങും പടരാൻ അത് വെമ്പുന്നു.
ഇലകൾ വിടരുമ്പോഴും കൊഴിയുമ്പോഴും എത്രയോ ജനിമൃതികൾ സംഭവിക്കുന്നു. മനുഷ്യൻ ഉൾപ്പെടെ ഒട്ടനേകം ജന്മങ്ങൾ പിറവിയെടുത്ത് മൃതിയെ പുണരുമ്പോഴും കാലം ആർക്കുവേണ്ടിയും കാത്തുനില്ക്കുന്നില്ല.
നിങ്ങളുടെ ജീവിതം യൗവനയുക്തവും മനസ്സ് പ്രേമ സുരഭിലവുമാവുമ്പോഴും കാലം ഓടുകയാവും. ഉഷ്ണത്താൽ ശ്വാസംമുട്ടുന്ന രാത്രികൾക്ക് ആശ്വാസമേകി തണുത്ത കാറ്റുകളെ ഒന്നിനു പിറകിൽ ഒന്നായി സർവ്വശക്തൻ അയക്കുമ്പോഴും കാലചക്രം തെല്ലും വിശ്രമിക്കുന്നില്ല.
പ്രിയതമയ്ക്കൊപ്പം മരുഭൂമിയുടെ വിജനതയിൽ നിങ്ങൾ ഒറ്റപ്പെടുമ്പോഴും മരുപ്പച്ചയെക്കുറിച്ചു ദാഹാർത്തരായി ചിന്തിക്കുമ്പോഴും അവളുടെ കണ്ണിൽ കണ്ണുടക്കി കുറച്ചു നിമിഷം കാലം നിശ്ചലമായെങ്കിലെന്നു ദൈവങ്ങളോട് ഉള്ളുരുകി പ്രാർത്ഥിക്കുമ്പോഴുമെല്ലാം കറക്കം തുടർന്നുകൊണ്ടിരിക്കും.

സന്തോഷം ജീവിതത്തെ പൊതിയുന്ന നേരത്ത് കാലം കടന്നു പോകുക പ്രകാശത്തേക്കാൾ വേഗത്തിലാവും. ദുരിതങ്ങളും ദുരന്തങ്ങളും മഹാമാരിയായി ജീവിതത്തിലേക്ക് പെയ്തിറങ്ങുമ്പോൾ കാലം അത്യുഷ്ണവുമായി നിങ്ങൾക്കരികിലൂടെ പോകുക വേച്ചും മുടന്തിയുമാവും.
ദുരിതകാലം ഒരിക്കലും വിട്ടകലില്ലെന്ന തോന്നലാവും ആ അവസ്ഥയിൽ ഹൃദയം നിറയെ. പറമ്പിന്റെ കാണാമറയത്തേക്കോ, കടൽജലത്തിന്റെ നീലിച്ച ഓളപ്പെടപ്പിലോ, മണൽക്കാടിന്റെ വിജനതയിലോ കെട്ടകാലം അപ്രത്യക്ഷമായാലും തിരിച്ചുവരുമെന്ന ഭയം ബാക്കിയാവും.

തിരക്കുപിടിച്ച കപ്പലോട്ടത്തിനും ആത്മാവിൽ നിറഞ്ഞ കച്ചവടചിന്തകൾക്കും ഇടയിൽ യൂസുഫ് സെക്കറിന് തത്ത്വജ്ഞാനിയാവാനും സാധിച്ചോയെന്ന് അൻവർ റഷീദ് കൊച്ചുസീതി അത്ഭുതപ്പെട്ടു. ഓരോ വരിയും പിന്നിടുംന്തോറും അയാൾ കൂടുതൽ വിസ്മയിപ്പിക്കുന്നു. മിന്നലെന്നായിരുന്നില്ലേ ആ തലമുറ യൂസുഫ് സെക്കറിനെ വിശേഷിപ്പിച്ചത്. തലയിൽ അനേകം കച്ചവടക്കണക്കുകൾ എഴുതാതെ കിറുകൃത്യമായി സൂക്ഷിച്ച ഒരു മനുഷ്യനെങ്ങനെ ഇത്തരം കാര്യങ്ങളൊക്കെ ചിന്തിക്കാനായി. അറിയുന്തോറും യൂസുഫ് സെക്കർ അത്ഭുതമായി പരിണമിക്കുന്നു.

ഞാൻ ജനിക്കുമ്പോൾ സയ്യയിൽ ശൈത്യം അലിവില്ലാത്ത അവസ്ഥയിലേക്കു എത്തിയിരുന്നു. ഒരു പുൽനാമ്പിന്റെ തടസ്സംപോലുമില്ലാതെ അകത്തളങ്ങളിലേക്ക് സ്വച്ഛന്ദം പ്രവഹിക്കുന്ന അസ്ഥിയെ തുളയ്ക്കുന്ന ശൈത്യക്കാറ്റുകൾ. രാത്രികളിൽ വന്യമൃഗങ്ങളുടെ ഭീതിപ്പെടുത്തുന്ന മുരൾച്ച. അവയ്ക്കിടയിൽ തിരിച്ചറിയാവുന്നത് കുറുക്കന്മാരുടെ ഇടവിട്ടുള്ള ഓരിയിടൽ മാത്രമായിരുന്നു. രാവ് നിശബ്ദമാവുമ്പോൾ ആ ശബ്ദത്തിന് വല്ലാത്ത മുഴക്കമാവും.
രക്തംമരവിപ്പിക്കുന്ന അത്തരം രാത്രികളിൽ ഒന്നിലായിരുന്നു എന്റെ ജനനം. പതിവിലും ഭാരമുള്ള കുഞ്ഞായിരുന്നു. ഗർഭപാത്രത്തിൽനിന്നു പുറത്തുവരാൻ തെല്ലും ഉത്സാഹമില്ലായിരുന്നുവെന്നു പേറ്റിച്ചി ഹലീമ അമ്മായിയോട് പറയുന്നത് ഞാനും പല തവണ കേട്ടിരിക്കുന്നു.
സംസാരം അവസാനിപ്പിച്ചാൽ അവർ ഉച്ചത്തിൽ ചിരിക്കും. ആ ചിരിയുടെ മുഴക്കം വീടുമുഴുവൻ ഒറ്റനിമിഷത്തിനകം പരക്കും. മാതൃത്വത്തിൻ ചൂടിൽനിന്നു അടർന്നുമാറാൻ ഏതെങ്കിലും കുഞ്ഞ് ആഗ്രഹിക്കുമോ. ഒരു സമ്പൂർണ്ണജീവിതത്തിന്റെ രുചിഭേദങ്ങൾക്ക്, അനുഭൂതികൾക്ക്, സഹനങ്ങൾക്ക് എന്തിനധികം സ്ത്രീശരീരത്തിന്റെ സമസ്തരഹസ്യങ്ങൾക്കും സാക്ഷിയായുള്ള ജീവിതം. സുഖകരമായ ആ ആലസ്യത്തിൽനിന്നു പുറത്തുവരാൻ ഏത് ഗർഭ

സ്ഥശിശുവാണ് ആഗ്രഹിക്കുക.
സർവ്വശക്തിയുമെടുത്ത് ഗർഭപാത്രം പുറന്തള്ളാൻ ശ്രമിച്ചിട്ടും ഞാൻ അനങ്ങിയില്ലത്രെ. ആ രാവിന്റെ ദീർഘയാമങ്ങളിൽ തല അല്പം വെളിയിലേക്കു നീട്ടി പറ്റിനിന്നു. ചെമ്പിച്ച മുടിയിഴകൾ മാത്രമേ പേറെടുക്കാൻ വന്ന ഹലീമയ്ക്കും ബന്ധുക്കൾക്കും കാണാനായുള്ളൂ. ഗർഭപാത്രത്തെ ചവിട്ടിമെതിച്ച് ഞാൻ വളരവേ ഉമ്മയിൽ നിറഞ്ഞ പ്രതീക്ഷകൾക്ക് പതിനാലാം രാവിന്റെ മിഴിവായിരിക്കണം. മാസങ്ങളും ദിനങ്ങളും നാഴികകളും നിമിഷങ്ങളും പ്രതീക്ഷാനിർഭരമായി കടന്നുപോയ ഗർഭകാലം.
കട്ടിയുള്ള പരുത്തിത്തുണിപോലെ പച്ചയിറച്ചി സാവധാനം മുറിയവേ അവർ അനുഭവിച്ച വേദന എത്രയെന്ന് ആർക്കെങ്കിലും ഗണിക്കാനാവുമോ. സ്വന്തം ദേഹത്തുനിന്നു മറ്റൊരു ജന്മത്തെ വേർപ്പെടുത്തുമ്പോൾ ഗർഭംധരിക്കുന്ന ജീവികളെല്ലാം അനുഭവിക്കുന്ന വേദന. അതാരെങ്കിലും കുറിച്ചുവച്ചിരുന്നെങ്കിൽ ഈ ലോകത്തെ എല്ലാ കണക്കുകളേക്കാൾ വലുതാവുമായിരുന്നു, കോടികൾ പിന്നെയും കോടികൾ, കോടാനുകോടികൾ...
ആ കണക്കിന്റെ അവസാനത്തിൽ ഉത്തരമായി ലഭിക്കുന്ന സംഖ്യക്ക് എത്ര പൂജ്യമുണ്ടാവുമെന്നു ഒരാൾക്കും ഒരു കാലത്തും തിട്ടപ്പെടുത്താനാവില്ല. മനുഷ്യജന്മത്തിൽ ഒരു വർഗ്ഗത്തിനു മാത്രം ജീവിച്ചതിനു സർവ്വശക്തൻ തെളിവായി സമ്മാനിക്കുന്ന ഓർമ്മ. ഒരിക്കലും മറക്കാത്ത, അനുഭവിച്ചതിൽനിന്ന് ഒരണുപോലും ചോർന്നുപോവാത്ത ഒന്ന്.
ആ വേദനയോട് തുല്യമാവുന്ന ഒന്നും ഈ ദുനിയാവിലില്ല.
പച്ചമാംസം വിണ്ടുകീറുന്ന വേദന പുലരുന്നതുവരെ നീണ്ടുപോയി. അനന്തമായ ആ അവസ്ഥയിൽനിന്നു ഒരാശ്വാസം നല്കാൻ ആർക്കും സാദ്ധ്യമല്ലായിരുന്നു. ഞരക്കമായി ആരംഭിച്ച് തേങ്ങലായി, നിലവിളിയായി, ആർത്തനാദങ്ങളായി രൂപാന്തരപ്പെട്ട് പാതിര പിൻവാങ്ങവേ വീണ്ടും മൂളലും ഞരക്കവുമായി കീഴോട്ടിറങ്ങിപോയി.
വേദന അണപ്പല്ലുകളെ വേർപ്പെടുത്താനാവാത്തവണ്ണം കൂട്ടിച്ചേർത്തപ്പോഴും മാംസം വിണ്ടുകീറൽ നേരത്തോടുനേരം നീണ്ടു. ഈന്തപ്പനയോലയാൽ പണിത കുടിൽ ഒന്നായി ഞരങ്ങുന്നപ്പോലെ... എപ്പോഴായിരുന്നു ആ ഞരക്കം അവസാനിച്ചത്. എന്റെ ഉച്ചത്തിലുള്ള നിലവിളിയിൽ ആരും അത് ശ്രദ്ധിച്ചിരിക്കില്ല. ദേഹം നിശ്ചലമായെന്ന് സംശയിച്ചാവണം ഉമ്മയുടെ നെഞ്ചത്ത് ആരോ കുറേനേരം കൈയമർത്തിയത്. ഉമ്മയുടെ തുടകളിലെയും കണംകാലിലെയും മാംസപേശികൾ അഴിയാൻ തുടങ്ങിയിരുന്നു.
വരണ്ടുണങ്ങിയ കണ്ണുനീർതുള്ളികൾ കവിൾത്തടത്തിൽ ഒട്ടിനിന്നു, ജീവാംശമായി...

കൊഴുത്തതുപ്പൽ ഒലിച്ചിറങ്ങിയ തുറന്നവായ ആരോ അടച്ചു, ചോദ്യങ്ങൾക്കെല്ലാമുള്ള ഉത്തരംപോലെ. ദീർഘിച്ച നിശ്ശബ്ദത യെയും കടുത്ത അനിശ്ചിതത്ത്വത്തെയും എന്റെ നിലവിളി ഭേദി ക്കാൻ ശ്രമിച്ചു. കുഞ്ഞുമേഘങ്ങൾ കൂട്ടിയിടിക്കുമ്പോഴുള്ള ചെറു പ്രകമ്പനമായി ആ നിലവിളി അനുഭവപ്പെട്ടെന്ന് എഴുത്തോലക്കെ ട്ടിൽ പിതാവ് കുറിച്ചിട്ടിരുന്നു. ഈ പറയുന്ന കാര്യങ്ങളിൽ പലതും ആ കെട്ടിനുള്ളിൽ പരതിയപ്പോൾ അറിഞ്ഞവയാണ്.

ഭൂമിയിലെ കാറ്റിലേക്കും തണുപ്പിലേക്കും ഇറങ്ങിവന്ന എന്നെ അയൽവീട്ടിലെ സ്ത്രീകളോ, ബന്ധുക്കളോ ചൂടുവെള്ളത്തിൽ മുക്കിതുടയ്ക്കാനായി കൊണ്ടുപോയപ്പോഴും ഉമ്മ വെള്ളത്തിൽ കുതിർന്ന കടലാസുതാളുപോലെ ഈന്തപ്പന ചീന്തിപ്പണിത കട്ടി ലിൽ പറ്റിക്കിടന്നു.

അവരുടെ സർവ്വ സന്ധിബന്ധങ്ങളും അഴിഞ്ഞിരുന്നു. കൈകാലും കഴുത്തുമെല്ലാം നിയന്ത്രണങ്ങളേതുമില്ലാതെ മരവിപ്പിനെ ആശ്ലേ ഷിച്ചു.

മാംസത്തിൽ ചുറ്റിവരിഞ്ഞ ഞരമ്പുകളെല്ലാം ചുറ്റഴിച്ചെടുക്കാ മെന്നും അവശേഷിക്കുന്ന മാംസവും രക്തവും അസ്ഥികളും തോൽപ്പാത്രങ്ങളിൽ വാരിനിറയ്ക്കാമെന്നും ഉമ്മയെ തലോടിയ പ്പോൾ തോന്നിയതായി പിതാവ് കടുത്ത കുറ്റബോധത്തോടെ രേ ഖപ്പെടുത്തിയിട്ടുണ്ട്.

ഉമ്മയുടെ മുഖത്ത് തറഞ്ഞുനിന്നത് വാക്കുകൾക്ക് പിടിതരാത്ത ഭാവമായിരുന്നു. ശക്തമായ വേലിയേറ്റത്തിൽ കരയിലേക്കു പാഞ്ഞു കയറുന്ന തിരമാലകൾ പിൻവാങ്ങിയാൽ നിമിഷനേരം കാണുന്ന അല്പം വെള്ളം. കണ്ടുകൊണ്ടിരിക്കെ അപ്രത്യക്ഷമാവുമ്പോൾ മനസ്സിൽ നിറയുന്ന ഒരുതരം ശൂന്യത ആ നിമിഷം പിതാവിന് അനുഭവപ്പെട്ടു. തൊട്ടടുത്ത ഗ്രാമത്തിൽനിന്നുമെത്തിയ ഹക്കീം റഹ്മാനുല്ല നിരീക്ഷണം അവസാനിപ്പിച്ച് സന്ധ്യമുടവേ ഒട്ടകപ്പുറ ത്തേറി മടങ്ങുമ്പോഴും ആവർത്തിച്ചത് ഭസ്മം നല്കാനും പ്രാർത്ഥി ക്കാനുമായിരുന്നു. മരുഭൂമിയിൽ ആണ്ടുപോയ ചിരപുരാതനമായ വേരുകൾ കൊത്തിത്തറിച്ച് തിളപ്പിച്ച ദ്രാവകം ഇടവിട്ട് നല്കാൻ ഉപദേശിച്ചെങ്കിലും ആ ശബ്ദം ദുർബ്ബലവും ഉത്സാഹമറ്റതുമായി രുന്നു.

പുലരുമ്പോഴേക്കും രോഗിയുടെ മരണം സുനിശ്ചിതമെന്നു പ്രവ ചിക്കുന്ന റഹ്മാനുല്ലയുടെ വീതിയേറിയ നെറ്റിയിലെ ഞൊറികളും ചതുങ്ങുന്ന കണ്ണുകളും ഓർത്തെടുത്ത് ബന്ധുക്കൾ ആരോ ആ നിമിഷം പിതാവിനു ദുഃസൂചന നല്കിയിരുന്നതും കേട്ട കഥകളി ലുണ്ട്.

ഇരുപത്തി രണ്ട്

തലമുറകളിലൂടെ കൈമാറി വന്ന വീട്ടിപ്പെട്ടി ഞാൻ സസൂക്ഷ്മം പരിശോധിച്ചു.

പിതാമഹന്മാരുടെ ലഘുജീവചരിത്രക്കുറിപ്പ് സൂക്ഷിക്കുന്ന ആ പെട്ടി നാടുമായുള്ള ബന്ധത്തിന്റെ അവശേഷിക്കുന്ന ഏക കണ്ണിയാണെന്നു തോന്നാറുണ്ട്. കുടുംബചരിത്രവുമായി ബന്ധപ്പെട്ട ചില പ്രാചീന ഓലകളാണ് അതിൽ സൂക്ഷിച്ചിരിക്കുന്നത്.

ലിപി അറബിയായിരുന്നെങ്കിലും വരകളിലും കുറികളിലും ചിഹ്നങ്ങളിലുമുള്ള വ്യത്യാസങ്ങൾ വായനയ്ക്ക് എന്നും വെല്ലുവിളിയായി. വർത്തമാനകാലത്തെ അർത്ഥങ്ങളുമായി യോജിക്കാത്ത വാക്കുകളും ഓലകളിൽ ധാരാളമായിരുന്നു. അവ വായിച്ചെടുക്കാനുള്ള പരിശ്രമങ്ങൾ അടിക്കടി പരാജയപ്പെട്ടു.

തേഞ്ഞുപൊടിഞ്ഞ ഓലകൾ, നിറംമങ്ങിയ എഴുത്തുകൾ...

വിവിധ നാടുകളിലെ ചന്തകളുടെ ചിത്രങ്ങൾ വിശദമായി രേഖപ്പെടുത്തിയ ഓലകളായിരുന്നു വായിച്ചെടുക്കാനായതിൽ ഒരെണ്ണം. ആഫ്രിക്കൻ വനാന്തരങ്ങളിൽ വളരുന്നതും മുറിച്ചുമാറ്റാൻ ഏറെ ബുദ്ധിമുട്ടുള്ളതുമായ കാട്ടുവള്ളികളാൽ എട്ടും പത്തുമായി കൂട്ടികെട്ടിയ അടിമകളുടെ കാഴ്ചയെക്കുറിച്ച് ഒരു പിതാമഹൻ വിശദമായി എഴുതിയിരുന്നു.

കച്ചവടത്തിരക്കിൽ ആണ്ടുപോയിരുന്നില്ലെങ്കിൽ എഴുത്തിനടിയിൽ പേര് ചേർക്കാത്ത ആ പിതാമഹൻ നാടറിയുന്ന ഒരു കവിയാവുമായിരുന്നെന്നു ആ വരികൾ വായിച്ചപ്പോഴെല്ലാം തോന്നിയിരുന്നു. ദിനാന്ത്യക്കുറിപ്പുകളിൽ പലയിടത്തും നിഷ്കളങ്കത സ്ഫുരിക്കു

ന്നതും രസാവഹവുമായ നിരവധി കാര്യങ്ങൾ അവതരിപ്പിക്കുന്നുണ്ട്.

ചീറ്റിത്തെറിക്കുന്ന വെള്ളത്തിന്റെ ഓർമ്മനിറയ്ക്കുന്ന കാറ്റായിരുന്നു ആഫ്രിക്കയ്ക്കും യൂറോപ്പിനും ഇടയിലെ ആ കൊച്ചുദ്വീപിനെ വേറിട്ടുനിർത്തിയത്. ആരും അവകാശമുറപ്പിക്കാത്ത ആ തീരങ്ങൾ എന്നും പായക്കപ്പലുകളുടെയും ജോലിക്കാരുടെയും ശബ്ദങ്ങളാൽ മുഖരിതമായിരുന്നു.

ആരോ നീട്ടിവിരിച്ച ഹരിതകമ്പളംപോലെ നിലകൊണ്ട ചെറുദ്വീപ്. പച്ചപ്പിലേക്ക് ആകാശം നാലു ദിക്കിലുമായി ചാഞ്ഞുകിടക്കുന്ന കാഴ്ച ദ്വീപിനെ അതീവ സുന്ദരിയാക്കുന്നു. ആഴ്ചച്ചന്തയിലെ മുഖ്യ ഉല്പന്നം ആഫ്രിക്കൻ അടിമകളായിരുന്നു. കൈകാലുകൾ കൂട്ടിക്കെട്ടിയ നിലയിലാണ് അടിമകളെ പ്രദർശിപ്പിച്ചിരുന്നത്. മുതിർന്നവരിൽനിന്നു മാറിയായിരുന്നു കുട്ടികളെ ബന്ധിച്ചിരുന്നത്. അവരുടെ കണ്ണുകളിൽ സ്വപ്നം പൂവിട്ടതായി തോന്നിയതേയില്ല. ഒരു കാലത്തും സ്വപ്നം പൂക്കാത്ത കണ്ണുള്ള മനുഷ്യർ...

ദൈന്യജീവിതത്തിന്റെ മഥിക്കുന്ന വികാരങ്ങളൊന്നും അവയിൽ പ്രത്യക്ഷമായില്ല. കണ്ണുനീർ വറ്റിയ മിഴികൾ, തൊണ്ടയിൽനിന്നു നേരിയ ഞരക്കംപോലും പുറപ്പെടുന്നില്ല. അവർ രൂപത്താൽ മനുഷ്യരും ജീവിതംകൊണ്ട് മൃഗങ്ങളേക്കാൾ ഹതഭാഗ്യരുമായിരുന്നു. കനലെരിയുന്ന വയറുമായി വനാന്തരങ്ങളിൽ അലയവേ കെണിയിൽ കുരുക്കിയാണ് ചന്തയിൽ വില്പനക്കെത്തിക്കുന്നത്. ആജാനബാഹുക്കളായ ഒരുകൂട്ടം കരുത്തുറ്റ മനുഷ്യരാണ് കാട്ടുപോത്തിനെ വേട്ടയാടുന്ന ഉത്സാഹത്തോടെ ഇവരെ പിടികൂടുന്നത്. കെണിയിൽ അകപ്പെടുന്ന സ്ത്രീകളെ നിഷ്ഠുരമായി ബലാത്സംഗം ചെയ്യും. കുഞ്ഞുങ്ങളെ കൈകാലുകൾ ഛേദിച്ച് ഉപേക്ഷിക്കും. അവർ ഇഞ്ചിഞ്ചായി വേദനിച്ച് രക്തംവാർന്നു നിശ്ചലരാവും. അഞ്ചും എട്ടും പേരുൾപ്പെട്ട സംഘങ്ങളായാണ് തീരങ്ങളിലേക്ക് എത്തിക്കുക. വെട്ടിവീഴ്ത്തിയ മരത്തടി കൊണ്ടുപോരുന്നതിൽനിന്നു ഒട്ടും ഭിന്നമായിരുന്നില്ല ആ പ്രയാണം.

തീരത്തെത്തിക്കുന്നതിനുമുമ്പ് തൊണ്ടകൾ യാതൊരു ശബ്ദവും ഉയരാത്ത രീതിയിൽ ഇടിച്ചുപതംവരുത്തും. ശബ്ദം പൂർണ്ണമായും നഷ്ടമായെന്നു ഉറപ്പാക്കാൻ ദേഹത്ത് കാട്ടുമുള്ളുകൾ കുത്തിക്കയറ്റും. കാട്ടുചെടിയുടെ വേര് കുത്തിപ്പിഴിഞ്ഞാണ് പിന്നീട് മുറിവുണക്കുക. ഒരു പാടുപോലും അവശേഷിക്കില്ല.

പുരുഷന്മാരുടെ കാൽപ്പാദത്തിന്റെ വലിപ്പം, മാംസപേശികളുടെ ബലം, കൈപ്പത്തികളുടെ മുറുക്കം തുടങ്ങിയവ പരിശോധിച്ച് തൃപ്തരായ ശേഷമായിരുന്നു ലേലം ഉറപ്പിക്കുക. നീളംകൂടിയ കാട്ടുകമ്പുകളാൽ ഉരുട്ടി ആവശ്യക്കാർക്ക് മുമ്പിൽ അടിമകളുടെ ദേഹപുഷ്ടി പ്രദർശിപ്പിക്കും.

സ്ത്രീകളുടെ നിതംബത്തിന്റെ മാംസളതയും മുലകളുടെ മുഴുപ്പും നേരിയചൂരലാൽ അടിച്ചു കച്ചവടക്കാർ ആവശ്യക്കാരെ ആകർഷിക്കും.
മുല, നിതംബം, തുട എന്നിവയുടെ രൂപഭംഗിയെക്കുറിച്ച് വർണ്ണിക്കാൻ കവികളെയും അടിമക്കച്ചവടക്കാർ തീറ്റിപ്പോറ്റിയിരുന്നു.

ഇരുപത്തി മൂന്ന്

ഞാൻ വന്ന കാലത്ത് കോഴിക്കോട്ടെ കടൽപ്പാലങ്ങൾ സജീവമായിരുന്നു.

മറ്റു നാടുകളിൽ കണ്ട ചരക്കിറക്കാവുന്ന പാലങ്ങളിൽനിന്നു വ്യത്യസ്തമായിരുന്നു അവ. ജന്മനാടിന്റെ അതിരുകടന്നുള്ള മൂന്നാമത്തെ യാത്രയിലായിരുന്നു കോഴിക്കോട്ടെത്തിയത്. തുടർന്നുവന്ന വർഷങ്ങളിൽ സയ്യയ്ക്കും കോഴിക്കോടിനും ഇടയിൽ നിരവധി യാത്രകൾ സംഭവിച്ചു. കുറേക്കൂടി കഴിഞ്ഞാണ് കോഴിക്കോട്ട് സ്ഥിരവാസം ആരംഭിച്ചത്.

കടൽപ്പാലം അക്കരെ അറേബ്യൻ മരുഭൂമിയോളം നീണ്ടുപോവുന്നതായി സ്വപ്നം കണ്ടത് ആ നാളുകളിലായിരുന്നു. പ്രായോഗികതയുടെ കണികപോലുമില്ലാത്ത ഒരു ഭ്രാന്തൻസ്വപ്നം.

ഭൂമി കീഴ്മേൽമറിഞ്ഞാലും അത്തരം ഒന്ന് സംഭവിക്കില്ലെന്ന് എന്റെ ബോധമനസ്സിന് സുനിശ്ചിതമായിരുന്നു. ആദ്യമെല്ലാം അസാദ്ധ്യമെന്ന് വിശ്വസിച്ചെങ്കിലും മനസ്സ് അടിക്കടി പുതിയ കാരണങ്ങൾ നിരത്തി തർക്കിക്കാൻ ആരംഭിച്ചതോടെ പാലം അറബിക്കടലിന്റെ അക്കരയോളം എത്തുമെന്ന് ഞാൻ വിശ്വസിച്ചു. സകല നാഡീഞരമ്പുകളിലും ആ ചിന്ത ആവേശമായി നുരഞ്ഞു.

പാലം പണിയാൻ എത്തിയ ഇംഗ്ലീഷുകാരൻ എഞ്ചിനീയറുടേത് ദുർമ്മരണമായിരുന്നെന്ന് സ്വപ്നദർശനമുണ്ടായി. സായ്പ് മരിച്ചതിനുശേഷം ആരും പാലത്തിന്റെ പണി പുനരാരംഭിക്കാൻ മുതിർന്നില്ല.

ഭാര്യമാരായ റുബയ്യയും മിസിരിയയും വേർപിരിഞ്ഞതോടെയാണ്

ഞാൻ പാലത്തെ ഓരോ അണുവിലും പ്രണയിക്കാൻ തുടങ്ങിയത്. കടൽപ്പാലം പൂർത്തീകരിക്കാൻ പുതിയ എഞ്ചിനീയറും കരുത്തരായ തൊഴിലാളികളും എത്തുമെന്ന് അടിക്കടി സ്വപ്നംകണ്ടു. ആഴക്കടലിൽ പാലത്തിനായി കാലുറപ്പിക്കുക അസാദ്ധ്യമാണെന്ന പ്രായോഗികചിന്ത ശക്തമായതോടെ തെരപ്പംകെട്ടി യമനിലോളം പാലം പണിയാമെന്ന് ആശ്വസിച്ചു.

ഉറപ്പുള്ള കയറിൽ മൂന്നുനാലു മരത്തടികൾ വീതം കൂട്ടിക്കെട്ടി പാലത്തിന്റെ നീളം വർദ്ധിപ്പിക്കാമെന്ന ചിന്ത ശക്തമായതോടെ മനസ്സിൽ കുളിർമഴപെയ്തു. ശക്തമായ കടൽക്ഷോഭത്തിലും മരത്തടികൾ പൊങ്ങിക്കിടക്കുമെന്ന യുക്തിയാണ് എന്നെ നയിച്ചത്. നിലമ്പൂർ വനാതിർത്തിയോട് ചേർന്ന കൂപ്പിൽനിന്നു മുറിച്ചുകടത്തിയ മരത്തടികൾ പാലം നിർമ്മിക്കാനായി കല്ലായിപ്പുഴയിൽ ദീർഘകാലം സൂക്ഷിച്ചു.

ഭാവിയിൽ കുടുതൽ മരം ആവശ്യമാവുമെന്നതിനാൽ കൂപ്പു വാങ്ങി 1,97,000 തേക്കിൻ തൈകൾ നട്ടു. ഓരോ വർഷവും വേനലും മഴയും വഴിമാറുമ്പോൾ നിലമ്പൂരിൽ സന്ദർശനം നടത്തി. പുതിയ തളിരുമായി മാനംനോക്കി വളരുന്ന തൈകളെ തലോലിച്ചു.

ആ തൈകൾ വൻമരങ്ങളായി രൂപാന്തരപ്പെട്ടതോടെ പാലം പണി തീർന്നതായും കാൽനടയായി യമനിലേക്ക് പുറപ്പെട്ടതായും അടിക്കടി സ്വപ്നംകണ്ടു. സുഹൃത്ത് ഹാജി അലി വലിയുല്ലയോടായിരുന്നു പാലത്തിനായുള്ള എന്റെ പദ്ധതികൾ വിശദീകരിച്ചത്. സൂഫിയായ ആ പണ്ഡിതൻ എന്നെ ഒരിക്കലും നിരുത്സാഹപ്പെടുത്തിയില്ല.

കാലം നീളവേ സത്യം സുവ്യക്തമാവുമെന്ന് അദ്ദേഹം ചിന്തിച്ചിരിക്കാം.

എണ്ണമറ്റ രാവുകളിൽ ആ കടൽപ്പാലത്തെ പുണർന്ന് നേരംവെളുപ്പിച്ചിട്ടുണ്ട്. ആർക്കും അത് കാണാനായില്ലെന്ന് മാത്രം. അമാവാസി രാവുകളിൽ കടൽപ്പാലം മാടിവിളിക്കുമായിരുന്നു. ആ വിളിക്കൊപ്പം പുറപ്പെട്ട രാത്രികളിൽ പാലം സുദീർഘമായി സംസാരിച്ചിട്ടുമുണ്ട്. കാലുകൾ മണലിൽ പൂണ്ടു പോയില്ലായിരുന്നെങ്കിൽ തരിമ്പും മാറ്റുകുറയാതെ എന്റെ സ്വപ്നം സാക്ഷാൽക്കരിക്കുമെന്ന് ഓരോ തവണയും ആശ്വസിപ്പിച്ചു.

പാലം എനിക്കായി തുറന്നിട്ട കാഴ്ചകൾക്ക് ഞാൻ അനുഭവിച്ച ജീവിതവുമായി സാമ്യമുണ്ടായിരുന്നില്ല.

രാവിന്റെ മറവിൽ ഹിജഡകളും ആൺവേശ്യകളും ശല്യപ്പെടുത്തുന്നതായി നിരവധി തവണ പരാതിപ്പെട്ടിട്ടുണ്ട്. സ്ത്രീശബ്ദത്തിൽ സംസാരിക്കുകയും പ്രേമലീലകളിൽ ആണ്ടുമുങ്ങുകയും ചെയ്യുന്ന കൗമാരക്കാരെ സഹിക്കാനാവില്ലത്രെ. ഇരുപത്തിയഞ്ചും മുപ്പതും വയസ്സുള്ള ആൺവേശ്യകളുടെ ആക്രോശങ്ങളും നിർവൃതിയുടെ

നിശ്വാസങ്ങളും ഓടിപ്പോകാൻ പ്രേരിപ്പിക്കുമെന്നും പറഞ്ഞിട്ടുണ്ട്. പകൽവെളിച്ചത്തിൽ വെള്ളക്കുപ്പായമിട്ട് അത്തറുപൂശി നിസ്കാരത്തഴമ്പുമായി പോകുന്നവരെ കാണുമ്പോൾ ചിരിയടക്കാനാവില്ല. സമൂഹത്തിന്റെ മുഴുവൻ ആദരവും ഏറ്റുവാങ്ങി ജീവിക്കുന്ന ഒരുപാട് മാന്യന്മാർ രാത്രിയിൽ അവിടേക്ക് എത്തുമായിരുന്നു. പാലം വിളിക്കുന്നതായി തോന്നിയ രാവുകളിൽ ജാഗ്രതയോടെ ഇരുളിൽ മറഞ്ഞിരുന്നപ്പോൾ കേട്ടത് സത്യമാണെന്നറിഞ്ഞു.

പുതയുന്ന പൂഴിയിൽ നിവർത്തിവിരിച്ച കള്ളിത്തുണിയിൽ കെട്ടിമറിയുന്ന മാന്യന്മാർ ഇണചേരുന്ന പാമ്പുകളെ ഓർമ്മിപ്പിച്ചു. അവരിൽ പലരും വിവിധ ആവശ്യങ്ങൾക്കായി പകൽ എന്റെ പാണ്ട്യാലയിലും എത്തിയിരുന്നു. മദ്യത്തിനും മയക്കുമരുന്നിനും സമാനമായ ആസക്തിയാണ് ആണിനോടുള്ള ഇഷ്ടത്തിലും നിറയുന്നതെന്ന് പാലം അടക്കിയ ശബ്ദത്തിൽ എന്നോട് പറയുമായിരുന്നു. ഒരുകാലത്തും ആ പ്രണയത്തെ കൈവിടാനാവില്ലെന്നും നൂറ്റാണ്ടുകളായി മൂകസാക്ഷിയാവുന്ന പാലം ബോദ്ധ്യപ്പെടുത്താൻ ശ്രമിച്ചു.

കാമം ശമിപ്പിക്കാൻ സ്ത്രീയെ പ്രാപിക്കുന്നത് സമൂഹത്തിലെ ഒരു വിഭാഗത്തിന് കൊടിയപാപമാണ്. കൗമാരക്കാരോടുള്ള ലൈംഗികാസക്തിയെ വഷളത്തരമായി ഗണിക്കുമെങ്കിലും പാപമായി മുദ്രകുത്തില്ലെന്ന് പലരും അടക്കിയസ്വരത്തിൽ പറയാറുണ്ട്.

ആരിൽ നിന്നായിരുന്നു ആ ശീലം കോഴിക്കോട്ടേക്ക് ചേക്കേറിയത്?

എന്റെ നാട്ടുകാരിൽനിന്നോ, ഞങ്ങളുടെ പൂർവ്വികർക്ക് ശേഷം കോഴിക്കോട്ടേക്ക് എത്തിയ വെള്ളക്കാരിൽനിന്നോ ആവാം ആ ശീലമെത്തിയത്. ഒരുപക്ഷേ, ഇതരജീവികളിലെന്നപോലെ എല്ലാ നാടുകളിലെ മനുഷ്യരിലും ചെറുതായെങ്കിലും അത്തരമൊന്നിനോടുള്ള ഇഷ്ടം രൂഢമൂലമായിരിക്കാം.

ഇരുപത്തി നാല്

തേടി വരുന്ന സ്വപ്നങ്ങളെക്കുറിച്ചെല്ലാം ഹാജി അലി വലിയുല്ല യോട് പറയാറുണ്ട്.

ആദ്യകാലത്ത് അവയെല്ലാം എന്നോടൊപ്പം മണ്ണടിയേണ്ടതാണെന്ന് ഞാൻ വിശ്വസിച്ചു.

കാലം പിന്നീട് നല്കിയ പക്വതയോ, എന്തിനെയും നേരിടാനുള്ള ചങ്കൂറ്റമോ ആവാം അവയെ ഡയറിയിലേക്ക് പകർത്താൻ പ്രേരിപ്പിച്ചത്.

ബ്രിട്ടീഷുകാർ സ്ഥാപിച്ച കരയെ സൂചിപ്പിക്കുന്ന വെളിച്ചമാണ് യമനിൽ നിന്നുള്ള യാത്രകളിൽ കോഴിക്കോട് എത്താൻ ഞങ്ങളെ സഹായിച്ചത്. ആ വെളിച്ചം കെടാവിളക്കായി എന്നും കടൽയാത്രികർക്ക് മാർഗ്ഗദർശനം പകർന്നു. കരയിൽനിന്നു തികച്ചും വിഭിന്നമാണ് കടൽ സഞ്ചാരം. മരുഭൂമിയിലും ജലത്തിലും സഞ്ചരിക്കുന്നവർക്ക് നേരിടേണ്ടി വരിക നിമിഷം തോറും പുതുക്കപ്പെട്ടുകൊണ്ടിരിക്കുന്ന കാഴ്ചകളെയാണ്. എത്ര തവണ സഞ്ചരിച്ചാലും വഴികളെ കീഴ്പ്പെടുത്താനാവില്ല.

കര കാഴ്ചയിൽനിന്നു മറഞ്ഞാൽ ദിക്കുകൾ മാറിമറിയും. അതിരുകളില്ലാതെ പരന്നുകിടക്കുന്ന കടലിലേക്ക് ഏറെനേരം നോക്കിയാൽ ചിലപ്പോൾ സമനില തെറ്റിയെന്നും വരാം.

വടക്കുനോക്കിയന്ത്രത്തിന്റെ ദിശാനിർണ്ണയത്തെ ആശ്രയിച്ച് ഒരു സഞ്ചാരം. വെള്ളത്തിന്റെ നിറം ചിലപ്പോൾ നിമിഷംപ്രതി മാറിക്കൊണ്ടിരിക്കും. കടലിന്റെ ഗന്ധം, ഓളങ്ങളുടെ പെരുപ്പം, തിരമാലകളുടെ ഗർജ്ജനം ഇവയൊന്നും അല്പം മുമ്പ് അനുഭവിച്ചതേ ആവില്ല.

ചില പകലുകളുടെ ആരംഭം നിശ്ചലമായ കടൽക്കാഴ്ചയിലാവും. കുഞ്ഞോളങ്ങൾ ഹൃദയമിടിപ്പിന് സമാനമായി അനുഭവപ്പെടും. പൊടിമീനുകൾ ഉപരിതലത്തിൽ കൂട്ടമായി നൃത്തമാടും. ഉച്ചയായാൽ ആ കടൽക്കാഴ്ച ഓർമ്മയിൽപ്പോലും അവശേഷിക്കില്ല. കൂറ്റൻതിരമാലകൾ വാശിയോടെ പാഞ്ഞടുക്കും. അവയുടെ ഗർജ്ജനത്തിൽ ആകാശഭൂമികൾ പൊട്ടിപ്പിളർന്ന് ഇല്ലാതായേക്കുമോയെന്നു ഭയക്കും.

ഏതുനിമിഷവും എന്തും സംഭവിച്ചേക്കാമെന്ന ബോധം കപ്പിത്താനുണ്ടായിരിക്കണം. കലിതുള്ളുന്ന കടലിന് മീതെ മനുഷ്യൻ നിസ്സഹായനാണെന്ന് തിരിച്ചറിയാത്ത ഒരാൾക്കും ലക്ഷ്യത്തിലെത്താനാവില്ല. ഒരു കപ്പിത്താൻ ഒന്നിനെയും അന്ധമായി വിശ്വസിക്കയുമരുത്.

യാത്രയിൽ അത്യപൂർവ്വമായ കാഴ്ചകളും ചിലപ്പോൾ നമ്മെ കാത്തിരിക്കും. അവ മത്സ്യങ്ങളോ, നമ്മുടെ സങ്കല്പത്തിലില്ലാത്ത ജീവികളോ ആവാം. ഇരയുടെ ലഭ്യത, ജലസസ്യങ്ങളുടെ സമീപ്യം തുടങ്ങിയവ കടൽജീവികളിൽ ചിലതിനെ പ്രത്യേക മേഖലകളിൽ കഴിയാൻ പ്രേരിപ്പിക്കും.

പാറകളിലെ തുരങ്കങ്ങളിൽ സുരക്ഷിതമായി കഴിയാൻ സാധിക്കുമെന്ന സഹജമായ അറിവും ജീവികളെ സ്വാധീനിക്കും. പാറക്കൂട്ടങ്ങളിൽ ജീവിക്കുന്ന മത്സ്യങ്ങളിൽ മിക്കതും വളർത്തുമത്സ്യങ്ങളേക്കാൾ ഭംഗിയുള്ളവയാവും. പച്ച, നീല, ചുവപ്പ്, വെള്ള തുടങ്ങിയവയെ കൂട്ടമായി കാണുമ്പോൾ കുന്നിൻതലപ്പുകൾ പൂത്തുലഞ്ഞപോലെ തോന്നും.

പാറയുടെ അടിത്തട്ടിലേക്ക് പോകുംന്തോറും വലിയജീവികളാവും നമ്മെ എതിരേല്ക്കുക. ഇരുണ്ടമത്സ്യങ്ങളുടെ വാസം മിക്കപ്പോഴും അടിത്തട്ടിലാവും. കടലുകൾ താണ്ടി സഞ്ചരിക്കുന്ന ഭീമൻമത്സ്യങ്ങളിൽനിന്നു തികച്ചും വിഭിന്നമായിരിക്കും അവയുടെ സ്വഭാവം. പാറക്കെട്ടിന് ചുറ്റും ഇരതേടി സ്വന്തം ആവാസത്തിൽ കഴിയാനാവും അവയ്ക്കിഷ്ടം.

കടലിലേക്ക് എത്തിയാൽ നിരവധി ശത്രുക്കളെ നാം അഭിമുഖീകരിക്കും.

കാലാവസ്ഥ മാത്രമല്ല കൊമ്പൻസ്രാവുകൾ ഇരയും പ്രതീക്ഷിച്ച് ചിലയിടങ്ങളിൽ കാത്തുകിടക്കും. കാണുന്നതെന്തും നശിപ്പിക്കാമെന്ന ചിന്തയിലാണ് അവ കൂട്ടമായി പാഞ്ഞടുക്കുക. രാവും പകലും ബീഭത്സമായി വെള്ളംചീറ്റിയും കുത്തിമറിഞ്ഞും അവ നമ്മെ പിന്തുടരും. പത്തേമാരിയുടെ ഓരോ അണുവിലും മുഖം കൂർപ്പിച്ച് കുത്തും, വാലിട്ടടിച്ച് ഉറപ്പ് പരിശോധിക്കും. ബലക്ഷയം ബോദ്ധ്യമായാൽ കടലിൽ മുക്കിയേ അവ പിൻവാങ്ങൂ.

അത്തരം നിമിഷങ്ങളിൽ രോമകൂപങ്ങളിൽനിന്നു പൊടിയുന്ന

വിയർപ്പിന് മരണഗന്ധമാവും. ചരക്കുകൾക്കൊപ്പം സഞ്ചരിക്കുന്ന മനുഷ്യഗന്ധമാണ് അവയെ പിന്തുടരാൻ പ്രേരിപ്പിക്കുന്നത്. സയ്യയിലേക്കുള്ള സ്വപ്നങ്ങളിലൊന്നിൽപോലും ഒരൊറ്റ സ്രാവിനെയും കണ്ടതേയില്ല.

സയ്യയിലെ മരുക്കാടുകൾക്കും കടലിനും അത്ഭുതപ്പെടുത്തുന്ന സാദൃശ്യമുണ്ടെന്ന് തിരിച്ചറിയുന്നത് ആ കാലഘട്ടത്തിലാണ്. രണ്ടിടത്തും അകപ്പെട്ടാൽ ദിക്കറിയുക പ്രയാസം. കടലുമായി വേഗം ചങ്ങാത്തത്തിലാവാൻ സഹായിച്ചത് മരുക്കാടുമായുള്ള അടുപ്പമായിരുന്നു.

യമൻ യാത്രയുമായി ബന്ധപ്പെട്ട സ്വപ്നങ്ങളിലെല്ലാം പാലത്തിൽ പ്രതിബന്ധമായി നിന്നതത്രയും കൂറ്റൻ തിരമാലകളായിരുന്നു.

കടൽതാണ്ടി നടത്തിയ തുടർച്ചയായ യാത്രകളിൽ സമ്പന്നനാവാൻ ധാരാളം അവസരങ്ങളുണ്ടായിരുന്നു. കച്ചവടത്തിൽ വിജയങ്ങൾ മാത്രം തേടിയെത്തിയ കാലം. പത്തേമാരികൾ ദിശതെറ്റി കടലിൽ അലഞ്ഞില്ല, കാറ്റിലും കോളിലും ചരക്ക് നഷ്ടമായില്ല. ആ കാലം വിസ്മയിപ്പിക്കുന്നു.

സ്വപ്നമായിരുന്നോയെന്ന് ചിലപ്പോൾ സംശയിക്കും. ജീവിതസായാഹ്നത്തിൽ ദാരിദ്ര്യവും ഏകാന്തതയും മാത്രം അവശേഷിച്ചത് ആരുടെ തെറ്റ്.

ഇല്ലായ്മയുടെ നടുവിൽ നിലംപൊത്താറായ കുടിലിൽ കഴിച്ചുകൂട്ടേണ്ട അവസ്ഥ എന്തുകൊണ്ടുണ്ടായി.

ജീവിതത്തിൽ നാം അതിയായി ആഗ്രഹിക്കുന്നതെന്തോ അത് മാത്രമേ പുലരൂവെന്ന് ഹാജി അലി വലിയുല്ല പറയുമായിരുന്നു.

പുരുഷായുസ്സിൽ ഒരു സ്വപ്നമേ പൂർത്തിയാക്കാനാവൂ. ആത്യന്തികമായി ഒരാൾ ആഗ്രഹിക്കുന്ന ഒരേയൊരു സ്വപ്നം. ഭ്രാന്തമായൊരു സ്വപ്നത്തെയാണ് പിന്തുടരുന്നതെന്ന് തിരിച്ചറിയാൻ പതിറ്റാണ്ടുകൾ വേണ്ടിവന്നു. പല അറിവുകളും സർവ്വശക്തൻ ഓരോ വ്യക്തിക്കും മനസ്സിലാക്കാൻ സാധിക്കുന്ന കാലത്തേക്ക് മറച്ചുപിടിക്കുമെന്ന് ഹാജി ഇടയ്ക്കെല്ലാം ഓർമ്മിപ്പിച്ചിരുന്നു.

ഇരുപത്തി അഞ്ച്

പുഴക്കത്തെപള്ളിയിലെ ഖത്തീബാണെങ്കിലും ഹാജി അലി വലിയുല്ല ചെലവിനുള്ള പണം കണ്ടെത്തിയത് അറബികൾക്കും അങ്ങാടിയിലെ മലഞ്ചരക്ക് കച്ചവടക്കാർക്കുമിടയിലെ കണ്ണിയായാണ്.

പകൽ ഇരുളുമ്പോഴേക്കും അന്നു കിട്ടിയ തുക ചെലവഴിക്കുകയെന്നതായിരുന്നു ഹാജിയുടെ ശീലം. ആവശ്യങ്ങൾ കഴിഞ്ഞു ബാക്കിയാവുന്നത് പലർക്കായി ദാനം ചെയ്തേ വീട്ടിലേക്ക് മടങ്ങൂ.

കോഴിക്കോട്ട് എത്തിയ ഉടൻ ഹാജി അലി വലിയുല്ലയ്ക്കരുകിലേക്ക് ഒരാൾ കൊണ്ടുപോയി.

കടൽ കടന്നെത്തുന്ന അറബികളെയെല്ലാം നാട്ടുകാർ ഹാജിയുടെ സമീപത്തേക്കാണ് നയിക്കാറ്. മദ്ധ്യസ്ഥനും ദ്വിഭാഷിയുമായി അന്നേ ഹാജി അലി വലിയുല്ല പ്രശസ്തനായിരുന്നു.

പണവും സമ്പത്തും കുന്നുകൂട്ടാൻ മനുഷ്യൻ ആഗ്രഹിക്കുന്നതാണ് സകല പ്രശ്നങ്ങളുടെയും മൂലകാരണമെന്ന് ഹാജി ഇടയ്ക്കെല്ലാം ഉണർത്തും. സൂഫി ചിന്താധാരയുമായി അഭേദ്യമായി ബന്ധപ്പെട്ടതായിരുന്നു ഹാജിയുടെ നിലപാടുകൾ.

തർക്കങ്ങളിൽ ഹാജി അലി വലിയുല്ലയുടെ തീർപ്പുകളിൽ ചിലർ അതൃപ്തി പ്രകടപ്പിച്ച സന്ദർഭങ്ങളും ഉണ്ടായിട്ടുണ്ട്. അത്തരം അവസരങ്ങളിൽ പരാതിക്കാരോട് രണ്ടാഴ്ച കഴിഞ്ഞ് വരാനാവും ഉപദേശിക്കുക. അതിനിടയിൽ വിയോജിപ്പ് പ്രകടിപ്പിച്ചവർക്ക് പരിഹാരത്തിന്റെ പൊരുൾ വ്യക്തമാവും. കാലാവധിക്ക് ശേഷം പ്രശ്നം പരിഹരിക്കപ്പെട്ടില്ലെന്ന ആവലാതിയുമായി ആരും ആ ഉമ്മറത്തെത്തിയിട്ടില്ല.

ഞങ്ങൾക്കിടയിൽ സൗഹൃദം പൂക്കാൻ കാലമേറെ വേണ്ടിവന്നില്ല. പിരിയാനാവാത്ത സുഹൃത്തുക്കളായി ഞങ്ങൾ മാറിയതും പെട്ടെന്നായിരുന്നു. ഹാജിയുടെ പൂർവ്വികർ നാലഞ്ചു നൂറ്റാണ്ട് മുമ്പ് യമനിൽനിന്നു വന്നവരായിരുന്നു. പത്തേമാരികളിൽ കച്ചവടത്തിനായി കോഴിക്കോട്ടെത്തിയവർ. പിന്നീട് മെച്ചപ്പെട്ട കലാവസ്ഥയും സത്യം കൈവിടാത്ത ജനതയും അവരെ പട്ടണത്തിൽ കൂടൊരുക്കാൻ പ്രേരിപ്പിച്ചു.

കോഴിക്കോട്ട് ജീവിതം കരുപ്പിടിപ്പിക്കാൻ എന്നെ പ്രേരിപ്പിച്ചതിൽ ഹാജിയുടെ സ്വാധീനം നിർണ്ണായകമായിരുന്നു. കോഴിക്കോട്ടുകാരിയെ വിവാഹം കഴിക്കാൻ ഹാജി നിർദ്ദേശിച്ചെങ്കിലും അതുണ്ടായില്ല. ആദ്യ ഭാര്യയായ റുബയ്യ മരിച്ചപ്പോഴും രണ്ടാം ഭാര്യ മിസ്‌രിയ ഉപേക്ഷിച്ചപ്പോഴും ഹാജി അലി വലിയുല്ല നിർദ്ദേശം ആവർത്തിച്ചു.

ഭൂഖണ്ഡങ്ങൾ താണ്ടിയുള്ള എന്റെ സഞ്ചാരം ത്വരിതപ്പെട്ടത് റുബയ്യയുടെ മരണശേഷമായിരുന്നു. ഇടവേളയില്ലാത്ത സഞ്ചാരം ഏകാന്തതയെ അകറ്റിനിർത്താൻ സഹായിച്ചു. കോഴിക്കോട്ടുനിന്നു പത്തേമാരിയിൽ നിറയ്ക്കുന്ന തേയിലയും ഏലവും ചുക്കും മഞ്ഞളുമെല്ലാം യമനിൽ എത്തിക്കും. പാകത്തിന് ഉണക്കം ഉറപ്പാക്കി തരംതിരിച്ച് റോമിലും വെനീസിലും വില്ക്കാനായി പടിഞ്ഞാറോട്ട് സഞ്ചരിക്കും.

ലോകത്തെക്കുറിച്ച് സുവ്യക്തമായ അറിവുണ്ടെന്നതും ഹാജിയിലേക്ക് അടുപ്പിച്ച ഘടകമാണ്. യൂറോപ്പിനെക്കുറിച്ചും ആഫ്രിക്കയെക്കുറിച്ചും അദ്ദേഹത്തിന് ഒരു നാവികനിൽനിന്ന് ഒട്ടും കുറയാത്ത പരിജ്ഞാനമുണ്ടായിരുന്നു. ഞാൻ നഗരത്തിൽ എത്തുന്നതിനുംമുമ്പേ അദ്ദേഹം ഇടപെട്ട അറബ്-യൂറോപ്യൻ വ്യാപാരികളാവാം വിവിധ ദേശങ്ങളെക്കുറിച്ച് വിലപ്പെട്ട വിവരങ്ങൾ കൈമാറിയത്. നാവികരുമായുള്ള ദീർഘിച്ച ഇടപഴകലിലൂടെ കിനിഞ്ഞിറങ്ങി രൂപപ്പെട്ടതാവും ആഴവും പരപ്പുമുള്ള ആ ജ്ഞാനം. പുഴക്കത്തെപള്ളിയിലെ കുളക്കരയിലായിരുന്നു ഞങ്ങൾ സന്ധിച്ചിരുന്നത്.

ഇശാ നമസ്കാരം കഴിഞ്ഞ് പള്ളിപിരിയുകയും ആളുകൾ അകലുകയും ചെയ്താൽ ദീർഘനേരം ഞങ്ങൾ സംസാരിക്കും. എന്നെപ്പോലെ അദ്ദേഹവും അറിവുകൾക്ക് ജാതീയവും മതപരവുമായ അതിർത്തികൾ സൂക്ഷിച്ചിരുന്നില്ല. ഭൂമിക്ക് മുകളിൽ സംഭവിക്കുന്ന എന്തു കാര്യത്തെക്കുറിച്ചും ഞങ്ങൾ സംസാരിക്കുമായിരുന്നു. എന്റെ ജീവിതത്തിലൂടെ കടന്നുപോയ സ്ത്രീകൾവരെ ആ ചർച്ചയിൽ ഇടംപിടിച്ചിട്ടുണ്ട്. അത്തരം കാര്യങ്ങൾ സംസാരിക്കുന്നത് ഹാജി വിലക്കിയിട്ടില്ല.

റുബയ്യയുടെ മരണശേഷമായിരുന്നു വിവിധ തുറമുഖങ്ങളിലൂടെ

നീണ്ടുപോയ കടൽയാത്രയിൽ സ്ത്രീകൾ എന്നിലൂടെ ഘോഷയാത്രപോലെ കടന്നുപോയത്. അവരെ ആരെയെങ്കിലും പ്രത്യേകിച്ച് ഓർക്കേണ്ടതായി തോന്നുന്നില്ല. മലവെള്ളംപോലെ അതെല്ലാം കുത്തിയൊലിച്ചു.

മനുഷ്യൻ വിദ്യ ആർജ്ജിക്കണമെന്നതായിരുന്നു ഹാജിയുടെ ചിന്താഗതി. ജീവിതത്തിന് അടുക്കും ചിട്ടയും രൂപപ്പെടാനായി ആവിർഭവിച്ചതാണ് മതങ്ങളെന്നായിരുന്നു ഹാജി അലി വലിയുല്ലയുടെ വിശ്വാസം. മതത്തിൽ വിശ്വസിച്ചാലും ഇല്ലെങ്കിലും മനുഷ്യൻ യാതൊന്നിനെയും ദ്രോഹിക്കാതെ ജീവിക്കണമെന്ന് ഹാജി ഓർമ്മപ്പെടുത്തിയിരുന്നു.

ദൈവികമായ സ്വർഗ്ഗനരകങ്ങൾ, പ്രത്യേക മതവിശ്വാസികളെ പാർപ്പിക്കാനായി സൃഷ്ടിച്ചതാവില്ലെന്നും സർവ്വശക്തൻ ഒന്നും ഒരു വിഭാഗത്തിനു മാത്രമായി കാത്തുവച്ചിട്ടില്ലെന്നും ഹാജി അലി വലിയുല്ലയിൽനിന്നു കേൾക്കാൻ ഇടയായപ്പോഴാണ് ആ ഹൃദയത്തിന്റെ ആഴം കടലോളം വിശാലമാണെന്ന് ബോദ്ധ്യപ്പെട്ടത്.

തളിക്ഷേത്രത്തിലെ എഴുന്നള്ളത്തിന് സാമൂതിരി രാജയ്ക്കും വിശിഷ്ടവ്യക്തികൾക്കുമൊപ്പം മുൻനിരയിൽ ഹാജി അലി വലിയുല്ലയും ഇടംപിടിച്ചിരുന്നു. സമൂഹത്തെ യാഥാസ്ഥിതികത്വത്തിലേക്കും കേവലമായ ആരാധനകളിലേക്കും തളച്ചിടുന്നതിനെ ഹാജി അലി വലിയുല്ല എക്കാലവും എതിർത്തിരുന്നു. വിവിധ മതസ്ഥരും ജാതികളിൽപ്പെട്ടവരും നാസ്തികരുമെല്ലാം ഒന്നിച്ച് കഴിയണമെന്നും ഒരു സമൂഹമെന്ന നിലയിൽ ഇടകലർന്ന് സുഖവും ദുഃഖവും പങ്കിടണമെന്നും അദ്ദേഹം പ്രഭാഷണങ്ങളിൽ ഊന്നിപ്പറഞ്ഞിരുന്നു.

കോഴിക്കോട്ടങ്ങാടിയിൽനിന്നു പല മിടുക്കരും ബിലാത്തി*യിലും മറ്റു വിദൂരദേശങ്ങളിലും എത്തിപ്പെടാനും വിദ്യ അഭ്യസിച്ച് തിരിച്ചുവരാനും ഇടയാക്കിയത് അദ്ദേഹത്തിന്റെ നിർണ്ണായകമായ തീരുമാനങ്ങളും ഉറച്ച നിലപാടുകളാലുമായിരുന്നു. ഇംഗ്ലീഷ് ചെകുത്താന്റെ ഭാഷയാണെന്ന ചില പണ്ഡിതരുടെ ഫത്‌വകളെയും പ്രചാരണങ്ങളെയും ഖണ്ഡിക്കാനും അദ്ദേഹം മടിച്ചില്ല.

ഇസ്‌ലാമും ഖുർആനും കലാനുവർത്തിയായി നില്ക്കണമെങ്കിൽ അതിനെ വെളിച്ചമുള്ള മനസ്സിലേക്ക് കുടിയിരുത്തണമെന്നതായിരുന്നു ആ ചിന്തകളുടെ കാതൽ. യാഥാസ്ഥികത്വത്തിലേക്ക് മനുഷ്യനെ നയിക്കുന്നവർക്ക് ജീവിതത്തെക്കുറിച്ചോ, മതത്തെക്കുറിച്ചോ, അവ ഉദ്ഘോഷിക്കുന്ന സമാനതകളില്ലാത്ത ഏകീഭാവത്തെക്കുറിച്ചോ അറിയില്ലെന്നും ഹാജി പറയുമായിരുന്നു.

---

* ഇംഗ്ലണ്ട്.

ഇരുപത്തി ആറ്

ഏലവും കുരുമുളകും ഉൾപ്പെട്ട ചരക്കുകളുമായി യമനിലേക്ക് നടത്തിയ ആ യാത്ര ഞാൻ മറന്നിട്ടില്ല.

മഞ്ഞുകാലം അവസാനിച്ച് കടൽ ആലസ്യം വിട്ടുണരുന്നേയുള്ളൂ. തീരക്കടലിൽ തിരമാലകൾ ഇടയ്ക്ക് തിമർക്കുമെങ്കിലും പുറംകടൽ ശാന്തത കൈവിടില്ല. പത്തേമാരിയിൽ ഉല്പന്നങ്ങൾ നിറച്ചുകഴിഞ്ഞെന്ന് ഉറപ്പാക്കിയ ശേഷമാണ് പിറ്റേന്ന് പുലർച്ചെ ഞാനും സന്തതസഹചാരികളായ ആറു ജോലിക്കാരും പത്തേമാരിയിലേക്ക് തോണിയിൽ പുറപ്പെട്ടത്.*

വടക്കൻദിശയിൽ പത്തേമാരി നീങ്ങി. ശാന്തമായ കടൽ ഞങ്ങൾക്ക് ആശ്വാസമേകി. കട്ടിയുള്ള നീലച്ചില്ലുപോലെ കടൽ. ആർത്തുല്ലസിക്കുന്ന മത്സ്യങ്ങൾ, അടിയൊഴുക്കിൽ മയക്കത്തിലെന്നപോലെ നീങ്ങുന്ന ആമകൾ, എല്ലാറ്റിനും താഴെ ശരംപോലെ ഊളിയിടുന്ന കൊമ്പൻസ്രാവുകൾ. നീലയിൽ പച്ചനിറം പടർന്ന തടിച്ച ചില്ലിനുള്ളിൽ അടച്ചിട്ടപോലെയാണ് ആ കാഴ്ച എന്നിൽ തറഞ്ഞത്.

ഗുജറാത്ത് തീരംവരെ കര കാണാവുന്ന ദൂരത്തിലാണ് ഞങ്ങൾ പതിവായി സഞ്ചരിക്കുക. കോഴിക്കോട്ടുനിന്നുള്ള യാത്രയ്ക്കിടയിൽ മംഗലാപുരം, ഗോവ, മുംബൈ തുടങ്ങിയ നഗരങ്ങളെ കണ്ടുകൊണ്ടാവും യാത്ര. പിന്നീട് പാക്കടൽ ലക്ഷ്യമാക്കി വടക്കുപടിഞ്ഞാറോട്ട് ദിശ മാറ്റും.

പാക്കടൽ എക്കാലവും കടൽയാത്രികരുടെ പേടിസ്വപ്നമായിരുന്നു. നിനച്ചിരിക്കാതെയാവും കാറ്റുംകോളും രൂപപ്പെടുക. അപ്പോഴേക്കും കടലമ്മ മുഴുഭ്രാന്തിയാവും. കൂറ്റൻതിരമാലകൾ ഉഗ്രശബ്ദത്തിൽ പാഞ്ഞടുക്കും. ഒരുപാട് അത്ഭുതങ്ങൾക്കും കടലിൽ സാക്ഷിയായിട്ടുണ്ട്.

കടൽ താണ്ടാൻ ഒന്നര ദിവസം വേണം. യാത്രയ്ക്കിടയിൽ കണക്കുകൂട്ടലുകൾ തകിടം മറിയുക പാക്കടലിലെ നിഗൂഢതകളുമായി മല്ലിടേണ്ടി വരുമ്പോഴാണ്. ചില പകലുകളിൽ വെള്ളത്തിന് മുകളിൽ പറക്കുന്ന മത്സ്യക്കൂട്ടങ്ങളെ കണ്ടിട്ടുണ്ട്. കിലോമീറ്ററുകളോളം നീളത്തിലാവും മത്സ്യങ്ങൾ വെള്ളത്തിന് മുകളിൽ രണ്ടടിയോളം ഉയരത്തിൽ കുത്തിമറിയുക. കൂട്ടമായെത്തി ചാടിത്തിമർക്കുന്ന മത്സ്യങ്ങളെ റാഞ്ചിപ്പറക്കുന്ന കടൽക്കാക്കകളുടെ കാഴ്ച കൂടി പതിയുന്നതോടെ ആ ദൃശ്യത്തിന് മറ്റൊന്നിനുമില്ലാത്ത ചാരുത കൈവരും. ചില നേരങ്ങളിൽ ഡോൾഫിനുകൾ കൂട്ടമായെത്തി കടലിന് മുകളിൽ നൃത്തം ചവിട്ടും. പത്തും ഇരുപതും ഒന്നിച്ചെത്തിയാണ് ദൃശ്യവിസ്മയം ഒരുക്കുക. ഏറെനേരം കുത്തിമറിഞ്ഞ് അവ അടിത്തട്ടിലേക്ക് ഊളിയിടും. അവധിക്കാലത്ത് പുഴയിൽ തിമിർക്കുന്ന കുട്ടികളെയാണ് ആ കാഴ്ചയ്ക്ക് ഓർമ്മിപ്പിക്കുക. പത്തേമാരിക്ക് സ്വാഗതമോതുന്ന അകമ്പടിക്കാരായും അവ ചിലപ്പോൾ വേഷപ്പകർച്ച നടത്തും. ചില സ്ഥലങ്ങളിൽ മത്സ്യങ്ങൾ കൂട്ടമായി പത്തേമാരിക്ക് ചുറ്റും ഘോഷയാത്ര നടത്തും. അപ്പോൾ മത്സ്യങ്ങളുടേതായ ഒരു ലോകം രൂപപ്പെടും.

ചില പോക്കിരികൾ അതിനിടെ പല വിക്രസുകളും ഒപ്പിക്കും. ഇടയ്ക്ക് വലിയ ചില മത്സ്യങ്ങൾ വാ പൊളിച്ച് കുതിച്ചെത്തും. ആകാവുന്നിടത്തോളം ചെറുമത്സ്യങ്ങളെ വിഴുങ്ങി പെട്ടെന്ന് അടിത്തട്ടിലേക്ക് മറയും. കടൽ ധ്യാനത്തിലേക്ക് പ്രവേശിച്ചാൽ അടിത്തട്ടിലെ ആർത്തുചിരിക്കുന്ന ചെടികളും വള്ളികളും പായലുകളും ഒഴുക്കിൽ കാഴ്ചയിലേക്ക് കയറിവരും.

ആദ്യ യാത്രകൾ അവസാനിച്ചപ്പോഴാണ് ഭൂമിയുമായി കടലിന് സങ്കല്പിച്ചത്ര വ്യത്യാസമില്ലെന്ന് ബോദ്ധ്യപ്പെട്ടത്. ലഘുവായി നിർവ്വചിച്ചാൽ ഭൂമിയിൽ വെള്ളം നിറച്ചാൽ കടലായി.

കുന്നുകൾ, മലകൾ, പാറക്കെട്ടുകൾ, ഗർത്തങ്ങൾ...

കടലിൽ ഇല്ലാത്തതെന്ത്?

മനുഷ്യർക്ക് പ്രിയപ്പെട്ട സ്വർണ്ണമെന്ന ലോഹത്തിന്റെ 95 ശതമാനവും കടലിന് അടിത്തട്ടിലാണെന്നത് കൗതുകം പകർന്ന അറിവായിരുന്നു. വനാന്തരങ്ങളിൽ ചത്തൊടുങ്ങിയ ജീവികളുടെ ശേഷിപ്പുകൾ കാറ്റിലും മഴയിലും ഊർന്നിറങ്ങി ജലാശയങ്ങളിലൂടെ കുത്തിയൊലിച്ച് കടലിലെത്തുന്നു. ഒരുപക്ഷേ, പ്രയാണത്തിൽ അവ ധൂളികളായി മാറിയിട്ടുണ്ടാവാമെങ്കിലും ആത്യന്തികമായി എത്തുന്നത് കടലിലാണല്ലോ. കടലാവും പ്രപഞ്ചത്തിലെ ഏറ്റവും വലിയ ശവപ്പറമ്പ്.

തെളിഞ്ഞ വെള്ളത്തിനടിയിൽ മൃതജീവികളുടെ ഒരു ലോകം നിശ്ചലം കിടക്കുന്നുണ്ടെന്നത് ഓരോ യാത്രയിലും വിസ്മയിപ്പിച്ചു. കടൽ എന്ന അത്ഭുതത്തെ ഓർമ്മയിലേക്ക് കൊണ്ടുവരുമ്പോഴെല്ലാം ആ കാഴ്ചകളും ഒപ്പംവന്നു.

---

* ആഴക്കടൽ.

ഇരുപത്തി ഏഴ്

കടൽപ്പാലം ആടിയുലഞ്ഞു.
ഇരുളിൽ രാക്കാറ്റിൽ ഖലാസികൾ ഗാഢമായി ഉറങ്ങുന്നു. പാലത്തിന് ബലമേകാൻ ഇരുമ്പുബീമുകൾ അടിച്ചു താഴ്ത്തിയതിന്റെ ക്ഷീണത്തിലാണവർ.
കടൽക്കരയിൽ ഇരിക്കവേയാണ് കുഞ്ഞുങ്ങളെയും തോളിലേറ്റി ഒരാൾ പാലത്തെ സമീപിച്ചത്.
നിറമുള്ളപാനീയത്തിന്റെ വടുക്കൾ ആ കുട്ടികളുടെ കവിളിൽ പറ്റി നിന്നിരുന്നു. ഏഴെട്ടു വയസ്സേ ആ ബാലന്മാർക്കുള്ളൂ. വേഷവും ഭാവവും ശ്രദ്ധിച്ചപ്പോഴാണ് അയാളൊരു വെളിച്ചപ്പാടാണെന്ന് ബോദ്ധ്യപ്പെട്ടത്.
നട്ടപ്പാതിരായ്ക്ക് എവിടുന്നാവും കുട്ടികളുമായി എത്തിയിരിക്കുന്നത്. രണ്ടു ബാലന്മാരെയും വെളിച്ചപ്പാട് പാലത്തിന്റെ കാലിനരുകിലായി കിടത്തി. എന്തോ തിരഞ്ഞ് അല്പം നടക്കുകയും കരിങ്കല്ലുമായി തിരിച്ചെത്തുകയും ചെയ്തു. അല്പനേരം പരിസരം സസൂക്ഷ്മം വീക്ഷിച്ചു, അരയിലെ വാളൂരി രണ്ടു കുഞ്ഞുങ്ങളുടെയും തല വെട്ടിമാറ്റി. ഉറങ്ങുന്ന ഖലാസികളെ അല്പനേരം സൂക്ഷിച്ചുനോക്കി ഇരുൾ അതിരിടുന്ന വഴിയിലൂടെ മറഞ്ഞു.
കണ്ണുകൾ വലിച്ചുതുറന്നു, കണ്ടത് സ്വപ്നമായിരുന്നോ. ഇന്നും ആ കാഴ്ച സത്യത്തിനും മിഥ്യക്കും ഇടയിലെവിടേയോ തങ്ങി നില്പുണ്ട്. പാലത്തിന്റെ ഉറയ്ക്കാത്ത കാലുകളിൽ ബാലികാ-ബാലന്മാരുടെ രക്തം കുരുതിക്കൊടുവിൽ രാവിനെ സാക്ഷിയാക്കി ഒഴിക്കുമ്പോൾ ആഹ്ലാദിക്കുന്ന മുഖം ദീർഘകാലം എന്നെ വേട്ടയാടിയിരുന്നു. പാലത്തിന്റെ ഓരോ കാലിനെയും ബലപ്പെടുത്താൻ

എട്ടും പത്തും കുഞ്ഞുങ്ങളുടെ ചോര ഒഴിച്ചതായി കേട്ടിരുന്നു. പാണ്ടിനാട്ടിൽ നിന്നുമെത്തിയ മേൽനോട്ടക്കാരൻ കറുപ്പയ്യയും ശിങ്കിടിയായ വെളിച്ചപ്പാട് ചങ്കരനും സഹായി കമ്മുക്കുട്ടിയുമായിരുന്നു പാതിരാനേരങ്ങളിൽ മുക്കുവക്കുടിലുകളിൽ നുഴഞ്ഞുകയറി കുട്ടികളെ തട്ടിയെടുത്തത്. കറുപ്പയ്യയെയും സംഘത്തിലെ ഏഴുപേരെയും ബ്രിട്ടീഷ് സർക്കാർ കടൽപ്പാലത്തിന് സമീപം കഴുമരം ഒരുക്കി പരസ്യമായി തൂക്കിലേറ്റി. മലബാർ കലക്ടറായിരുന്ന സായ്പ് പുറപ്പെടുവിച്ച കുറ്റപത്രം വായിച്ച ശേഷമായിരുന്നു ജനമദ്ധ്യത്തിൽ ശിക്ഷ നടപ്പാക്കിയത്.

രേഖപ്പെടുത്തിയ ചരിത്രത്തിലൊന്നും അവർ ചെയ്ത ഹീനകൃത്യത്തെക്കുറിച്ച് പരാമർശമുണ്ടായില്ല. അന്ധവിശ്വാസജഡിലമായ ഇത്തരം ക്രൂരകൃത്യങ്ങൾ പൊറുക്കാനാവില്ലെന്ന മദ്രാസ് ഗവർണറുടെ ഉത്തരവ് പെരുമ്പറക്കാരൻ ചെറിയ കുഞ്ഞാണ്ടി മൂന്നാവർത്തി പൊതുജന സമക്ഷം വായിച്ചിരുന്നു. ശിക്ഷ നടപ്പായ ശേഷവും കുഞ്ഞാണ്ടി ദീർഘനേരം പെരുമ്പറ കൊട്ടി. തൂക്കിലേറ്റപ്പെട്ടവരുടെ മൃതദേഹങ്ങൾ താഴെ ഇറക്കി കിടത്തിയിട്ടും അയാൾ കൊട്ടിക്കൊണ്ടേയിരുന്നു.

ഒടുവിൽ മുറിക്കാലൻ കാല്സറായിയിട്ട, മുട്ടിനുതാഴെ പട്ടീസുകെട്ടിയ രണ്ടു പൊലീസുകാർ അയാളെ തൂക്കിയെടുത്തു നടന്നു. ചെറിയ ഒരു ഇടവേളയ്ക്ക് ശേഷം മുഴുഭ്രാന്തനായി കുഞ്ഞാണ്ടി കടപ്പുറത്തെത്തി. ആ കാഴ്ചയും കിനാവായിരുന്നുവെന്ന് വർഷങ്ങൾ ഒരുപാട് കഴിഞ്ഞിട്ടും എനിക്ക് വിശ്വാസിക്കാനാവുന്നില്ല.

എനിക്കുണ്ടായ സ്വപ്നദർശനം സംഭവിച്ചതാണെന്ന് ഹാജി അലി വലിയുല്ല പിന്നീട് സ്ഥിരീകരിച്ചു. സ്വപ്നത്തിൽ കേട്ട പേരുപോലും എങ്ങനെ കൃത്യമായി സംഭവിച്ചുവെന്നതും അത്ഭുതപ്പെടുത്തി. ജീവിതം ചികഞ്ഞാൽ സമാനമായ ഒരുപാട് സ്വപ്നദർശനങ്ങൾ എനിക്കുണ്ടായിട്ടുണ്ട്.

ഭാവിയുമായി ബന്ധപ്പെട്ട് കണ്ട സ്വപ്നങ്ങളൊന്നും പൂവണിഞ്ഞില്ല. കടൽപ്പാലം പൂർത്തിയാവുന്നതും യമനിലേക്ക് യാത്രയാവുന്നതും അനേകം തവണ ഞാൻ കണ്ടിരുന്നു.

മരപ്പാലത്തിലൂടെ നടക്കവേ കൂറ്റൻമത്സ്യങ്ങൾ കൂട്ടത്തോടെ പാലത്തിലേക്ക് തുള്ളിച്ചാടി വരും. ചില രാത്രികളിൽ കാലടികൾക്ക് ചുറ്റും മത്സ്യങ്ങൾ കുന്നുകൂടുന്നതും അനങ്ങാനാവാതെ നിസ്സഹായനാവുന്നതും അനുഭവിച്ചിട്ടുണ്ട്. അത്തരം രാവിൽ ആർത്തനാദത്തോടെയാവും ഞെട്ടിയുണരുക. അപ്പോഴെല്ലാം മത്സ്യത്തിന്റെ രൂക്ഷഗന്ധം മുറിയിൽ നിറയും.

തെളിഞ്ഞ കടൽ. ഇടയ്ക്ക് രുചിയുള്ള മത്സ്യങ്ങൾ പാലത്തിലേക്ക് കുതിച്ചുവരും. വിശപ്പ് പാരമ്യത്തിൽ എത്തുമ്പോഴാവും മത്സ്യങ്ങൾ കയറിവരിക.

ചാവേറാവാൻ പുറപ്പെട്ട മത്സ്യങ്ങളെ മുറിച്ചു വൃത്തിയാക്കി കടൽ വെള്ളത്തിൽ മുക്കി, മസാല ചേർത്ത് ഉണക്കിയായിരുന്നു ഞാൻ ഭക്ഷിച്ചത്. ചില രാവുകളിൽ ഞെട്ടിയുണരുക കൊതിപ്പിക്കുന്ന മത്സ്യത്തെ ഓർത്ത് ഉമിനീരു നിറഞ്ഞാവും. ഒരിക്കൽപോലും കണ്ടി ട്ടില്ലാത്തത്രയും അടുത്ത് കടൽ നിലകൊള്ളും.

പാലത്തിന്റെ ഭാഗമായ തേക്കിൻതടികളിൽ കുഞ്ഞോളങ്ങൾ ചാടി മറിയും. ദൂരേക്ക് ദൃഷ്ടിയുറപ്പിച്ചാൽ പാലം നേർത്ത് നേർത്ത് നീലി ച്ചജലത്തിൽ അപ്രത്യക്ഷമാവുന്നത് അനുഭവിക്കും. പതിവായി പത്തേമാരിയുമായി സഞ്ചരിച്ച വഴികളാണെങ്കിലും അന്നുവരെ കടൽ കണ്ടിരുന്നത് മിക്കപ്പോഴും നിശ്ചിത ഉയരത്തിൽ നിന്നായി രുന്നു. മരപ്പാലത്തിലൂടെയുള്ള എന്റെ യാത്രയിൽ ഓരോ അടി യിലും കടൽ കൈനീട്ടി കാലടികളെ ഇക്കിളിപ്പെടുത്തുകയും ഉമ്മ വെക്കുകയും ചെയ്തുകൊണ്ടിരുന്നു. തെരപ്പത്തിന് സമാനമായ പാലമായതിനാൽ കടലിലൂടെ നടക്കുന്ന അനുഭൂതിയായിരുന്നു.

തിരമാലകൾ ഉയരുമ്പോൾ പാലം ഉയരും. കാറ്റും കോളും കന ക്കുമ്പോൾ പാലത്തിൽ ഇറുകെ പുണർന്ന് കിടക്കും. പാലത്തിന് മുകളിൽ മീറ്ററുകളോളം വെള്ളം പൊങ്ങും. ശ്വാസംമുട്ടി ചത്തു പോവുമെന്ന് ഭയക്കും. അടുത്ത നിമിഷം ഞെട്ടിയുണരും. മുറി യിൽ മൂടിപ്പുതച്ച് കിടക്കുകയാണെന്ന് വിശ്വസിക്കാനാവില്ല. ചില രാത്രികളിൽ രാവു പുലരുവോളം ആ മതിഭ്രമം എന്നെ വിട്ടുപോ വില്ല.

ജന്മഗ്രാമത്തിലേക്ക് ചെന്നെത്താനുള്ള ആവേശത്തിൽ രാത്രിയിലും ഞാൻ നടന്നിരുന്നു. വെള്ളം നനഞ്ഞ് വഴുവഴുക്കുന്ന പാലത്തി ലൂടെ പാനീസും തൂക്കിനടക്കുമ്പോൾ ചില വിചിത്രരൂപികളുമായി കൂട്ടിമുട്ടി. ജലോപരിതലത്തിലേക്ക് കുതിച്ചെത്തി അവ കൊള്ളി യാൻപോലെ മേലോട്ട് പറന്നു. ചിലത് പറക്കുമ്പോൾ ചുറ്റും തീ പൊഴിഞ്ഞു. പിന്നെ കടൽക്കുതിരകൾ, കടലാനകൾ, മത്സ്യകന്യ കമാർ...

രാത്രികളിൽ നടന്നുതളർന്ന് പാലത്തെ പുണർന്ന് ഉറങ്ങുമ്പോൾ മത്സ്യകന്യകമാർ നനുത്ത വാലിനാൽ എന്നെ തലോടി. പേരറി യാത്ത ചില ജീവികൾ കുറേദൂരം പാലത്തിന് മുകളിലൂടെ എന്നെയും കൊണ്ട് പറന്നു.

ദീർഘിച്ച ആ യാത്ര അവസാനിക്കുന്നതോ, മണലാരണ്യത്തിൽ പാദം സ്പർശിക്കുന്നതോ സ്വപ്നത്തിൽ ഒന്നിൽപോലും കാണാ നായില്ല.

വേട്ടയാടപ്പെടുന്ന സ്വപ്നങ്ങളാൽ ഹൃദയംനൊന്ത് പകൽ മുഴുവൻ ഞാൻ നിലവിളിച്ച അവസരങ്ങളും കടന്നുപോയിട്ടുണ്ട്.

ഇരുപത്തി എട്ട്

യമനിൽനിന്നു കോഴിക്കോട്ടേക്കുള്ള ആദ്യ യാത്ര സുഖകരമായിരുന്നു.

കാറ്റ് അനുകൂലമായതിനാൽ അഞ്ചാംനാൾ പുലർച്ചെ കോഴിക്കോടിന്റെ പുറംകടലിൽ ഞങ്ങൾ നങ്കൂരമിട്ടു.

രണ്ട് മാസത്തോളം താമസിച്ച ശേഷമാണ് തിരിച്ചുപോയത്.

മടക്കയാത്രയിലാണ് കടലിന്റെ അടിയൊഴുക്കും രൗദ്രതയും അനുഭവിച്ചറിഞ്ഞത്. മഴമേഘങ്ങൾ നിഴൽവിരിച്ച ആകാശമായിരുന്നു തലയ്ക്കു മുകളിൽ. പുറംകടലിലെത്തിയതോടെ നാല് അതിരിലും ആകാശം താഴ്ന്നുകിടന്നു. കടലും ആകാശവും വേർതിരിച്ചറിയാനാവാത്ത അവസ്ഥ.

മേഘത്താലാണോ, മഞ്ഞിനാലാണോ ആകാശം കടലിനെ പുണരുന്നതെന്ന് സംശയിച്ചു. പത്തേമാരി മുന്നോട്ടു നീങ്ങുമ്പോഴും ആകാശത്തിന്റെ അതിരുകൾ ലോപിച്ചുവന്നു. ഒടുവിൽ വലിയൊരു കുടയായി രൂപാന്തരപ്പെട്ടു. മേഘപടലങ്ങൾക്ക് പിന്നിൽനിന്നു ആകാശം ഇടിഞ്ഞുവീണേക്കുമോയെന്ന ഭീതിയും ഞങ്ങളെ പിടികൂടി.

നിറഭേദങ്ങളില്ലാത്ത അവസ്ഥ മനുഷ്യമനസ്സിൽ സൃഷ്ടിക്കുന്ന ശൂന്യത അനുഭവിച്ചറിയണം. കരയിലൂടെയുള്ള പ്രയാണങ്ങളിൽ അപകടത്തിന്റെ സാമിപ്യം ബോദ്ധ്യമായാൽ സുരക്ഷിതമായ ഇടങ്ങളിലേക്ക് രക്ഷപ്പെടാം. മരത്തിന്റേയോ, പാറക്കെട്ടിന്റേയോ, ഗുഹയുടേയോ മേലാപ്പിനടിയിൽ ഓടിയണയുമ്പോൾ ഹൃദയത്തിൽ കുളിരുനിറയും. കടലിൽ അത്തരം ഒന്നിനെക്കുറിച്ച് ചിന്തിക്കുന്നതേ അസംബന്ധം.

പത്തേമാരിയോ, കെട്ടുവെള്ളമോ, കപ്പലോ അപകടത്തിൽപ്പെട്ടാൽ മരണം ഏറക്കുറെ ഉറപ്പിക്കാം. അപകടകാരികളായ മത്സ്യങ്ങളുള്ളിടമാണെങ്കിൽ തീരമോ, രക്ഷകനെയോ, പ്രതീക്ഷിച്ച് ഒഴുക്കിനൊപ്പം നീന്തേണ്ടിവരില്ല.

കാറ്റും മഴയും കൊടുമ്പിരിക്കൊള്ളുകയും കടൽക്ഷോഭം പാരമ്യത്തിലെത്തുകയും ചെയ്യുന്ന ഘട്ടങ്ങളിൽ മരണത്തിന്റെ സ്പർശം വ്യക്തമായി അറിയാനാവും. പാക്കടലിൽ സഞ്ചരിച്ച രാത്രിയിലായിരുന്നു തികച്ചും വിചിത്രമായ ആ അനുഭവം എനിക്കുണ്ടായത്. പത്തേമാരിയുടെ മുകൾത്തട്ടിലായിരുന്നു അന്ന് ഉറങ്ങിയത്. കാറ്റേറ്റ് കിടക്കാൻ ആഗ്രഹിച്ചതിനാൽ ജോലിക്കാർ നിർബ്ബന്ധിച്ചിട്ടും താഴോട്ടിറങ്ങിയില്ല.

ഉറക്കം ഞെട്ടിയപ്പോൾ ചുറ്റും അപരിചിതമായ ഗന്ധം. അത്ര രൂക്ഷമായിരുന്നില്ല. അല്പം കഴിഞ്ഞപ്പോൾ പരിമളമായി രൂപാന്തരപ്പെട്ടു. ഇരുവശങ്ങളിലും ആരോ കിടക്കുന്നപോലെ. ഉറക്കം ഞെട്ടി കൈകാലുകൾ ഇളക്കിയപ്പോഴാണ് അത് ബോദ്ധ്യപ്പെട്ടത്. അരയ്ക്കു താഴെ യാദൃച്ഛികമായി സ്പർശിച്ചപ്പോൾ വഴുവഴുപ്പ്. കൂറ്റൻ മത്സ്യമാവാം. എന്തു ചെയ്യണമെന്നറിയാതെ കുറേ നിമിഷങ്ങൾ കടന്നുപോയി.

തലപൊക്കാൻ ശ്രമിച്ചെങ്കിലും പതുപതുത്ത വലിയ മുലകൾക്കിടയിലായിരുന്നു. ഞാൻ ഉണരുന്നെന്ന് ബോദ്ധ്യപ്പെട്ടതിനാലാവാം ആ രൂപം എന്നെ മാറിടത്തോടെ ശക്തമായി അമർത്തി.

ആ ആലിംഗനത്തിൽ കഴുത്ത് പൊട്ടിയേക്കുമെന്ന് ഭയന്നു. എത്ര ശ്രമിച്ചിട്ടും ദേഹം അനങ്ങിയില്ല. അല്പം കഴിഞ്ഞപ്പോൾ വീണ്ടും ഉറക്കത്തിലേക്ക് ആണ്ടുപോയി. ചുറ്റും സംഭവിക്കുന്നത് എന്തെന്നറിയാൻ ആഗ്രഹം കടുത്തു. മത്സ്യവാലിനോട് സാമ്യമുള്ള മൃദുലവുമായ എന്തോ എന്റെ നെറ്റിയിൽ ഇഴഞ്ഞത് ഓർമ്മയിലെത്തി. ഉറക്കത്തിലേക്ക് ആണ്ടുപോയ അത്തരം ഒരു അനുഭവം മുമ്പ് ഉണ്ടായിട്ടില്ല. വീണ്ടും ഉറക്കം മുറിഞ്ഞപ്പോൾ തലയ്ക്ക് തൊട്ടുമുകളിൽ പൂർണ്ണചന്ദ്രൻ ചിരിക്കുന്നു. തൊട്ടുതൊട്ടില്ലെന്നപോലെ. ചന്ദ്രന്റെ മറുപുറത്തോളം എന്റെ കണ്ണുകൾ ആഴ്ന്നിറങ്ങി. എത്ര നേരം തുറിച്ചുനോക്കിനിന്നു, ഓർമ്മയില്ല. അല്പം മുമ്പ് സംഭവിച്ചതെല്ലാം മനസ്സിൽ നിറഞ്ഞു. തല ചെരിച്ചപ്പോൾ പത്തേമാരിയുടെ കൊടിമരത്തിന് ചുറ്റും കുറേ രൂപങ്ങൾ. വെളുത്തുതുടുത്ത മുഖമുള്ള സ്ത്രീകൾ. സ്വർഗ്ഗകവാടമാണോയെന്ന് സംശയിച്ചു.

നെഞ്ച് നിറഞ്ഞുനില്ക്കുന്ന മനോഹരമായ മുലകൾ. താഴോട്ട് കണ്ണോടിച്ചു, നാഭിയിൽ ഒരൊറ്റ രോമവുമില്ല. തല ഉയർത്തി മുകളിലേക്ക് വീണ്ടും നോക്കി. കറുപ്പും വെളുപ്പും ചുവപ്പും മുടിയിഴകൾ ചിതറിയാടുന്നു. തുടകളും പിന്നിട്ട് മിഴികൾ താഴോട്ട് നീങ്ങിയപ്പോൾ ചൂടുപിടിച്ച ദേഹം പെട്ടെന്ന് തണുത്തു.

കാലില്ലാത്ത ജീവികൾ. മത്സ്യസമാനമായ വാലുകൾക്ക് ബഹു വർണ്ണം. ഞെട്ടിത്തെറിച്ച് ചാടി എഴുന്നേറ്റു. വിശ്വാസം വരാത്തതി നാൽ വീണ്ടും നോക്കി. ലോഞ്ചിൽനിന്നു മേൽപ്പോട്ടുയർന്ന് ആ ജീവികൾ കടലിലേക്ക് ഊളിയിട്ടു. അവിശ്വസനീയമായ കാഴ്ച യുടെ ഭ്രമത്തിൽ എഴുന്നേറ്റു. അവ കിടന്നിടത്ത് നനഞ്ഞ ദേഹ ത്തിന്റെ അടയാളം. സാക്ഷിയായ ദൃശ്യം ശരിവെക്കുന്ന മനുഷ്യന്റെ ഉടലും വാലും...

വെള്ളം ഉണങ്ങുന്നതുവരെ മിഴി പിൻവലിക്കാനായില്ല.

ഇരുപത്തി ഒൻപത്

കടൽയാത്രകളുടെ ആരംഭകാലത്തായിരുന്നു ചെങ്കടൽ തീരത്തോടു ചേർന്ന അലക്സാണ്ഡ്രിയയിൽ എത്തിയത്.

മിസിറി*ലെ പ്രമുഖ തുറമുഖ നഗരമായ അവിടം അക്കാലത്തെ മികച്ച വിജ്ഞാനകേന്ദ്രവുമായിരുന്നു. നഗരത്തിലെ പെൺകൊടികൾ സഞ്ചാരികളെ ദിവസങ്ങളോളം നഗരത്തിൽ തളച്ചു. മിസിരി പ്പെൺകൊടികൾ മാത്രമായിരുന്നില്ല ആ നഗരത്തിന്റെ മധുചഷകം. ഭൂലോകത്തെ സൗന്ദര്യധാമങ്ങളിൽ മിക്കവയുടെയും പ്രതിനിധികൾ അന്ന് നൈൽനദിക്കരയിലെ ചിരപുരാതന പട്ടണമായ അലക്സാണ്ഡ്രിയായിൽ ജീവിച്ചിരുന്നു.

കടൽക്കരയോടു ചേർന്ന മുക്കുവഭവനത്തിലായിരുന്നു യാത്രയ്ക്കിടയിൽ തങ്ങാറ്. ഗ്രീസിൽ വാറ്റിയ മുന്തിയ മദ്യമായിരുന്നു ആ ഭവനത്തിലെ പ്രധാന വിഭവം.

ഏഷ്യക്കും യൂറോപ്പിനും ഇടയിലെ യാത്രകളിൽ ഷമിയെന്ന മാദകത്തിടമ്പാണ് അവിടെ തമ്പടിക്കാൻ പിന്നീട് എന്നെ പ്രേരിപ്പിച്ചത്. വർഷത്തിൽ മൂന്നും നാലും തവണ തിരമാലകളെ കീറിമുറിച്ച് ഞാൻ അവൾക്കരികിൽ എത്തിയിരുന്നു.

പൗരാണികകാലത്ത് നൈൽനദി മെഡിറ്ററേനിയൻ കടലിൽ പതിയുന്ന അഴിമുഖം മാത്രമായിരുന്നു മിസിറിന്റെ വടക്കൻ തീരത്തെ ആ പ്രദേശം. ഹിജാസി**ലേക്കും ജോർദ്ദാനിലേക്കും ട്രിപ്പോളിയിലേക്കുമുള്ള കച്ചവടക്കാരും ഒട്ടകക്കൂട്ടങ്ങളും യഥേഷ്ടം തമ്പടിക്കുന്ന ഒരിടം.

വിവിധ കാലഘട്ടങ്ങളിൽ മെഡിറ്ററേനിയൻകടലിന്റെ വടക്കുള്ള യുറോപ്യൻ നഗരങ്ങളിൽ നിന്നുവന്ന വെളുത്തചെകുത്താന്മാരും

മദ്ധ്യആഫ്രിക്കയിൽ നിന്നുവന്ന കറുത്തചെകുത്താന്മാരും അവിടെ പോരടിച്ചു. മഹാനായ അലക്സാണ്ടർ ചക്രവർത്തി തന്റെ നാമം അനശ്വരമാക്കാൻ അലക്സാണ്ഡ്രിയ നഗരം സ്ഥാപിക്കുന്നതിനും മുമ്പുള്ള കഥയാണ്.

തെക്ക് ടാൻസാനിയായിലും ഉഗാണ്ടയിലുമായി പരന്നുകിടക്കുന്ന വിക്ടോറിയ തടാകത്തിൽനിന്നുള്ള ജലവുംപേറി സുഡാനിലെ ജുബ പ്രദേശവും പിന്നിട്ട് റഹ്റൽ കുന്നുകൾക്കിടയിലെ ഇടുങ്ങിയതാഴ്വര താണ്ടി വെള്ളനൈൽ വടക്കോട്ടൊഴുകി.

എത്യോപ്യൻ കുന്നിൻപുറങ്ങളിലെ ബിർഹാൻ മലകളിൽനിന്നു ഉത്ഭവിക്കുന്ന നീലനൈൽ സുഡാൻ നഗരമായ ഖാർത്തൂമിൽ പ്രവേശിച്ച് സഹോദരിയായ വെള്ളനൈലുമായി സംഗമിച്ചു വടക്കോട്ടൊഴുകി. ഈജിപ്തിൽ സംസ്കാരത്തിന്റെ കളിത്തൊട്ടിൽ ഒരുക്കിയ നൈൽ വീണ്ടും വടക്കോട്ടൊഴുകി അലക്സാണ്ഡ്രിയയെ തഴുകി മെഡിറ്ററേനിയനിൽ പതിച്ചു.

നൈലിന്റെ നീരണിഞ്ഞു മിസിർ ഫലഭൂയിഷ്ഠമായപ്പോൾ ആരുടെ കണ്ണുനീർത്തുള്ളിയാൽ തന്റെ തപം ശമിപ്പിക്കാമെന്ന ചിന്തയാൽ തൊട്ടു പടിഞ്ഞാറുള്ള ലിബിയൻ മരുഭൂമി കത്തിയെരിഞ്ഞു. കിഴക്ക് ചെങ്കടലിൽനിന്നുള്ള ചുവന്ന ആൽഗകളുടെ ഉച്ഛ്വാസവായുവും പേറി അറേബ്യൻ മരുഭൂമിയിൽനിന്നു തീക്കാറ്റുകൾ പാഞ്ഞടുത്തപ്പോൾ നൈൽ മാറിലിട്ടു അവയുടെ ഉഷ്ണം ശമിപ്പിച്ചു. കൺകെട്ടുകാരന്റെ കരവിരുതോടെ കുളിർ നിറച്ച് മിസിറിൻ മണ്ണിൽ അലയാൻവിട്ടു.

ചരിത്രത്തിൽ ഉടനീളം മിസിറിൽ യുദ്ധങ്ങളും കലാപങ്ങളും അധികാര വടംവലികളും അരങ്ങേറി. ക്രിസ്തുവിനു മുമ്പ് പ്രത്യേകം രൂപകല്പന ചെയ്ത ചങ്ങാടങ്ങളുമായി മഹാനായ അലക്സാണ്ടർ ചക്രവർത്തിയും നൈലിന്റെ അഴിമുഖത്തെത്തി. പോരടിച്ചവരെയെല്ലാം നിലംപരിശാക്കി മാസിഡോണിയൻ പതാക പാറിച്ചു. മണ്ണിനായി നടന്ന മത്സരങ്ങൾക്ക് അലക്സാണ്ടറുടെ ആഗമനത്തോടെ ഇടവേളയായി.

ലോകം കാല്ക്കീഴിലാക്കാൻ തന്നോടൊപ്പം ഇറങ്ങിത്തിരിച്ച ധീരരായ പടയാളികളുടെ സഹായത്തോടെ അഴിമുഖത്തിനു സമീപം പട്ടണം പണിതു. തന്റെ നാമം അനശ്വരമാക്കാൻ പട്ടണത്തിനു അലക്സാണ്ഡ്രിയ എന്ന പേരും നല്കി.

മിസിരികളും ഗ്രീക്ക് പടയാളികളും ആയിരക്കണക്കായ അടിമകളും വിയർപ്പൊഴുക്കിയതോടെ ആസൂത്രിതമായ ലോകത്തിലെ ആദ്യനഗരം നിർമ്മിച്ച വ്യക്തിയെന്ന ഖ്യാതി അലക്സാണ്ടർക്ക് സ്വന്തമായി.

നഗരത്തിൽ ഗ്രീക്ക് ചട്ടങ്ങളും നിയമങ്ങളും ചക്രവർത്തി നടപ്പാക്കി. ഇരുപതാം വയസ്സിൽ മാസിഡോണിയയിലെ വെളിച്ചപ്പാടായ

യവനസുന്ദരിയുടെ അനുഗ്രഹവും വാങ്ങി പടയ്ക്കിറങ്ങിയ അലക്സാണ്ടർക്ക് മടങ്ങാനോ, പ്രിയനഗരത്തെ ഒരു വട്ടംകൂടി കാണാനോ അവസരം ലഭിച്ചില്ല.
ചെങ്കടലും താണ്ടി അറേബ്യൻമരുഭൂമിയിലൂടെ ഭാരതത്തിന്റെ പടിഞ്ഞാറൻ അതിരോളം മുന്നേറിയ അലക്സാണ്ടർക്ക് ഇന്തോ - പേർഷ്യൻ അതിർത്തിയിൽ മണ്ണടിയാനായിരുന്നു നിയോഗം.
ആയുസ്സിന്റെ നാലിലൊന്നുപോലും രുചിക്കാനാവാതെ മഹാനായ അലക്സാണ്ടർ ചക്രവർത്തിയുടെ പടയോട്ടം അവസാനിച്ചെങ്കിലും ആ നാമം ഇന്നും വാഴ്ത്തപ്പെടുന്നു.
ലോകം കണ്ട ഏറ്റവും ശൂരനായ പടത്തലവനെന്ന നിലയിൽ.

---

* ഈജിപ്ത്.

** സൗദി അറേബ്യയുടെ പഴയ പേര്.

മുപ്പത്

അലക്സാണ്ഡ്രിയായിലെ നഗരപ്രാന്തത്തിലായിരുന്നു അന്നയും ഹയയും ജീവിച്ചത്.

ഇരട്ടകളായ അവർ വർണ്ണമുത്തുകളാൽ തങ്ങൾക്കുമാത്രമായി പുതുലോകം സൃഷ്ടിച്ചു. അവരുടെ സ്വപ്നങ്ങൾക്ക് പതിനാലാം രാവിന്റെ ഒളിയായിരുന്നു. അലക്സാണ്ട്രിയായിലെ പൗരാണിക ലൈബ്രറിയിൽനിന്ന് എന്നോ തീപ്പെട്ടുപോയ പാപ്പിറസ് താളുകളുടെ അവശിഷ്ടങ്ങളിൽ അവർ കത്തുന്ന പ്രണയചാപല്യങ്ങൾ കുറിച്ചു.

രാത്രി നിശ്ശബ്ദം തണുത്തുറഞ്ഞപ്പോൾ പാപ്പിറസ് താളുകളിൽ പ്രണയാക്ഷരങ്ങൾ തുടുത്ത വരകളായി വാസനമഷിയിൽ തിണർത്തു. രാക്കാറ്റ് ഏറ്റിവരുന്ന അതിസൂക്ഷ്മമായ ഉപ്പുതരികൾ ജാലകവിരിക്കിടയിലൂടെ ധൃതിപ്പെട്ട് കയറിവന്ന് അവർക്കൊപ്പം ഗാഢമായുറങ്ങി.

മഞ്ഞുകാലത്തായിരുന്നു അവർ ഋതുമതികളായത്. കടൽത്തീരത്ത് പൂഴി കുഴച്ച് മണ്ണപ്പം ചുട്ടെടുക്കവേ ഒമ്പതാം വയസ്സിൽ ഇരുവരുടെയും തുടയിടുക്കിൽനിന്ന് നിനച്ചിരിക്കാതെ സ്ത്രീയുടെ രോദനം ഉയർന്നു. മൃദുലമായ അടിവസ്ത്രത്തിലും ലോലമായ തുടകളിലും ആദ്യമായി ചോരയുടെ പുളിപ്പും ചവർപ്പും പടർന്നു.

മുത്തശ്ശിയിൽനിന്ന് അന്നയും ഹയയും നഗരത്തെക്കുറിച്ചുള്ള പഴങ്കഥകൾ കേട്ടു. സുന്ദരനും ബലിഷ്ഠനുമായ അലക്സാണ്ടർ ചക്രവർത്തി എഴുന്നള്ളുമ്പോൾ കിനാവുപെയ്യുന്ന കണ്ണുകളുമായി അലക്സാണ്ട്രിയൻ പാതയോരത്തെ ഇരുൾമുറികളിൽ പ്രേമത്തോടെ ആ ദേഹകാന്തിയിൽ മുങ്ങിപോയ തരുണികളുടെ ക

ണ്ണുകളെക്കുറിച്ച് മുത്തശ്ശി കുട്ടികളോട് പറഞ്ഞുകൊണ്ടേയിരുന്നു. അലക്സാണ്ട്രിയായിലെ സ്ത്രീകളെല്ലാം തലമുറയായി കൈമാറി വന്നതായിരുന്നു ആ കഥകൾ. പത്തേമാരിയിൽ നഗരത്തിലെത്തുന്ന ഇന്ത്യൻ മധുരപലഹാരങ്ങളെക്കുറിച്ച് അവർ അറിഞ്ഞതും അവയുടെ രുചിഭേദങ്ങൾ അനുഭവിച്ചതും മുത്തശ്ശി സാറയുടെ കഥനത്തിൽ നിന്നായിരുന്നു.

അലക്സാണ്ട്രിയാ നഗരത്തിന്റെ മെഡിറ്ററേനിയൻ തീരത്തോടു ചേർന്ന കോണിലായിരുന്നു അവർ താമസിച്ചിരുന്നത്. മുകളിൽ ആകാശവും താഴെ മണൽത്തിട്ടയും മാത്രമായ നാളിലായിരുന്നു മാസിഡോണിയൻ ചക്രവർത്തിയായ അലക്സാണ്ടറും ഭടന്മാരും മെഡിറ്ററേനിയൻ തീരത്തേക്ക് പായ്ക്കപ്പലിൽ എത്തിയത്.

പടയാളികൾക്ക് മുമ്പിൽ നെഞ്ചുവിരിച്ചു നടന്നുവരുന്ന ചക്രവർത്തിയെ കണ്ട മുക്കുവർ ആശ്ചര്യപ്പെട്ടു.

അത്ഭുതശക്തികളുമായി ദൃഷ്ടാന്തം നല്കാൻ അവതരിച്ച കടൽദേവനാണെന്നായിരുന്നു അവർ ധരിച്ചത്. അന്നുവരെ അവർ കണ്ടുശീലിച്ച പുരുഷന്മാരെക്കാൾ സുന്ദരനും തേജസ്സുറ്റമുഖമുള്ളവനും വേഗമേറിയ ചലനത്തിന്റെ ഉടമയുമായിരുന്നു മാസിഡോണിയൻ ചക്രവർത്തി ഫിലിപ്പിന്റെ മകൻ അലക്സാണ്ടർ.

അയാൾ ലോകം കീഴടക്കാൻ പുറപ്പെട്ട കഥ അവർ അറിഞ്ഞിരുന്നില്ല. തീരഗ്രാമങ്ങളിലെ നാടോടിക്കഥകളിലെല്ലാം കടലിന് മുകളിലൂടെ ഗ്രാമത്തിലെത്തി സൗഭാഗ്യങ്ങളിലേക്ക് കൂട്ടിക്കൊണ്ടുപോവുന്ന ദേവന്മാരുണ്ടായിരുന്നു. മത്സ്യലഭ്യത കുറയുന്ന കാലങ്ങളിൽ വള്ളങ്ങളിൽ ദേവന്മാർ സ്വർണ്ണമത്സ്യം നിക്ഷേപിക്കുമെന്നും അവർ വിശ്വസിച്ചു.

മുപ്പത്തി ഒന്ന്

വേനൽരാവുകളിൽ മരുഭൂമിയുടെ ചുടുനെടുവീർപ്പിനാൽ ഉറങ്ങാനാവില്ലെന്നു പറഞ്ഞത് അദ്നാൻ ഖുറൈഷിയായിരുന്നു. അത്തരം രാവുകളിൽ കിടക്കയിൽ പുഴയെ നിവർത്തി വയ്ക്കുമെന്നും ഖുറൈഷി പറഞ്ഞത് അക്ബർ ഓർത്തു.

അറേബ്യൻ മരുഭൂമിയിലെ വേനൽരാവുകളെ അദ്നാൻ നേരിട്ടത് ഹൃദയത്തിലെ പുഴയെ പുറത്തെടുത്തായിരുന്നു. കേട്ടാൽ ഭ്രമാത്മകമെന്ന് തോന്നിയേക്കാവുന്ന ഒരു കഥനം.

ഫിസിക്സ് ഡിപാർട്ട്മെന്റിലെ മുതിർന്ന പ്രൊഫസറായിരുന്നു സിറിയക്കാരനായ അദ്നാൻ. സഹപ്രവർത്തകരിൽ മിക്കവരും അയാളുടെ മനോനിലയെ സംശയിച്ചു. കേട്ടകാര്യങ്ങൾ വസ്തുനിഷ്ഠമാണോയെന്ന അന്വേഷണത്തിനിടയിലാണ് അദ്നാനുമായി കൂടുതൽ അടുത്തത്.

ആ മനുഷ്യൻ മറ്റ് അദ്ധ്യാപകരിൽനിന്നു വ്യത്യസ്തനാണെന്ന് ബോദ്ധ്യമായത് ആ ഘട്ടത്തിലാണ്. അയാളുടെ ബുദ്ധിയുടെ വേഗത്തിനൊപ്പം സഞ്ചരിക്കാനാവാത്തവരാണ് ആരോപണക്കാരെന്ന് തിരിച്ചറിയുമ്പോഴേക്കും അദ്നാനോടുള്ള അടുപ്പം സൗഹൃദം പിന്നിട്ട് ആരാധനയിലേക്ക് കടന്നിരുന്നു.

ഹൃദയത്തെ കൈപ്പിടിയിലൊതുക്കാൻ ഉഷ്ണം ഉത്സാഹിച്ചപ്പോഴെല്ലാം ഖുറൈഷി ഹൃദയത്തിനടിത്തട്ടിൽനിന്നു പുഴയെ ശ്രമപ്പെട്ട് പുറത്തെടുത്തു. ഹരിതാഭമായ ജലത്തിലേക്ക് ദാഹാർദ്രമായി മുഖംമുട്ടിച്ചു. വെള്ളത്തിൽ മുട്ടിയുരുമ്മിയ തണുത്തകാറ്റുകൾ അയാളെ പൊതിഞ്ഞു. ആ നിമിഷം നോവുകളിൽ കുളിർമഴ പെയ്തു.

സിറിയയിലെ കുന്നിൻപുറങ്ങളിൽ നിന്നുത്ഭവിച്ച് ഡമാസ്കസ് നഗരത്തെ രണ്ടായി പകുത്തു ജോർദ്ദാൻ നദിയെ സ്പർശിക്കാതെ ആയിര

ക്കണക്കിനു കിലോമീറ്റർ കിഴക്കോട്ടൊഴുകി ദുബൈ പുഴയായി കടലിൽ ലയിച്ച ഒരു നദി. ഭൗമമാറ്റത്തിൽ ഭൂമിക്കടിയിലേക്ക് താഴ്ന്നുപോയ ആ നദിയിൽ ഇപ്പോഴും മത്സ്യങ്ങൾ നീന്തിത്തുടിക്കുന്നുണ്ടാവുമെന്നും വിശ്വസിക്കാൻ തെളിവിന്റെ പിൻബലം ഖുറൈഷിക്ക് ആവശ്യമില്ലായിരുന്നു.

ഉപ്പു ഘനീഭവിച്ചു നദി ചത്തിടമാണ് ചാവുകടൽ രൂപംകൊണ്ടതെന്നു മനസ്സ് അയാളെ ഓർമ്മപ്പെടുത്തി. ഭൂമുഖത്തുനിന്നു അപ്രത്യക്ഷമായ ഒട്ടേറെ നദികളുണ്ടെന്നും അവയിലൊന്നായിരുന്നു യൂക്ലിക്കാനദി. സിറിയ, ജോർദ്ദാൻ, സൗദിഅറേബ്യ എന്നിവിടങ്ങളിലെ മരുപ്രദേശങ്ങളെ ഹരിതാഭമാക്കി നിറഞ്ഞൊഴുകിയ നദി. ജലസ്പർശമില്ലാത്ത ആ പ്രദേശങ്ങൾ എന്നെങ്കിലും ഹരിതാഭമായിരുന്നുവെന്ന് വിശ്വസിക്കാൻ ഖുറൈഷിയുടെ സുഹൃത്തുക്കൾ തയ്യാറില്ലായിരുന്നു.

ഡമാസ്കസിലെ സ്വന്തം വീട്ടിന്റെ ജനലിലൂടെ എറിയുന്ന തകരപാത്രമോ, കടലാസു വഞ്ചിയോ വെള്ളത്തിൽ മുങ്ങിയും പൊങ്ങിയും ദീർഘദൂരം താണ്ടി ദുബൈപുഴയിൽ എത്തുന്നത് അയാൾ സ്വപ്നംകണ്ടു.

ചുട്ടുപൊള്ളിക്കുന്ന മരുക്കാറ്റിൽ അദ്നാൻ ഖുറൈഷി അനേകം നദികളെ കണ്ടു. വിവിധ ദിശകളിൽ പാമ്പുകളെപ്പോലെ കെട്ടുപിണയുന്ന നദികൾ...

ചൂടും പിച്ചവയ്ക്കുന്ന സ്വപ്നങ്ങളും അദ്നാൻ ഖുറൈഷിയുടെ തലച്ചൂട് വർദ്ധിപ്പിച്ചു. അയാൾ കിനാക്കണ്ടിട്ടില്ലാത്ത വർണ്ണങ്ങളിൽ നദികൾ ഓളംവെട്ടി. കൈ മുക്കിയാൽ ജലബിന്ദുക്കൾ മുട്ടിയുരുമ്മുന്ന നീലജലാശയം. ആയിരക്കണക്കിന് നാഴിക ദൂരെയുള്ള മഞ്ഞുമലകളിൽ നിന്ന് നദികൾ ഒഴുകിയിറങ്ങി തന്നെ തേടിവരുന്നതിൽ അദ്നാൻ സന്തോഷിച്ചു.

ഉച്ചഭക്ഷണശേഷം ഫിസിക്സ് ലാബിന്റെ നിശ്ശബ്ദതയിൽ മയങ്ങുമ്പോൾ അടി മുതൽ മുടിവരെ പുഴ പുണരുന്നതിന് അയാൾ സാക്ഷിയായി. തണുത്ത ജലം ദേഹത്ത് പരക്കുന്ന ആ നിമിഷം അനന്തമായി പരിണമിക്കാൻ അയാൾ പ്രാർത്ഥിച്ചു.

ഉറക്കത്തിലേക്ക് വഴുതി വീഴവേ ഓളങ്ങൾ താരാട്ടുപാടുന്നത് ഖുറൈഷിയെ വിസ്മയിപ്പിച്ചു. മത്സ്യങ്ങൾ കൂട്ടമായി എത്തുന്നതും ചുണ്ടുകൾ കൂർപ്പിച്ച് രോമാവൃതമായ കൈകാലുകളിൽ കൊത്തി രസിക്കുന്നതും കിനാവല്ലെന്ന് അയാൾക്ക് ഉറപ്പായിരുന്നു. ആ നിമിഷങ്ങളിൽ ദേഹം രോമാഞ്ചത്തിൽ ആറാടി.

കേരളത്തിന് പുറത്തും പുഴയെ ഗാഢമായി പ്രണയിക്കുന്നവരുണ്ടെന്ന് അക്ബർ അനുഭവിച്ചറിഞ്ഞത് അദ്നാൻ ഖുറൈഷിയെ കണ്ടുമുട്ടിയപ്പോഴായിരുന്നു.

മുപ്പത്തി രണ്ട്

ഡമസ്കസ് നഗരത്തിന്റെ പടിഞ്ഞാറൻ പ്രാന്തത്തിലായിരുന്നു അദ്നാൻ ഖുറൈഷിയുടെ കുടുംബവീട്.

നാടു ഭരിച്ച സുൽത്താൻ നഗരത്തിൽ കൊണ്ടുവന്നു കുടിയിരുത്തിയതായിരുന്നു ഖുറൈഷിയുടെ പൂർവ്വികരെ. നഗരത്തിലെ കാറ്റിൽ വെണ്ണയും കൊതിപ്പിക്കുന്ന മസാലകളും കലർത്തിയ ഖുറൈഷി പലഹാരങ്ങളുടെ ഗന്ധം അന്ന് നിറഞ്ഞുനിന്നിരുന്നു. തന്തൂരിയടുപ്പിൽ എരിയുന്ന ഖുറൈഷിറൊട്ടിയുടെ മദിപ്പിക്കുന്ന മണം നഗരവാസികൾക്ക് ഉത്തേജനമായിരുന്നുവെന്ന് ഏഴു നൂറ്റാണ്ടുമുമ്പ് ഡമസ്കസിന്റെ സാംസ്കാരിക സമ്പന്നത നേരിട്ടറിയാൻ എത്തിയ ഇറ്റാലിയൻ സഞ്ചാരിയുടെ കുറിപ്പിൽ വിവരിച്ചിട്ടുണ്ട്.

അലസരും വിഷയാസക്തരുമായ സുൽത്താന്മാർ നാടുവാണ കാലത്ത് മഞ്ഞുകാലത്തെന്നപോലെ നഗരം ചലനമറ്റു. നഗരവാസികൾ യാന്ത്രികമായി ചലിച്ചു. നഗരത്തിൽ പ്രവേശിച്ച അന്യദേശക്കാർ ആവശ്യങ്ങൾ നിവർത്തിച്ചു കഴിവതും വേഗം ഏതെല്ലാമോ ഗലികളിലൂടെ അപ്രത്യക്ഷരായി.

അറേബ്യൻ വാസ്തുശില്പ സൗന്ദര്യം വഴിഞ്ഞൊഴുകുന്ന പള്ളികളിൽ സ്വതസിദ്ധമായ ചുവന്ന വട്ടത്തൊപ്പി ധരിച്ച് വിശ്വാസികൾ സർവ്വശക്തനായ നാഥന് മുമ്പിൽ മുട്ടുമടക്കി. തെരുവിന്റെ മുഖമുദ്രയായിരുന്നു എക്കാലത്തും ആ തൊപ്പി. ലോക നഗരങ്ങൾക്കിടയിൽ ഡമാസ്കസിനെ തിരിച്ചറിയാവുന്ന അടയാളമായി അത് ഇന്നും നിലനില്ക്കുന്നു.

ശൈത്യത്തിൽ മഞ്ഞുറയുന്ന പടിഞ്ഞാറൻസിറിയയുടെ വിദൂരപ്രവിശ്യകളിൽനിന്ന് രാജ്യത്തിന്റെ ഭരണചക്രം തിരിക്കാൻ നിയോഗം ലഭിച്ച സുൽത്താന്മാരുടെ കാലത്ത് നഗരം അലസത വെടിഞ്ഞു. രാജ്യത്ത്

തേനും പാലും ഒഴുകണമെന്ന ആഗ്രഹവുമായി സുൽത്താന്മാർ ഭരണചക്രം തിരിച്ചപ്പോഴായിരുന്നു അതെല്ലാം സംഭവിച്ചത്.

തെരുവുകൾ പാട്ടും മേളങ്ങളുമായി അന്ന് അർദ്ധരാത്രികളിലും സജീവമായിരുന്നു. രാവു പുലരുവോളം ആളുകൾ നഗരത്തിലൂടെ അലസഗമനം നടത്തി. തുറന്നുവച്ച കടകളിൽ എണ്ണച്ചട്ടികളിൽ പലഹാരങ്ങൾ വെന്തുമൊരിഞ്ഞു. ആളുകൾ നിറഞ്ഞ സഞ്ചികളുമായി തെരുവിലൂടെ സാവധാനം നടന്നു.

പട്ടണത്തിലെ തുറസ്സുകളിൽ ഗോത്രത്തനിമ ചോരാത്ത നാടൻ പാട്ടുകൾക്കൊത്ത് അവർ നൃത്തമാടി. നഗരത്തിൽ ഏത് നിമിഷവും ഉത്സവമായിരുന്നു. നഗരവാസികൾ വാതോരാതെ സംസാരിച്ചു. വൈകുന്നേരങ്ങളിൽ ഗലികളിലൂടെ സന്ദർശകരും നഗരവാസികളും ഹർഷോന്മാദത്തോടെ കടന്നുപോയി. അക്കാലത്ത് പൂരക്കാഴ്ചയ്ക്ക് സമാനമായിരുന്നു നഗരം.

മദ്ധ്യേഷ്യയുടെ പോരാട്ടവീര്യത്തിൽ കുതിർന്നതായിരുന്നു ഖുറൈഷി കുടുംബത്തിന്റെ നൂറ്റാണ്ടുകൾ പിന്നിട്ട കച്ചവടപൈതൃകം. കാലാന്തരത്തിൽ അത് മങ്ങി. അദ്നാന് പത്തു വയസ്സുള്ളപ്പോഴായിരുന്നു നഗരത്തിൽ വിദേശസൈന്യം ഇരച്ചെത്തിയത്. സൈനിക വ്യൂഹത്തിന്റെ കടന്നുകയറ്റത്തിൽ ഇരുണ്ടചുമർ അതിരിടുന്ന കുടുംബവീടും കടയും ഖുറൈഷികൾക്ക് നഷ്ടമായി.

നഗരത്തിലേക്ക് ശത്രുക്കൾ ഇരച്ചെത്തുന്നതായി വാർത്ത വന്ന ഉടൻ കുടുംബം നഗരംവിട്ടിരുന്നു. മൂത്തവനായ അദ്നാനെ കടയ്ക്ക് കാവൽ ഏല്പിച്ചായിരുന്നു അവർ രായ്ക്കുരാമാനം കൈയിലൊതുങ്ങുന്ന വസ്തുക്കളുമായി രക്ഷപ്പെട്ടത്. പട്ടാളം അടുത്തെത്തിയാൽ നഗരം കീഴ്മേൽ മറിക്കുമെന്നും അതിന് മുമ്പ് രക്ഷപ്പെടണമെന്നും പിതാവ് മകനെ ഉപദേശിച്ചിരുന്നു.

നഗരവാസികളുടെ പലായനത്തിനിടയിലായിരുന്നു അദ്നാൻ ഖുറൈഷി കൂട്ടംതെറ്റിയത്. നാലു വർഷത്തോളം നീണ്ട ഒറ്റപ്പെടലിനൊടുവിൽ നഗരത്തിലേക്ക് തിരിച്ചെത്താൻ കഴിഞ്ഞെങ്കിലും കടയും വീടും നിന്നിരുന്ന മേഖല മൈതാനമായി രൂപാന്തരപ്പെട്ടിരുന്നു. സുരക്ഷയ്ക്കായി നിർമ്മിച്ച പട്ടാളത്തമ്പുകൾ നഗരത്തിന് കൂറ്റൻ ബാരക്കിന്റെ ഛായ നല്കി. പിന്നീടൊരിക്കലും ബന്ധുക്കളെയോ, സുഹൃത്തുക്കളേയോ അദ്നാന് കാണാനായില്ല.

കാലങ്ങളായി കുടുംബം ജീവിച്ച നഗരത്തിന് സംഭവിച്ച മാറ്റം അയാളെ അത്ഭുതപ്പെടുത്തി. കണ്ണെത്തും ദൂരത്ത് സഞ്ചരിക്കുന്ന പതിവ് സന്ദർശകരുടെ വസ്ത്രവും അംഗചലനവും നിരീക്ഷിച്ച് മുമ്പിൽ നടക്കുന്ന ആളെ തിരിച്ചറിയാൻ കഴിയുമായിരുന്ന ഒരു കാലഘട്ടവും അതോടെ അവസാനിച്ചു.

നഗരം ജനങ്ങളാൽ പുതുക്കപ്പെട്ടിരുന്നു. പല ജോലികളിലും ഏർപ്പെട്ട് എട്ടും പത്തും തലമുറകളായി നഗരത്തിൽ കഴിഞ്ഞിരുന്നവരും

എങ്ങോ തിരോഭവിച്ചു. ആളുകൾ തിങ്ങിനിറഞ്ഞൊഴുകിയ തെരുവുകളിലെ വിയർപ്പിനുപോലും അപരിചിത ഗന്ധം. ചുമടുമായി വിയർത്തുകുളിച്ച് മുട്ടിയുരുമ്മി കടന്നുപോയിരുന്ന ചുമട്ടുകാരുടെ പരിചിതഗന്ധം ഡമാസ്കസിന് നഷ്ടമായി.

പുത്തൻചുമട്ടുകാരുടെ പാട്ടും അവരുടെ രൂപവും ഭാവവും ഗന്ധവുമൊന്നും ഉൾക്കൊള്ളാനായില്ല. നഗരത്തിന്റെ പുതുഗന്ധം അദ്നാനിൽ തുമ്മലും ശ്വാസതടസ്സവും സൃഷ്ടിച്ചെങ്കിലും അയയിൽ വിയർപ്പാറാനിടുന്ന സ്വന്തം വസ്ത്രത്തിനും അതേ ഗന്ധമായതോടെ അസ്വസ്ഥതകൾക്ക് വിരാമമായി. കുറെ നാളുകൾ ശ്രമിച്ചിട്ടും ആ ഗന്ധത്തിന്റെ ഉറവിടം കണ്ടെത്താനായില്ല. ഗലികളിൽനിന്നു ഗലികളിലേക്കു തുടർന്ന സായാഹനയാത്രകളിൽ തെരുവിന്റെ പഴയ ഗന്ധം തിരിച്ചെത്തുമെന്ന് അയാൾ പ്രതീക്ഷിച്ചെങ്കിലും ഒരിക്കലും അതുണ്ടായില്ല.

ശത്രുസൈന്യം നഗരം വളഞ്ഞപ്പോൾ കുടുംബം കിഴക്കോട്ട് ഓടിപ്പോയെന്ന് പിതാവിന്റെ പരിചയക്കാരിൽ ഒരാൾ പറഞ്ഞിരുന്നു. കുടുംബത്തെക്കുറിച്ച് ഒടുവിൽ ലഭിച്ച വിവരവുമതായിരുന്നു. നഗരത്തിൽ ചുവടുറപ്പിക്കാൻ കിണഞ്ഞു പരിശ്രമിച്ചിട്ടും അദ്നാൻ പരാജിതനായി. നഗരത്തെ ഉപേക്ഷിക്കേണ്ടുന്ന ഘട്ടത്തിലെത്തുമ്പോഴേക്കും അയാൾ തന്റെ ശാസ്ത്രപഠനം പൂർത്തീകരിച്ചിരുന്നു.

ആ നാളുകളിലാണ് എണ്ണയാൽ അഭിവൃദ്ധിപ്പെട്ട ഗൾഫ് നാടുകളെക്കുറിച്ച് കേട്ടത്. എണ്ണപ്പാടങ്ങളുടെ നാട്ടിൽ ഭാഗ്യം പരീക്ഷിക്കാൻ ആഴ്ചയിൽ ഒന്നും രണ്ടും പിക്കപ്പ് വാനുകൾ ഡമാസ്കസിൽനിന്ന് തെക്കു-കിഴക്കൻ ദിശയിൽ പാഞ്ഞുപോകുന്ന കാലമായിരുന്നു.

പിക്കപ്പ്വാനുകളും മിനിബസുകളും പാഞ്ഞുപോയ തെരുവിലെല്ലാം ഉറ്റവർ നെഞ്ചത്തടിച്ചു കരയുകയും ഭാഗ്യംതേടി നാടുവിടുന്ന ചെറുപ്പക്കാർക്കായി കൈകൾ മേലോട്ടുയർത്തി നെഞ്ചുരുകി പ്രാർത്ഥിക്കുകയും ചെയ്തു.

വാഹനം നഗരം പിന്നിടവേ ചെറുപ്പക്കാരിൽ പലരും ഉറ്റവരെയും ജന്മനഗരത്തെയും ഓർത്തു കണ്ണീർവാർത്തു. എണ്ണപ്പണം തേടി നാടുവിടുന്ന യുവാക്കളായി നഗരത്തിലെ മുഖ്യസംസാര വിഷയം. മക്കൾക്ക് പിന്നാലെ പല കുടുംബങ്ങളും പുതിയ നഗരങ്ങളിലേക്ക് കൂടുമാറി.

മുപ്പത്തി മൂന്ന്

ജാലകച്ചില്ലിൽ മുട്ടി കാറ്റുപിടഞ്ഞു.

തിരിച്ചുപോവാനുള്ള കാറ്റിന്റെ വെപ്രാളമാണ് അക്ബറിനെ ഉണർത്തിയത്.

നാലു പതിറ്റാണ്ടിനകം മരുഭൂമി അംബരചുംബികൾ നിറഞ്ഞ വൻനഗരമായി മാറിയിരിക്കുന്നു. എന്നിട്ടും അങ്ങകലെ കാണാമറയത്തുനിന്നു വരണ്ടകാറ്റുകൾ നഗരത്തെ ലക്ഷ്യമാക്കി പൊടിനിറച്ചു വരുന്നു. തങ്ങളുടെ കളിസ്ഥലം നശിപ്പിച്ചതിലുള്ള കാറ്റിന്റെ പ്രതികാരവുമാവാം ഭ്രാന്തുപിടിച്ചുള്ള ആ വരവ്.

പല്ലുതേക്കാനായി ബ്രഷിലേക്കു പേസ്റ്റ് പകരവേയാണ് ലാന്റ് ഫോൺ ശബ്ദിച്ചത്. സുഹൃത്തുക്കളോ, അടുപ്പമുള്ളരോ മൊബൈലിലേക്കേ വിളിക്കൂ. ദീർഘിച്ച സംഭാഷണങ്ങളാണെങ്കിൽ മുൻകൂട്ടി അറിയിച്ച് ആ ലൈൻ കട്ടാക്കിയേ ലാന്റ് ഫോണിലേക്ക് വിളിയെത്തൂ.

ഔദ്യോഗിക കോൾ ആവുമെന്നു അയാൾക്ക് ഉറപ്പായി. പല്ലുതേക്കുന്നതിന് മുമ്പ് ഫോൺ എടുക്കുന്നത് ഇഷ്ടമുള്ള കാര്യമല്ല. മൊബൈലിലേക്ക് ആരെങ്കിലും വിളിച്ചാൽ ആ ചിട്ട പാലിക്കാം. പക്ഷേ, ലാന്റ് ഫോണിൽ കോളർ ഐഡി ഇല്ലാത്തതിനാൽ പലപ്പോഴും സന്ധിചെയ്യേണ്ടി വരും.

വകുപ്പു മേധാവി ഡോ. അലി ഹാഷിമി അൽ ഫരീദി. യു എ ഇയിലെ കറകളഞ്ഞ സ്വദേശി കുടുംബത്തിൽ ജനിച്ച മനുഷ്യൻ. ഡോ. ഫരീദിയുടെ ഓരോ ചലനത്തിലും മനുഷ്യരോടുള്ള കടുത്തപ്രണയവും പ്രകൃതിയോടുള്ള ഇഴപിരിക്കാനാകാത്ത അടുപ്പവും തെളിഞ്ഞുകാണാം.

ഷാർജ യൂണിവേഴ്സിറ്റിയിൽ എത്തിയ ആദ്യദിനങ്ങളിൽ അദ്ദേഹത്തിന്റെ സവിശേഷഗുണങ്ങൾ അറിയാനായത് സൗഹൃദം ദൃഢമാവാൻ

സഹായകമായി. ഷാർജറാസ് അൽ ഖൈമ റൂട്ടിലെ വിദൂരഗ്രാമമായ അൽ തവീൽ സ്വദേശിയാണ് മുപ്പത്തിയെട്ടുകാരനായ അൽ ഫരീദി.

ഐക്യഅറബ് നാടുകൾ ദിനേന പുരോഗതിയിലേക്കു കുതിക്കുമ്പോഴും ജന്മഗ്രാമത്തിലേക്കെത്താൻ ചെമ്മണ്ണ് ഉറഞ്ഞ റോഡും ചെങ്കൽമലയിടുക്കുകളും അൽ ഫരീദിക്ക് താണ്ടേണ്ടതുണ്ട്. പ്രവാചകൻ മുഹമ്മദിന്റെ സന്തതിപരമ്പരയാണെന്നു അഭിമാനിക്കുന്ന തവീലിലെ നാനൂറു കുടുംബങ്ങൾക്കും പുറം ലോകവുമായി ആധുനിക കാലത്തും വലിയ ബന്ധങ്ങളൊന്നുമില്ല. വംശശുദ്ധിയിൽ അഭിമാനിക്കുന്നതിനാലാവാം ജനനമരണങ്ങളും വിവാഹവുമെല്ലാം ഗ്രാമത്തിൽ ഒതുങ്ങുന്നത്. നൂറ്റാണ്ടുകളായുള്ള ഈ ഗോത്രപ്പെരുമ ഒരൊറ്റ കുടുംബമെന്ന വികാരം അവരിൽ രൂഢമൂലമാക്കിയിരിക്കുന്നു. ആദിമ അറബ് ഗോത്രങ്ങളിൽ നിലനിന്ന ബദുക്കളുടെ ആചാരാനുഷ്ഠാനങ്ങളിൽ പലതും അൽ ഫരീദിയുടെ ഗോത്രത്തിലും ഇന്നും മാറ്റമില്ലാതെ തുടരുന്നു.

“കമാൽ... അസ്സലാമു അലൈക്കും*....”

സുന്ദരഗാനം ചെവിയിൽ മൂളുന്ന സുഖം തോന്നി അൽ ഫരീദിയുടെ ശബ്ദം ചെവിയിലെത്തിയപ്പോൾ. സൗന്ദര്യത്തിൽ മാത്രമല്ല ശബ്ദത്താലും ആ മനുഷ്യൻ അനുഗൃഹീതൻ തന്നെ. അറിയുന്തോറും കൗതുകം വർദ്ധിപ്പിക്കുന്നതാണ് ഡോ. അൽ ഫരീദിയെക്കുറിച്ചുള്ള ഓരോ കാര്യങ്ങളും.

അത്രമാത്രം ഇമ്പമാർന്ന പുരുഷശബ്ദം അപൂർവ്വമായേ കേട്ടിട്ടുള്ളൂ. ചെക്ക് റിപ്പബ്ലിക്കിൽ നിന്നുള്ള ജെ എൻ യുവിലെ സഹപാഠി സ്ലാവ്ക്ക എലിസബത്തിന്റേതായിരുന്നു ജീവിതത്തിൽ ശ്രവിച്ച ഏറ്റവും മാധുര്യമുള്ള സ്ത്രീശബ്ദം...

അയാളുടെ ഗ്രാമത്തിലാരോ മരിച്ചിരിക്കുന്നു. ഉടൻ അങ്ങോട്ടുതിരിക്കും. ഡമാസ്കസ് ഫ്ളൈറ്റിൽ ഷാർജയിൽ ഇറങ്ങുന്ന ഡോ. ഫെമ ഫർഹാനയെ പിക്ക് ചെയ്യാനാണ് അൽ ഫരീദി വിളിച്ചത്. അൽ തവീലിൽ എന്ത് അടിയന്തരങ്ങൾ ഉണ്ടായാലും എല്ലാവരും ഓടിയണയും. കടലോ, ഭൂഖണ്ഡങ്ങളോ വരവിന് തടസ്സമാവാറില്ല. ആരും ആരോടും വരാൻ ആവശ്യപ്പെടാറുമില്ല.

ഡോ. ഫെമ ഫർഹാന, ഉത്തരേന്ത്യക്കാരിയോ, പാകിസ്ഥാനിയോ ആയിരിക്കുമെന്ന് മനസ്സ് മന്ത്രിച്ചു.

അമ്മയുടെ നഗരമായ ആംസ്റ്റർഡാമിൽ കൂടൊരുക്കി കാത്തിരിക്കുമെന്നു പറഞ്ഞ് നിറകണ്ണുമായി മടങ്ങിയ സ്ലാവ്ക്കയുടെ ചുവന്നുതുടുത്ത മുഖം മനസ്സിൽ നിറയുന്നു. അവൾ എന്തെടുക്കുകയാവും. വർഷങ്ങൾ എത്ര കടന്നുപോയിരിക്കുന്നു. ഇടയ്ക്കെല്ലാം അവൾ വിളിക്കാറുണ്ട്. അവളെപ്പോലെ ആരെയും പ്രണയിച്ചിട്ടില്ല.

ഒരു ശരാശരി കോഴിക്കോട്ടുകാരനെങ്ങനെ യൂറോപ്യൻ പെൺകൊടിക്കൊപ്പം അവളുടെ നാട്ടിൽ കഴിയാനാവും. ഇടയ്ക്കെല്ലാം സിയാറത്ത്** നടത്തുന്ന കണ്ണംപറമ്പിലെ പിതാവിന്റെ ഖബറാണ് അവൾ ക്ഷണിച്ച

പ്പോൾ ഓർമ്മയിലേക്ക് ആദ്യം ഓടിയെത്തിയത്. ഉമ്മയുടെ ക്ഷീണവും ഉറക്കവും വടുവീഴ്ത്തിയ മുഖം, പുകപിടിച്ചപോലെ ആ മുഖം നിറംകെട്ടിരിക്കുന്നു...

നേർത്തജലകണങ്ങൾ മുഖത്തേക്ക് ചീറ്റി കിഴക്കോട്ടു കുതിക്കുന്ന കടൽക്കാറ്റ്.

ഉമ്മവെച്ചു കുസൃതിയോടെ പോവുന്ന കടൽക്കാറ്റിന് ഉപ്പ് രസം. വലിയങ്ങാടിയിലെ റാളിക്കാരുടെ ബഹളം. മിഠായിത്തെരുവിനെ നക്ഷത്രപ്രഭയിൽ മുക്കി അലസഗമനം നടത്തുന്ന ഹൂറിമാരായ പെൺകൊടികൾ...

ആ വിളിയായിരുന്നു കോഴിക്കോട്ട് വേരുകൾക്ക് എത്രമാത്രം ആഴമുണ്ടെന്ന് ബോദ്ധ്യപ്പെടുത്തിയത്.

---

* ദൈവത്തിന്റെ രക്ഷയുണ്ടാവട്ടെ.

** സന്ദർശനം.

മുപ്പത്തി നാല്

സ്ലാവ്ക്കയ്ക്ക് തനിച്ച് വിമാനം കയറേണ്ടിവന്നു. ബോർഡിങ് പാസ് വാങ്ങിയിട്ടും മൊബൈൽ ചെവിയോട് ചേർത്ത് ചില്ലുചുമരിന് അപ്പുറം കണ്ണീരണിഞ്ഞും മൂക്കുതുടച്ചും നിന്നത് ഇന്നും ഒട്ടും മങ്ങാതെ ഉള്ളിലുണ്ട്. അവളെയും വഹിച്ച് ലുഫ്താൻസ എയർവെയ്സ് പറന്നുയർന്നപ്പോൾ ചങ്കുപൊട്ടി, നിനച്ചിരിക്കാതെ മണ്ണിലേക്കെത്തിയ കനത്ത മഴപോലെ...

കൊടുംക്രൂരനാവാൻ എങ്ങനെ കഴിഞ്ഞെന്നു ഹൃദയം ആവർത്തിച്ചപ്പോൾ സ്വസ്ഥത നഷ്ടമായി. അവളുടെ വിമാനം ആംസ്റ്റർഡാമിൽ ഇറങ്ങുന്നതുവരെയും അനങ്ങാനായില്ല, കാലു കഴച്ചപ്പോൾ നേർത്തശബ്ദത്തോടെ ദേഹം തറയിലമർന്നു. ആ രാത്രിയിൽ എപ്പോഴാണ് ഉറങ്ങിയത്. ഉണർന്നത് ഒരുപാട് വൈകിയായിരുന്നു. ആദ്യം മൂക്കിലേക്ക് കയറിയത് അവളുടെ ഗന്ധമായിരുന്നു, അനിർവ്വചനീയമായ ഗന്ധം. തിരിച്ചുപോയ മൂന്നാം ദിവസം അവൾ വീണ്ടും ക്ഷണിച്ചപ്പോൾ പോകാൻ തയ്യാറായിരുന്നു. എന്തുകൊണ്ടോ നാവിൽനിന്നു പുറത്തു ചാടിയത് നിഷേധസ്വരം. നാവ് പിഴുതുകളയാൻ അടുക്കളയിലേക്ക് ഒരൊറ്റ ഓട്ടമായിരുന്നു.

ഭീരു...

ഒന്നും സംഭവിച്ചില്ല.

കാലികൾമേയുന്ന പച്ചപിടിച്ച കുന്നിൻപുറങ്ങൾ, കുതിച്ചൊഴുകുന്ന അരുവികൾ, വെടിപ്പും വൃത്തിയുമുള്ള തെരുവുകൾ...

രാവിൽ അവൾ വാചാലയാവുമ്പോൾ മനസ്സിൽ അവ ചിത്രങ്ങളായി പാറിനടന്നു.

ബ്രഷിൽ പേസ്റ്റ് ഉണങ്ങിപ്പിടിച്ചു, കുറേ നേരമായി അതങ്ങനെ കിട

ക്കുന്നു.

ഹൃദയം തേങ്ങുന്നു, തീരുമാനങ്ങൾ എന്തുമാവാം, പക്ഷേ, ആലോചിച്ചേ എടുക്കാവൂ...?

വല്യുപ്പ പറഞ്ഞത് എന്തുകൊണ്ട് അന്ന് ഓർത്തില്ല.

പല്ലുതേച്ച്, മുഖം കഴുകി തോർത്തുമായി സിറ്റിങ് റൂമിൽ എത്തിയപ്പോൾ അൽ ഫരീദിയുടെ പച്ചക്കാർ യൂണിവേഴ്സിറ്റിയുടെ കവാടംകടന്നു മെയിൻ റോഡിലേക്ക് കയറുന്നത് ജാലകത്തിലൂടെ കണ്ടു. പാതിരാവിലോ, പുലർച്ചയ്ക്കോ ആവും ആ മനുഷ്യൻ തിരിച്ചെത്തുക.

അൽ ഫരീദി നല്കിയ ഫെമയുടെ സെൽ നമ്പർ ഒരാവർത്തി കൂടി പരിശോധിച്ച ശേഷം ഫോൺ ബുക്കിനരുകിൽ നിക്ഷേപിച്ച് കുളിമുറിയിലേക്ക് നടന്നു. ഷേവുചെയ്യാൻ തുനിഞ്ഞപ്പോഴാണ് കണ്ണാടിയിലെ പൊടി ശ്രദ്ധയിൽപ്പെട്ടത്.

കണ്ണാടി തുടച്ചു, തൃപ്തിവരാതെ ആവർത്തിച്ചു. ബക്കറ്റും കോരിയൊഴിക്കുന്ന പാത്രവും അല്പം മങ്ങിയിട്ടുണ്ടോ...

തനിക്കുമാത്രം സ്വന്തമായ ചില ഭ്രാന്തുകൾ.

സംതൃപ്തി നല്കുന്നതാണ് ഇത്തരം അസുഖങ്ങൾ. വാഷ്ബെയിസിനും ക്ലോസറ്റും കഴുകി നടുനിവർത്തിയപ്പോൾ പറഞ്ഞറിയിക്കാനാവാത്ത നിർവൃതി, സ്വയം പുകഴ്ത്താനും അയാൾ മറന്നില്ല. പൂർണ്ണമായി വൃത്തിയാക്കിയാലും തൃപ്തരാവാതെ അതേ പ്രവർത്തി ആവർത്തിക്കുന്നവരെ കോഴിക്കോട്ടുകാർ ഒസ്വാസുള്ളവരെന്നാണ് പറയുക.

കോയമാരുടെ തറവാടുകളിൽ ജീവിച്ച വല്യുമ്മമാർക്കായിരുന്നു ആ അസുഖമെന്ന് ചെറിയ ചില ഗവേഷണങ്ങൾ ആ വിഷയത്തിൽ നടത്തിയവർ വ്യക്തമാക്കിയിട്ടുണ്ട്.

വുളു* എടുത്താൽ തൃപ്തിയാവാതെ ആവർത്തിക്കുക. ചെരിപ്പും കാലും കഴുകി കുളിമുറിയിൽനിന്നു പുറത്തുകടന്നാൽ വീണ്ടും അത് തന്നെ തുടരുക. ജോലിക്കാരികൾ കഴുകിയ പാത്രങ്ങൾ വീണ്ടും വൃത്തിയാക്കിക്കുക... അതെല്ലാം ഒസ്വാസിന്റെ ഭാഗമായാണ് എണ്ണിയിരുന്നത്.

നേരാവണ്ണം വസ്ത്രംഅലക്കുകയോ, ബെഡ്ഷീറ്റ് മാറ്റിവിരിക്കുകയോ ചെയ്യാത്തവരായിരുന്നു ഹോസ്റ്റൽ ജീവിതത്തിൽ എന്നെയും ആ ഗണത്തിൽ ഉൾപ്പെടുത്തിയത്. പല നാടുകളിലൂടെ കടന്നുപോയ ജീവിതത്തിൽ ഈ വൃത്തിയും അല്പം ചില കടുംപിടുത്തങ്ങളും മാത്രമാണ് സ്വന്തമെന്ന് തോന്നിയത്. അവ കൈമോശം വന്നിരുന്നെങ്കിൽ ഏതെല്ലാമോ ഓടകളിലൂടെ ഗമിച്ചേനെ.

മേയുന്ന ചിന്തകൾക്കിടയിലും മിനുക്കൽ തുടർന്നു. കുളിമുറിയിൽ നിന്നിറങ്ങാൻ ദീർഘനേരം വേണ്ടിവന്നു. അൽ ഫരീദിയുടെ കാർ ഫ്രൈഡേ മാർക്കറ്റിലെ ചെക്കുപോസ്റ്റ് കടന്നിരിക്കും. ഗോർഫുക്കാൻ കുന്നുകൾക്കിടയിലൂടെ 'കാപ്രൈസ്' നീങ്ങുന്നത് അക്ബർ സങ്കല്പിച്ചു.

രണ്ടാഴ്ച മുമ്പ് ഗ്രാമത്തിൽനിന്നു അൽ ഫരീദി കൊണ്ടുവന്ന വിശേഷപ്പെട്ട ഈത്തപ്പഴം രണ്ടെണ്ണം വായിലിട്ടു. മൂന്നു നാലു ബദാം പരിപ്പും

ചേർന്നപ്പോൾ വയറിന്റെ കത്തലടങ്ങി. രണ്ട് ഗ്ലാസ് വെള്ളവും അകത്താക്കിയപ്പോൾ പ്രഭാതഭക്ഷണത്തെക്കുറിച്ചുള്ള ആധി അവസാനിച്ചു.

വസ്ത്രംമാറി പുറത്തേക്കിറങ്ങി.

വിമാനം ഇറങ്ങാൻ ഒരു മണിക്കൂറിൽ കൂടുതലുണ്ട്. തിരക്കുള്ളവർക്കെല്ലാം വഴിയൊരുക്കി മെയിൻ റോഡിലെ രണ്ടാമത്തെ ട്രാക്കിലൂടെ സാവധാനം കാറോടിച്ചു. പാർക്കിങ് ബേയിൽ വണ്ടി ഒതുക്കി പുറത്തിറങ്ങുമ്പോൾ ഫ്ളൈറ്റുകളുടെ അറിയിപ്പുകൾ ഒന്നിനു പിറകിൽ ഒന്നായി ചെവിയിലെത്തി. ഇടയ്ക്കെപ്പോഴോ സിറിയൻ ഫ്ളൈറ്റ് നാല്പതു മിനിറ്റ് വൈകുമെന്ന അറിയിപ്പുമെത്തി. ഫ്ളൈറ്റ് ഇറങ്ങിയാലും ക്ലിയറിങ് കഴിഞ്ഞ് പുറത്തെത്താൻ അര മണിക്കൂറെങ്കിലുമെടുക്കും.

വിമാനത്താവളത്തിലെ പുൽത്തകിടിയിൽ കഴിഞ്ഞ തവണ കണ്ട പൂക്കളല്ല ഇപ്പോഴുള്ളത്. മെറൂൺ പൂക്കൾ. ഇടവിട്ട് വയലറ്റും ചുവപ്പും കാറ്റിൽ ചാഞ്ചാടുന്നു. ഡിസംബറിൽ കൊളറാഡോ സർവ്വകലാശാലയിൽ പ്രബന്ധം അവതരിപ്പിക്കാൻ പോയ അൽ ഫരീദിയെ പിക്ക് ചെയ്യാൻ എത്തിയപ്പോൾ പുൽത്തകിടിയിലും ചെടിച്ചട്ടികളിലും നിറയെ വെളുപ്പും വയലറ്റും പൂക്കളായിരുന്നു. സ്ലാവ്ക്കയുടെ ഗ്രാമത്തിലെ വീട്ടിനു ചുറ്റും അത്തരം പൂക്കൾ മാർച്ച് അവസാനം നിറയുമെന്ന് അവൾ പറഞ്ഞത് അക്ബർ ഓർത്തു.

ചെറുപ്പത്തിലെ കണ്ടിരുന്ന ആ നിറങ്ങൾ അവൾക്കെന്നും പ്രിയപ്പെട്ടതായിരുന്നു.

വിമാനത്താവളത്തിൽ തിരക്കു കുറവായിരുന്നു. പുറത്തേക്കിറങ്ങുന്നവർ പെട്ടികളുമായി എങ്ങോട്ടെല്ലാമോ നീങ്ങുന്നു.

---

* നമസ്കാരത്തിനുള്ള അംഗശുദ്ധി.

മുപ്പത്തി അഞ്ച്

ഡമാസ്കസ് വിമാനം ഏതു നിമിഷവും നിലത്തിറങ്ങും.

അയാൾ കാത്തിരിപ്പ് തുടർന്നു. ആഗമന കവാടത്തിനരുകിലേക്കു അക്ബർ നീങ്ങി. ഗേറ്റിനരുകിൽ ചെറിയൊരു ആൾക്കൂട്ടം, ഒന്നു രണ്ടു സിറിയൻ സ്ത്രീകൾ ഗേറ്റിലൂടെ ഇറങ്ങിപ്പോയി. അൽ ഫരീദി പറഞ്ഞ അടയാളങ്ങൾ ഓർമ്മിച്ച് കടന്നുപോവുന്ന സ്ത്രീകളിൽ കണ്ണുടക്കി ഗേറ്റിനോടു ചേർന്നുനിന്നു.

മൊബൈൽ പാടാൻ തുടങ്ങി, അപരിചിതമായ നമ്പർ. അതിഥി തൊട്ടപ്പുറത്ത് എത്തിയിരിക്കുന്നു.

പുറത്തേക്ക് വരുന്നവരിൽനിന്നു നോട്ടം പിൻവലിക്കാതെ യാന്ത്രികമായി കോൾ ബട്ടൺ അമർത്തി.

"ഹലോ അക്ബർ, ഞാൻ ഫെമ..."

"എയർപോർട്ടിൽ എത്തിയോ."

"നിങ്ങൾ ഗേറ്റിലേക്കു പോരൂ..."

മറുപടി പറഞ്ഞതും ഫോൺ കട്ടായി.

അധികം താമസിയാതെ മെറൂൺനിറത്തിലുള്ള ജീൻസും കമ്പിളിയോടു സാമ്യമുള്ള മുഴുക്കൈയൻ ടീഷേർട്ടും ധരിച്ച ഫെമ പുറത്തേക്കു വന്നു. മന്ദഹസിച്ചു മാറിലൊന്നമർന്നു.

ആസ്വാദ്യമായ പെർഫ്യൂം ഗന്ധം. ക്യാമ്പസ് ലക്ഷ്യമാക്കി ഞങ്ങൾ പുറപ്പെട്ടു. അവളുടെ നോക്കിലും വാക്കിലും സന്തോഷം സ്ഫുരിച്ചിരുന്നു, പുതിയൊരു നഗരത്തിൽ എത്തിയതിന്റേതാവാം.

ചോദ്യങ്ങൾക്ക് ഒന്നോ രണ്ടോ വാക്കുകളിൽ മറുപടി ഒതുക്കി.

"ക്യാമ്പസ് ഇത്ര അടുത്തായിരുന്നോ."

കുറേ ദൂരമുണ്ടാവുമെന്ന് അവൾ കരുതിയിരിക്കണം. ഫെമയ്ക്കായി സജ്ജീകരിച്ച ഫ്ളാറ്റിന്റെ വാതിൽ തുറക്കാനും സാധനങ്ങൾ അകത്തേക്കു

എടുത്തുവെക്കാനും ഒപ്പംകൂടി.

എല്ലാം യാന്ത്രികം. മുമ്പ് സ്ലാവ്ക്ക ജെ എൻ യുവിൽ എത്തിയപ്പോഴും ഇതെല്ലാം ആവർത്തിച്ചത് ഓർമ്മയിലേക്കെത്തി. മനുഷ്യനെന്ന ജീവിയുടെ കാര്യം വിചിത്രം തന്നെ. എന്തിലും ഏതിലും അവൻ ഭൂതകാലം ചികയുന്നു.

വിശ്രമിക്കാൻ ആവശ്യപ്പെട്ട് അല്പം തെക്കുവടക്കായി മാറിയുള്ള സ്വന്തം ഫ്ളാറ്റിലേക്കു മടങ്ങി.

അവൾക്ക് അരസികനായി തോന്നിയിരിക്കുമോ?

അതാണ് കുഴപ്പം. ആവശ്യമില്ലാതെ അകലം സൂക്ഷിക്കും. പിന്നെ അതോർത്ത് കുറെ ദിവസം വേദനിക്കും.

കുറച്ചുകൂടി കഴിഞ്ഞാൽ സിറാജ് ഭക്ഷണവുമായി വരും. എത്ര തിരക്കുണ്ടെങ്കിലും അവൻ കൃത്യമായി ഭക്ഷണം എത്തിക്കും. ഇന്ന് പ്രത്യേകിച്ചു ജോലിയൊന്നുമില്ല. വെറുതെ മൊബൈൽ ലൗഡിലാക്കി ഈയിടെ ഫീഡ് ചെയ്ത പഴയ സിനിമാപാട്ടുകൾ കേട്ടു. സമയം 11.30 ആവുന്നേയുള്ളൂ. ബാലുശ്ശേരിക്കാരൻ സിറാജ് വരാൻ രണ്ടു മണിക്കൂറെങ്കിലും കഴിയും.

ഫെമയ്ക്ക് ഭക്ഷണം വേണ്ടി വരില്ലേ, അൽ ഫരീദിയുടെ അഭാവത്തിൽ അന്വേഷിക്കേണ്ടിയിരുന്നു. ഒരു ബദുവിയൻ അറബിയുടെ സ്വീകരണത്തിന്റെ ഊഷ്മളത ഒരിക്കലും തന്നിലുണ്ടാവില്ല. എന്നിരുന്നാലും അതിഥിയെ പട്ടിണിക്കിടാൻ പാടില്ല. ഒന്നുമില്ലെങ്കിലും സൽക്കാരപ്രിയരായ കോഴിക്കോടൻ രക്തമല്ലെ സിരയിൽ ഓടുന്നത്.

അതിഥി സൽക്കാരം ജീവിതവ്രതമായി കരുതുന്നവരാണ് അറബികൾ...

സ്ലാവ്ക്കയുടെ ഓർമ്മകൾ അടുത്തൊന്നും ഹൃദയത്തെ ഇത്രമാത്രം ഗാഢമായി മഥിച്ചിട്ടില്ല. അവളെ വിളിച്ചാലോയെന്ന് ഒരു നിമിഷം ചിന്തിച്ചു. പൊതുഅവധി ദിനങ്ങളിലെല്ലാം അവൾ പതിവായി വിളിക്കും. ഇപ്പോൾ മാസങ്ങളായി ഞങ്ങൾ സംസാരിച്ചിട്ട്. അമ്മയുടെ മരണവും അതിനെ തുടർന്നെത്തിയ ഫ്ളാറ്റിലെ മടുപ്പിക്കുന്ന ജീവിതവുമെല്ലാം അവൾ എപ്പോഴും ഓർമ്മിപ്പിച്ചിരുന്നു.

ഒരിക്കലും വരണമെന്ന് ആവശ്യപ്പെട്ടിട്ടില്ല, എല്ലായിപ്പോഴും പ്രതീക്ഷിക്കുന്നുണ്ടെന്ന് ആ വാക്കിൽ പറ്റിയ നോവും ആകുലതകളും ബോധ്യപ്പെടുത്താറുണ്ട്. യൂറോപ്യൻ യുവതികളെക്കുറിച്ചുള്ള ധാരണകൾ അവൾ തിരുത്തിക്കുറിച്ചു. മനുഷ്യന്റെ അടിസ്ഥാന വികാരങ്ങൾക്ക് കാലദേശങ്ങളില്ല.

അവൾ എന്തെടുക്കുകയാവും?

മുപ്പത്തി ആറ്

മൊബൈലിലൂടെ ഫെമ ഫർഹാനയുടെ ശബ്ദം ഒഴുകിയെത്തി.

"ഹലോ അക്ബർ, സോറി. ഞാൻ എല്ലാമൊന്നു ഒതുക്കിവയ്ക്കുന്ന തിരക്കിലായിരുന്നു. അതാ വിളിക്കാൻ വൈകിയത്."

എന്തൊരു വിനയം.

അത്രത്തോളം സൗഹൃദം അവളെന്തിനാ വെച്ചുനീട്ടുന്നത്. വിളിക്കേണ്ട ഉത്തരവാദിത്വം ആതിഥേയനായ എന്റേതാവുമ്പോൾ...

മലയാളി, മലയാളി തന്നെ.

ഉപാധികളില്ലാത്ത സൗഹൃദത്തിലും സ്നേഹത്തിലും അവന് വിശ്വാസം കൈമോശം വന്നിട്ട് നാളേറെയായിരിക്കണം. എല്ലാറ്റിലും എന്തെങ്കിലും ഒരു കുനുഷ്ഠില്ലെങ്കിൽ അവന് ദഹിക്കില്ല. സ്ത്രീക്കും പുരുഷനും ഇടയിൽ രതിയും പ്രണയവുമല്ലാത്ത അടുപ്പവും ഇഷ്ടവും സംഭവിക്കുമെന്ന് എന്തുകൊണ്ടാണ് അവൻ ചിന്തിക്കാത്തത്.

പുരുഷന്മാരെല്ലാം സ്ത്രീ സൗഹൃദത്തിൽ പ്രണയവും കാമവും മാത്രമാണോ തിരയുന്നത്...?

ബോദ്ധ്യപ്പെട്ടിടത്തോളം അതെല്ലാം മലയാളിയുടെ ചില ചെറു അസുഖങ്ങളാണ്. ഉള്ളിൽനിന്നുയർന്ന യുക്തിഭദ്രമായ ചോദ്യങ്ങൾക്കൊന്നും ഉത്തരം കണ്ടെത്താൻ അക്ബർ ശ്രമിച്ചില്ല.

"എന്റെ ഫോൺ ബുദ്ധിമുട്ടായോ?..."

മറുപടി വൈകിയതിനാലാവാം. ഫെമയുടെ ശബ്ദം വീണ്ടുമെത്തി.

നല്ല ശബ്ദം, കേട്ടാൽ വീണ്ടും കേൾക്കാൻ ആഗ്രഹിക്കും.

സ്ലാവ്ക്ക തൊട്ടുമുമ്പിൽ...

"ലഞ്ചിനെന്താ വേണ്ടതെന്നു ചോദിക്കാൻ മറന്നു. യൂണിവേഴ്സിറ്റിയിൽ ജോയിൻ ചെയ്യാൻ വന്നതാണെങ്കിലും കുറഞ്ഞ ദിവസത്തേക്കെ

ങ്കിലും ഞങ്ങളുടെയും ഈ സ്ഥാപനത്തിന്റെയും അതിഥിയാണല്ലോ നിങ്ങൾ.”

അത്രയും പറഞ്ഞത് താനായിരുന്നോയെന്നു അക്ബർ അത്ഭുതപ്പെട്ടു.

മറുതലയ്ക്കൽ പൊട്ടിച്ചിരി, അത് കുറേനേരം നീണ്ടു. ചില്ലുപാത്രം ഉടയുന്നതുപോലുള്ള ആ ചിരി കുറേനേരം കേട്ടു. ഏറ്റവും മനോഹരമായ പൊട്ടിച്ചിരിയെക്കുറിച്ച് ആരോ എഴുതിയത് ഓർമ്മയിലുടക്കി.

“ഖുബ്ബൂസും ഹമ്മൂസും കുറച്ചെന്തെങ്കിലും സലാഡും ഫ്രഷ് ജ്യൂസു കൂടി കിട്ടിയാൽ സന്തോഷം..”

ഒന്ന് രണ്ടു സെക്കന്റു കഴിഞ്ഞിരിക്കണം. മൊബൈൽ വീണ്ടും പാടാൻ തുടങ്ങി.

നേരത്തെ പാടിക്കൊണ്ടിരുന്ന പാട്ടിന്റെ തുടർച്ച.

കോളിങ് ബെൽ കേട്ടായിരുന്നു ഉണർന്നത്. സമയം രണ്ടാവുന്നു.

സിറാജാവും; ഒരു പക്ഷേ, ഏറെ നേരമായിരിക്കാം ഊണുമായി അവൻ നില്ക്കാൻ തുടങ്ങിയിട്ട്.

ഓടിച്ചെന്നു വാതിൽ തുറന്നു. വെളുക്കെ ചിരിച്ചുകൊണ്ട് വാതിലിനു മുമ്പിൽ സിറാജ്. പാർസൽ വാങ്ങി വാതിൽ അടയ്ക്കുമ്പോഴേക്കും മിന്നൽ പോലെ അവൻ മറഞ്ഞു. ഉച്ചയ്ക്ക് അവന് ശ്വാസം വിടാൻപോലും പറ്റിയെന്നു വരില്ല.

പച്ചയോ, മഞ്ഞയോയെന്നു തിരിച്ചറിയാനാവാത്ത നിറത്തിൽ ഇളവനും പരിപ്പും ചേർത്ത കറിയും അയക്കൂറ പൊരിച്ചതും. വെള്ളത്തിൽ മുളക്പൊടി പാറിയപോലെയുള്ള മീൻ മുളകിട്ടത്. ഒന്ന് രണ്ട് ഇതൾ മല്ലിയിലയും ആ കറിക്കു മുകളിൽ കിടന്നു.

ആ ഭക്ഷണക്കാഴ്ച തന്നെ തൃപ്തി നല്കുന്നതായിരുന്നു. പച്ചമാങ്ങ ചേർത്ത ചമ്മന്തിയും പപ്പടവും. ഇഷ്ടപ്പെട്ട ഒന്നിന് പകരം എത്ര വിഭവങ്ങൾ.

ഇന്നത്തെ അതിഥി മോശമാക്കിയില്ല. ഊണു കഴിക്കവേ വീട്ടിൽ എത്തിയോയെന്നു അക്ബർ സംശയിച്ചു. ഉമ്മയുടെ പ്രസന്നമുഖം മിന്നി മറഞ്ഞു. ഊണു പൂർത്തിയാക്കി പതിവുള്ള ഉച്ചയുറക്കത്തിനായി കിടക്കയിലേക്കു മറിഞ്ഞു. മൊബൈലിലെ നേരിയ ശബ്ദത്തിൽ ഒഴുകുന്ന സിനിമാ ഗാനങ്ങൾ ആസ്വദിച്ച് കിടന്നു. ഏതെല്ലാമോ ഊടുവഴികളിലൂടെ ഉറക്കം നയിക്കുന്നതിനിടയിലായിരുന്നു മൊബൈൽ പൂർവ്വാധികം ഉച്ചത്തിൽ പാടുന്നതായി തോന്നിയത്. അല്പം കഴിഞ്ഞാണ് ഫോൺ റിങ് ചെയ്യുകയാണെന്ന് ബോദ്ധ്യപ്പെട്ടത്.

ഉറക്കച്ചടവോടെ ബട്ടൺ അമർത്തി.

ഫെമയാണ്.

ഭേദപ്പെട്ട ഭക്ഷണത്തിന് നന്ദി അറിയിച്ചതാണ്. നേരിയ ആലസ്യം മുറ്റിയ ആ ശബ്ദം വീണ്ടും കേട്ടിരുന്നെങ്കിൽ...

മുപ്പത്തി ഏഴ്

പിറ്റേന്ന് ടീച്ചേഴ്സ് റൂമിൽ എത്തിയപ്പോഴാണ് ഫെമയെയും അൽ ഫരീദിയെയും കണ്ടത്.

വൃത്തിയായി മടക്കിയ ടിഷ്യൂ പേപ്പറിൽ കാപ്പി കപ്പുകൾ കമിഴ്ത്തിവെച്ചത് അക്ബറിന്റെ ശ്രദ്ധയാകർഷിച്ചു.

എല്ലാറ്റിനും അടുക്കും ചിട്ടയും ഉറപ്പാക്കുന്ന ഡോ. അലി ഹാഷിമി അൽ ഫരീദി എന്താ കപ്പുകൾ സോസറിൽ വയ്ക്കാത്തത്. ആ ജിജ്ഞാസക്ക് അല്പായുസ്സായിരുന്നു. ഫെമയുടെ മുഖത്ത് ചമ്മിയ ഒരു ചിരി. അൽ ഫരീദി ഗൗരവമായ ചിന്തയിലാണ്. ആ ഭാവത്തെ അയാൾ പെട്ടെന്ന് മറികടന്നു. ഉത്സാഹത്തോടെ എഴുന്നേറ്റ് ഫെമയ്ക്കൊപ്പം നിറഞ്ഞചിരിയോടെ അക്ബറിനെ സ്വാഗതംചെയ്തു.

"ഇത് ഫെമയുടെ പദ്ധതിയാ."

കമഴ്ത്തിവെച്ച ടർക്കിഷ് കപ്പിലേക്ക് ചൂണ്ടി അൽ ഫരീദി വിശദീകരിച്ചപ്പോൾ ഫെമയുടെ മുഖത്ത് നാണം മിന്നിപ്പൊലിഞ്ഞു.

"കൈനോട്ടമോ, മുഖലക്ഷണമോ അവലംബിക്കാതെ ഭാവി പ്രവചിക്കാനാവുമെന്ന് ഫെമ പറഞ്ഞു. ഭാവിയെക്കുറിച്ചറിയാൻ എല്ലാവർക്കും ആഗ്രഹം കാണുമല്ലോ. കപ്പിനടിയിലെ ടിഷ്യൂ പേപ്പറിൽ പടരുന്ന കാപ്പിയുടെ ഊറൽ പരിശോധിച്ച് ഭാവി പ്രവചിക്കാമെന്ന് കേട്ടപ്പോൾ കൗതുകം തോന്നി."

അയാൾ ചിരിച്ചു.

അക്ബറിനായി മൂന്നാമതൊരു കാപ്പികൂടി ഓർഡർ ചെയ്തു.

സംസാരത്തിനിടയിലേക്ക് കാപ്പി കപ്പുമായി സിറാജ് എത്തി.

അക്ബറിന്റെ കപ്പും ഫെമ ടിഷ്യൂ പേപ്പറിൽ കമഴ്ത്തി. പത്ത് പതിനഞ്ച് മിനിറ്റ് കഴിഞ്ഞപ്പോൾ അൽ ഫരീദിയുടെ കപ്പ് പൊക്കി, ടിഷ്യൂ

പേപ്പറിൽ പടർന്ന ഊറൽ സൂക്ഷ്മമായി വിശകലനം ചെയ്ത് അവൾ ഭൂതവും ഭാവിയും വർത്തമാനവും പറയാൻ തുടങ്ങി. ആ നിമിഷം അവളുടെ മുഖത്ത് നാട്ടിൽ കണ്ടുപരിചയിച്ച കുറത്തികളിൽ ആരുടേയോ ഛായ പടർന്നു. അവൾ പറഞ്ഞ കാര്യങ്ങളെല്ലാം സത്യമാണെന്ന് അൽ ഫരീദി സാക്ഷ്യപ്പെടുത്തിയപ്പോൾ അക്ബറിന്റെ മനസ്സ് പിടച്ചു. തന്റെ കപ്പ് എടുത്തും ഇതുപോലെ വല്ലതും പറഞ്ഞാൽ...

അക്ബർ നന്നായി വിയർത്തു. ആ അവസ്ഥ പ്രകടമാവാതിരിക്കാൻ അയാൾ കിണഞ്ഞു ശ്രമിച്ചു. ഫെമ വീണ്ടും കപ്പുയർത്തി ടിഷ്യൂപേപ്പർ എടുത്തു. കുറച്ചുകൂടി അടുത്തേക്ക് നീങ്ങി ഫലംപറയാൻ തുടങ്ങി. ആ നിമിഷം അയാൾ ഓർമ്മകളിലൂടെ വീണ്ടും നടന്നു.

തലേദിവസത്തെ ദീർഘിച്ച യാത്രയും ഉറക്കക്കുറവുമാവാം അൽ ഫരീദിയുടെ മുഖത്തെ പ്രസരിപ്പ് കുറച്ചത്.

“താങ്കൾ ഊഷ്മളമായി സ്വീകരിച്ചെന്നു അതിഥി സാക്ഷ്യപ്പെടുത്തിയിട്ടുണ്ട്.”

“നന്ദി അക്ബർ, ഒരുപാട് നന്ദി. എനിക്കറിയാമായിരുന്നു ആ ജോലി മറ്റാരെയും ഏല്പിച്ചാൽ ഇത്ര ഭംഗിയാവില്ലെന്ന്. നിങ്ങൾ അത് സ്തുത്യർഹമായ നിലയിൽ ചെയ്തിരിക്കുന്നു. ഒരുപക്ഷേ, എന്നേക്കാൾ ഭംഗിയായി...”

അവർക്ക് മുമ്പിൽ അക്ബർ ചിരിച്ചു, പൊട്ടനെപ്പോലെ. തന്റെ ജോലിയെക്കുറിച്ച് ആ നിമിഷം അയാൾ മറന്നിരുന്നു. ആ ബോധം അക്ബറിന്റെ മുഖത്ത് ഗൗരവം നിറച്ചു. അൽ ഫരീദിയും ഫെമയും സംസാരിക്കുന്നതിന് അയാൾ സാക്ഷിയായി. സംസാരത്തിലെ ഊർജ്ജം കേൾവിക്കാരിലേക്കുകൂടി പടർത്താനുള്ള അപൂർവ്വസിദ്ധിക്ക് ഉടമയായിരുന്നു ഡോ. അൽ ഫരീദി.

മുപ്പത്തി എട്ട്

ഏഷ്യയിലും ആഫ്രിക്കയിലുമായി കൂടിക്കലർന്ന ആഫ്രോ-അറബ്, ഗ്രീക്കോ-റോമൻ, മൂറിഷ് വംശങ്ങളെക്കുറിച്ച് പ്രത്യേക വിഭാഗം ആരംഭിക്കാൻ തീരുമാനിച്ചതോടെയാണ് ഏറെ അന്വേഷണങ്ങൾക്കൊടുവിൽ ഫെമയെ കണ്ടെത്തിയതെന്ന് അൽ ഫരീദി വിശദീകരിച്ചു.

യൂണിവേഴ്സിറ്റിയിലെ നരവംശ വിഭാഗത്തിന്റെ കീഴിലായിരുന്നു ഭാഷാതാരതമ്യ പഠനങ്ങളും ഒപ്പം മനുഷ്യവർഗ്ഗങ്ങളെക്കുറിച്ചുള്ള പഠന - ഗവേഷണ വിഭാഗവും പ്രവർത്തിച്ചിരുന്നത്. ഫെമയുടെ വകുപ്പിൽ അഡ്മിഷൻ പൂർത്തിയാവാൻ രണ്ടാഴ്ച കൂടി വേണ്ടതിനാൽ താല്പര്യമുണ്ടെങ്കിൽ സ്വന്തം ഹവറിൽ ക്ലാസ് എടുക്കാമെന്നും അൽ ഫരീദി വ്യക്തമാക്കി.

വിദേശയാത്രകളിൽ ഒഴികെ പാരമ്പരാഗത വസ്ത്രത്തിലേ ഫരീദിയെ കാണാറുള്ളൂ. പ്രത്യേകിച്ചും ഔദ്യോഗിക സമയത്ത്. പ്രഭാത സവാരിക്കിറങ്ങുമ്പോഴോ, വീട്ടിൽ കഴിയുമ്പോഴോ മാത്രമാണ് ടീ-ഷേർട്ടും അയഞ്ഞ പാന്റുമിട്ട് ഫരീദി പ്രത്യക്ഷപ്പെടുക. ആ വേഷത്തിൽ ആളെ പെട്ടെന്ന് തിരിച്ചറിഞ്ഞെന്നും വരില്ല. അക്ബറിനും ഒരിക്കൽ അബദ്ധം പറ്റിയിട്ടുണ്ട്.

ഇളംനീല ജീൻസായിരുന്നു ഫെമ ധരിച്ചത്. മഞ്ഞയ്ക്കും ഓറഞ്ചിനും ഇടയിലുള്ളതെന്നു തോന്നിക്കുന്ന നിറത്തിലുള്ളതായിരുന്നു അവളുടെ മേൽവസ്ത്രം. ശ്രദ്ധിച്ചുനോക്കിയാൽ ഇലഞ്ഞിപ്പൂവിതളിനോടു സാമ്യമുള്ള ഡിസൈനും അതിൽ പടർന്നിരുന്നു. ചുരിദാർ ടോപ്പിനും ഇന്ത്യൻ ജുബ്ബയ്ക്കും ഇടയിലായിരുന്നു പരിണാമദശയിൽ ആ വസ്ത്രത്തിന്റെ സ്ഥാനം.

പരിചയപ്പെടുന്ന വ്യക്തികളുടെ മുഖങ്ങൾ ഓർമ്മയിൽ സൂക്ഷിക്കാൻ നാം ശ്രമിക്കുമ്പോൾ ഫെമ അവയെ വർഗ്ഗീകരിക്കാനാണ് ശ്രമിക്കുന്നതെന്ന് ആദ്യ ദിവസത്തെ അവളുടെ നിരീക്ഷണങ്ങളിൽനിന്നു ബോദ്ധ്യ

മായിരുന്നു. നൂറ്റാണ്ടുകളായി ഒരേ വർഗ്ഗപാരമ്പര്യം അവകാശപ്പെട്ടിരുന്ന അൽ ഫരീദിയിൽപോലും അറബ് രക്തത്തിൽ മൂർവംശത്തിന്റെ ചൂര് ഫെമ ഫർഹാന വേർതിരിച്ചെടുത്തു. അക്ബറിനും അൽ ഫരീദിക്കും മുമ്പിൽ വിദഗ്ദ്ധമായി അവതരിപ്പിക്കാനും ഇരുവരെയും തന്റെ വാദം അംഗീകരിപ്പിക്കാനും അവൾക്കു സാധിച്ചു.

ഫെമയ്ക്ക് ഹൃദയം ഉദാരമായി മാർക്കു നല്കിയ ആദ്യ സന്ദർഭമായിരുന്നു. പിന്നീട് എത്രയോ തവണ അത്തരം സന്ദർഭങ്ങൾക്ക് സാക്ഷിയായിട്ടുണ്ട്. അനേകം സംഭവങ്ങൾ ഒരു ഘോഷയാത്രപോലെ മനസ്സിലേക്ക് തള്ളിക്കയറും. അക്ബറിൽ ഫെമ അനേകം വർഗ്ഗങ്ങളുടെ കലർപ്പ് ആരോപിച്ചു. അറേബ്യനും മൂറിഷും സാക്സണും...എന്നു വേണ്ട അരഡസനോളം.

അറ്റങ്ങളിലേക്ക് എത്തവേ നീലരാജിയുള്ള ഇടതിങ്ങി വളർന്ന കറുത്ത കൺപീലികളും മൂക്കിൻതുമ്പിലെ പ്രത്യേകതയും അറബ് രക്തത്തിന്റെ കലർപ്പിന് ആധാരമായപ്പോൾ നീണ്ടുവിടർന്ന കണ്ണുകളും അവയിലെ വിശാലമായ വെള്ളപ്പാടയും കറുപ്പിൽനിന്നു അല്പം തവിട്ടിലേക്കു ഒന്നുമങ്ങിയോയെന്നു തോന്നിപ്പിക്കുന്ന കൃഷ്ണമണികളും ഇന്തോ – ആര്യൻ പാരമ്പര്യത്തിനു നൂറ്റാണ്ടുകളിലൂടെ സംഭവിച്ച പോസിറ്റീവായ പരിണാമമായി അവൾ വിലയിരുത്തി. വിടർന്നനെഞ്ചും ബലിഷ്ഠമായ നീണ്ടകരങ്ങളും അനേകം പടക്കളങ്ങളിലൂടെ കടന്നുപോയ ആംഗ്ലോ – സാക്സൺ വർഗ്ഗത്തിന്റേതാണെന്നതിൽ ഫെമയ്ക്ക് സംശയമേ ഉണ്ടായിരുന്നില്ല.

ആദി ഗോത്രമായ നിയാന്ത്രത്താൾ മുതൽ നെഗ്രോയ്ഡും മൂറീഷും ആംഗ്ലോ–സാക്സണും ഇന്തോ – ആര്യനുമെല്ലാം ഇടകലർന്നതാണ് ഭാരതമെന്ന് കണ്ണുടക്കവെ അവൾ ഓർമ്മിപ്പിച്ചു. കാലാന്തരത്തിൽ ഉപഭൂഖണ്ഡത്തിൽ പുതിയ സങ്കരവർഗ്ഗങ്ങൾ രൂപപ്പെട്ടു. വർഗ്ഗ – വർണ്ണ –വംശ – ഗോത്രങ്ങളുടെ ഏറ്റവും വലിയ പ്രദർശനശാലയാണ് ഭാരതമെന്ന് അവൾ അവസരം ലഭിച്ചപ്പോഴെല്ലാം ഞങ്ങളെ ഉണർത്തി. ലോഭം കൂടാതെ ഭാരതത്തെ പുകഴ്ത്താനും അവൾ മറന്നില്ല.

ഫെമ ഫർഹാന ജന്മംകൊണ്ടും പാരമ്പര്യത്താലും തുർക്കിക്കാരിയും ദീർഘിച്ച സിറിയൻ വിദ്യാഭ്യാസത്താൽ സൂരി*യുമായിരുന്നു. യമനിലും ഈജിപ്തിലുമെല്ലാം അവളുടെ ജീവിതം കുറേക്കാലം ചെലവഴിക്കപ്പെട്ടിട്ടുണ്ട്. ഏഷ്യയിലും ആഫ്രിക്കയിലുമായി കൂടിക്കലർന്നുപോയ അറബ്, ഗ്രീക്ക്, റോമൻ, മൂറിഷ്, ആഫ്രിക്കൻ വംശ–വർഗ്ഗങ്ങളെക്കുറിച്ചാണ് ഡോ. ഫെമ ഫർഹാന പത്തു വർഷമായി ഗവേഷണം നടത്തുന്നത്.

ഏതൊരു നരവംശശാസ്ത്രജ്ഞനും ഗവേഷണത്തിനു വിളനിലമാണ് ലോകത്തിലെ ഒട്ടുമിക്ക വർഗ്ഗങ്ങളുടെയും സങ്കരസ്വഭാവം പ്രകടിപ്പിക്കുന്ന ഭാരതമെന്നും അവിടെ പോയി ഗവേഷണത്തിൽ ഏർപ്പെടാൻ ഡമാസ്കസ് യൂണിവേഴ്സിറ്റിയിലെ പ്രൊഫസറും ഗൈഡുമായ ഡോ. അദ്നാൻ ഹാശിമി സാലിഹ് പറഞ്ഞത് ഫെമ അനുസ്മരിച്ചു.

വർഗ്ഗ-വർണ്ണ -വംശ - ഗോത്രങ്ങളുടെ ഒരു മിനിയേച്ചർ രൂപമാണ് കേരളമെന്നു അവൾ തിരിച്ചറിഞ്ഞത് അക്ബർ നിധിപോലെ സൂക്ഷിച്ച ഫോട്ടോ ശേഖരത്തിൽ നിന്നായിരുന്നു. ഏഴായിരത്തോളം പടങ്ങൾ അക്ബർ സൂക്ഷിച്ചിരുന്നു. കുട്ടിക്കാലം മുതൽ എടുത്ത അക്ബറിന്റെ ഫോട്ടോകളായിരുന്നു ആൽബങ്ങളിൽ. അയാൾ നടത്തിയ അനേകം യാത്രകളുടെ സെല്ലുലോയ്ഡ് സാക്ഷ്യപത്രങ്ങളും അതിൽ ഉൾപ്പെട്ടിരുന്നു. എണ്ണൂറോളം പേരുടെ അർദ്ധനഗ്ന ഫോട്ടോകളും അവൾ പ്രത്യേകം നിരിക്ഷിച്ചു.

കടലിലും പുഴയിലും സഹ്യന്റെ മടക്കുകളിലെ അരുവികളിലും വെള്ളച്ചാട്ടങ്ങളിലുമെല്ലാം നീരാടിത്തിമിർക്കുന്ന അക്ബറിന്റെയും കൂട്ടുകാരുടെയും ചിത്രങ്ങൾ. ഫോട്ടോയിൽ അറിയാതെ പെട്ടുപോവുന്ന മറ്റനേകം പേരുടെ വിവിധ കോണിൽ നിന്നുള്ള ദൃശ്യങ്ങൾ. കടൽക്കരയിൽ നടത്തിയ വാശിയേറിയ കബഡി മത്സരങ്ങളിലെ സുന്ദരമുഹൂർത്തങ്ങൾ. ഫുട്ബോൾ കളികളുടെ ഫ്രെയിമിൽ കടൽ സാക്ഷിയായ ചിത്രങ്ങൾ...

ചിത്രങ്ങൾ ഒന്നൊഴിയാതെ സ്വന്തം ഫ്ളാറ്റിൽ കൊണ്ടുപോയി ദിവസങ്ങളോളം ഫെമ നിരീക്ഷിച്ചു. ഫെമ എഴുതിയ കുറിപ്പിൽ ആയിരക്കണക്കിന് മനുഷ്യർ ആ പടങ്ങളിൽ ഇടംനേടിയതായി സൂചിപ്പിച്ചിരുന്നു. ചിലതെല്ലാം പട്ടണക്കാഴ്ചകളും ഗ്രാമങ്ങളിലെ ഉത്സവങ്ങളുടെ പശ്ചാത്തലത്തിൽ എടുത്തവയായിരുന്നു. ചില ഫ്രെയിമിൽ പത്തും അമ്പതും പേരുണ്ടായിരുന്നു.

ഫുട്ബോൾ മത്സരങ്ങളുടെ പടങ്ങളിലും ഫ്രെയിമിൽ നിറയെ മനുഷ്യരായിരുന്നു.

ഉത്തരമലബാറുകാരിൽ കാണുന്ന മുല്ലമൊട്ടുപോലുള്ള ദന്തനിര വിവിധ വംശങ്ങൾക്കും ഗോത്രങ്ങൾക്കും നൂറ്റാണ്ടുകളിലൂടെ സംഭവിച്ച ഗുണപരമായ പരിണാമമാണെന്നും ഇത്തരം മികച്ച ഫലങ്ങൾ ജീൻ കൈമാറ്റങ്ങളിലെ ഈടുറ്റ നേട്ടങ്ങളാണെന്നും ഫെമ സൂചിപ്പിച്ചു.

---

* സിറിയക്കാരി.

മുപ്പത്തി ഒൻപത്

റൂമിന്റെ ബാൽക്കണിയിൽനിന്നു അക്ബർ പുറത്തേക്ക് നോക്കി.

വെന്തുരുകുന്ന പരിസരങ്ങൾ. ദൂരെ മെയിൻറോഡിൽ ലക്ഷ്യത്തിലേക്ക് കുതിക്കുന്ന വാഹനങ്ങൾ. അവ കാഴ്ചയിൽ ഉറുമ്പുകളുടെ ഘോഷയാത്രയെ അനുസ്മരിപ്പിച്ചു. വാഹനവ്യൂഹം നീങ്ങുന്നേയില്ലെന്ന് അയാൾക്ക് തോന്നി. അവ തീരത്തേക്ക് കയറിയ കടലാമകളാവാമെന്നും സംശയിച്ചു.

ഇന്നും നാളെയും അവധിയാണ്.

അവധിദിനങ്ങൾ മുമ്പെല്ലാം ആഘോഷമാക്കിയിരുന്നു. മിക്കപ്പോഴും യാത്രകൾക്കായി പകുത്ത ദിനങ്ങൾ. അജ്ഞാത ഭൂപ്രദേശങ്ങൾ തേടി നീളുന്ന യാത്രകൾ. കുറച്ചായി അവയെല്ലാം ഓർമ്മകൾ മാത്രമാണ്. ഇനി എന്തു കാഴ്ചകളാണ് ഈ നാട്ടിൽ അവശേഷിക്കുന്നത്.

ബന്ധുക്കൾ, സുഹൃത്തുക്കൾ...

ഷാർജയിലും ദുബൈയിലും അബുദാബിയിലുമെല്ലാം കുറെ പേരുണ്ടെങ്കിലും ആരെയും സന്ദർശിക്കാറില്ല. ഒഴിച്ചുകൂടാനാവാത്ത അവസരങ്ങളിൽ മാത്രമാണ് കൂടിച്ചേരലുകൾ. സുഹൃത്തുക്കളും നന്നേ ശുഷ്കിച്ചിരിക്കുന്നു. ഇഷ്ടപ്പെട്ട ഒന്നു രണ്ടുപേർ അകലെയുള്ള നഗരങ്ങളിലാണ്. അവരെ പലപ്പോഴും വിളിക്കും. ഒരാൾ മാത്രമേ അര മണിക്കൂർ ദൂരെയുള്ള നഗരത്തിലുള്ളൂ. അവനെ ഇടയ്ക്ക് കാണും. ബാക്കിയുള്ളവരെ കാണാൻ രണ്ട് മണിക്കൂറെങ്കിലും യാത്രചെയ്യണം.

ഒഴിവുവേളകൾ പൂർണ്ണമായും വായന ഏറ്റെടുത്തിരിക്കുന്നു. ഇടയ്ക്ക് എന്തെങ്കിലും എഴുതാൻ ശ്രമിക്കും. മേശപ്പുറത്ത് ഒരു ചെറുകഥ പാതിവഴിയിലുണ്ട്. ഒന്നുകൂടി മിനുക്കിയാൽ ആർക്കെങ്കിലും അയക്കാം. അക്ബർ അതെടുത്ത് വായിച്ചു.

ഹിമജയുടെ വീടിന്റെ പടിഞ്ഞാറെ വയലിൽ ആ വർഷവും ഉത്സവം കൊടിയേറാൻ ഒരുക്കങ്ങൾ തുടങ്ങിയിരുന്നു.

വൃശ്ചികം കഴിഞ്ഞ് ഒന്നു രണ്ട് മാസം പിന്നിട്ടിട്ടും വയലിലെ വെള്ള ക്കെട്ട് ഒഴിഞ്ഞിട്ടില്ല. അമ്പലക്കമ്മിറ്റിക്കാർ നാലതിരിലും വെള്ളംവലിയാൻ ചാലുകീറിയിരിക്കയാണ്. സർക്കസ് കൂടാരം ഉറപ്പിക്കാനുള്ള ഇരുമ്പുദണ്ഡു കൾ ഉൾപ്പെടെയുള്ള സാമഗ്രികൾ കൂട്ടിയിട്ടത് അവളുടെ മുറിയിലെ ജന ലിലൂടെ ഇന്നലെയും കണ്ടിരുന്നു.

പായലാൽ പച്ചപ്പുതപ്പണിഞ്ഞ കുളം. ചുറ്റും ജലസ്പർശത്താൽ മുറ്റി ത്തഴച്ച കാട്ടുച്ചെടികളും പുൽപ്പടർപ്പുകളും. ഒന്നു രണ്ട് ദിവസങ്ങൾക്കകം പച്ചയുടെ ആ കാഴ്ചകൾ അവസാനിക്കും. വെട്ടിവെളുപ്പിച്ച് നിലം വൃത്തി യാക്കി സ്റ്റാളുകൾ പണിയും, മരണക്കിണർ ഒരുക്കും. യന്ത്ര ഊഞ്ഞാൽ വട്ടത്തിൽ കറക്കും.

വളയും കമ്മലുമായി ചെട്ടികൾ ഉത്സവപ്പറമ്പിലെത്തുന്നതും അവർ ക്കരുകിൽ വളയിടാൻ കൈനീട്ടി നില്ക്കുന്നതും ഹിമജ സങ്കല്പിച്ചു.

തൊട്ടപറമ്പിൽ തമ്പൊരുക്കാൻ ആരോ ഇരുമ്പുദണ്ഡിൽ ആഞ്ഞടി ക്കുന്നു. ലോഹങ്ങൾ കൂട്ടിമുട്ടുമ്പോഴുള്ള മുഴക്കം അവളുടെ ചെവി തുള ച്ചെത്തി. കൊയ്ത്തും മെതിയും അന്യമായ പാടത്ത് ആഞ്ഞുകയറുന്ന ഇരുമ്പുദണ്ഡിന്റെ ആവേശം ചുറ്റും തരിപ്പായി പടരുന്നു. പശിമയുള്ള മണ്ണി ലായാലും ലോഹം കയറുമ്പോൾ ഭൂമിക്ക് നോവില്ലെ. ചെവി പൊത്തിയിട്ടും മുഴക്കം ചാട്ടുളിപോലെ പാഞ്ഞടുക്കുന്നു.

കരുത്തുറ്റ കരങ്ങളാൽ ആരോ ചുറ്റിപ്പിടിച്ചു. കുതറിമാറാൻ ശ്രമി ച്ചെങ്കിലും ആ കൈകളിൽനിന്നു ഒരിക്കലും രക്ഷപ്പെടാനാവില്ലെന്ന് അവൾക്ക് ഉറപ്പായിരുന്നു. അവൾ അമ്പേ തളർന്നു. എന്താണ് സംഭവി ക്കുന്നതെന്ന് ഭീതിയോടെ തിരിച്ചറിയുമ്പോഴേക്കും അവളുടെ വസ്ത്ര ങ്ങൾ നാനാവിധമായി. പെട്ടെന്നായിരുന്നു കഠിനമായവേദന നാഭീത്തട ത്തിൽനിന്നു തലച്ചോറിലേക്ക് പാഞ്ഞെത്തിയത്.

വയറ്റിൽ നിന്നോ, പൊക്കിൾക്കൊടിയുടെ താഴ്ഭാഗത്തുനിന്നോയെന്ന് അവൾക്ക് തീർച്ചപ്പെടുത്താനായില്ല. ഹൃദയം പിഴുതെടുത്തതാ ണോയെന്നും സംശയിച്ചു. ഒച്ചവെക്കാൻ ശ്രമിച്ചപ്പോൾ ചുണ്ടുകൾ സ്വത ന്ത്രമല്ലെന്ന് ബോദ്ധ്യമായി.

ആന്ധ്രക്കാരും ഒറിയക്കാരുമായ പണിക്കാർ അപ്പോഴും തമ്പ് ഉറപ്പി ക്കാനുള്ള ശ്രമത്തിലായിരുന്നു. ഇരുമ്പുദണ്ഡ് ആഞ്ഞുകയറുന്ന തൊട്ടപ റമ്പിലെ ഭൂമിയും തന്റെ നാഭീത്തടവും അവൾക്ക് വേർതിരിച്ചറിയാനാ യില്ല. ആ ശബ്ദം അവളുടെ ചെവിയിൽ അപ്പോഴും മുഴക്കമാർന്ന് കേട്ടു കൊണ്ടിരുന്നെങ്കിലും അവൾ ആ പ്രദേശത്തൊന്നുമായിരുന്നില്ല. ചെവി പൊത്തിപ്പിടിക്കാൻ അതിയായി ആഗ്രഹിച്ചെങ്കിലും കൈകൾ അയാളു ടെ കൈമുട്ടുകൾക്കടിയിൽ ഞെരിഞ്ഞമർന്നിരുന്നു.

കർണ്ണകഠോരമായ ശബ്ദങ്ങൾ ഭ്രാന്തായി പരിണമിക്കവേ അർദ്ധബോ

ധാവസ്ഥയിൽ ഹിമജ കിടന്നു. വർദ്ധിച്ച ചടുലതയോടെ അയാൾ ആഴ്ന്നിറങ്ങുകയും വീണ്ടും വക്കിലേക്ക് പിൻവാങ്ങുകയും ചെയ്തുകൊണ്ടേയിരുന്നു. ഭീകരവും വേദനാജനകവുമായ ആ കടന്നുകയറ്റം എപ്പോഴോ യാന്ത്രികമായി.

ഇരുമ്പുദണ്ഡുകൾ കൂടത്താൽ അടിച്ചുകയറ്റുമ്പോൾ ചുറ്റുമുള്ള പുൽനാമ്പുകൾ ഒന്നൊന്നായി ചുട്ടുപഴുത്ത ഇരുമ്പുദണ്ഡിനൊപ്പം വിറയാർന്ന് അടിത്തട്ടിലേക്ക് തിങ്ങിഞെരുങ്ങി നിസ്സഹായതയോടെ അപ്രത്യക്ഷമാവുന്നത് ഹിമജയുടെ അകക്കണ്ണിൽ തെളിഞ്ഞു.

പൊക്കിൾക്കൊടി മുറിച്ചുമാറ്റപ്പെടുന്നപോലെ...

തിളച്ചതെന്തോ നിറയുന്നതായും അവൾ സംശയിച്ചു.

കടന്നുകയറ്റക്കാരനെ തൂക്കിയെറിയാൻ ഹിമജ അതിയായി ആഗ്രഹിച്ചു. ദീർഘിച്ച വേദന അവസാനിച്ചപ്പോൾ കടൽ പിൻവാങ്ങി രൂപപ്പെട്ട ജലാദ്രമായ കര കണ്ടു.

ആയിരം കാതങ്ങൾ ദൂരെ പരന്നൊഴുകുന്ന ആറ്. ആറ്റിനടുത്ത് പച്ചപിടിച്ച കാട്. ഇരതേടവേ കടുവയും പുലിയും ഇടയ്ക്ക് ഗർജ്ജിക്കുന്നതും ചുവന്നനാവ് പുറത്തേക്ക് തള്ളിവരുന്നതും അവൾ കണ്ടുകൊണ്ടിരുന്നു.

അയാൾ കരുത്ത് വീണ്ടെടുത്തിരുന്നു.

നവ്യമുഖിയുടെ ലാപ്ടോപ്പിൽ ഉച്ചയുറക്കത്തിനിടയിൽ കണ്ട പോൺ മൂവിയിലെ നീഗ്രോയുടെ രൂപം അവളുടെ മനസ്സിലേക്കെത്തി.

വീണ്ടും വേദന, പല്ലുകൾ കടിച്ചുപിടിച്ചു അവയെ പ്രതിരോധിക്കാൻ അവൾ ആ നിമിഷം പഠിച്ചു. എവിടെ നിന്നാണ് ആ അറിവുണ്ടായത്.

സ്ത്രീയുടെ സഹജമായ സഹനത്തിൽ നിന്നാവുമോ. മരമില്ലിലെ വാളിന് മുമ്പിൽ പൂർണ്ണനഗ്നയായി കിടത്തിയപോലെ. ഇരുകാലുകളും പരമാവധി അകറ്റി മരക്കുറ്റിയിൽ ബന്ധിച്ചിരിക്കുന്നു. ഈർച്ചവാൾ മുരണ്ടുകൊണ്ട് കാലുകൾക്കിടയിലേക്ക് കയറിവരികയും നാഭീതടവും അടിവയറും പകുത്തുമാറ്റുകയുമാണ്.

ആ കാഴ്ചകളിൽ വസ്തുതകളാണോ, സ്വപ്നത്തിന്റെ നിഴലാട്ടമാണോ ഉൾച്ചേർന്നതെന്ന് അവൾക്ക് തിരിച്ചറിയാനായില്ല. എന്നോ കടൽ പിൻവാങ്ങി രൂപപ്പെട്ടതാവാം താൻ ജീവിക്കുന്ന ഭൂമിയെന്ന് ഉൾവിളിയുണ്ടായി. ഒരു ബന്ധവുമില്ലാത്ത ആ അറിവ് എങ്ങുനിന്നുണ്ടായി. അയാൾ വീണ്ടും ആഴ്ന്നിറങ്ങി, നാഭീതടം ചുട്ടുപൊള്ളി. ആ മുഖം മാത്രം അവൾക്ക് കാണാനായില്ല.

സർവ്വശക്തിയുമെടുത്ത് അയാൾ മുന്നോട്ടായുമ്പോൾ താൻ രണ്ടായി ഛേദിക്കപ്പെടുന്നതായും വീണ്ടും പഴയ രൂപത്തിലേക്ക് തിരിച്ചെത്തുന്നതായും ഓരോ തിങ്ങിക്കയറലിലും അവൾ അനുഭവിച്ചു. അനേകം മണ്ണിരകൾ അയാളുടെ നെറ്റിത്തടത്തിലെ ചർമ്മത്തിനടിയിൽ ഇഴയുന്നത് ഹിമജ സുവ്യക്തമായി കണ്ടു. എന്നിട്ടും അയാളുടെ കണ്ണുകളോ, മൂക്കോ, ചുണ്ടോ ഹൃദയത്തിൽ പതിഞ്ഞില്ല.

അയാളുടെ കറുത്തുവീർത്ത ചുണ്ടിൽ പറ്റിനിന്ന ചോരത്തുള്ളിക

ളിൽ മണ്ണിരകൾ നുരയ്ക്കുന്നു. ആ ചിത്രം ഓർമ്മയിൽനിന്നു ഒരു കാലത്തും മാഞ്ഞുപോവില്ലെന്ന് അവൾ ഭയന്നു. കറുത്തുചുരുണ്ട രോമങ്ങൾ സമൃദ്ധമായ നെഞ്ചിൽ പൂണ്ടുപോയ മുഖം സർവ്വശക്തിയുമെടുത്ത് ജനലിലേക്ക് തിരിച്ചുപിടിച്ചു. മുറിയിലെ ഇരുട്ടും തൊടിയിലെ വൃക്ഷങ്ങളുടെ നിഴലും കടന്ന് മിഴികൾ ദൂരേക്ക് നീണ്ടു. കറുപ്പിൽ നീലയും വെള്ളയും നിറങ്ങൾ ഇടകലർന്ന കുടത്തിന്റെ അടിയേറ്റു പരന്ന ഇരുമ്പുദണ്ഡിന്റെ അറ്റം വേയിലേറ്റു തിളങ്ങുന്നത് കൊള്ളിയാൻപോലെ അവളുടെ തലച്ചോറിലേക്കെത്തി.

കണ്ണുകൾ മുറിയിലെ ഇരുട്ടിലേക്ക് തിരിച്ചെത്തിയ നിമിഷമായിരുന്നു അയാൾ അവളിൽനിന്ന് എന്തോ ശ്രമപ്പെട്ട് പൊരിച്ചെടുത്തത്. പുറത്തെ ഇരുമ്പുദണ്ഡ് അയാളുടെ കൈയിൽ എങ്ങനെ എത്തി. അന്നുവരെയും കണ്ടിട്ടില്ലാത്ത പുതിയ വസ്തുവിൽ തളർച്ചയാൽ പാതിയടഞ്ഞ കണ്ണുകൾ തറഞ്ഞു.

ഇരുമ്പു കുടത്താൽ കാലങ്ങളായി ഏല്ക്കുന്ന അടിയിൽ അറ്റം പിന്നോട്ട് മടങ്ങിയ ഇരുമ്പുദണ്ഡായിരുന്നോ അയാളുടെ കൈക്കുള്ളിൽ. വസ്ത്രങ്ങൾ വലിച്ചുകയറ്റി ധൃതിപ്പെട്ട് ഓടവേ കാറ്റേറ്റ മരച്ചില്ലയുടെ നിഴലാണോ അയാളെന്ന് ഹിമജ സംശയിച്ചു.

വേദനയാൽ പരിക്ഷീണയായിരുന്നു. ദാഹജലത്തിനായി കൊതിച്ചു. നിരങ്ങിയെത്തി കൂജയിൽ നിറച്ച വെള്ളം അവൾ ആർത്തിയോടെ കുടിച്ചു. വെള്ളം ഉള്ളിലേക്കിറങ്ങുമ്പോൾ ഒരു പുനർജ്ജന്മത്തിന്റെ അനുഭൂതി അവളിൽ നിറഞ്ഞു. മുറിയുടെ മൂലയിലേക്ക് അട്ടഹാസത്തോടെ വലിച്ചെറിഞ്ഞ നീലലുങ്കി ചുരുട്ടിയെടുത്താണ് അയാൾ തെക്കേപ്പുറത്തെ വേലി ചാടി ഓടിമറഞ്ഞത്.

രാവണഞ്ഞു, തൊട്ടപ്പുറത്തെ കുന്നിൻമുകളിൽനിന്ന് കുറുക്കന്മാർ കൂട്ടമായി ഓരിയിട്ടു. അവൾ കട്ടിലിൽ അനക്കമറ്റുകിടന്നു. അവളുടെ അകക്കണ്ണിൽ പിൻഭാഗം മടങ്ങിയ ഇരുമ്പുദണ്ഡിന്റെ നിറം ഒട്ടിച്ചുവെച്ചിരുന്നു.

ഒരുപാട് വൈകിയാണ് ഹിമജ ഉണർന്നത്. കട്ടിലിനും കൂജ സൂക്ഷിക്കുന്ന മേശയ്ക്കും ഇടയിൽ മഞ്ചാടിമണികൾപോലെ ചോരത്തുള്ളികൾ. രാവിൽ പൂച്ച കൊന്ന എലിയുടെ ചോരയാവാം അതെന്ന് അവൾ സംശയിച്ചു. സൂക്ഷ്മപരിശോധയിൽ ആർത്തവ ദിനങ്ങളുടെ ഓർമ്മ അവളെ പൊതിഞ്ഞു.

ആ ചിന്തയ്ക്ക് നിമിഷങ്ങളെ ആയുസ്സുണ്ടായിരുന്നുള്ളു. ഇരച്ചെത്തിയ ഓർമ്മകൾ അവളെ മോഹാലസ്യത്തിലേക്ക് എടുത്തെറിഞ്ഞു. വ്യത്യസ്തമായ ഒരു പ്രമേയം. എപ്പോഴായിരുന്നു ഹിമജയും നവ്യമുഖിയുമെല്ലാം കഥാപാത്രങ്ങളായി ചേക്കേറിയത്. രാത്രിയുടെ സ്വപ്നത്തുടർച്ചയിൽ പിടിച്ചാവുമോ അവരെല്ലാം എത്തിയത്.

നാല്പത്

ദുബൈ വിമാനത്താവളത്തിൽ ഫെമ എത്തിയപ്പോഴായിരുന്നു ഞങ്ങൾ ആദ്യമായി കണ്ടത്.

എന്നെ മുമ്പ് കണ്ടിട്ടുണ്ടെന്ന് അവൾ തറപ്പിച്ചു പറഞ്ഞു. ആദ്യമായി ഇസ്താംബൂൾ നഗരത്തിൽ ഞങ്ങൾ എത്തിയപ്പോഴായിരുന്നു അവൾ അക്കാര്യം പറഞ്ഞത്. ഫെമയുടെ അച്ഛനും അമ്മയും കാണാൻ ആഗ്രഹിച്ചപ്പോഴായിരുന്നു ആ യാത്ര.

ചരിത്രപഠനത്തിനിടയിൽ ഇസ്താംബൂളിനെക്കുറിച്ച് കുറെ കാര്യങ്ങൾ ഗ്രഹിച്ചിരുന്നു. എന്നെങ്കിലും ആ നഗരത്തിലൂടെ അലസഗമനം സ്വപ്നം കണ്ടിരുന്നു.

ഓർമ്മകളെ വാരിവലിച്ച് പരിശോധിച്ചെങ്കിലും ഫെമയെ എവിടെയും മുമ്പ് കണ്ടതായി തോന്നിയില്ല. ദുബൈയിൽ എത്തുന്നതിന് മുമ്പ് ജെ എൻ യു ഉൾപ്പെടെ ഉത്തരേന്ത്യൻ സർവ്വകലാശാലകളിൽ ഗവേഷണം നടത്തിയിരുന്നു. ഇടയ്ക്ക് രണ്ട് മൂന്നു വിദേശയാത്രകളും. ഭാഷാതാരതമ്യവുമായി ബന്ധപ്പെട്ടവയായിരുന്നു അവയെല്ലാം.

ഫിന്നിഷ് യൂണിവേഴ്സിറ്റിയിലെ സെമിനാറായിരുന്നു അവയിൽ പ്രധാനം. മനുഷ്യനുമായി ബന്ധപ്പെട്ട വിവിധ വിഷയങ്ങളിൽ 12 ദിവസം നീണ്ട സെമിനാറിനായിരുന്നു ഫിൻലന്റിലെ ഹെൽസിങ്കി യൂണിവേഴ്സിറ്റി ആതിഥ്യമരുളിയത്. രണ്ട് പ്രബന്ധങ്ങളായിരുന്നു അവതരിപ്പിച്ചത്. മലയാളവും ഫിന്നിഷുമായുള്ള ബന്ധം വിശദമായി പ്രതിപാദിച്ചിരുന്നു.

പ്രശസ്ത ഹൃദ്രോഗ വിദഗ്ദ്ധനും ഭാഷാശാസ്ത്രജ്ഞനുമായ ഡോ. കെ സുഗതനിൽനിന്ന് ലഭിച്ച വിവരങ്ങളും അദ്ദേഹം നടത്തിയ സുപ്രധാനമായ ഗവേഷണങ്ങളുമായിരുന്നു ആ രീതിയിലുള്ള ഒരു ഗവേഷണത്തിന്റെ പ്രേരണ. പലരും അയൽപ്രദേശങ്ങളും രാജ്യങ്ങളുമായി മാത്രം

ഭാഷയുടെ ഉരുത്തിരിയലിനെ ബന്ധിപ്പിക്കാൻ ശ്രമിച്ചപ്പോൾ ലിപിയിലോ, നിരന്തരമായ സമ്പർക്കത്തിലോ നാളിതുവരെ കാണാത്ത നാടുകളുമായി കണ്ണിചേർത്ത് ഭാഷയുടെ ആവിർഭാവത്തെ നിർവ്വചിച്ചപ്പോൾ കേൾവിക്കാരിൽ പലർക്കും ഉൾക്കൊള്ളാനായില്ല.

ഫിൻലന്റ് തലസ്ഥാനമായ ഹെൽസിങ്കിയിൽനിന്നു ഇരുനൂറു കിലോമീറ്ററോളം മാറി ഒരു നാട്ടിൻപുറത്തായിരുന്നു ആപ്പിക്ക ആപ്രഹാമിയുടെ വാസം. യൂണിവേഴ്സിറ്റിയിൽനിന്നു വിരമിച്ച ശേഷം ഭാഷാതാരതമ്യവും അവയുടെ ബന്ധങ്ങളുടെ കാണാച്ചരടുകളുമായി കെട്ടിമറിയുന്ന എൺപതുകാരനായിരുന്നു ആപ്പിക്ക. ക്രിസ്തുവിന് മുമ്പ് ഫിന്നിഷ് യാനങ്ങൾ നേരിട്ട് മലബാർ തീരത്തേക്ക് നിരന്തരമായി സഞ്ചരിച്ചിരുന്നതായി അദ്ദേഹം ഗവേഷണങ്ങളിലൂടെ കണ്ടെത്തിയിരുന്നു.

ഒരുപാട് ചരിത്രകുതുകികളെയും ഭാഷാഭ്രാന്തന്മാരെയും ഗവേഷകരെയുമെല്ലാം ആ ദിനങ്ങളിൽ പരിചയപ്പെട്ടിരുന്നെങ്കിലും അത് ഒരു ഘോഷയാത്ര കാണുന്നതിന് സമാനമായിരുന്നു. മുഖങ്ങളൊന്നും മനസ്സിൽ തങ്ങിയില്ല, ചില വർണ്ണങ്ങളൊഴികെ. മിക്കവരും തൊലിവെളുത്തവരും കണ്ട മാത്രയിൽ ഇഷ്ടംതോന്നുന്നവരുമായിരുന്നു. ചിലർക്ക് മോഡലുകളോടായിരുന്നു സാമ്യം.

റുവാണ്ടയിൽനിന്നുവന്ന ഗാഹിബിയുടെ മുഖം മാത്രമാണ് പതിഞ്ഞത്. അയാൾ യൂറോപ്പിലെ ഏതോ ഒരു സർവ്വകലാശാലയിൽ ഗവേഷണം നടത്തുന്നു. ഇരുണ്ട വലിയ ആ മുഖം ഇന്നും ഏത് ആൾക്കൂട്ടത്തിലും തിരിച്ചറിയാനാവും. ആ യാത്രയും കഴിഞ്ഞ് മൂന്നു നാലു വർഷത്തിന് ശേഷമാണ് ഷാർജ യൂണിവേഴ്സിറ്റിയിൽ എത്തുന്നത്.

ഫെമ വരുന്നത് വീണ്ടും രണ്ട് വർഷത്തിന് ശേഷം.

എവിടെ വെച്ചായിരുന്നു അവൾ എന്നെ കണ്ടിരിക്കുക.

ഹെൽസിങ്കിയിൽ അവളും പ്രബന്ധം അവതരിപ്പിക്കാൻ എത്തിയിരുന്നെന്നും ഒരേ ഹോട്ടലിലായിരുന്നു താമസിച്ചതെന്നും തറപ്പിച്ചു പറഞ്ഞാൽ...

ഒരുദിവസം രാവിലെ അവൾക്ക് ഒരു കെട്ട് റോസാപ്പൂക്കൾ ഞാൻ സമ്മാനിച്ചെന്നും അവൾ പറയുമ്പോൾ വിശ്വസിക്കാൻ നിർബ്ബന്ധിതനാവുന്നു. അഞ്ചു മിനിറ്റോളം ഹോട്ടലിന്റെ ലോബിക്കരുകിൽ കാപ്പി കുടിച്ച് സംസാരിച്ചെന്നും പറയാൻ അവൾ മറന്നില്ല. അന്ന് അവിടെ കഴിഞ്ഞിരുന്ന ദിനങ്ങളിലെല്ലാം അതിശൈത്യത്തെ പ്രതിരോധിക്കാൻ എത്രയോ തവണ കാപ്പികുടിച്ചിരിക്കുന്നു. ആരോടൊക്കെയോ സംസാരിച്ചിരിക്കുന്നു. രാവിലെ കണ്ട ആർക്കെല്ലാമോ പൂക്കൾ ഇറുത്തു നല്കിയിരിക്കുന്നു...

നാല്പത്തി ഒന്ന്

മുറ്റത്ത് മഴത്തുള്ളികൾ ഉരുണ്ടുവീഴാൻ തുടങ്ങിയാൽ അവ ഏറ്റു വാങ്ങാൻ മണ്ണിൽ മലർന്നുകിടക്കുന്നവൻ. പാടവും വരമ്പും കുളവും നിറഞ്ഞുകവിയുമ്പോൾ കലക്കവെള്ളത്തിൽ കൂത്താടുന്നവൻ...

നാട്ടിൻപുറത്തുകാരന്റെ എല്ലാ ദൗർബല്യങ്ങളുമുള്ള ഒരാളെ വിവിധ രാജ്യങ്ങളിലായി ജീവിതം ചെലവിട്ട ഫെമയെപോലെ ഒരു പെണ്ണ് എങ്ങനെ ഇഷ്ടപ്പെട്ടെന്നത് അക്ബറിന് മുമ്പിൽ ഇന്നും ഉത്തരംകിട്ടാത്ത കടങ്കഥയാണ്. സ്ലാവ്ക്കയെ കാണുന്ന കാലത്ത് ജീവിതം യൗവനതീക്ഷ്ണമായിരുന്നു.

കേരളത്തിലെ നാട്ടിൻപുറങ്ങളിലും ഷാർജ യൂണിവേഴ്സിറ്റി ക്യാമ്പസിലും ജീവിതം കണ്ടവൻ. ഊക്കോടെ കാറ്റടിച്ചാൽ കാർമേഘങ്ങൾക്ക് താഴെ അവ വീണുടയുന്നതും പ്രതീക്ഷിച്ച് സൈക്കിളുമായി പ്രകൃതിയെ തൊട്ടറിയാൻ ജിജ്ഞാസയോടെ നീങ്ങിയിരുന്ന ബാല്യകാലത്തെ ഇന്നും മയിൽപ്പീലിത്തുണ്ടുപോലെ നെഞ്ചേറ്റുന്നവൻ.

എട്ടാം ക്ലാസിൽ പഠിക്കുമ്പോൾ അമ്മാവൻ സമ്മാനിച്ച ബി എസ് എ സൈക്കിളിലായിരുന്നു കടൽക്കരയിലെ സഞ്ചാരം. തലയ്ക്കു മുകളിലൂടെ പറക്കുന്ന കാർമേഘങ്ങൾ മഴയായി പൊതിയുന്നതും പ്രതീക്ഷിച്ച് ഉത്സാഹത്തോടെ രാവിലെയും വൈകുന്നേരവും സവാരി നടത്തിയിരുന്നത് ഇന്നലെ ആയിരുന്നോ.

നഗരത്തിലെ തോട്ടിലോ, ഓടയിലോ തവളക്കുഞ്ഞ് വാലിളക്കിയാൽ പുസ്തകക്കെട്ട് വഴിയിലിടുന്നവൻ. ചളിയിൽ ഇറങ്ങി മീൻപിടിച്ചിരുന്ന ഒരു ബാല്യം ഓർമ്മയിലുണ്ട്. ആ ഓടകളിലെ ചളിയുടെ ഗന്ധം ഇന്നും കൈകളിൽ ബാക്കിയുണ്ടാവാം. പഠനത്തിൽ ഉഴപ്പനായ ഒരു ബാലന്റെ ചിത്രവും അക്ബറിലൂടെ കടന്നുപോയി.

ജീവിതത്തിന്റെ ചിവിട്ടുപടിയിലേക്ക് കയറിനില്ക്കാൻ എന്നായിരുന്നു അവൾ ശ്രമിച്ചത്. കൃത്യമായി ഓർക്കാനാവുന്നില്ല. ക്യാമ്പസിൽ അൽ ഫരീദിയുടെ സാന്നിദ്ധ്യത്തിലായിരുന്നു മിക്കപ്പോഴും ഞങ്ങളുടെ സംഭാഷണങ്ങൾ. സമീപ പട്ടണത്തിലെ പുഴ കാണാൻ ഫെമ ആഗ്രഹം പ്രകടിപ്പിച്ചപ്പോഴായിരുന്നു ഒന്നിച്ചു പുറപ്പെട്ടത്.

അന്നും അൽ ഫരീദിക്ക് ഗ്രാമത്തിൽ പോകേണ്ടിയിരുന്നു. എന്തോ ചില അത്യാവശ്യങ്ങൾ–ആരുടേയോ സുന്നത്തുകല്യാണമോ, വീടിന്റെ പാലുകാച്ചലോ...

പുറത്തിറങ്ങുന്നെങ്കിൽ കൂട്ടുവരാമെന്ന് ചിരിയോടെ വ്യക്തമാക്കിയപ്പോൾ തമാശയായേ കരുതിയുള്ളു. അവധി ദിനങ്ങളിലെ അനിവാര്യതയായ ഉച്ചയുറക്കത്തിനായി കോപ്പുകൂട്ടുമ്പോഴായിരുന്നു അവൾ വിളിച്ചത്.

"ഹലോ മറക്കണ്ട, വൈകുന്നേരം അഞ്ചിന് ഞാൻ റെഡിയായിരിക്കും. ഊണു കഴിച്ചെങ്കിൽ നന്നായൊന്ന് ഉറങ്ങൂ. നേരം രണ്ടേ ആയുള്ളൂ."

മൊബൈലിലൂടെ ഒറ്റശ്വാസത്തിലാണ് ഫെമ അത്രയും പറഞ്ഞത്. മറുപടി പറയാൻ വാക്കുകൾ തിരയുമ്പോഴേക്കും സ്വസ്ഥമായ ഉറക്കം ആശംസിച്ച് അവൾ നിശ്ശബ്ദയായി. അവസരം ലഭിച്ചാലും ഒരു വാക്കു പോലും ജാള്യതയാൽ പുറത്തുവരില്ലെന്ന് അയാൾക്ക് ഉറപ്പായിരുന്നു.

കേട്ടത് കനവല്ലെന്ന് ബോദ്ധ്യപ്പെടാൻ അല്പം നേരമെടുത്തു.

അവൾ വരുന്നു.

ഒന്നിച്ചൊരു യാത്ര, അക്ബർ സങ്കല്പിക്കാൻ ശ്രമിച്ചു. എന്തിനെക്കുറിച്ചും ഒരുപാട് സ്വപ്നങ്ങൾ നെയ്യുക അയാളുടെ പ്രകൃതമാണ്. പലപ്പോഴും തിരയിൽ കരയിലേക്കു കയറിവരുന്ന കുമിളയുടെ ആയുസ്സേ അവയ്ക്കുണ്ടാവൂ.

സിറിയക്കാരൻ അദ്നാൽ മഹെയും ഈജിപ്തുകാരി ഫൗസിയ അയ്യൂബിയുമെല്ലാം അവളുമായി ദീർഘനേരം ഒഴിവുവേളകൾ പങ്കിടുന്ന അദ്ധ്യാപകരാണ്. വർഗ്ഗപരമായും അടുപ്പമുള്ളവർ. അവർ തമ്മിലുള്ള സംഭാഷണങ്ങളിൽ ശക്തമായ ഹൃദയബന്ധം പ്രകടമായിരുന്നു.

ചോദ്യങ്ങളും ചിന്തകളും കൂടിക്കുഴയുന്നതിനിടയിൽ എപ്പോഴോ ഉറക്കത്തിലേക്ക് കൂപ്പുകുത്തി. നാലരയ്ക്ക് അലാറം മോങ്ങിയപ്പോഴാണ് ഞെട്ടിയുണർന്നത്.

പതിവുള്ള 'രോഗങ്ങ'ളൊന്നും പിടികൂടരുതേയെന്ന പ്രാർത്ഥനയോടെയാണ് എഴുന്നേറ്റത്. പൊടിപിടിച്ച ഒരു ട്യൂബ്, ടെലിവിഷൻ സ്റ്റാന്റിൽ പറ്റിക്കിടക്കുന്ന അഴുക്ക്... എന്തെങ്കിലും കണ്ണിൽപ്പെട്ടാൽ പദ്ധതി പാളും. വേഗം കുളിമുറിയിലേക്ക് നടന്നു.

ഷെയിവിങ്സ്റ്റിക് എടുക്കാനായി വീണ്ടും പുറത്തേക്കുവന്നു.

ക്രമംതെറ്റി കൂട്ടമായി വളരുന്ന നരകയറിയ താടിരോമങ്ങൾ പിഴുതുമാറ്റാതെ എങ്ങനെ സവാരിക്കിറങ്ങും. ഷെയിവിങ്സ്റ്റിക്കുമായി കുളി

മുറിയിലേക്ക് നടക്കുന്നതിനിടയിലാണ് ടെലിവിഷനു മുകളിൽ പൊടി പടലങ്ങൾ കൂടിയതായി തോന്നിയത്. എല്ലായിടവും വൃത്തിയായി ഇരിക്കുമ്പോൾ ടി വിയിൽ മാത്രം പൊടി. നേരമില്ലെന്ന് അറിയാമെങ്കിലും വേഗം അവിടം തുടച്ച് വൃത്തിയാക്കി.

പത്തു മിനിറ്റിലധികമാണ് ആ ജോലി കവർന്നത്. കുളിക്കാൻ കയറി അല്പം കഴിഞ്ഞപ്പോഴേക്കും കോളിങ് ബെൽ മുഴങ്ങി.

സോപ്പ് വയ്ക്കുന്ന റാക്കിൽ സൂക്ഷിച്ച ടൈംപീസിൽ സമയം 4.50, സിറാജ് ചായയുമായി എത്തിയതാവണം. അവന് ഗ്രീൻ സിഗ്നൽ നല്കി.

പിന്നെ സർവ്വത്ര നിശ്ശബ്ദം.

ഷവറിന്റെ ഇരമ്പത്തിൽ കേൾക്കാത്തതുമാവാം.

കുളിയുടെ ഉന്മേഷത്തിൽ മൂളിപ്പാട്ടുമായാണ് പുറത്തേക്കിറങ്ങിയത്. മുറിയിൽ ഒരു നറുമണം. ആത്മാവിലോളം എത്തുന്ന സൗരഭ്യം. ആരോ അകത്തുണ്ട്. തോർത്തുമുണ്ടിൽ ദേഹം ഒട്ടുമുക്കാലും നഗ്നമാണെന്ന ബോധം അസ്വസ്ഥതയുളവാക്കി.

ചെറിയൊരു സിറ്റിങ്റൂം. കിടപ്പുമുറി, അതിനോട് ചേർന്ന് കുളിമുറി, ബാൽക്കണി ഇത്രയുമായിരുന്നു ആ ഫ്ളാറ്റിന്റെ ലേഔട്ട്. വീതിയേറിയകട്ടിൽ മുറിയെ വിഴുങ്ങിയിരിക്കുന്നു. മതിലിനോട് ചേർന്നുനിന്നു. അനായാസം ഉരുണ്ടു പോകാവുന്ന വിധത്തിൽ ക്രമീകരിച്ച മൂന്നു തലയണകൾ. കിടപ്പിന് സമാന്തരമായി ഇടതും വലതുമായി അംഗരക്ഷകരായി രണ്ടെണ്ണംകൂടി, തനിച്ചല്ലെന്ന് സ്വയം വിശ്വസിപ്പിക്കാൻ.

ഒരുപാട് താമസിച്ചോയെന്ന ആധിയിൽ കിടപ്പുമുറിയിലേക്കു ഓടവേ ബാൽക്കണിയിൽ ഒരു നിഴലാട്ടം. തോന്നലായിരുന്നില്ല, കൃത്യമായി കണ്ണിൽപ്പെട്ടതാണ്.

ആരാവും.

തൊട്ട ഫ്ളാറ്റിൽ കഴിയുന്നത് ഡൽഹിക്കാരൻ പ്രൊഫസറാണ്. അയാളുടെ ഭാര്യയുടെ ചുരിദാറിന്റെ ടോപ്പും ഷാളുമെല്ലാം ഇടയ്ക്ക് ബാൽക്കണിയിലേക്ക് പാറി വരാറുണ്ട്.

വാതിൽ തുറക്കുന്ന ശബ്ദം കേട്ടാവാം ആ രൂപം പെട്ടെന്ന് തിരിഞ്ഞുനിന്നു.

എന്തു ചെയ്യണമെന്നറിയാതെ നിശ്ചലനായ നിമിഷത്തിൽ ഫെമയുടെ ശബ്ദമെത്തി.

"ദേഹം ശരിക്ക് തുവർത്തിയില്ലെ..."

തൊട്ടു മുമ്പിൽ ഫെമ.

അവൾ തേടിയെത്തുമെന്ന് പ്രതീക്ഷിച്ചതല്ല.

പല നാടുകളിലെ ജീവിതം കണ്ട അവൾക്ക് ഇതിലൊന്നും അസ്വാഭാവികത കാണില്ലെന്ന ചിന്ത ജാള്യത ലഘൂകരിച്ചു.

"ഞാൻ 4.30 ന് പുറത്തിറങ്ങി. കുറെ നിന്നപ്പോൾ മുഷിഞ്ഞു. ഏതാനും മീറ്റർ ദൂരമല്ലെയുള്ളൂവെന്നതിനാൽ മുന്നോട്ടു നടക്കാമെന്ന് കരുതി. പത്ത് മിനിറ്റ് മുമ്പെങ്കിലും ആൾ ഇറങ്ങുന്നുണ്ടെങ്കിൽ ചുറ്റു

വട്ടത്തെ മരങ്ങളും പൂക്കളും കണ്ടുകൊണ്ടു നടക്കുമ്പോഴേക്കും സമയമാവുമല്ലോ. വയലറ്റ്പൂക്കൾ വിരിഞ്ഞ ആ മരത്തിന് ചുവട്ടിൽ കുറെനേരം നിന്നു."

ഫെമ പുറത്തേക്ക് കൈചൂണ്ടി.

"വയലറ്റ്പൂക്കൾ വിരിയുന്ന ആ മരത്തിന് ഒരുപാട് കഥകളുണ്ട്. ഞങ്ങളുടെ ഗ്രാമത്തിൽ അത് ഭാവിയിലേക്കുള്ള ചില ദൃഷ്ടാന്തങ്ങൾ ഓർമ്മപ്പെടുത്തുന്നു. പൂക്കളെ നോക്കിനിന്നെങ്കിലും സമയം നീങ്ങുന്നില്ലെന്ന് തോന്നിയതിനാൽ ഫ്ളാറ്റിനടുത്തേക്ക് നടന്നു. ഒടുവിൽ ഇതിനകത്തുമെത്തി. സോറി."

"ഇരിക്കൂ. അഞ്ചു മിനിറ്റിനകം നമുക്കിറങ്ങാം."

രക്ഷപ്പെട്ടെന്ന ആശ്വാസത്തിൽ ആദ്യം കണ്ട കള്ളിമുണ്ടെടുത്ത് തോർത്തിന് മുകളിലൂടെ ചുറ്റി.

ഫെമയുടെ വിടർന്നകണ്ണുകൾ തൊട്ടുപിന്നിലായുണ്ട്. പിന്തുടരുന്ന കണ്ണുകൾ പുരുഷന് അസഹ്യമാവുമ്പോൾ സ്ത്രീയുടെ അവസ്ഥയോർത്ത് നടുങ്ങി.

പുരുഷന്മാർ എപ്പോഴെങ്കിലും ഇത്തരം കാര്യങ്ങൾ അവരുടെ മാനസികാവസ്ഥയിൽ ചിന്തിക്കാറുണ്ടോ. കുറ്റബോധം തോന്നി.

"ഇത്രയ്ക്ക് ജാള്യത എന്തിനാ, ഞാൻ കൊണ്ടുപോയി പരിശോധിച്ച ചിത്രങ്ങളോട് താരതമ്യപ്പെടുത്തിയാൽ ഇക്കണ്ട തോർത്തുതന്നെ ദേഹത്ത് കൂടുതലാ."

ഫെമ മനോഹരമായി ചിരിച്ചു.

ആ ചിരി മുഖത്തിന്റെ നാല് അതിരിലേക്കും ഓളങ്ങൾപോലെ പടരുന്നത് അക്ബർ അകക്കണ്ണിൽ കണ്ടു. അടിവസ്ത്രങ്ങളും പാന്റ്സും ധരിച്ചതോടെ ആത്മവിശ്വാസമായി. അപ്പോഴേക്കും ഫെമ അയാൾക്കരികിലേക്ക് എത്തിയിരുന്നു.

അനുവാദത്തിന് കാത്തുനില്ക്കാതെ അലമാരയുടെ വാതിൽ തുറന്ന് ഇളംമഞ്ഞ നിറത്തിൽ കുഞ്ഞുകള്ളികളുള്ള ഒരു ഷേർട്ട് ഫെമ തെരഞ്ഞെടുത്തു. അതിനൊപ്പം പാന്റ്സ് ഇൻ ചെയ്ത് കണ്ണാടിയിൽ നോക്കിയപ്പോൾ കൂടുതൽ സുന്ദരനായപോലെ അക്ബറിന് തോന്നി.

പൗഡർപൂശുന്നതും മുടിവാരുന്നതും സ്പ്രേ ചീറ്റുന്നതുമെല്ലാം തലയണകൾക്ക് മുകളിൽ മുതുക് ചാരി ഫെമ ആസ്വദിച്ചു. രണ്ട് മാസത്തോളമായി ഫെമ ഡിപാർട്ട്മെന്റിൽ എത്തിയിട്ട്. അതുവരെ തോന്നാതിരുന്ന ഒരു അടുപ്പം ആ നിമിഷം അയാളിൽ പുഷ്പിച്ചു.

വരുംവരായ്കകളിലേക്ക് എത്തിയപ്പോൾ കടുത്തപനി ദേഹത്തുനിന്ന് അകലുന്നപോലെ ആവിയായി.

നാല്പത്തി രണ്ട്

രാവിലെ അൽ ഫരീദി വിളിച്ചു.

സ്റ്റാഫ് റൂമിൽ എത്തി പത്തു മിനിറ്റിനകമായിരുന്നു ആ കോൾ.

ഫോൺ ശബ്ദിച്ചപ്പോഴെ അക്ബർ ഉറപ്പിച്ചിരുന്നു അൽ ഫരീദിയാവുമെന്ന്. മുത്തശ്ശന്റെ ബന്ധു മരിച്ചിരിക്കുന്നു. ളുഹറി*ന് മുമ്പായി അവിടെ എത്തേണ്ടതുണ്ടെന്നും പുലർച്ചെയായിരുന്നു മരണമെന്നും അദ്ദേഹം സൂചിപ്പിച്ചു. തന്റെ അസാന്നിദ്ധ്യത്തിൽ വകുപ്പുമായി ബന്ധപ്പെട്ട് ചില അത്യാവശ്യങ്ങൾ നിർവ്വഹിക്കേണ്ടതിനെക്കുറിച്ചും സംസാരിച്ചു.

ഒഴിവുള്ള ഹവറിൽ ക്ലാസെടുക്കാൻ ഫെമയോടും അഭ്യർത്ഥിച്ചു.

ഹൈദരാബാദുകാരി ഫൈസ, ഡൽഹിക്കാരൻ ജയദേവ് പിന്നെ ഞാനെന്ന മലയാളിയും ഉൾപ്പെടെ മൂന്നു ഇന്ത്യക്കാർ. സുവൈദിയെ കൂടാതെ ബദ്രിയ സഹീറും മുസ്തഫ മുആഖബിയും ലൈല നുഐമിയുമായിരുന്നു സ്വദേശി അദ്ധ്യാപകർ. ജി സി സി രാജ്യങ്ങളിൽനിന്നുള്ള മൂന്നു പേരും സിറിയക്കാരി താഷിയ അബു സൈഫുമായാൽ ഡിപ്പാർട്ട്മെന്റിൽ പതിനൊന്നു പേരുടെ ഫുൾ കോറം.

ഞങ്ങൾക്ക് ആദ്യ മണിക്കൂർ ഫ്രീയായിരുന്നു. അൽ ഫരീദിയുടെ ഫോൺ നിലച്ചതോടെ ഫെമ അവളെക്കുറിച്ചും കുട്ടിക്കാലം കടന്നുപോയ വിവിധ ദേശങ്ങളിലെ ജീവിതത്തെക്കുറിച്ചും സംസാരിക്കുന്നത് തുടർന്നു. ഗൃഹാതുരത്വം നിറയ്ക്കുന്ന ഓർമ്മകൾ പൊഴിയുമ്പോൾ അവളുടെ വിടർന്നകണ്ണുകളിൽ ഭാവങ്ങളുടെ പെരുമഴ.

മിന്നാമിനുങ്ങുകൾ കൂട്ടത്തോടെ എത്തുന്നതാണോയെന്ന് അക്ബർ സംശയിച്ചു. കൂരാക്കൂരിരുട്ടിൽ കൂട്ടമായെത്തുന്ന മിന്നാമിനുങ്ങുകൾ.

മൈന ഉമൈബാന്റെ *ആത്മദംശനം* ഓർമ്മയിലേക്കെത്തി. മിന്നാമിനുങ്ങുകളെക്കുറിച്ച് വിവരിക്കുന്ന മനോഹരകൃതി.

ഫെമയുടെ പ്രായം ഇരുപത്തിയഞ്ചോ, അതോ ഇരുപത്തിയേഴോ. ഏതൊരാളിലും പ്രായം ധ്വനിപ്പിക്കുക കൈകളാണ്, പ്രത്യേകിച്ചും വിരലുകൾ. ഇതുവരെ കണ്ടവയിൽനിന്നു തീർത്തും വ്യത്യസ്തമായിരുന്നു ഫെമയുടേത്. വിമാനത്താവളത്തിന് പുറത്തുവന്നപ്പോൾ ആ കൈ എന്റേതുമായി ഞെരിഞ്ഞമർന്നപ്പോൾ മൃദുലത അനുഭവിച്ചറിഞ്ഞതാണ്.

പത്തോ പന്ത്രണ്ടോ വയസ്സുള്ള പെൺകൊടിക്ക് സമാനമായ മൃദുത്വം. അന്നേ ആ കൈകൾ ഹൃദയത്തിൽ പതിഞ്ഞു. അവസരം ലഭിച്ചപ്പോഴെല്ലാം ആസ്വദിക്കാൻ ശ്രമിച്ചു. കടൽത്തീരത്തോട് തൊട്ടുപണിത മാളങ്ങൾക്ക് മുന്നിൽ നിലയുറപ്പിച്ച ഞണ്ടുകളുടെ കാലിനോടായിരുന്നു ഉപമിക്കാൻ തോന്നിയത്. വെളുത്ത് അറ്റത്തേക്ക് എത്തുന്തോറും നേർത്തവിരലുകൾ. ഞണ്ടുകളെപ്പോലെ അഗ്രം കൂർത്ത നഖങ്ങൾ.

സൗന്ദര്യശാസ്ത്രമാണ് ചർച്ചാ വിഷയമെങ്കിൽ ആദ്യം അക്ബർ മാർക്കിട്ടിരുന്നത് കൈകൾക്കായിരുന്നു. പീലിനിറഞ്ഞ വിടർന്നകണ്ണുകൾക്കും ആകൃതിയൊത്ത നെറ്റിത്തടത്തിനും ഭംഗിയുള്ള പാദത്തിനുമെല്ലാം ലോഭമില്ലാതെ മാർക്ക് നല്കാറുണ്ട്.

"ആരെ കണ്ടാലും അക്ബർ കൈകളിലേക്കാണ് ശ്രദ്ധിക്കാറല്ലേ..."

ഫെമയുടെ ചോദ്യം അയാളെ നടുക്കി. വളരെ സൂക്ഷിച്ചായിരുന്നു സൗന്ദര്യാസ്വാദനം, എന്നിട്ടും പിടിക്കപ്പെട്ടിരിക്കുന്നു. ചിരിക്കാൻ ശ്രമിച്ചെങ്കിലും ചിരി മുഖത്തിന്റെ കോണിൽ അമർന്ന് വികൃതമായി.

അവൾ ചിരിച്ചു, ചില്ലുപാത്രം ഉടയുന്നതുപോലെ.

"ചമ്മിയിട്ട് കാര്യമില്ല. കുറച്ചായി അവസരം കാത്തിരിക്കയായിരുന്നു. നല്ല സൗഹൃദത്തിൽ ജനാധിപത്യബോധവും ഏറ്റുപറച്ചിലുകളും അങ്ങേയറ്റം അനുവദനീയമാണെന്നാണ് എന്റെ പക്ഷം. അക്ബറിനും അങ്ങനെയല്ലെ. ആ അവസ്ഥ നഷ്ടമാവുന്നതോടെ സൗഹൃദങ്ങൾക്ക് മരണമണി മുഴങ്ങും. 13 വയസ്സുള്ളപ്പോഴാണ് ഒരിക്കൽ അമ്മ കൈകൾ തലോടി പ്രശംസിച്ചത്. കൈകളുടെ സൗന്ദര്യശാസ്ത്രത്തെക്കുറിച്ചും കുറേ കാര്യങ്ങൾ പറഞ്ഞിരുന്നു."

അച്ഛനിൽനിന്നു ലഭിച്ച കോംപ്ലിമെന്റുകളെക്കുറിച്ചു കൂട്ടിച്ചേർക്കാനും അവർ മറന്നില്ല.

"ഞാൻ സ്കൂൾ ഫൈനലിന് പഠിക്കുമ്പോഴായിരുന്നു അമ്മ വിട്ടുപിരിഞ്ഞത്. താഴെയുള്ളവരെ വളർത്താൻ ഞാനും അച്ഛനും പാടുപെട്ടു. അഹമ്മദ് ജിനാന് ഏഴും ഫൈറൂസിന് ഒമ്പതും ദിൽനയ്ക്ക് പതിനൊന്നുമായിരുന്നു പ്രായം.

ഭക്ഷണം തയ്യാറാക്കണം, സ്കൂളിൽ അയക്കണം. അഹമ്മദിനെ ശ്രദ്ധിക്കുക പ്രയാസമായിരുന്നു. അമ്മയോട് എന്തെന്നില്ലാത്ത അടുപ്പമായിരുന്നു അവന്. ഇളയകുട്ടിയായതിനാൽ അമ്മയുടെയും ഞങ്ങളുടെയും ജീവനായിരുന്നു അവൻ. അമ്മ മരിച്ച ശേഷം ഒരാഴ്ചയിൽ അധികം അഹമ്മദ് ഉറങ്ങിയതേയില്ല. ദീർഘനേരം താരാട്ടിയാലും ഒന്നുകണ്ണടച്ചാലായി. നേർത്ത ശബ്ദത്തിൽ പാതിരാവിലും അവൻ കരഞ്ഞുകൊണ്ടേയി

രിക്കും. മറ്റൊന്നും അമ്മയ്ക്ക് പകരമാവില്ലെന്ന് ഞങ്ങൾ അനുഭവിച്ചറിഞ്ഞ കാലം.

ബന്ധുക്കൾ വിവാഹത്തിന് നിർബ്ബന്ധിച്ചിട്ടും അച്ഛൻ ശക്തമായി എതിർത്തു. ഒടുവിൽ രണ്ടുവർഷം കഴിഞ്ഞപ്പോൾ അച്ഛന് വഴങ്ങേണ്ടിവന്നു. ഞങ്ങളുടെ ദുരിതമായിരുന്നു അച്ഛനെ ആ അവസ്ഥയിലേക്ക് എത്തിച്ചത്. എളാമ്മയ്ക്ക് ഞങ്ങൾ ഉൾപ്പെടെ എന്തും ഉൾക്കൊള്ളാൻ സാധിച്ചിരുന്നതിനാൽ ഞങ്ങൾക്ക് ഉന്നതവിദ്യാഭ്യാസം നേടാനായി. ഒപ്പം എനിക്ക് രണ്ട് അനിയത്തിമാരെയും കിട്ടി. സൻഷിയയും ഫിൽനയും.

അന്ന് അവർ വന്നിരുന്നില്ലെങ്കിൽ ഡോ. ഫെമ ഫർഹാന ഉണ്ടാവുമായിരുന്നില്ല.

അമ്മയുടെ കൈകളെക്കുറിച്ച് മാത്രം അച്ഛൻ അഞ്ചും എട്ടും വരികളുള്ള കവിത കുറിച്ചിരുന്നു. ഞങ്ങൾ അറിയുന്നത് കുറെ മുതിർന്നപ്പോഴായിരുന്നു. അമ്മയുടെ ബന്ധുക്കൾ ആ കൈകളാണ് എനിക്ക് ലഭിച്ചതെന്ന് പറയുമായിരുന്നെങ്കിലും ബോധവതിയായിരുന്നില്ല.

അച്ഛനും അമ്മയുടെ ബന്ധുക്കൾക്കും ശേഷം എന്റെ കൈകളിൽ ശ്രദ്ധിച്ചതായി ബോദ്ധ്യപ്പെട്ട വ്യക്തി അക്ബറാണ്."

ഫെമയുടെ ദീർഘിച്ച വിവരണം അക്ബറിന്റെ മനഃസംഘർഷം ആവിയാക്കി. അവൾ സംസാരം തുടർന്നു.

അവൾ തന്നിലേക്ക് കൂടുതൽ അടുക്കുന്നതായി അക്ബറിന് തോന്നി. ആ നിമിഷങ്ങളിലെല്ലാം ഞങ്ങൾക്കിടയിലെ ദൂരത്തെക്കുറിച്ച് മനസ്സ് ഓർമ്മിപ്പിച്ചു. ഏറെ ആലോചനകൾക്കൊടുവിലാണ് അവൾ ആഗ്രഹിക്കുന്നതിനൊത്ത് നീങ്ങുകയെന്ന തന്ത്രപരമായ നിലപാടിലേക്ക് എത്തിയത്.

ഗാഢമായ സൗഹൃദവും നിഷ്കപടമായ പ്രണയവും ഭൂമിയിൽ തിരിച്ചറിയാൻ സാധിക്കാത്ത രണ്ട് സമസ്യകളാണെന്ന അറബ് കാവ്യശകലം ഓർത്തു.

സ്ത്രീയുടെ മാനസികവ്യവഹാരങ്ങളെക്കുറിച്ചും വിസ്മയിപ്പിക്കുന്ന വരികൾ ശുഹൈബ് അലി മൂസ എഴുതിയിട്ടുണ്ട്. പതിനെട്ടാം നൂറ്റാണ്ടിലെ ഏറ്റവും തലയെടുപ്പുള്ള കവിയായിരുന്ന ആ മനുഷ്യൻ കയ്റോ പട്ടണപ്രാന്തത്തെ നൈൽനദിക്കരയിലായിരുന്നു ജീവിച്ചത്.

നൈൽ കരകവിഞ്ഞൊഴുകുമ്പോൾ വീടിന്റെ ചുമരിൽ ഓളങ്ങൾ അലതല്ലുന്നതും ശ്രവിച്ച് രാവുപുലരുവോളം കഴിഞ്ഞതിനെക്കുറിച്ചുള്ള ഹൃദ്യമായ വിവരണം ആത്മകഥയിലുണ്ട്. മതിൽ ഇടിഞ്ഞുവീഴുന്നതിനെക്കുറിച്ച് ആധിപിടിക്കാതെ മത്സ്യങ്ങളുടെ ചുണ്ടുകൾ മതിലിടിച്ച് വേദനിക്കുന്നതിലായിരുന്നു കുട്ടിക്കാലത്തെ സങ്കടമെന്ന വരികളിൽ ഒരു കവിയുടെ ഹൃദയം കാണാം.

ചുമരിന് പിന്നിലെ ഒഴുകുന്ന ജലത്തിന്റെ മനോവ്യാപാരങ്ങളെക്കുറിച്ചു ആത്മാവിൽ സ്പർശിക്കും വിധം മറ്റാരെങ്കിലും എഴുതിയിരിക്കുമോ.

"ആരെക്കുറിച്ചാ ഗാഢമായ ചിന്ത, നമ്മൾ കാണാൻ തുടങ്ങിയിട്ട് രണ്ടു മാസം പിന്നിട്ടില്ലേ. ആരോടെങ്കിലും അടുപ്പം തോന്നിയാൽ ജീവി

തയാത്രയിൽ സംഭവിച്ച എന്തും ആ വ്യക്തിയോട് എനിക്ക് ഏറ്റുപറയാനാവും..."

ഫൈമയുടെ വാക്കുകൾ കേട്ടെങ്കിലും പുഴയിൽനിന്ന് കരയ്ക്കെത്തിയിരുന്നില്ല. പച്ചഞരമ്പുകൾ എഴുന്നുനിന്ന കൈകളിൽ അവൾ ചെറുതായി തല്ലിയപ്പോഴാണ് കയ്റോയിൽനിന്നു മടങ്ങിയത്.

---

* ഉച്ചയ്ക്കുള്ള പ്രാർത്ഥന.

നാല്പത്തി മൂന്ന്

ഹോട്ടലിന് പുറത്തെ തുറസ്സുനിറയെ പൂക്കളായിരുന്നു.

സെമിനാർ തുടങ്ങാനിരിക്കേ പൂക്കൾ ഇറുത്ത് പലർക്കും സമ്മാനിച്ചു. പ്രത്യേകമായ ലക്ഷ്യമൊന്നും ആ പ്രവൃത്തിക്കുണ്ടായിരുന്നില്ല.

എത്ര ആലോചിച്ചിട്ടും അവളുടെ മുഖം ആ യാത്ര സ്മരണയിൽ കണ്ടില്ല. അവൾ ഇക്കാര്യം മുമ്പും പറഞ്ഞതാണ്. വെളുപ്പിൽ കറുപ്പ് പൂക്കൾ പ്രിന്റ് ചെയ്ത ഷേർട്ടായിരുന്നു ഞാൻ ധരിച്ചതെന്ന് അവൾ ഓർക്കുന്നു. ഫെമ ദുബൈ വിമാനത്താവളത്തിൽ എത്തിയപ്പോഴും ആ ഷേർട്ട് ധരിച്ചായിരുന്നു ചെന്നത്.

കണ്ടുമറന്ന ഉടുപ്പും അതേ മുഖമുള്ള ആളും എത്തിയപ്പോൾ അത്ഭുതപ്പെട്ടെന്ന ഫെമയുടെ ഡയറിക്കുറിപ്പ് ഞാനും വായിച്ചിരുന്നു. ഇന്നവൾക്ക് ഏറ്റവും പ്രിയപ്പെട്ട കുറെ ശേഖരങ്ങളുടെ ഇടയിലാണ് ആ ഷേർട്ടിന്റെ സ്ഥാനം.

ഓരോരോ ആകസ്മികതകൾ. അവൾ പറഞ്ഞ വാക്കുകൾ മുത്തുകൾപോലെ ഹൃദയത്തിലുണ്ട്.

അന്നത്തെ ആ സെമിനാറിനുശേഷം നിന്റെ ഫോൺ നമ്പറും ഇ–മെയിൽ ഐഡിയും അന്വേഷിച്ച് സംഘാടകരെ സമീപിച്ചെങ്കിലും തരാനാവില്ലെന്ന് വ്യക്തമാക്കിയപ്പോൾ സങ്കടപ്പെട്ടു. നീ എനിക്കരുകിൽ വീണ്ടും എത്തിയപ്പോൾ എന്നിൽ സംഭവിച്ചത് നിലയ്ക്കാത്ത ശബ്ദങ്ങളായിരുന്നു. ചിന്തകളും സ്മരണകളും ഏറ്റുമുട്ടിയാലുണ്ടാവുന്ന ശബ്ദഘോഷങ്ങൾ. അവയെ വാക്കിലേക്കു പകരാനുള്ള സർഗ്ഗശേഷിയൊന്നും എനിക്കില്ല. വെളുപ്പിൽ കറുപ്പുപൂക്കൾ പ്രിന്റുചെയ്ത ഷേർട്ടിട്ട നീയും ദുബൈക്ക് വരുമ്പോൾ ധരിച്ച ആ ഉടുപ്പിട്ട് ഞാനും ഇസ്താംബൂളിലെ ബ്ലൂമോസ്കിന് സമീപത്തെ റോഡിൽ സംസാരിക്കുന്നത് യൂണിവേഴ്സിറ്റി പഠനകാലത്ത് ഞാൻ സ്വപ്നം കണ്ടിരുന്നു.

ഒരിക്കലും കണ്ടിട്ടില്ലാത്ത ഒരു മനുഷ്യൻ എങ്ങനെ സ്വപ്നത്തിലേക്കെത്തിയെന്ന് ആ ദിനങ്ങളിൽ ആശ്ചര്യപ്പെട്ടിട്ടുണ്ട്. ഇടയ്ക്ക് കൊച്ചുകവിതകളും കുറിപ്പുകളും ടിഷേർട്ടിന്റെ അകവശത്ത് എഴുതുന്ന എന്റെ കിറുക്കാണ് അത്തരം കാഴ്ചകളെന്ന് കൂട്ടുകാരികൾ കളിയാക്കുമായിരുന്നു.

അയൽവീട്ടിലെ ഷഹ്രിയാർ അമ്മാവനാണ് അത്തരം ഒരാൾ തീർച്ചയായും ജീവിച്ചിരിക്കുന്നുണ്ടാവുമെന്നും ജീവിതയാത്രയിൽ എന്നെങ്കിലും അയാളെ കണ്ടെത്തുമെന്നും പറഞ്ഞത്.

അന്ന് മുതൽ ഞാൻ നിന്നെ തേടിക്കൊണ്ടിരുന്നു, വിമാനത്താവളത്തിൽ നാം കണ്ടുമുട്ടുന്നതുവരെ. നമ്മൾ നില്ക്കുന്നത് ആ അമ്മാവന്റെ ശവകുടീരത്തിനരികിലാണ്. ഇവിടെ വളരുന്ന പൂച്ചെടികളെല്ലാം പലപ്പോഴായി ഞാൻ നട്ടവയാണ്. ജീവിതത്തിൽ അപരന്റെ ഭാവി ചിലർക്കെങ്കിലും പറയാനാവുമെന്ന് എന്നെ ബോദ്ധ്യപ്പെടുത്തിയത് രണ്ടാം ലോകമഹായുദ്ധത്തിൽ ഇടതുകാൽ തകർന്ന ആ മനുഷ്യനായിരുന്നു.

ഇസ്താംബൂൾ നഗരത്തിലെ തിരക്കുള്ള ഗലികളിൽ ഷൂ തുന്നി 65 വർഷം ജീവിച്ച ശേഷമായിരുന്നു എൺപത്തിരണ്ടാം വയസ്സിൽ അദ്ദേഹം വിശ്രമം തേടി ഞങ്ങളുടെ അയൽപക്കത്ത് വന്നത്. ഇടയ്ക്ക് എന്നെപ്പോലെ ചിലരെല്ലാം ഈ കല്ലറയ്ക്കരികിലെത്തും. മെഴുകുതിരിയുടെയും സുഗന്ധദ്രവ്യങ്ങളുടെ അവശിഷ്ടങ്ങൾ മിക്കപ്പോഴും കല്ലറയ്ക്ക് മുകളിൽ കാണാറുണ്ട്.

നമ്മൾ പണ്ടെങ്ങോ ഈ നഗരത്തിലെ കടൽതീരത്ത് ജീവിച്ചിരുന്നെന്നാണ് നിലത്ത് ചില വരകളും കുറികളും കോറി ദീർഘനേരം കൂട്ടിയും ഗുണിച്ചും അദ്ദേഹം അന്ന് എന്നോട് പറഞ്ഞത്.

ബോസ്ഫറസും കരിങ്കടലും മർമ്മരവും സംഗമിക്കുന്ന പ്രദേശം കൂടിയാണ് ഇസ്താംബൂൾ. ഈ തീരത്ത് മുത്തുമാല കോർത്തായിരുന്നു എന്റെ ജീവിതമെന്നും നിനക്ക് തയ്യൽക്കടയുണ്ടായിരുന്നെന്നും അദ്ദേഹം പറഞ്ഞിരുന്നു.

ഗ്രാമം വിട്ടെത്തുന്ന ഏതൊരു ടർക്കിക്കാരന്റെയും ഏറ്റവും വലിയ സ്വപ്നം ഇസ്താംബൂളിൽ ജീവിക്കുകയെന്നതാണ്. നിന്റെ കന്യാകുമാരി പോലെ മൂന്നു കടലുകൾ സംഗമിക്കുന്ന ഒരിടം. രണ്ട് വൻകരകളിൽ തലയും ഉടലുമായി കിടക്കുന്ന നഗരം. റോമാക്കാരുടെയും അറബികളുടെയും ആധുനിക യൂറോപ്യൻ ശക്തികളുടെയും ബലപരീക്ഷണത്തിന് സാക്ഷിയായ കോൺസ്റ്റാന്റിനോപ്പിൾ നഗരം. ഒരുപക്ഷേ, ഇന്ത്യയിലേക്കുള്ള യാത്രയിൽ അലക്സാണ്ടർ ചക്രവർത്തിയും ഇതുവഴി പോയിട്ടുണ്ടാവാം.

നീ കണ്ടില്ലേ നഗരത്തിൻ റോക്കറ്റുപോലെ ഉയർന്നുനില്ക്കുന്ന മിനാരങ്ങൾ. അവ ഏകനായ ദൈവത്തെ സൂചിപ്പിക്കുന്നുവെന്നാണ് ചിലർ വ്യാഖ്യാനിക്കുന്നത്. മൂന്നു മിനാരങ്ങൾ ദൈവത്തിനൊപ്പം ഭൂമിയെയും ആകാശത്തെയും സൂചിപ്പിക്കുന്നു.

നാലു മിനാരങ്ങൾ സ്വർഗ്ഗത്തിനെ സൂചിപ്പിക്കുന്നെന്നും ഞങ്ങളുടെ ചില നാടൻശീലുകളിൽ വിശദീകരിക്കുന്നുണ്ട്.

നാല്പത്തി നാല്

വൈകിയേക്കുമെന്ന് പറഞ്ഞാണ് ഫെമ രാവിലെ ഇറങ്ങിയത്.

വകുപ്പിൽ ചില അത്യാവശ്യ ജോലികൾ തീർക്കേണ്ടതുണ്ടെന്ന് അവൾ സൂചിപ്പിച്ചിരുന്നു.

തിളങ്ങുന്ന പകലിലേക്കിറങ്ങുമ്പോൾ കേരള കിച്ചൺ മതിയെന്ന് ഓർമ്മിപ്പിച്ചിരുന്നു. സാമ്പാറാണ് അവളുടെ പ്രിയ വിഭവം. മസാലപ്പൊടികളിൽ മിക്കതും കാലിയായിരിക്കുന്നു. നാട്ടിൽനിന്നു കൊണ്ടുവന്ന മുളകുപൊടിയും മസാലപ്പൊടിയും പാക്കറ്റുകളിൽ ഗാഢനിദ്ര പ്രാപിച്ചിട്ട് ആഴ്ചകളായി. അയൽക്കാരി മാധവിചേച്ചി ആവോളം സ്നേഹം ചേർത്ത് ഇടിച്ചുപൊടിച്ചു കൊടുത്തുവിട്ട സാമ്പാർപ്പൊടി ഒരു തരിയും ബാക്കിയില്ല. ഒന്നര മാസത്തിനകം അതെല്ലാം ഉരുളക്കിഴങ്ങിനും വഴുതനയ്ക്കും വെണ്ടയ്ക്കുമൊപ്പം വെന്തുതിളച്ച് അവസാനിച്ചിരിക്കുന്നു.

അയാൾ ഗ്രോസറിയിലേക്ക് ഫോൺ ചെയ്തു, സാമ്പാർപ്പൊടി ഉൾപ്പെടെയുള്ള ചേരുവകൾക്ക് ഓർഡർ നല്കി. കൂട്ടായി പാകംചെയ്യുക, ഒപ്പമിരുന്ന് കഴിക്കുക. വീട്ടുജോലികൾ പങ്കിട്ടുചെയ്യുക. പലർക്കും മൈക്കിന് മുമ്പിൽ ഉച്ചത്തിൽ വിളിച്ചുകൂവാനുള്ളതാണ്. സ്ത്രീകൾ വീട്ടുവേല ചെയ്ത് അടുക്കളയിൽ എരിഞ്ഞടങ്ങേണ്ടവരല്ലെന്ന് അക്ബർ പണ്ടേ ചിന്തിച്ചിരുന്നു.

ഷാർജ യൂണിവേഴ്സിറ്റിയിൽ ജോലിയിൽ പ്രവേശിച്ചശേഷം നിരവധി വിവാഹാലോചനകൾ മുന്നിലേക്കെത്തിയിരുന്നെങ്കിലും അവയെല്ലാം വേണ്ടെന്നുവെക്കാൻ അയാളെ പ്രേരിപ്പിച്ചത് മറ്റൊന്നുമായിരുന്നില്ല. ഫെമയുടെ അച്ഛനമ്മമാർ സമത്വമുള്ള ചുറ്റുപാടിന്റെ സന്തതികളായിരുന്നു. പുരുഷന് അടിപ്പെടേണ്ടവരാണ് സ്ത്രീകളെന്ന് അവളുടെ അച്ഛൻ ചിന്തിച്ചിരുന്നില്ല.

കാലൊച്ചയാണ് ചിന്തകൾക്ക് കടിഞ്ഞാണിട്ടത്. ഗ്രോസറിക്കാരനാവുമെന്ന് കരുതി പണവും ചുരുട്ടിപ്പിടിച്ചാണ് വാതില്ക്കലേക്ക് ധൃതിപ്പെട്ടു ചെന്നത്.

ഫെമ!

അവൾ നേരത്തെ എത്തിയിരിക്കുന്നു.

“മുഷിഞ്ഞിരിക്കയായിരുന്നു, നേരത്തെ വന്നത് ആശ്വാസമായി.” അവൻ പറഞ്ഞു.

അവളുടെ മുഖം പ്രകാശിച്ചു.

“ജോലി തീർന്നിട്ടും ആരും പോകുന്ന ലക്ഷണം കണ്ടില്ല. പെണ്ണുങ്ങളുടെ ഷോപ്പിങ് വിശേഷം കുറച്ച് കേട്ടപ്പോഴേക്കും എനിക്ക് ബോറടിച്ചു. ഗസ്റ്റുണ്ടെന്ന് തട്ടിവിട്ട് ഞാൻ ഇറങ്ങി....”

അല്പം മുമ്പ് തയ്യാറാക്കിയ തണ്ണിമത്തൻ ജ്യൂസ് ഫ്രിഡ്ജിൽ നിന്നെടുത്ത് രണ്ട് ഗ്ലാസുകളിലായി പകർന്നു.

“ഓ, അക്ബർ നീ ഇതിൽ ലെമൺ ചേർത്തിട്ടുണ്ടല്ലേ.”

അവൻ ചിരിച്ചു, ഭൂമിയിലെ ഏറ്റവും സംതൃപ്തനായ ഇണയുടെ ചിരി.

നാല്പത്തി അഞ്ച്

തീസിസ് എഴുതാനായി വിദ്യാർത്ഥികളിൽ ആരോ സംഘടിപ്പിച്ച ഒരു പുസ്തകം കണ്ണിൽപ്പെട്ടു.

അലക്സാണ്ടറുടെ മുഖചിത്രത്തോട് കൂടിയ ആ പുസ്തകം അക്ബർ ഷെൽഫിൽനിന്നു വലിച്ചെടുത്തു.

"മാസിഡോണിയായിലെ രാജാവായ ഫിലിപ്പിന്റെ മകൻ അലക്സാണ്ടർ,.

കൊട്ടാരക്കെട്ടിലെ സ്തുതിപാഠകർക്കും ബുദ്ധിജീവികൾക്കുമിടയിൽ ബാല്യ-കൗമാരങ്ങൾ ജീവിച്ചുതീർത്തവൻ. രണാങ്കണത്തിൽ ശത്രുക്കളെ കീഴടക്കിയ പരാക്രമിയായ രാജകുമാരൻ.

ആദ്യ വരികളിൽ കണ്ണുടക്കിയപ്പോൾ അലക്സാണ്ടർ ഒരു ചിത്രമായി മുന്നിൽ തെളിഞ്ഞു, എത്ര ശ്രമിച്ചിട്ടും ആ ചിത്രത്തിന് പുറംചട്ടയിലെ രൂപമായിരുന്നു. അലക്സാണ്ടറുമായി സാമ്യമില്ലാത്ത ചിത്രം. ചരിത്രം വാഴ്ത്തിയ ധീരയോദ്ധാവിനോട് ഗ്രന്ഥകാരൻ നടത്തിയ കൊടിയ പാതകം. ആ ചിത്രത്തിലൂടെ ഗ്രന്ഥകാരൻ സ്വന്തം ഭാവന വായനക്കാരുടെ മനസ്സിലും പ്രതിഷ്ഠിക്കാൻ ശ്രമിക്കുന്നു.

കുതിരക്കുളമ്പടികൾ ആഞ്ഞുപതിക്കുന്ന, വാളും പരിചയും കുന്തവുമെല്ലാം തമ്മിലുരസി തീതുപ്പുകയും പ്രകമ്പനം സൃഷ്ടിക്കുകയും രക്തംവാർത്തുകയും ചെയ്ത രണാങ്കണങ്ങളെ ശൈശവത്തിലെ സ്നേഹിച്ചുപോയവൻ. സഞ്ചരിക്കുന്ന സർവ്വകലാശാലയെന്നു ലോകം വാഴ്ത്തിയ പാണ്ഡിത്യത്തിന് ഉടമയായിരുന്ന ഗ്രീക്ക് ചിന്തകൻ അരിസ്റ്റോട്ടിലിനാൽ വിദ്യനേടാൻ ഭാഗ്യം ലഭിച്ചവൻ.

പകലിരവുകളിൽ ഞാൻ കണ്ട സ്വപ്നങ്ങളിലൊന്നും മാലാഖമാരോ, തരുണീമണികളോ ഉണ്ടായിരുന്നില്ല. നോക്കെത്താ ദൂരം പരന്നുകിടന്ന രണാങ്കണങ്ങളും അവയിൽ യുദ്ധത്തിന്റെ കാഹളമായി പെരുമ്പറകളുടെ നിലയ്ക്കാത്ത മാറ്റൊലിയുമായിരുന്നു. ജീവിതം യൗവനതീക്ഷ്ണവും മനസ്സ് പ്രേമസുരഭിലവും ആവേണ്ടിയിരുന്ന എന്റെ ഇരുപതാം വയസ്സിൽ എന്നിൽ കുടിവെച്ചത് ഒന്നിനോടുള്ള പ്രണയം. രണ്ടാവാതെ ഒന്നിനോട് മാത്രമുള്ള, അതേ യുദ്ധത്തോടുള്ള പ്രണയം.

ഗ്രീസിന് കിഴക്ക് പാലും തേനും ഒഴുകുന്നതെന്ന് സഞ്ചാരികൾ വാഴ്ത്തിയ ഭാരതം. ആരെയും അകത്തുകയറ്റാതെ ആ നാടിനെ കാക്കുന്ന ഹിമാലയ പർവ്വതം. ആ പർവ്വതത്തിന്റെ ഉത്തുംഗശൃംഗങ്ങളിൽ എന്റെ പാദം പതിയുമെന്നും മാസിഡോണിയൻ പതാക ഗിരിശൃംഗത്തിന്റെ അത്യുന്നതങ്ങളിൽ പാറുമെന്നും ഒരുനാൾ ഞാൻ വെറുതെ നിനച്ചുപോയി.

എനിക്കാ സ്വപ്നത്തെ തേടിച്ചെന്നേ മതിയാവുമായിരുന്നു. യാത്രയിൽ നിർത്താതെ ദുരിതം പെയ്താലും ആ ഭൂമിയിൽ കാല്പാദം പതിയുവോളം എനിക്കും എന്റെ പടയാളികൾക്കും വിശ്രമമില്ലായിരുന്നു. ജനപഥങ്ങളെ ഒന്നൊന്നായി കീഴടക്കി മുന്നേറുമ്പോഴും പരമ്പരാഗതമായ ശത്രുത ഒരു വിദൂര ദേശത്തോടുമുണ്ടായിരുന്നില്ല.

പരമാവധി രാജ്യങ്ങളെ കീഴടക്കണമെന്നേ ഓർത്തുള്ളു.

കീഴടക്കിയ രാജ്യങ്ങളുടെ രാജപാതകളിലൂടെ എന്റെ പ്രിയപ്പെട്ട കുതിരയുടെ ചൂടുപറ്റി ജനങ്ങൾക്കിടയിലൂടെ മാർച്ച് ചെയ്ത് അടുത്ത സാമ്രാജ്യമോ, നാട്ടുരാജ്യമോ, ജനപഥമോ കീഴടക്കണം. അങ്ങനെ എല്ലാ ദേശത്തും രണാങ്കണങ്ങളെ സ്നേഹിച്ച ഞാനെന്ന രാജകുമാരന്റെ കഥ പ്രചരിക്കണം. രാജ്യങ്ങളെ തോല്വികളറിയാതെ കീഴടക്കിയ ഒരു രാജകുമാരന്റെ കഥ. ആ നാടുകളിലെ തലമുറകളിലേക്ക് വാമൊഴിയായി പ്രചരിക്കുന്നത് സ്വർഗ്ഗമുനമ്പിലിരുന്ന് ഞാൻ കാണും.

മൂത്തുനരച്ച് സിംഹാസനത്തിൽ അള്ളിപ്പിടിച്ചിരിക്കാൻ എനിക്കാവില്ല. യൗവനത്തിന്റെ ചൂട് രക്തത്തിന് നഷ്ടമാവുന്നതിന് മുമ്പ് ഏതെങ്കിലും രണാങ്കണത്തിൽ എന്നേക്കാൾ ബുദ്ധിയും ശക്തിയുമുള്ള ഒരു യോദ്ധാവിനാൽ കൊല്ലപ്പെടണം. മരണത്തോടെ എന്റെ ആത്മാവിന്റെ സഞ്ചാരം ജലത്തിലൂടെയാവും. കണ്ടിട്ടും കേട്ടിട്ടുമില്ലാത്ത സമുദ്രങ്ങളിൽ ഞാനെത്തും.

ശാന്തസമുദ്രമെന്നോ, പെസഫിക്കെന്നോ, ഇന്ത്യൻ മഹാസമുദ്രമെന്നോ വിശേഷിപ്പിക്കാമെങ്കിലും അത്തരം വേർതിരിവുകളൊന്നും എനിക്ക് ബാധകമാവില്ല. അടിത്തട്ടിലൂടെ സഞ്ചരിക്കുമ്പോൾ ആയുധമില്ലാതെ ഇരകളെ വെട്ടിവിഴുങ്ങുന്ന കൊമ്പൻസ്രാവുകളിൽനിന്ന് ഞാൻ അതുവരെ പഠിക്കാത്ത യുദ്ധമുറകൾ പഠിക്കും. അവ പ്രയോഗിക്കാനോ, അഭ്യസിപ്പിക്കാനോ എന്റെ ആത്മാവിനാൽ സാദ്ധ്യമാവില്ലെങ്കിലും..."

ഉച്ചയുറക്കത്തിനായി കണ്ണടച്ചപ്പോഴും അലക്സാണ്ടർ വിട്ടുപോയില്ല. ഗ്രന്ഥകാരൻ കുറിച്ചിട്ട വരികൾ അക്ബറിനെ മുട്ടിയുരുമ്മി.

നാല്പത്തി ആറ്

ഭൂമിയിൽ നടക്കാനുള്ള വാനത്തിന്റെ അദമ്യമായ മോഹത്തിന്റെ സാക്ഷാൽക്കാരമാണ് മഴ.
വേനൽ ദിനങ്ങളിൽ ഭൂമിയിലെ സകല ചലനങ്ങളും ആകാശം നിരീക്ഷിക്കും. പകൽ സൂര്യനെയും രാവിൽ ചന്ദ്രനെയും കൂട്ടുപിടിച്ചാവും നിരീക്ഷണം. അന്വേഷണങ്ങളിൽ തൃപ്തനാവാതെ ഭൂമിയിലെ സർവ്വചരാചരങ്ങളിലും കുത്തിയിറക്കാവുന്ന തണുത്ത മഴസൂചികളുമായി ആകാശം ഭൂമിയിലേക്ക് നടന്നടുക്കും. ഭൂമിയുടെ ഓരോ രോമരാജിയിലും ആകാശം മഴയായിപ്പരക്കും. ഒരു വേഴ്ചയുടെ അവസാന നിമിഷംപോലെ.
ആ നിമിഷം ഭൂമി കുളിരണിയും.
ചുറ്റും പ്രണയം നിറയും.
വൃക്ഷങ്ങൾ തളിർക്കും.
പൂക്കൾ വിരിയും.
ഭൂമി സൗരഭ്യത്തിൽ ആറാടും.
പൂത്ത മരങ്ങളിൽ കായകൾ നിറയും.
പാകമായവ തേടി പറവകൾ ചിറകടിച്ചെത്തും.
വർണ്ണത്തിലും ആകൃതിയും നാനാവിധത്തിലുള്ള കിളികൾ മരങ്ങളിൽനിന്ന് മരങ്ങളിലേക്ക് പ്രണയഗാനം മൂളിപ്പറക്കും.
ജലാശയങ്ങളിൽ പുതുവെള്ളം നിറയുന്നതോടെ മീനും തവളയും ഞണ്ടും ഹർഷപുളകിതരാവും. കടുത്തചൂടിൽ ഏകാകികളായ ജീവികൾ ഇണകൾക്കുമേൽ അനുഭൂതിയുടെ പുത്തൻഗാഥകൾ രചിക്കും. പിന്നെ വാലുള്ള, കാലുള്ള പുതുതലമുറ ആവിർഭവിക്കും...

ആ വരികൾ കാവ്യംപോലെ ഹൃദ്യമായി അനുഭവപ്പെട്ടപ്പോഴും അവയ്ക്കു പിന്നിൽ യൂസുഫ് സെക്കർ മറ്റെന്തോ പറയാൻ ശ്രമിച്ചോയെന്ന് അക്ബർ സംശയിച്ചു.

നാട്ടിൽനിന്നു ഷാർജയിലേക്ക് മടങ്ങിയിട്ട് ആഴ്ചകളായെങ്കിലും സമസ്യയായി യൂസുഫ് സെക്കർ ഒപ്പമുണ്ട്.

നാൽപത്തി ഏഴ്

ഷാർജയിൽ എത്തി എട്ടു മാസം കഴിഞ്ഞപ്പോഴായിരുന്നു വല്യുപ്പ ഹാജി അലി വലിയുല്ല മരിച്ചത്.

ഷാർജ യൂണിവേഴ്സിറ്റിയിലെ അന്തരീക്ഷവുമായി അപ്പോഴേക്കും ഏറക്കുറെ ഇണങ്ങിച്ചേർന്നിരുന്നു. യൂണിവേഴ്സ്റ്റിയിലെ അറബ്–പൗരസ്ത്യ ചരിത്രവിഭാഗത്തിൽ സീനിയർ ലെക്ചർ.

ഡോ. കമാൽ അക്തർ ഹബീബെന്ന നീണ്ട പേര് സ്വന്തമല്ലെന്ന് ചിലപ്പോഴെങ്കിലും അക്ബറിന് തോന്നിയിട്ടുണ്ട്. നാട്ടുകാർക്കും സുഹൃത്തുക്കൾക്കുമിടയിൽ അക്ബറെന്ന് അറിയപ്പെട്ടിരുന്ന അയാൾ എല്ലാവരും അങ്ങനെ വിളിച്ചെങ്കിലെന്ന് ആശിച്ചു.

ഉച്ചയൂണും കഴിഞ്ഞ് ഉറങ്ങാൻ കിടന്ന വല്യൂപ്പ അസർ* കൊടുത്തിട്ടും എഴുന്നേറ്റില്ല. വാർത്ത കേട്ടറിഞ്ഞ് നാട്ടിലേക്ക് കുതിച്ചെത്തുമ്പോഴേക്കും തോപ്പയിൽ** ഉറങ്ങാൻ പോയിരുന്നു.

വീട് ശൂന്യമായി തോന്നിയത് ആ വരവിലായിരുന്നു. പെടാപ്പുറ***ത്തു നിന്ന പുരുഷാരം പടിയിറങ്ങി. കൊട്ടിലിന് മൂലയിൽ ചുരുട്ടിച്ചാരിവെച്ച അച്ചിപ്പായ കണ്ണുനിറച്ചു, തേങ്ങൽ അടക്കാനായില്ല. വല്യുപ്പയുടെ സ്പന്ദിക്കുന്ന ദേഹത്തെ പുണർന്ന പായ.

തൊട്ടുതലോടി കുറേ നേരം കഴിച്ചുകൂട്ടിയിട്ടും മതിയായില്ല. രണ്ടാഴ്ച നീണ്ട അത്യാഹിത അവധിക്കാലത്തിന്റെ പാതിയും കടന്നുപോയത് വല്യുപ്പയുടെ ഓർമ്മകളിലായിരുന്നു.

അൻവറിന്റെ പ്രണയം തളിരിട്ട നാളുകളായിരുന്നു. കടപ്പുറത്തെ പഞ്ചാര മണലിനെ സാക്ഷിയാക്കി വർഷമാപിനിയെക്കുറിച്ച് വാപൂട്ടാതെ വിശേഷങ്ങൾ പങ്കിടാനാവും അവൻ വീട്ടിലേക്ക് ഓടിവരിക.

വല്യുപ്പയുടെ ജീവിതത്തെക്കുറിച്ചും മരണം ആ മനുഷ്യനിലൂടെ

കടന്നുപോയതിനെക്കുറിച്ചും സംസാരിക്കാൻ തുനിയുമ്പോഴേക്കും അവൻ എന്നെയും ഒപ്പംകൂട്ടി വർഷയുടെ ഗുണഗണങ്ങളിലൂടെ ഏറെ സഞ്ചരിച്ചിട്ടുണ്ടാവും. ജേർണലിസം കോഴ്സ് പൂർത്തിയാക്കി പത്രത്തിൽ ട്രെയിനിയായി ജോലി നോക്കിയിരുന്ന കാലത്ത് ഞാൻ നാട്ടിൽ എത്തിയപ്പോഴും അവൻ സംസാരിച്ചത് അവളെക്കുറിച്ചായിരുന്നു.

അറബി, പേർഷ്യൻ, ഉറുദു, മലയാളം ഭാഷകളെക്കുറിച്ചായിരുന്നു യൂണിവേഴ്സിറ്റിക്ക് കീഴിൽ അക്ബർ ഗവേഷണം നടത്തിയത്.

ഒരേസമയം അദ്ധ്യാപകന്റെയും ഗവേഷകന്റെയും ഇരട്ടക്കുപ്പായം പാകമായില്ലെന്നത് ബുദ്ധിമുട്ടാണെന്ന് അയാൾക്കും അറിയാമായിരുന്നു.

കാറ്റനുകൂലമാവുന്ന മാസങ്ങളിൽ പായക്കപ്പലിൽ ഏലവും ചുക്കും കുരുമുളകും തേടി സാമൂതിരിയുടെ നാട്ടിലേക്ക് പത്തേമാരിയിൽ എത്തിയ അറബികൾ. അവർ മലയാളക്കരയിൽനിന്നു സുഗന്ധദ്രവ്യങ്ങൾ ശേഖരിച്ച് മരുഭൂമിക്ക് നടുവിലെ സ്വന്തം പട്ടണങ്ങളിലേക്ക് മടങ്ങി.

കച്ചവടക്കാരായ അറബികളും പേർഷ്യ****ക്കാരും മലയാളം, ഉറുദു ഭാഷകൾക്ക് കനപ്പെട്ട ഈടുവയ്പ്പുകൾ നൽകിയതെങ്ങനെയെന്നു ക്ലാസിന്റെ ഇടവേളകളിൽ അയാൾ അന്വേഷിച്ചുകൊണ്ടേയിരുന്നു. മലയാളം ഒഴികെയുള്ള ഭാഷകൾക്ക് ലിപിയിൽ സമാനതകൾ കാണാനായപ്പോൾ മലയാളം വേറിട്ടുനിന്നത് ദേശത്തിന്റെയും സംസ്കാരത്തിന്റെയും വ്യതിരിക്തതയാലാണെന്ന് ഗവേഷണത്തിന്റെ തുടക്കത്തിലേ മനസ്സിലാക്കിയിരുന്നു.

സഹ്യപർവ്വതം കേരളത്തെ ഇന്ത്യയിലെ ഇതര സംസ്ഥാനങ്ങളിൽനിന്നു വേറിട്ടുനിർത്തിയത് ആ നാടുകളിലെ വ്യത്യസ്തമായ സംസ്കാരങ്ങൾക്ക് കടന്നുവരാൻ തടസ്സമായി. ആർക്കും വരാനും പോകാനും കടൽ തടസ്സമായിരുന്നില്ലല്ലോയെന്നും അയാളുടെ മനസ്സ് തർക്കിച്ചു.

ഒരെണ്ണം നനവും തണുപ്പുമേറ്റ് ഏറെ തരളിതമായപ്പോൾ തീക്കാറ്റും മരുക്കാറ്റും നിരന്തരം അനുഭവിച്ച് ലിപി വരയും കുറിയുമായി അവശേഷിച്ചതാവാം അറബിയും അതിനോടടുത്ത് നില്ക്കുന്ന ഉറുദുവും പേർഷ്യനുമെന്ന് അക്ബർ സംശയിച്ചു.

ഭാഷയെക്കുറിച്ചുള്ള ചിന്ത അയാളെ അത്ഭുതപരതന്ത്രനാക്കി.

---

* വൈകുന്നേരത്തെ നമസ്കാരത്തിനുള്ള ബാങ്ക്.

** കോഴിക്കോട് നഗരത്തിലെ വെസ്റ്റ് ഹില്ലിന് പടിഞ്ഞാറുള്ള ഹിന്ദു, മുസ്ലിം, ക്രിസ്ത്യൻ ശ്മശാനങ്ങൾ.

*** കോഴിക്കോട്ടെ പഴയ മുസ്ലിം തറവാടുകളിലെ കോലായയിൽനിന്നു അകത്തേക്കു കയറുന്ന ഭാഗം.

**** ഇറാൻ.

നാല്പത്തി എട്ട്

അസ്ഥികൾ പൂക്കുന്നിടത്താവുമോ ജന്മങ്ങൾ അവസാനിക്കുക.

ജന്മങ്ങൾക്ക് പുനർജ്ജനി സംഭവിക്കുമോ. സാദ്ധ്യത തീരെയില്ലെന്ന് യുക്തി പറയുന്നു. അങ്ങനെ ജനിക്കുമെങ്കിൽ കോടാനുകോടി വർഷത്തെ ജീവികൾ പുനർജ്ജനിക്കണം. മനുഷ്യർക്ക് മാത്രം ഒരു രണ്ടാംജന്മം സംഭവിക്കുമെന്നത് യുക്തിക്ക് നിരക്കുന്നതല്ല. സംഭവിച്ചാൽ ഭൂമിയിൽ ജീവിച്ച രൂപത്തിലാവുമോ.

ചൂടും തണുപ്പും വെയിലും മഞ്ഞും മഴയും അറിയാൻ ജീവികൾക്ക് മാംസവും മജ്ജയും വേണമെന്നുണ്ടോ. അസ്ഥിമാത്രരായ ജീവികളായാണ് പിറക്കുന്നതെങ്കിലും അതെല്ലാം അനുഭവിക്കില്ലെ. അസ്ഥിമാത്രരായി ജനിക്കുന്ന മനുഷ്യർ. അപ്പോൾ ആണും പെണ്ണും തമ്മിൽ എന്ത് വ്യത്യാസമാവും ഉണ്ടാവുക.

ആഞ്ഞുപുണർന്നാൽ, ചുംബിച്ചാൽ, അവർ സംഗമിച്ചാൽ...

അയാൾ നടന്നടുക്കുകയാണ്, ഭാവരഹിതമായ മുഖവുമായി ദൂരേ നിന്നേ കണ്ടിരുന്നു. മറ്റെങ്ങോട്ടെങ്കിലും പോകുമെന്ന് കരുതി, തെറ്റിയിരിക്കുന്നു. അരികിലേക്ക് തന്നെയാണ് വരുന്നത്. അസ്ഥിമാത്രമായ ഒരു രൂപമാണ് വരുന്നതെന്നു തോന്നിയിരുന്നില്ല. ചുട്ടുപൊള്ളുന്ന പകലിനെ ഗൗനിക്കാതെ അയാൾ നടന്നടുക്കുന്നു. ഒരു നിഴൽപോലുമില്ലാത്ത വിശാലമായ മൈതാനം കുറുകേകടന്നാണ് അയാൾ വരുന്നത്.

കണ്ണെത്താവുന്നിടത്തൊന്നും ഒരു ജീവിയുമില്ല. അസ്ഥിമാത്രനായ ഒരാളുമായി ലൈംഗികവേഴ്ചയിൽ ഏർപ്പെട്ടാൽ എന്താവും അത് സൃഷ്ടിക്കുന്ന അനുഭൂതി. പുരുഷൻ കവിളിലും നെഞ്ചിലും വയറിലും നാഭിയിലുമെല്ലാം ചുംബനങ്ങളുമായി ഇഴയുമ്പോൾ, കുറ്റിരോമങ്ങൾ ഉരയുമ്പോൾ അനുഭവിക്കുന്ന ആ അനുഭൂതി ഫെമ ഓർത്തു.

അവൾ നിലവിളിച്ചു, പറ്റാവുന്നത്രയും ശക്തി സംഭരിച്ച്.

തൊട്ടുടുത്തായി അയാൾ നിന്നു. കണ്ണും മൂക്കും ചെവിയും നാവുമില്ലാത്ത ആ രൂപം എങ്ങനെ തനിക്കരുകിലെത്തിയെന്ന് അവൾ അത്ഭുതപ്പെട്ടു. കൃത്യമായെത്തിയ ആ രൂപം തന്നോട് തൊട്ടുതൊട്ടില്ലെന്ന മട്ടിൽ നില്ക്കുന്നു. കണ്ണുകളുടെ സ്ഥാനത്തെ ദ്വാരത്തിലേക്ക് മിഴി നീണ്ടപ്പോൾ നീലപ്പുകയായി വെളിച്ചം പരിണമിച്ചു. താടിയെല്ലുകൾക്കിടയിൽനിന്ന് പല്ലുകൾ പുറത്തേക്ക് തള്ളിവന്നു.

അയാൾ ചിരിക്കുകയോ, ചിരിക്കാൻ ശ്രമിക്കുകയോ ആവാം. കൈകൾ തനിക്കുനേരെ വന്നപ്പോൾ അവൾ ദൂരേക്ക് നീങ്ങി. അപ്പോൾ ആ പല്ലുകൾ മുഴുവൻ പുറത്തേക്ക് തുറിച്ചുന്തി. കഴിയാവുന്നത്രയും ദുരേക്ക് ചാടി മാറിയപ്പോൾ പുസ്തകങ്ങൾ കൂട്ടിവെച്ച മേശയ്ക്കരികിൽ അവൾ വീണു. കാലത്തിന്റെ ഗന്ധം പേറുന്ന കുറെ പുസ്തകങ്ങൾ ദേഹത്തേക്ക് കുത്തിമറിഞ്ഞെത്തി.

എവിടെ ആ രൂപം.

ജനലിന് പുറത്ത് രാവോ, പകലോ, തിരിച്ചറിയാനായില്ല.

കണ്ടകാഴ്ച തീക്ഷ്ണതയോടെ മുമ്പിലുണ്ട്. ഇല്ലെന്ന് ജീവനുള്ളിടത്തോളം വിശ്വസിക്കാനാവില്ല.

എന്തിനാവാം വന്നത്. ഇനിയും അയാൾ വന്നേക്കുമെന്ന ചിന്ത അവളെ അസ്വസ്ഥയാക്കി. അസ്ഥിമാത്രനായ ഒരാൾ കീഴ്പ്പെടുത്തുന്നത് നാളിതുവരെ കേട്ടിട്ടില്ല. വായിച്ച പുസ്തകങ്ങളിലും കഥകളിലും അങ്ങനെയൊന്ന് അറിയാനായിട്ടില്ല. എന്നിട്ടും. എന്തുകൊണ്ട് ആ രൂപം നെഞ്ചിടിപ്പ് കൂട്ടുന്നു.

താൻ കടന്നുപോവുന്ന അവസ്ഥ വിശദീകരിക്കേണ്ടി വന്നാൽ പരാജയപ്പെടും, തീർച്ച.

ആരോടെങ്കിലും പറയാനാവുമോ, ആരെങ്കിലും വിശ്വസിക്കുമോ. അക്ബർ അടുത്തില്ലാത്തത് അവളെ നിരാശയാക്കി.

അങ്ങനെ ഒരാൾ എന്നെങ്കിലും മുമ്പിൽ അവതരിച്ചാൽ എന്തുചെയ്യുമെന്ന് അവൾ ആലോചിച്ചു. യുക്തിക്ക് നിരക്കാത്ത കാര്യങ്ങളിൽ വിശ്വസിക്കാത്ത താനാണോ ഒരു സ്വപ്നദർശനത്തിൽ അസ്വസ്ഥയാകുന്നത്.

സന്ധ്യ മൂടുന്നു. നേരത്തെ തോന്നിയ സംശയത്തിന് വിരാമമായി. ഊണു കഴിച്ച് കിടന്നത് ഓർത്തു. ചിന്തിച്ചതത്രയും മറ്റെന്തെല്ലാമോ ആയിരുന്നു. എന്നിട്ടും ഒരിക്കൽപ്പോലും കടന്നുപോവാത്ത ഒരു അനുഭവത്തിലൂടെ മറുകരയെത്തിയിരിക്കുന്നു. പുറത്ത് പകലായിരുന്നെങ്കിൽ മരുഭൂമിയുടെ അതിർ അവസാനിക്കുന്നിടത്തേക്ക് കണ്ണയച്ചാൽ അയാൾ നീങ്ങുന്നത് തീർച്ചയായും കാണാനാവുമെന്ന് അവൾ നിനച്ചു.

നാല്പത്തി ഒൻപത്

കിനാവള്ളികളിൽ പൂക്കുന്ന മോഹങ്ങൾ.

മോഹങ്ങളുടെ സൗരഭ്യത്തെക്കുറിച്ച് ആർക്കെങ്കിലും പറയാനാവുമോ.

മോഹിപ്പിക്കുന്ന എന്തെല്ലാം ഈ ഭൂമിയിലുണ്ടാവും. നാം അറിയാത്തതും കാണുന്ന നിമിഷം ഇഷ്ടപ്പെട്ടുപോവുന്നതുമായ വസ്തുക്കൾ. അത് മനുഷ്യരോ, ഇതരജീവികളോ, സസ്യലതാദികളോ ആവണമെന്നില്ല. വർണ്ണങ്ങളും വർഗ്ഗങ്ങളുമായി നാനാവിധമായ ജീവികൾ. എല്ലാറ്റിനും അന്നം ഈ ഭൂമിയിൽ. മറ്റേതെങ്കിലും ലോകത്തുപോയി അന്നം തേടുന്ന ജീവികളും നമുക്കിടയിൽ ഉണ്ടായിക്കൂടെന്നുണ്ടോ.

ചിന്തകളുമായി കുത്തിമറിയവേ അവൾ പരിസരം മറന്നു.

രാവിലെ മുതൽ കാറ്റും മഴയുമായിരുന്നു. ഇനിയും അവസാനിച്ചെന്നു പറഞ്ഞുകൂടാ. ഫ്ളാറ്റിന്റെ ചില്ലിലൂടെ പുറത്തേക്ക് നോക്കി. ചന്നംപിന്നം മഴ തുടരുന്നു. അവധി ദിനമായതിനാൽ നേരത്തെക്കുറിച്ച് ചിന്തിക്കാതെ മഴയുമായി കൂട്ടുകൂടി കുറെനേരം നിന്നു. ഈ നാടും പ്രകൃതിയും അറിയുന്നേയുള്ളൂ. അതിനിടയിലേക്കാണ് മഴ എത്തിയിരിക്കുന്നത്. ഓരോ നാട്ടിലും വിവിധ ഭാവത്തിലും താളത്തിലുമാണ് മഴ ഭൂമിയിലേക്കെത്തുന്നതെന്ന് നേരത്തെ ബോദ്ധ്യപ്പെട്ടിരുന്നു.

കാടിന്റെ വന്യതയിൽ ഇരുൾചേക്കേറുന്ന കൊല്ലികളിൽ മഴ എത്തുക ആരവങ്ങളുമായാവും. ആഫ്രിക്കൻ വനാന്തരങ്ങളിലൂടെ നടത്തിയ മഴയാത്രയിലാണ് ആ അനുഭവം ലഭിച്ചത്. ഘോരഘോരം പെയ്യുന്ന മഴ. കുത്തനെ ദേഹത്തേക്ക് പാഞ്ഞുകയറുമ്പോൾ തണുത്ത അമ്പുകൾ തുളച്ചുകയറുന്ന പ്രതീതി.

മരുഭൂമിയിൽ പെയ്യുന്ന മഴയ്ക്ക് മേളപ്പെരുപ്പം കുറവാണ്. ചിലപ്പോൾ

കയർപൊട്ടിയ പട്ടത്തിന് സമാനമായിരിക്കും. ജീവികളും മരങ്ങളും ശുഷ്കമായ മരുഭൂമിയുടെ വന്ധ്യതയിൽ പെയ്തിറങ്ങുമ്പോൾ മഴ മേഘങ്ങൾക്ക് യാതൊരു ഭാവവ്യത്യാസവും കാണില്ലായിരിക്കും. കോടാനുകോടി മഴത്തുള്ളികൾ വീണുചിതറുന്ന ഭൂമി. മഴത്തുള്ളികൾ വീണ്ടും മേഘങ്ങളിലേക്ക് മടങ്ങുകയും താഴേക്ക് ഇറങ്ങിവരികയും ചെയ്യുന്നു. പ്രകൃതിയിൽ സംഭവിക്കുന്നതെല്ലാം ചാക്രിക ചലനങ്ങളാണ്. മഴയായാലും ജനിമൃതികളായാലുമെല്ലാം അതിന് മാറ്റമില്ല.

മടിപിടിച്ചുള്ള കിടപ്പിനു വിരാമിട്ട് ഫെമ എഴുന്നേറ്റു.

ഷാർജയിൽ എത്തിയിട്ട് കുറച്ചുകാലമായെങ്കിലും ചുറ്റുപാടുകളുമായി ഇനിയും അകലം ബാക്കിയുണ്ട്. ഉള്ള് തുറക്കാനാവുന്നത് അക്ബറിനോടും അൽ ഫരീദിയോടും വകുപ്പിലെ ഒന്നുരണ്ടു പേരോടുമാണ്. വകുപ്പിൽ കുറേക്കാര്യങ്ങൾകൂടി ചെയ്യാനുണ്ട്. കുട്ടികൾ എല്ലാറ്റിനോടും താല്പര്യം പ്രകടിപ്പിക്കുന്നവരായത് അനുഗ്രഹമാണ്.

അവധി ദിനങ്ങൾ പതിവിൻപടി ഉറക്കത്തോടെ കടന്നുപോകുന്നു. ഇസ്താംബൂളിലും സനയിലുമെല്ലാം കഴിച്ചുകൂട്ടിയ മഞ്ഞുകാലങ്ങൾ അത്തരത്തിലുള്ളതായിരുന്നു. ചില ദിവസങ്ങളിൽ അത്യാവശ്യങ്ങൾക്കുപോലും പുറത്തേക്കിറങ്ങാൻ സാധിച്ചെന്നുവരില്ല. അസ്ഥിതുളയ്ക്കുന്ന കാറ്റിന് ഹുങ്കാരത്തിനപ്പുറം ഭീഷണിയുടെ വ്യക്തമായ സ്വരമായിരിക്കും.

സനയിലെ മഞ്ഞുകാലം മിക്കപ്പോഴും മൗനം ഘനീഭവിച്ചതായിരുന്നു. ഉച്ചകഴിയുമ്പോഴേക്കും ആളും ആരവവും ഒഴിയുന്ന വഴികൾ. മിക്കവരും രാവ് കനക്കുന്നതിന് മുമ്പായി കിടക്കയിലേക്ക് മറിയും. ആഘോഷങ്ങൾ പേരിന് മാത്രമാവും. കുന്നിൻതലപ്പുകളിൽനിന്ന് താഴ്‌വാരങ്ങളിലേക്ക് ഹുങ്കാരത്തോടെ മത്സരിച്ചെത്തുന്ന കാറ്റുകൾ. അസ്ഥിയെ ഉരുക്കുന്ന തണുപ്പും പേറിയാവും പ്രഭാതത്തിലും സന്ധ്യക്കും കാറ്റുകൾ നഗരപാതയിലൂടെ ഓടിനടക്കുക. മഞ്ഞുകാലങ്ങളിൽ പകൽ ലുജുവായിരിക്കും. ഘനീഭവിച്ച മഞ്ഞുകാഴ്ചകൾക്കിടയിൽ ഏതാനും മണിക്കൂർ മാത്രം പകൽ വെളിച്ചം കണ്ടേക്കാം. ഉച്ച കഴിയുന്നതിന് മുമ്പായി ഇരുൾ ചേക്കേറും.

ഹുക്കക്കടകളിലാവും ആ ദിനങ്ങളിൽ ആളുകൾ കൂട്ടംകൂടുക. തണുപ്പിനെ പ്രതിരോധിക്കുന്ന അടിമുടി മൂടിയ വസ്ത്രങ്ങളുമായി തെരുവുകളിൽ അവശ്യസാധനങ്ങൾക്കായി ആളുകൾ പരതിനീങ്ങും. വൈകുന്നേരങ്ങളിലെ ആ ദൃശ്യം അന്യഗ്രഹങ്ങളിൽനിന്ന് അവതരിച്ചവരെയാണ് ഓർമ്മിപ്പിക്കാറ്. അത്തരം ജീവികൾ പ്രമേയമാവുന്ന നിരവധി കൃതികൾ വായിച്ചിട്ടുണ്ട്.

തീൻകടകളിൽ കയറി ചൂടുള്ള ആട്ടിൻസൂപ്പ് കുടിക്കുന്ന അനുഭൂതി ആ ദിനങ്ങളെ വേറിട്ടതാക്കുന്നു. സൂപ്പുപാത്രത്തിൽനിന്ന് മുഖത്തേക്ക് പൊങ്ങുന്ന ആവി അക്കാലത്ത് ജീവിച്ചിരുന്നുവെന്നതിന്റെ തെളിവായി നിറയുന്നു. നടവഴികളിലെയും പാതയോരങ്ങളിലെയും മരങ്ങളെല്ലാം ഇലപൊഴിച്ച് കെട്ടുപാടുകൾ ഉപേക്ഷിച്ച് കുളിരണിഞ്ഞുറങ്ങുന്ന കാലം.

മനുഷ്യരൊഴികേയുള്ള ബഹുഭൂരിപക്ഷം ജീവജാലങ്ങളും സുഷുപ്തിയിൽ അമരുന്ന നാളുകൾ. വീടുകൾക്ക് സമീപത്തുകൂടെ നീങ്ങുമ്പോൾ വാദ്യമേളങ്ങളുടെ മുഴക്കം ചെവിയിലേക്കെത്തുന്ന സന്ധ്യകൾ. തണുത്ത പ്രകൃതിയിലേക്ക് മഞ്ഞുനുണയാനെത്തുന്ന ഈരടികൾ കാലുകൾ വലിച്ചുവെച്ച് നടക്കുമ്പോൾ പിറകേ ഓടിയെത്തും.

മഞ്ഞുപൊഴിയുന്ന പകലുകളായിരുന്നു ഇസ്താംബൂളിന്റെ സവിശേഷത. തണുപ്പിന് കാഠിന്യം വർദ്ധിച്ചു തുടങ്ങുമ്പോഴേക്കും കാറ്റിൽ മഞ്ഞുപെയ്യും. കാറ്റ് അലോസരപ്പെടുത്താത്ത നേരങ്ങളിൽ കുത്തനെ പൂമ്പൊടിപോലെ വീഴും. കാറ്റിന് ശക്തികൂടവേ ചാഞ്ഞും ചെരിഞ്ഞുമാവും പെയ്ത്ത്. ജനലഴികളിൽനിന്ന് അസ്ഥിയിലേക്ക് കുത്തിക്കയറുന്ന തണുപ്പിൽ ചില്ലുജാലകവിരിക്കിടയിലൂടെ മഞ്ഞുപൊഴിയുന്നതിന് സാക്ഷിയാവുന്നത് അവർണ്ണനീയം. കനത്ത കമ്പിളിപുതച്ച് ഉറങ്ങാൻ കിടന്നാലും നിലാവുള്ള രാവുകളിൽ ജാലകപ്പുറത്ത് മഞ്ഞുപെയ്യുന്ന ആരവം കേൾക്കാം. അത്തരം രാത്രികളിലാണ് മഞ്ഞുകാലം വാചാലമാണെന്ന് തോന്നാറ്. അപരിചിതമായ അനേകം ശബ്ദങ്ങൾ സിംഫണിപോലെ രാവിനെ ഭേദിച്ചുയരുന്ന കാലം.

യു എ ഇയിലെ നഗരങ്ങളിൽ മഞ്ഞുകാലം നേർത്തതാണെന്ന് കേട്ടിരുന്നു. ഏതാനും ദിനങ്ങളിൽ മാത്രം പേരിന് തണുപ്പും കുളിരും അനുഭവപ്പെടുന്ന ഇടങ്ങളാണ് ഷാർജയും ദുബൈയുമെന്നത് ജോലിയിൽ പ്രവേശിക്കാൻ പുറപ്പെടവേ നിരുത്സാഹപ്പെടുത്തിയിരുന്നു. താമസിച്ചിരുന്ന നഗരങ്ങളിലെല്ലാം കാഠിന്യമുള്ള മഞ്ഞുകാലത്തിന് സാക്ഷിയായിരുന്നതിനാൽ അതില്ലാത്ത ഒരു നാട് ഹൃദ്യമാവുമോയെന്ന് ശങ്കിച്ചു.

അവധി ദിനങ്ങൾ ആസ്വാദ്യമാക്കാൻ എന്തുചെയ്യാമെന്നായി ചിന്ത. ഉണ്ടും ഉറങ്ങിയും സമയം തള്ളുന്നതിന് പകരം കാണാത്ത പ്രദേശങ്ങളിലേക്ക് യാത്രപോവാൻ ആ ദിനങ്ങൾ ഉപയോഗപ്പെടുത്താമെന്ന് നിർദ്ദേശിച്ചത് അക്ബറായിരുന്നു.

എവിടേയോ കണ്ട മുഖം, ആ ചിരിയിലും ചിരകാല പരിചയം. ഓർമ്മയിൽ പരതിയിട്ടും പരാജിതയായി. തെക്കുകിഴക്കുള്ള ഇന്ത്യൻ നഗരത്തിൽ ജീവിച്ച അയാളെ പരിചയമുണ്ടെന്ന് പറയുന്നതിൽ യുക്തിയില്ലെന്നറിയാമായിരുന്നിട്ടും അന്വേഷണങ്ങൾ നിലച്ചില്ല. വിമാനത്താവളത്തിൽ ഇറങ്ങിയ നിമിഷം കണ്ണുകൾ ഇടഞ്ഞപ്പോൾ ഹൃദയം മന്ത്രിച്ചതാണ് ആ മനുഷ്യനെ ദീർഘകാലമായി അറിയാമെന്ന്.

ഷാർജയിലെ നഗരക്കാഴ്ചകൾക്കും മണൽക്കാട്ടിനും വിഭിന്നമായ ഒരിടത്തേക്ക് പോകാമെന്ന് അക്ബറായിരുന്നു നിർദ്ദേശിച്ചത്.

കുന്നും മലയും ഇടുങ്ങിയ താഴ്വരകളുമുള്ള ഒരിടത്തേക്ക് എത്തുമെന്ന് പുറപ്പെട്ടപ്പോൾ കരുതിയിരുന്നില്ല. ഘോർഫുക്കാൻ മേഖലയിലെ ചെങ്കുത്തായ കുന്നിൻപുറങ്ങൾ മരുഭൂമിയായ ഒരു രാജ്യത്തിന്റെ ഭാഗമാണോയെന്ന് സംശയിച്ചു. ശൈത്യകാലത്ത് മഞ്ഞുപുതച്ചുറങ്ങുന്ന ജബൽ ജെയ്സെന്ന പർവ്വതത്തെക്കുറിച്ച് വിശദീകരിച്ചതും അയാൾ തന്നെ.

കുന്നും മലകളും കാടും പുഴയും അരുവിയും വെള്ളച്ചാട്ടങ്ങളുമെല്ലാമുള്ള ഇന്ത്യയുടെ തെക്കേയറ്റത്തുനിന്ന് വരുന്ന അയാൾക്കും മുമ്പ് വിഭിന്നമായ പ്രകൃതിദൃശ്യങ്ങൾ യു എ ഇ എന്ന കൊച്ചുരാജ്യത്ത് ഉണ്ടെന്ന് വിശ്വസിക്കാനായിരുന്നില്ലെന്ന് പറഞ്ഞിരുന്നു. ഘോർഫുക്കാൻ യാത്ര കഴിഞ്ഞ് മടങ്ങിയ രാത്രിയിലാവണം അക്ബർ എന്ന സഹപ്രവർത്തകൻ ഹൃദയത്തോട് ചേർത്തുവെക്കേണ്ടവനാണെന്ന തോന്നലുണ്ടായത്.

കുന്നിൻചെരിവുകളിലൂടെ ആ കൈകളിൽ തൂങ്ങി നടക്കുമ്പോൾ പ്രസരിച്ച ചൂടിലാണ് സ്നേഹംപൂക്കുന്നതെന്ന് തോന്നിയിരുന്നു. മാർദ്ദവമുള്ള ചൂടുള്ള കൈകളിൽനിന്ന് വേർപെടരുതെന്ന് ഹൃദയം ശഠിച്ച നിമിഷങ്ങൾ. അയാളുടെ കണ്ണുകളിലേക്ക് ഉറ്റുനോക്കിയപ്പോഴെല്ലാം ഹൃദയത്തിന്റെ മുഴുവൻ അറകളും കണ്ടു. തുറന്ന ചിരിയും ഹൃദയം പുറത്തെടുത്ത് സാക്ഷിനിർത്തിയുള്ള സംസാരവും ആ മനുഷ്യനെ തനിക്ക് പ്രിയപ്പെട്ടവനാക്കി.

അൻപത്

കൂട്ടുകാരിയെ കണ്ടെത്തിയിരിക്കുന്നുവെന്ന അക്ബറിന്റെ വാക്കുകൾ അൻവർ റഷീദിന് വിശ്വസിക്കാനായില്ല. ജെ എൻ യുവിലെ പഠനകാലവും സ്ലാവ്ക്കയെന്ന സഖിയും അയാളുടെ ഓർമ്മയിലേക്കെത്തി. പാവം അവളിന്നില്ല, അവൻ പിന്നീട് എത്രകാലമാണ് അവളെ ഓർത്ത് കരഞ്ഞത്. ഹെൽസിങ്കിയിൽ പോയപ്പോൾ അവളുടെ കല്ലറയിൽ പൂക്കളുമായി ചെന്നിരുന്നു. പുലർച്ചെ എത്തിയ അവനെ ഇരുൾ പരന്നപ്പോൾ ശ്മശാനം സൂക്ഷിപ്പുകാർ പുറത്താക്കുകയായിരുന്നു.

കണ്ടുമുട്ടുന്ന സകല പെൺകുട്ടികളെക്കുറിച്ചും കുറ്റംമാത്രം പറയാൻ ഉത്സാഹിക്കുന്ന അക്ബർ ഒരു കൂട്ടുകാരിയെ കണ്ടെത്തിയെന്നോ. സ്ലാവ്ക്കയെപ്പോലെ ഒരാളെ കണ്ടുമുട്ടാൻ ഇടയില്ലെന്ന് വിശ്വസിച്ചവൻ...

"ഏതുനാട്ടുകാരിയാണവൾ, കോഴിക്കോട്ട് നിന്നാവില്ല. ഉത്തരേന്ത്യയിൽനിന്നോ, അതിർത്തിക്ക് പുറത്തുനിന്നോ ആയിരിക്കും തീർച്ച." ജിജ്ഞാസ അടക്കാനാവാതെ അൻവർ ചോദിച്ചു.

"പേര്: ഡോ. ഫെമ ഫർഹാന, ജനിച്ചത്: തുർക്കിയിലെ ഏറ്റവും വലിയ നഗരമായ ഇസ്താംബൂളിൽ. വളർന്നതും പഠിച്ചതും സിറിയ, ലബനോൺ, ഇറാഖ്, ഫ്രാൻസ്, ജർമ്മനി ഉൾപ്പെടെ ഒൻപത് രാജ്യങ്ങളിൽ. ഷാർജ യൂണിവേഴ്സിറ്റിയിൽ നരവംശശാസ്ത്ര അദ്ധ്യാപിക. പണ്ടെന്നോ കോഴിക്കോട്ട് വന്നിട്ടുണ്ട്, തത്തമ്മച്ചുണ്ടുള്ള കുറ്റിച്ചിറയിലെ മൊഞ്ചത്തികളെക്കുറിച്ച് അവൾ ഒരിക്കൽ ചോദിച്ചിരുന്നു."

കേട്ടത് വിശ്വസിക്കാനാവാതെ അൻവർ ഇടിവെട്ടേറ്റവനെപ്പോലെ നിന്നു.

പെണ്ണ് കിട്ടാതെ ക്രോണിക് ബാച്ചിലറായി ജീവിക്കേണ്ടിവരുമെന്ന് ബന്ധുക്കളും കൂട്ടുകാരും കരുതിയവന് പങ്കാളിയെ ലഭിച്ചിരിക്കുന്നു.

അവന്റെ മുഖം പെട്ടെന്ന് മ്ലാനമായി. ഒന്നിച്ച് ജീവിക്കുമെന്ന് കരുതിയ രണ്ടു പേർ ഇന്നെവിടെ.

"എന്താ നിന്റെ മുഖത്തൊരു വാട്ടം..."

അൻവർ ചിരിക്കാൻ ശ്രമിച്ചെങ്കിലും വിജയിച്ചില്ല.

അക്ബർ ഫെമയെക്കുറിച്ച് വാചാലനായി. എല്ലാം നിശ്ശബ്ദം കേട്ട് അവനൊപ്പം മിഠായിത്തെരുവിലൂടെ നടന്നു.

വർഷ എന്തെടുക്കുകയാവും. ആ നിമിഷം അയാളുടെ മനസ്സിൽ റെയിൽപ്പാളവും കീടനാശിനി വില്പന നടത്തുന്ന കോടതിക്ക് സമീപത്തെ കടയും തെളിഞ്ഞു. നോവലിനെക്കുറിച്ചുള്ള അന്വേഷണം അൻവറിന് രക്ഷയായി. കോഴിക്കോടിനും യമനിനും ഇടയിൽ അനേകം യാത്രകൾ നടത്തിയ യൂസുഫ് സെക്കറിനെക്കുറിച്ച് അവർ ചർച്ച ചെയ്തു. ഡയറിയിൽനിന്നു ഉയർത്തെഴുന്നേറ്റ് യൂസുഫ് സെക്കർ അനുഗമിക്കുന്നതായി അൻവറിന് തോന്നി.

ഊണിലും ഉറക്കിലും കഥാപാത്രം വിടാതെ പിന്തുടരുന്നതിനെക്കുറിച്ച് അയാൾ അക്ബറിനോട് പറഞ്ഞു. നോവൽ എഴുതാൻ തുടങ്ങിയ രാത്രിയിൽ അനുഭവപ്പെട്ട യൂസുഫ് സെക്കറിന്റെ സാന്നിദ്ധ്യത്തെക്കുറിച്ചും അൻവർ വെളിപ്പെടുത്തി. കഥാപാത്രം പിന്തുടരുന്നത് ശുഭലക്ഷണമായി പല എഴുത്തുകാരും വിവരിച്ചത് അക്ബറും അനുസ്മരിച്ചു.

ജീവിതത്തിന്റെ സമസ്ത കർമ്മങ്ങൾക്കും സാക്ഷിയായി അയാൾ തൊട്ടരുകിലുണ്ട്. യൂസുഫ് സെക്കർ കേവലം ഒരു കഥാപാത്രമാണെന്ന് ഉൾക്കൊള്ളാനാവുന്നില്ല. തറവാട്ടിലെ ഏതോ അടിയന്തിരത്തിന് നേതൃത്വം നല്കുന്ന ഭാവത്തിലാണയാൾ എനിക്കൊപ്പം ചലിക്കുന്നത്.

എഴുത്ത് പ്രതിസന്ധിയിലാവുമ്പോഴെല്ലാം എന്തെങ്കിലും പൊടിക്കൈകളുമായി അയാൾ പ്രത്യക്ഷപ്പെടും. എഴുത്തിലേക്ക് ആണ്ടുപോയാൽ ഓരോ വരിയിലും അയാളുടെ കണ്ണുടക്കുന്നതായി തോന്നിയിട്ടുണ്ടെന്നും അൻവർ വിശദീകരിച്ചു.

ഡയറിക്കുറിപ്പ് വായിക്കവേ യൂസുഫ് സെക്കർ തനിക്ക് മുമ്പിൽ വന്നു നിന്നത് അക്ബർ ഓർത്തെടുത്തു.

വ്യാഖ്യാനങ്ങൾക്ക് പിടിതരാത്ത പലതും എഴുത്തിൽ ഉൾച്ചേർന്നിരിക്കുന്നു. നോവൽ എഴുതണമെന്ന് തോന്നാനും മിഠായിത്തെരുവിൽനിന്നു യൂസുഫ് സെക്കറിന്റെ ഡയറി ലഭിക്കാനും ഇടയായത് യാദൃച്ഛികമല്ലെന്ന് അവർ തിരിച്ചറിയുന്നു.

കഥാപാത്രങ്ങളുടെ ഭാവവും അവർ അനുഭവിക്കുന്ന അനിശ്ചിതത്വങ്ങളുമെല്ലാം അവനെ ബാധിച്ചിരിക്കുന്നത് ശുഭസൂചകമായി അക്ബർ കരുതി.

അൻപത്തി ഒന്ന്

ആഴ്ചകളായി അൻവറിനെക്കുറിച്ച് വല്ലതും കേട്ടിട്ട്. മെയിൽ പരിശോധിക്കുമെങ്കിലും ഒന്നും സംഭവിക്കുന്നില്ല.

നോവലെഴുത്ത് നിർത്തി അവൻ നാടുവിട്ടോ. വർഷമാപിനിയെ ഉപേക്ഷിക്കരുതെന്ന് പലപ്പോഴും അവനെ ഓർമ്മപ്പെടുത്തിയിരുന്നു. ജീവിതയാത്രയിൽ പറ്റിയേക്കുന്ന തെറ്റുകൾ...

അത് നമ്മോടൊപ്പം ചേർന്നുനടക്കും വേട്ടക്കാരന്റെ കുപ്പായവുമിട്ട്. മലയാളം ക്ലാസിൽ ബഷീർ സാഹിത്യം പഠിപ്പിച്ചിരുന്ന സുലോചന ടീച്ചറുടെ മുഖം തെളിഞ്ഞുവരുന്നു.

ആ വാക്കുകളുടെ അർത്ഥം അന്ന് പൂർണ്ണമായും ബോദ്ധ്യപ്പെട്ടിരുന്നില്ല. ബിരുദ പഠനം കഴിഞ്ഞ് ഫലം കാത്തിരിക്കവേയാണ് ടീച്ചർ ആത്മഹത്യയിൽ അഭയം തേടിയത്. ക്ലാസിന് സാക്ഷിയായവരുടെ ഹൃദയത്തിൽ ആ വാക്കിന് നോവെന്ന അർത്ഥം ഉറപ്പിക്കാനായിരുന്നോ ആ ജീവത്യാഗമെന്ന് പിന്നീട് തോന്നിയിരുന്നു.

സുലോചന ടീച്ചറുടെ കഥ ഓർത്തെടുത്തായിരുന്നു അൻവറിനെ ഉപദേശിക്കാൻ ഇറങ്ങിയത്. എന്തുകാര്യം അവനെ ബോദ്ധ്യപ്പെടുത്താൻ ഉറ്റതോഴനായിട്ടും സാധിച്ചില്ല. നഷ്ടപ്പെട്ട കാലത്തെ പിടിച്ചുകെട്ടാൻ ചരിത്രത്തിൽ ആർക്കും സാധിച്ചിട്ടില്ല. ഭൂമി കറങ്ങുന്നിടത്തോളം അതിന് സാദ്ധ്യവുമല്ല.

ചെയ്യാനുള്ളത് ആദ്യ അവസരത്തിൽ പൂർത്തിയാക്കണം. നാളേക്കായി മാറ്റിവെക്കരുത്. അവൻ നോവൽ എഴുതിയില്ലെങ്കിലും വേണ്ടില്ല, ഒരു സലാമോ, സുബൈറോ, സുലോചന ടീച്ചറോ ആവാതിരുന്നാൽ മതിയായിരുന്നു. അവരെല്ലാം ചൂളകളായി ഹൃദയത്തിലുണ്ട്. അവയുടെ നീറ്റൽ ഒരിക്കലും ഒട്ടുംകുറയില്ല.

കുതറിയോടുന്ന മനസ്സിന് കടിഞ്ഞാണിടാൻ അയാൾ ശ്രമിച്ചു. മനുഷ്യനുമായി ബന്ധപ്പെട്ട വളരെ ചെറിയ കാര്യങ്ങൾപോലും അയാളെ വിസ്മയിച്ചു.

ഓർമ്മകൾ അൻവറിനെ ചുറ്റിപ്പറ്റി നിന്നു. ഏതെല്ലാം രീതിയിൽ പ്രണയം തകരുന്നു.

ബന്ധുക്കളിലൂടെ.

കലഹത്തിലൂടെ.

ചില തിരിച്ചറിവുകളിലൂടെ.

ഇവിടെ സംഭവിച്ചതോ, കേട്ടുകേൾവിപോലുമില്ലാത്ത ഒന്ന്. നോവൽ എഴുതാൻ ജീവിതസഖിയെ ഉപേക്ഷിച്ച ആരെങ്കിലും നമുക്കിടയിൽ കാണുമോ. ചിന്തയ്ക്കൊത്ത് സഞ്ചരിക്കുന്ന, സ്വപ്നതുല്യയായ ഒരു പെണ്ണിനെ ആണുങ്ങളാരെങ്കിലും ഏതെങ്കിലും നാട്ടിൽ എന്നെങ്കിലും ഉപേക്ഷിച്ചിരിക്കുമോ.?

അൻവറിന്റെ പിന്നീടുള്ള ജീവിതത്തെക്കുറിച്ച് ഓർത്തപ്പോൾ അയാളിൽ ഗദ്ഗദം നിറഞ്ഞു.

ദിനങ്ങൾ അതിവേഗമാണ് കടന്നുപോകുന്നത്.

ഓരോ മനുഷ്യനെയും നിശ്ചയിച്ച സമയത്തിലേക്ക് അടുപ്പിക്കുന്ന കാലം.

ഈയിടെയായി കാലത്തിന് വേഗം കൂടിയോന്ന് തോന്നാറുണ്ട്. എവിടെ ചെന്നാവും ഈ ഓട്ടം അവസാനിക്കുക? ഗോളങ്ങൾ കൂട്ടിയിടിച്ചാവാം ഭൂമിയിലെ സർവ്വവും നശിക്കുകയെന്ന് കേൾക്കുന്നു. അതിന് മുമ്പ് എല്ലാം മനുഷ്യർ താറുമാറാക്കാനും മതി.

തെളിനീരും കുളിർക്കാറ്റും ചൂടും തണുപ്പുമെല്ലാം നല്കിയ ഭൂമിയെ ഭസ്മീകരിച്ച് ചൊവ്വ ഉൾപ്പെടെയുള്ള ഗൃഹങ്ങളിലേക്കാണ് ആധുനിക മനുഷ്യൻ കണ്ണയക്കുന്നത്. നീണ്ടകാലം യാത്രചെയ്ത് അജ്ഞാതമായ ആ ഗോളത്തിൽ എത്തിയാൽ എന്താവും അവസ്ഥ. ചൊവ്വയിൽ എത്തിക്കാനായി കോടികൾ ശേഖരിക്കുന്നവർ ആരെയും തിരിച്ചെത്തിക്കുമെന്ന് പറയുന്നില്ലെന്നത് അക്ബറിൽ ഭീതിനിറച്ചു.

ഓരോ നിമിഷവും പുതുക്കപ്പെട്ടുകൊണ്ടിരിക്കുന്നതാണ് ജീവിലോകത്തിന് അനുഗ്രഹമായ ഭൂമി.

പുത്തൻ കാറ്റിനാൽ.

മഴയാൽ.

മഞ്ഞുവീഴ്ച്ചയാൽ.

അഗ്നിപർവ്വത സ്ഫോടനങ്ങളാൽ.

ഭൂകമ്പങ്ങളാൽ.

വൃക്ഷങ്ങളിലും ചെടികളിലും ഒരോ തളിർവിടരുമ്പോഴും പഴുത്തില അടരുമ്പോഴുമെല്ലാം ഭൂമി പുതുക്കപ്പെടുന്നു.

കൊഴിയുന്ന ഇലകളെയും വഹിച്ച് കാറ്റ് ദീർഘദൂരം സഞ്ചരിക്കുന്നു.

ഇലകളുടെ വാനപ്രസ്ഥവും സന്ന്യാസവും സ്വർഗ്ഗാരോഹണവുമെല്ലാം സംഭവിക്കുന്നത് ആ യാത്രയിലാവാം. താഴ്‌വരകളിലോ, അത്യഗാധമായ ഗർത്തങ്ങളിലോ ആവാം ആ യാത്ര അവസാനിക്കുക.

നിത്യശാന്തിക്കായി ഒരുപക്ഷേ, അവയും ദൈവസന്നിധിയിലെത്തിയേക്കാം.

ഓരോ നിമിഷവും അനേകം കോടി ജന്മങ്ങളാണ് ഗർഭപാത്രത്തിന്റെ ചുടുപേക്ഷിച്ച് ഏങ്ങലടിച്ച് ഭൂമിയിലേക്കു വരുന്നത്. മനുഷ്യനൊപ്പം കോടാനുകോടി ജീവികളും ജനിക്കുന്നില്ലേ. ജന്മം പോലെ ഒട്ടുംകുറയാതെ മരണവും സംഭവിക്കുന്നു. പക്ഷേ, മരണം മാത്രം മനുഷ്യന് ഉൾക്കൊള്ളാനാവുന്നില്ല.

ജീവിച്ചിരുന്ന ഏത് നിമിഷത്തിലാവും കാറ്റും മഴയും വെയിലും അശരീരികളും നാമെല്ലാം ചിരഞ്ജീവികളായി ഭൂമിയിൽ വസിക്കുമെന്ന് ഓതിയിരിക്കുക. വ്യത്യസ്ത രീതിയിൽ ജീവികൾ പരലോകംപൂകുന്നു.

എന്താണ് ജീവിതമെന്ന് ചോദിച്ചാൽ കൃത്യമായ ഉത്തരം ആർക്കെങ്കിലുമുണ്ടോ?

ലോകാരംഭം മുതൽ മനുഷ്യൻ ഇത്തരം സമസ്യകളെ അഭിമുഖീകരിച്ചിരിക്കില്ലേ. മരണം ഒഴിവാക്കാൻ സാഹസപ്പെട്ട എത്ര രാജാക്കന്മാരും കുബേരന്മാരും മണ്ണടിഞ്ഞു. അമരത്വം തേടി അലഞ്ഞവരും ആ ഒരു ലക്ഷ്യത്തിനായി ഗവേഷണം നടത്തിയവരും ഇന്നുണ്ടോ.

അൻപത്തി രണ്ട്

അൻവർ എവിടെയായിരിക്കും.

ഇടയ്ക്കെല്ലാം അവന്റെ തിരോധാനം നോവായി നിറയുന്നു.

ഒരു നോവൽ പൂർത്തിയാക്കാൻ സാധിക്കാത്തത് മാത്രമാണോ അവനെ നാടുവിടാൻ പ്രേരിപ്പിച്ചിരിക്കുക. വർഷയുടെ ഓർമ്മകളും സാമീപ്യവും ബാക്കിനില്ക്കുന്ന ഒരു നഗരത്തിൽ താമസിക്കാൻ കഴിയാതിരുന്നതിനാലുമാവാം അവൻ പുറപ്പെട്ടുപോയത്. എവിടെയെങ്കിലും അവൻ ജീവിച്ചിരുപ്പുണ്ടാവുമെന്ന് അക്ബർ ആശ്വസിച്ചു. എവിടെയായാലും അവൻ ആരോഗ്യത്തോടെ ജീവിക്കട്ടെയെന്ന് അയാൾ പ്രാർത്ഥിച്ചു.

കഴിഞ്ഞ ആഴ്ച തിരുവനന്തപുരത്ത് ചെന്നപ്പോൾ വർഷയെ കാണാൻ പദ്ധതിയിട്ടിരുന്നു. വൈകുന്നേരം സെക്രട്ടേറിയേറ്റിന് സമീപത്ത് എത്താമെന്നും അറിയിച്ചിരുന്നു. ഒടുവിൽ നേരിയ സൂചനപോലും നല്കാതെ ഉച്ചയ്ക്കുള്ള തീവണ്ടിക്ക് എറണാകുളത്തേക്ക് മടങ്ങുകയായിരുന്നു. അവളെ കാണുന്നത് ശുഭകരമായ വാർത്തയ്ക്കൊപ്പമാവണമെന്ന ചിന്തയിൽ കൂടിക്കാഴ്ച ഒഴിവാക്കുകയായിരുന്നു.

പ്രവാസം, ജോലി, നോവലെഴുത്ത്...

തിരക്കിലൂടെ ഒഴുകിയ വർഷങ്ങൾ. അതിനിടയിൽ അവനെക്കുറിച്ചുള്ള അന്വേഷണം ഫലപ്രദമായില്ല. ഡൽഹിയിലും ഋഷികേശിലും മുംബൈയിലും ചെന്നൈയിലുമെല്ലാം ചെന്നെങ്കിലും ഫലമുണ്ടായില്ല. അടുപ്പമുള്ളവർക്ക് മുമ്പിൽ വിഷമം വന്നാൽ പൊട്ടിക്കരയുന്നൊരാൾ എങ്ങനെ അത്തരം സാഹചര്യങ്ങളെ നേരിടും.

ഹൃദയം വിങ്ങിയാൽ തൊണ്ടയിൽ ശബ്ദം ജനിക്കും. കണ്ണുകൾ നീർച്ചാലാവും. അവധി കഴിഞ്ഞ് മടങ്ങുന്നതിന് മുമ്പായി അവളെ കാണണമെന്ന് അക്ബർ ഉറപ്പിച്ചു.

ദീർഘനേരമായി മാനഞ്ചിറ സ്ക്വയറിൽ ഒറ്റയ്ക്കിരിക്കുന്നു. നഗരം ദീപാലംകൃതമായത് അയാൾ ശ്രദ്ധിച്ചിരുന്നില്ല. ജനബാഹുല്യം അപ്രത്യക്ഷമായിരിക്കുന്നു. നഗരത്തിന്റെ ആരവങ്ങളിൽ പങ്കാളികളായവർ ബസുകൾക്ക് പിന്നാലെ ഓടുന്നു. ഏതെല്ലാമോ പട്ടണങ്ങളിലും ഗ്രാമങ്ങളിലും എത്തിച്ചേരേണ്ടവർ. വയൽക്കരയിലും താഴ്‌വരയിലും കുന്നിൻപുറങ്ങളിലും പാർപ്പുറപ്പിച്ചവർ. വിവിധ നിറമുള്ള ബസുകൾ, മാനാഞ്ചിറ സ്ക്വയറിന്റെ മതിൽക്കെട്ടിന് പുറത്തുകൂടി വടക്കോട്ടും തെക്കോട്ടുമായി അവ നീങ്ങുന്നു.

രാവിൽ നഗരംവിടുന്ന പലരും പുലർച്ചെ വീണ്ടുമെത്തും. ആരവങ്ങളിൽ പങ്കാളികളാവാൻ. നാലോ, അഞ്ചോ മണിക്കൂർ കഴിഞ്ഞാലും ഈ പരിസരങ്ങളിൽ ആളും വെളിച്ചവും അവശേഷിക്കും. എന്നാൽ ബസുകൾ കുന്നുംമലയും താണ്ടി ലക്ഷ്യങ്ങളിലെത്തുമ്പോൾ എന്തായിരിക്കും അവസ്ഥ.

കട്ടപിടിച്ച ഇരുട്ടിൽ പെരുമഴ പെയ്തേക്കാം. രാവിലെ കടന്നുവന്ന കൈപ്പാലം അറ്റുപോയിരിക്കാം. പഞ്ചായത്ത് റോഡും നാട്ടുവഴിയും ഒറ്റയടിപ്പാതയും താണ്ടി കുന്നും മലയും ചവിട്ടിക്കയറി നേരിയ ടോർച്ച് വെട്ടത്തിൽ വീട്ടിലേക്ക് എത്താൻ തത്രപ്പെടുന്നവരുടെ രൂപങ്ങൾ അയാളിലൂടെ കടന്നുപോയി.

അച്ഛനെ കാത്തിരുന്ന പൊന്നോമനകൾ ഉറങ്ങിയിരിക്കും. ഭർത്താവിന്റെ കാൽപ്പെരുമാറ്റം കൊതിച്ച് പ്രിയതമമാർ ഉറങ്ങാതെ കാത്തിരിക്കുന്നതും അയാൾ മനഃക്കണ്ണിൽ കണ്ടു. അവൻ ഒരെഴുത്തുപോലും ആർക്കും അയച്ചിട്ടില്ല. പോകുന്നതിനെക്കുറിച്ച് ഒരു സൂചനയും അവൻ നല്കിയിരുന്നില്ല.

കള്ളനെപ്പോലെ രാവിൽ അവൻ അപ്രത്യക്ഷനായി. നഗരത്തിന് പുറത്തേക്ക് പോകുന്ന തീവണ്ടിയോ, ബസോ, ലോറിയോ അവനെ കൊണ്ടുപോയിരിക്കും. നാടുവിടുന്നവരിൽ ബഹുഭൂരിപക്ഷവും പോകുക വടക്കോട്ടായതിനാൽ അവനും തെക്കോട്ട് പോകാൻ ഇടയില്ലെന്ന് അക്ബർ ചിന്തിച്ചു.

തിരുവനന്തപുരത്ത് വർഷ ജോലി ചെയ്യുന്നതും ആ വഴിക്ക് പോകാതിരിക്കാൻ അവനെ പ്രേരിപ്പിക്കും. അർദ്ധരാത്രിയിൽ ആ നഗരത്തിലൂടെ അവളറിയാതെ പോകാമെന്നും അവൻ ചിന്തിച്ചിരിക്കുമോ. ഒരെത്തുംപിടിയും കിട്ടുന്നില്ല.

വടക്കോട്ടാണെങ്കിൽ മുംബൈ.

ആ മഹാനഗരത്തിൽ ആർക്കെങ്കിലും ഒരാളെ തപ്പിപ്പിടിക്കാനാവുമോ.

ഡൽഹിയിലോ, മറ്റ് ഉത്തരേന്ത്യൻ നഗരങ്ങളിലോ എത്തിപ്പെടാനും മതി.

അൻപത്തി മൂന്ന്

കോലായയുടെ വക്കിൽ മഴ തിമിർക്കുന്നു.

ഹാജി അലി വലിയുല്ല മഴയിലേക്ക് കണ്ണയച്ചു.

ഇന്നലെ രാവിലെ ആരംഭിച്ച മഴയ്ക്ക് ഇനിയും ശമനമായിട്ടില്ല. കാറ്റിൽ ഭ്രാന്തിളകിയ സ്ഥിതിയിലാണ് അടുക്കളയോട് ചേർന്ന തെങ്ങ്.

പുരപ്പുറത്തേക്ക് അത് ചാഞ്ഞേക്കാമെന്ന് പലരും മുന്നറിയിപ്പ് നല്കിയതാണ്. എന്തുകൊണ്ടോ തെങ്ങ് ചതിക്കില്ലെന്ന വിശ്വാസത്തിൽ വെട്ടിമാറ്റാൻ കൈയുയർന്നില്ല.

ഞങ്ങളുടെ സൗന്ദര്യപ്പിണക്കങ്ങൾക്കും ആഹ്ലാദങ്ങൾക്കും ആഘോഷങ്ങൾക്കുമെല്ലാം സാക്ഷിയായി അത് നില്ക്കാൻ തുടങ്ങിയിട്ട് പത്ത് നാല്പത് വർഷമായി. ഒരംഗത്തെപോലെ കരുതുന്ന ആ ജീവിക്ക് മേൽ മഴു ആഴ്ത്താൻ ജീവനുള്ളിടത്തോളം ആവില്ല.

മഴയായതിനാൽ ഇനി മാസങ്ങൾ കഴിയും ഏതെങ്കിലും പത്തേമാരി പുറംകടലിൽ നങ്കൂരമിടാൻ.

യൂസുഫ് സെക്കർ വർഷകാലം ആരംഭിക്കുന്നതിന് ആഴ്ചകൾക്ക് മുമ്പേ യമനിലേക്ക് പോയതാണ്. നീണ്ട ഇടവേളയ്ക്കൊടുവിലാണ് അയാൾ നാട്ടിലേക്ക് യാത്രയായത്. ആ മനുഷ്യൻ ഈ നഗരത്തിൽ ഇല്ലെന്നറിയുമ്പോൾ ഉത്സാഹം നഷ്ടമാവുന്നു. ഇപ്പോഴത്തെ മാത്രം കാര്യമല്ല. മുമ്പ് യൂസുഫ് സെക്കർ കടൽതാണ്ടിയപ്പോഴും അത് അനുഭവിച്ചതാണ്.

കടൽ ശാന്തമായാൽ മാത്രമേ ആത്മമിത്രത്തിന് തിരിച്ചെത്താനാവൂ.

യാത്ര സുഖമായിരുന്നെന്നും സന്തോഷത്തോടെ ഗ്രാമത്തിലെ ഈന്തപ്പനത്തോപ്പിൽ ചുറ്റിനടക്കുന്നുണ്ടെന്നും വിവരം ലഭിച്ചതിനാൽ ആശങ്കപ്പെടാനില്ല. മക്കയിലേക്ക് യാത്ര പോയപ്പോഴെല്ലാം ആ ഗ്രാമം കാണാൻ ആഗ്രഹിച്ചിരുന്നു എന്തുകൊണ്ടോ കഴിഞ്ഞില്ല. ചിലപ്പോൾ തോന്നാറുണ്ട്

ഉറ്റവർക്കിടയിൽ അയാൾ സന്തോഷത്തോടെ ജീവിക്കട്ടെയെന്ന്.

നാടുവിട്ട് ആണ്ടുകൾ പലത് കഴിഞ്ഞതിനാൽ ഗ്രാമത്തിൽ ഒറ്റപ്പെടുമോയെന്ന ഭയം യൂസുഫ് സെക്കർ പങ്കിട്ടിട്ടുണ്ട്. ജന്മഗ്രാമത്തിൽ, വളർന്ന പട്ടണത്തിൽ അന്യനാവുന്ന അവസ്ഥ അനുഭവിച്ചാലേ ബോദ്ധ്യപ്പെടുവെന്ന് സെക്കർ ഓർമ്മപ്പെടുത്താറുണ്ട്. അച്ഛനും അമ്മയും നഷ്ടപ്പെട്ടയാൾക്ക് ഭൂമിയുടെ സൗരഭ്യവും അറിയാനാവില്ലെന്ന് സുഹൃത്ത് പലപ്പോഴും ഓർമ്മിപ്പിക്കും.

ജീവിതം നഷ്ടങ്ങളാൽ പെരുക്കപ്പെടുന്നതല്ലെ.

തിത്തിബി കോഴിയെ ശകാരിക്കുന്ന ശബ്ദം കാതിലേക്കെത്തി. മഴ തിമിർക്കുമ്പോൾ അവയ്ക്ക് പുറത്തിറങ്ങാനാവുമോ. അടുക്കളയിൽ കാഷ്ഠിക്കുന്ന കോഴികളെ ശകാരിക്കാതിരിക്കാനുമാവില്ല. ചില പ്രത്യേക സാഹചര്യങ്ങളിൽ ഒന്നിലധികം ശരികൾ സംഭവിക്കുന്നു.

ചട്ടിയിൽ വേവുന്ന പോത്തിറച്ചിയുടെ ഗന്ധം വീടിനുള്ളിൽ നിറഞ്ഞു. കാറ്റിന്റെ അകമ്പടിയില്ലാതെ പെയ്യുന്ന മഴയിൽ മുട്ടിയുരുമ്മുന്ന ആ ഗന്ധം അയാളിലെ വിശപ്പിനെ ഉത്തേജിപ്പിച്ചു. അടിച്ചുകെട്ടി മഴ പെയ്താൽ പോത്തിനെ അറുക്കുമെന്ന് കസായി* അദ്രമാൻ നേരത്തെ എല്ലാവരോടും പറഞ്ഞിരുന്നു.

മഴയിൽ കുടചൂടി പുരുഷാരം അദ്രമാന്റെ കടയ്ക്ക് മുമ്പിൽ പുലർച്ചെ തടിച്ചുകൂടിയിരുന്നു. പോത്തുവരട്ടിയത് ചേർത്ത് ഉണ്ണുന്നത് ആലോചിക്കേണ്ട താമസം അയാളുടെ ഉമിനീർഗ്രന്ഥികൾ നിർത്താതെ ചുരത്തി. തിത്തിബിയുടെ പോത്തുവരട്ടിയതിന്റെ പോരിശ** യൂസുഫ് സെക്കർ പലതവണ പറഞ്ഞിട്ടുണ്ട്. അടുപ്പിൽനിന്ന് ഇറക്കിയ ഉടൻ തിത്തിബി അതിൽ കുരുമുളക് മണികൾ ഇടിച്ചുചേർക്കും. ഇറച്ചിക്കൊപ്പം പല്ലുകൾക്കിടയിൽ അവ ചതഞ്ഞരയുമ്പോഴുള്ള അവസ്ഥ ഹാജി അലി വലിയുല്ല സങ്കല്പിച്ചു.

മഴ തിമർക്കുമ്പോൾ പോത്തിനൊപ്പം തേങ്ങാച്ചോറാണ് ഉത്തമമെന്ന് തിത്തിബിക്ക് അറിയാം. തേങ്ങാപ്പാലിൽ മഞ്ഞൾ ചേർത്ത് വേവിച്ചെടുക്കുന്ന ആ ചോറ് തയ്യാറാക്കുന്നത് ഉമ്മയിൽനിന്നാണ് പുതുനാരി***യായി വന്ന കാലത്ത് തിത്തിബി പഠിച്ചെടുത്തത്. ഉമ്മയുടെ ഓർമ്മകൾ ആ ചോറിനും കറിക്കുമൊപ്പം എന്നും കയറിവരും.

സ്വർണ്ണക്കരയുള്ള തട്ടം പുതച്ച് വിടർന്നകണ്ണിലെ ആർദ്രതയുമായി ഉമ്മ ഇമയനക്കാതെ നോക്കിനില്ക്കുന്നു. തോപ്പയിൽ നാരകമരത്തിന് ചുവട്ടിൽ ഉപ്പയ്ക്കരുകിൽ ഉമ്മയും ഉറങ്ങാൻ തുടങ്ങിയിട്ട് വർഷങ്ങൾ ഒരുപാടായി. ഓർമ്മയിൽ ഒരിടത്തും അവർ വഴക്കടിക്കുന്നതിന് സാക്ഷിയായിട്ടില്ല. വാർദ്ധക്യത്തിലും അവരിൽ പ്രണയം പൂത്തുനിന്നിരുന്നു.

ബാപ്പയുടെ ക്ഷമയും ഉമ്മയുടെ സഹനവും ചേർന്നെഴുതിയ അപൂർവ്വകാവ്യം.

ഉമ്മയുടെ ഖബറിന് മുകളിലെ കാട്ടുചെടിയിൽ ഇളംപച്ച പാപ്പാത്തി ഏത് നേരവും കറങ്ങിനടക്കും. മഞ്ഞനിറമുള്ള അതിന്റെ ഇണയ്ക്കിഷ്ടം ഉപ്പയുടെ മീസാൻ കല്ലിന് മുകളിൽ നേരിയ വെളുത്തപൂക്കൾ വീഴ്ത്തുന്ന നന്ത്യാർവട്ടത്തിൽ വട്ടമിടാനാണ്. കഴിഞ്ഞ കുറേ വർഷങ്ങളായി അവ അവിടെ പാറിനടക്കുന്നു.

പൂമ്പാറ്റകൾക്ക് ആഴ്ചകളുടെ ആയുസ്സേയുള്ളൂവെന്ന് അറിയുമ്പോൾ ഓരോ തലമുറയ്ക്ക് ശേഷവും വിരിഞ്ഞിറങ്ങുന്നവയാവുമോ അവ. നിറത്തിലും വലിപ്പത്തിലും മാറ്റമില്ലാതെ എങ്ങനെ അവ ആവർത്തിക്കുന്നുവെന്നതിന് ഇനിയും ഉത്തരം കിട്ടേണ്ടിയിരിക്കുന്നു.

---

* അറവുകാരൻ.

** മികവ്.

*** പുതുമണവാട്ടി.

അൻപത്തി നാല്

***മി**ഠായിത്തെരുവിൽ വട്ടമിടുന്ന രാക്കാറ്റിൽ പാതിരാപ്പൂക്കളുടെ സൗരഭ്യം നിറയും.*
ഉച്ചയോടടുക്കുമ്പോൾ ഒരു കിലോമീറ്റർ പടിഞ്ഞാറുള്ള കടൽക്കരയിലെ ഉപ്പുപുളിയുള്ള കാറ്റെത്തും.
തോണിയുടെ പുറത്ത് ഈടിനായി തേയ്ക്കുന്ന പറങ്കിയണ്ടിക്കറയുടെ ഗന്ധമാവും ചിലപ്പോൾ പടിഞ്ഞാറൻകാറ്റിന്. ഞാൻ ഹൃദയത്തിൽ ചേർത്തുവെച്ച ഗന്ധങ്ങളിൽ ഒന്നുമാണത്.

യമനിയായ യൂസുഫ് സെക്കറിന് ഈ നഗരത്തെക്കുറിച്ച് ഒരു കോഴിക്കോട്ടുകാരനേക്കാൾ സുന്ദരമായി എഴുതാൻ സാധിച്ചത് എങ്ങനെയെന്ന് അൻവർ റഷീദ് അത്ഭുതപ്പെട്ടു.

ഒരുപക്ഷേ, കഴിഞ്ഞ ജന്മത്തിൽ അയാൾ ഈ തെരുവിലാവാം പിച്ചവെച്ചത്. ഒരു ഹൃദയത്തിലും മുറിച്ചുമാറ്റാനാവാത്തവിധം നഗരം അയാളിലേതും പോലെ വേരുറപ്പിച്ചിട്ടുണ്ടാവില്ല. വടക്ക് കോരപ്പുഴയും തെക്ക് ചാലിയാറും അതിരിടുന്നതാണ് ഇന്നത്തെ കോഴിക്കോട് നഗരം. യൂസുഫ് സെക്കറിന്റെ ക്ഷുഭിതയൗവനത്തിൽ ചെറ്റപ്പുരകളും മണൽപറക്കുന്ന പാതകളും പാനീസ് കത്തുന്ന കടകളും കാളവണ്ടിയുടെ മണിനാദവുമെല്ലാം ഉൾച്ചേർന്നതാവും ഈ നഗരം. കൂവിയാൽ കേൾക്കാവുന്ന ഒരു പ്രദേശം.

പ്രണയഗാനങ്ങൾക്ക് താരുണ്യം പകർന്ന കല്ലായിപ്പുഴ അക്കാലത്ത് കവികൾ വർണ്ണിച്ചതിലും സുന്ദരിയായിരുന്നിരിക്കാം. സംഭവങ്ങളും അനുഭവങ്ങളും വാഗ്മയചിത്രങ്ങളാവുന്നു. കോഴിക്കോട്ട് ജനിക്കാത്ത മലയാളിയല്ലാത്ത യൂസുഫ് സെക്കറിനോട് തൂലികയിലൂടെ ജയിക്കാനാവില്ലെന്ന ബോധം അയാളെ മഥിച്ചു.

എന്ത് എഴുതണം.

എങ്ങനെ എഴുതണം.

ഭാഷയ്ക്കായി എന്തു പരീക്ഷണമാണ് നടത്തേണ്ടത്...

ഒന്നിനെക്കുറിച്ചും വ്യക്തമായ രൂപമില്ലാതെ അൻവർ മുറിയിൽ തെക്കുവടക്ക് നടന്നു. വായിച്ച താളുകളിലെല്ലാം നോവലിന് വേണ്ടുന്ന ചേരുവകളുണ്ട്. കഥാപാത്രങ്ങളെയും സംഭവങ്ങളെയും വിളക്കിച്ചേർക്കാവുന്ന യാതൊന്നും കൈയിലില്ലെന്നത് ഓരോ നിമിഷവും അയാളിലെ നോവലിസ്റ്റിനെ വേട്ടയാടി.

യൂസുഫ് സെക്കറിന്റെ ഡയറിയിലൂടെ നിരാശയോടെ മിഴിയോടിച്ചു.

സൂര്യൻ ഉദിച്ചാലും രാവിലെ എട്ടുവരെ മിഠായിത്തെരുവ് ആലസ്യം പൂണ്ടുറങ്ങും. കഷ്ടി ഒന്നേകാൽ കിലോമീറ്ററോളം നീളമേ ഈ പൈതൃകത്തെരുവിനുള്ളൂ.

ജനലിലൂടെ പുറത്തേക്ക് കണ്ണയച്ച് അൻവർ നിന്നു.

മിഠായിത്തെരുവിന്റെ വടക്കേയറ്റത്ത് റോഡിന് നടുവിലായി കാഥികനും സഞ്ചാരിയുമായ എസ് കെ പൊറ്റെക്കാട്ടിന്റെ പ്രതിമ. നഗരത്തെക്കുറിച്ച് വാചാലനായ കാഥികൻ. ആ പ്രതിമ നിലകൊള്ളുന്നത് ഉചിതമായ സ്ഥലത്തുതന്നെ. എസ് കെയുടെ ദൃഷ്ടി മിഠായിത്തെരുവിലേക്കാണ്.

ഓരോ സന്ദർശകനെയും അദ്ദേഹം കാണുന്നുണ്ട്. വൈകുന്നേരങ്ങളിൽ തെരുവിലേക്ക് ബിസായം പറഞ്ഞുവരുന്ന അതിരാണിപ്പാടത്തെ സുന്ദരികളെ എസ് കെ ഇപ്പോഴും തിരിച്ചറിയുന്നുണ്ടാവാം.*

ജനസഞ്ചാരം നിലച്ചെന്ന് ഉറപ്പായാൽ പാതിരാനേരത്ത് പൂമരവും മാവേലിയും സീതയുമെല്ലാം എസ് കെയോട് മുട്ടിയുരുമ്മി നഗരത്തെക്കുറിച്ചുള്ള നിറംപിടിപ്പിച്ച കഥകൾ കേൾക്കുന്നുണ്ടാവാം.

മരണത്തിന് ശേഷമാണ് ആറാം ഇന്ദ്രിയം പ്രവർത്തിച്ചുതുടങ്ങുകയെന്ന് പറഞ്ഞത് ആരായിരുന്നു.

കാറ്റായി അലയാനും
പക്ഷിയായി പറക്കാനും
ജലമായി പരക്കാനും
ആത്മാക്കൾക്ക് മാത്രമേ സാധിക്കൂ.

---

* *സംസാരിച്ച്.*

അൻപത്തി അഞ്ച്

ദീപാവലിയായതിനാലാവാം പതിവിലും ജനബാഹുല്യം അനുഭ വപ്പെടുന്നത്.

ഇതുപോലൊരു ദീപാവലി നാളിലാണ് അക്ബറിന്റെ വല്യുപ്പ ഹാജി അലി വലിയുല്ല പുരുഷാരത്തിനൊപ്പം തോപ്പയിലെ പള്ളിക്കാട്ടിലേക്ക് കട്ടിലേറിപ്പോയത്. യൂസുഫ് സെക്കറിനെക്കുറിച്ച് ആദ്യമായി കേട്ടത് അക് ബറിന്റെ വല്യുപ്പയിൽ നിന്നായിരുന്നു.

അക്ബറിനൊപ്പം താമസിച്ചിരുന്ന അവസരത്തിലായിരുന്നു ആ കഥ കൾ കേട്ടത്. കഥകൾക്കൊപ്പം യാഥാർത്ഥ്യങ്ങളും ഐതിഹ്യങ്ങളും മിത്തു കളും കെട്ടുപിണഞ്ഞ ജീവിതം രാപ്പായയിൽ ഇതൾവിരിയും. അന്നൊന്നും ആ ജീവിതം കോറിയിട്ട ഒരു ഡയറി ഞങ്ങളെ തേടയെത്തുമെന്ന് കരു തിയിരുന്നില്ല.

വല്യുപ്പയുടെ കഥനം അവസാനിച്ചാലും അതിമൃദുലമായ വിരിപ്പിൽ ഉറക്കം പ്രതീക്ഷിക്കവേ അവിശ്വസനീയമെന്ന് തോന്നുന്ന കഥകൾ ഞങ്ങളെ താരാട്ടുമായിരുന്നു. അതെങ്ങനെ സംഭവിക്കുന്നുവെന്നത് ഇന്നും അത്ഭുതമാണ്. അത്തരം രാത്രികളിൽ പായയിൽ മൂത്രമൊഴിക്കരുതേ യെന്ന പ്രാർത്ഥനയോടെയാവും ഉറക്കത്തിലേക്ക് ഊളിയിടുക.

ഫുട്ബോൾ കളിക്കാനായി കടൽക്കരയിൽ പോയിരുന്ന കൗമാര നാളുകളിലായിരുന്നു കടൽപ്പാലത്തിന് നീളം കൂടുന്നുണ്ടോയെന്ന് നിരീ ക്ഷിക്കാൻ യൂസുഫ് സെക്കർ സ്ഥാപിച്ച കൊത്തിമിനുക്കിയ കരിങ്കല്ല് കണ്ടത്. കൂട്ടുകാരിൽ ആരോ ആയിരുന്നു ഞങ്ങളെ കല്ലിനരികിലേക്ക് നയിച്ചത്. ഇന്നും കോഴിക്കോട് കടപ്പുറത്തെ തെക്കേ കടൽപ്പാലത്തിനരി കിൽ ആ കല്ലുണ്ട്. കടൽക്ഷോഭം തടയാൻ കൂട്ടിയിട്ട കരിങ്കല്ലുകൾക്കിട യിൽ തിരിച്ചറിയുക പ്രയാസമാണെങ്കിലും...

അത് സെക്കറിന്റെ പാണ്ട്യാലയിലെ തൊഴിലാളികളാണ് കല്ലുചുമന്ന് അവിടെ കൊണ്ടിട്ടതെന്നും അൻവറും കേട്ടിരുന്നു. ആ കല്ലിന് തെല്ലും സ്ഥാനഭ്രംശം ഇന്നും സംഭവിച്ചിട്ടില്ല. ഇന്നുള്ളതിലും പത്തൻപത് മീറ്റർ പടിഞ്ഞാറായിരുന്നു കടൽ.

മിഠായിത്തെരുവിലെ തിരക്കിനിടയിൽ അപ്പൂപ്പൻതാടിപോലെ പാറുമ്പോഴും യൂസുഫ് സെക്കർ ഒപ്പംനടക്കുന്നത് അയാൾക്ക് അത്ഭുതമായി. നോവലിസ്റ്റിനെ പിന്തുടരുന്ന കഥാപാത്രം നല്ല സൂചനയാണെന്ന് ചില എഴുത്തുകാരുടെ അനുഭവക്കുറിപ്പിൽ വായിച്ചിരുന്നു. ഈ നോവൽ എനിക്ക് പൂർത്തീകരിക്കാൻ സാധിക്കും. എന്റെ എക്കാലത്തേയും സ്വപ്നം അതിലൂടെ പൂവണിയും. അൻവർ റഷീദ് മനോരാജ്യം പൂണ്ടു.

ആൾക്കൂട്ടത്തിൽ ആരുമായോ ദേഹം കൂട്ടിമുട്ടി. ചുറ്റും അണമുറിയാതെ മിഠായിത്തെരുവിലെ പുരുഷാരം. അയാൾ അതൊന്നും അറിഞ്ഞതേയില്ല. തെരുവിലേക്കെത്തുന്ന ഓരോ മനുഷ്യരെയും അൻവർ നിരീക്ഷിച്ചു. എല്ലാവരിലും സന്തോഷം.

എസ് കെയുടെ പ്രതിമയ്ക്കു ചുറ്റുമുള്ള ഇരുമ്പുവേലിയിൽ ചേർന്നുനിന്നു തെക്കോട്ട് നോക്കി. ആരവങ്ങളിൽ മുങ്ങി ജനമൊഴുകുന്നു, മഹാപ്രവാഹംപോലെ. കുറച്ചുകൂടി മുന്നോട്ട് കയറി അയാൾ തെരുവിനെ വീക്ഷിക്കാൻ ശ്രമിച്ചു. ആധിയും വ്യഥയും കരിനിഴൽ വീഴ്ത്തിയ ഒരു മുഖവും എങ്ങുമുള്ളതായി തോന്നിയില്ല.

എല്ലാ ദുഃഖങ്ങളിൽനിന്നും സ്നാനപ്പെട്ട മനസ്സാണ് നഗരവാസികൾക്കും സന്ദർശകരായി എത്തുന്നവർക്കും മിഠായിത്തെരുവ് നല്കുന്നത്. നഗരത്തിന്റെ ചരിത്രം എഴുതാൻ മാത്രം ജീവിക്കുകയും ആ ഭാരിച്ച ഉത്തരവാദിത്വത്തിനിടയിൽ മരണത്തെ അനുയാത്ര നടത്തുകയും ചെയ്ത പ്രിയ ചരിത്രകാരൻ കോറിയിട്ടത് ഓർമ്മയിലേക്കെത്തി.

എസ് കെയുടെ പ്രതിമയ്ക്ക് തൊട്ടു കിഴക്കായി എൽ ഐ സി വളപ്പിലേക്ക് കയറാനുള്ള വലിയ കവാടം. ആ വളപ്പിനോട് തൊട്ടുരുമ്മി പട്ടാളപ്പള്ളി. പള്ളിയോട് ചേർന്ന് കോഴിക്കോട് പ്രസ് ക്ലബ്ബ്. റോഡിന് എതിർവശത്ത് വൈകുന്നേരങ്ങളിൽ ശബ്ദമുഖരിതമാവുന്ന മുതലക്കുളം.

നഗരം ഉണരാൻ തുടങ്ങുന്നതിന് മുമ്പേ വിഴുപ്പ് അലക്കുന്ന ഘോരശബ്ദം മുതലക്കുളത്തു നിന്നുയരും. മിഠായിത്തെരുവിന്റെ വടക്കേ അറ്റത്തുള്ള എസ് കെ പ്രതിമയ്ക്ക് സമീപത്തുനിന്നു തെക്കോട്ട് നടന്നാൽ ആദ്യമെത്തുന്ന പ്രധാനകട കൃഷ്ണ മഹാരാജിന്റെ നാമത്തിലുള്ള ബേക്കറിയാണ്. നൂറുവർഷത്തിലധികമായി നഗരത്തിൽ പ്രവർത്തിക്കുന്നതാണ് ആ കട.

ഞങ്ങൾ, കോഴിക്കോട്ടുകാർക്ക് പ്രിയപ്പെട്ടതാണ് കൃഷ്ണമഹാരാജിലെ ചില്ലുഭരണികളിലും ഷെൽഫിലും സൂക്ഷിക്കുന്ന മധുരപലഹാരങ്ങൾ. കാൽനൂറ്റാണ്ടു മുമ്പുവരെ ദീപാവലി എന്നാൽ കൃഷ്ണമഹാരാ

ജിലെ ലഡ്ഡുവും പാക്കും ജിലേബിയും ഉൾച്ചേർന്നതായിരുന്നു.

കോഴിക്കോട്ടെ മുസ്ലിങ്ങൾക്ക്, പ്രത്യേകിച്ചും തെക്കേപ്പുറ*ത്തെ തറവാട്ടുകാർക്ക് ദീപാവലിക്ക് ഭാര്യവീട്ടിൽ മിഠായിക്കുട്ട നല്കിയില്ലെങ്കിൽ ചേപ്ര**യാണ് കല്യാണം ഉറപ്പിച്ചാൽ ആദ്യത്തെ നോമ്പിന് പെണ്ണിനും വീട്ടുകാർക്കും വസ്ത്രംമുറിക്കണം; ദീപാവലിക്ക് മിഠായിക്കുട്ട ചുമന്നുകൊണ്ടുപോകണം. അത്തരം കാര്യങ്ങളിൽ അന്ന് ആരും മതത്തിന്റെ നിറങ്ങൾ ചേർത്തിരുന്നില്ല. കോഴിക്കോടൻ പൈതൃകം മതങ്ങളുടെ അതിർവരമ്പുകളെ അന്ന് ഭേദിച്ചിരുന്നു. രാഷ്ട്രീയവും സാമ്പത്തികവുമായ ലക്ഷ്യങ്ങളോടെ ആഗോള ഇസ്‌ലാം രംഗപ്രവേശം ചെയ്യാത്ത സുന്ദരകാലം.

സ്ത്രീയുടെ ഉടൽ പർദ്ദയിൽ പൊതിയണമെന്നും നിഖാബിനാൽ കണ്ണൊഴികെ മുഖം പൂർണ്ണമായും മറയ്ക്കണമെന്നും ആഹ്വാനം ചെയ്യാൻ ഒരു മതനേതാവിനും കരളുറപ്പില്ലാത്ത കാലം.

മിഠായിത്തെരുവിന്റെ സായാഹ്നത്തിരക്കിലൂടെ ചിന്തകളും പേറി ആവേശഭരിതനായി അൻവർ നടന്നു. ഉത്സവപ്പറമ്പുപോലെ എന്നും ആളും ബഹളവും നിറയുന്ന തെരുവ്. നക്ഷത്രങ്ങൾ ഭൂമിയിൽ ഇറങ്ങിയപോലെ കത്തുന്നപാനീസുകൾക്ക് ചുവട്ടിൽ വാണിഭം പൊടിപാറ്റുന്ന സന്ധ്യാനേരം. തെരുവ് ഉറങ്ങാൻ തുടങ്ങുന്നത് പത്ത് മണിക്കും നിദ്രയിൽ ലയിക്കുന്നത് അർദ്ധരാത്രിക്കു ശേഷവുമാണെന്ന് ചരിത്രകാരന്മാരും സഞ്ചാരികളും രേഖപ്പെടുത്തിയിട്ടിട്ടുണ്ട്.

മിഠായിത്തെരുവ് നിദ്രവിട്ടുണരുക പടിഞ്ഞാറുള്ള അമ്പലത്തിലെ ഭക്തിഗാനങ്ങൾക്കൊപ്പമാണ്. തെക്കും വടക്കും കിഴക്കുമുള്ള പള്ളി മിനാരങ്ങളിൽനിന്നു ബാങ്കൊലി ഉയരും. തെരുവ് അതോടെ പുതിയൊരു ദിനത്തെ സ്വാഗതംചെയ്യാൻ വേഷംമാറും. പുതിയകാലത്തിന്റെ ബേക്കറികൾ തെരുവിലെത്തിയിട്ടും കൃഷ്ണമഹാരാജിൽ തിരക്കുണ്ട്. അൻവറിന് സന്തോഷമായി.

രണ്ട് പെരുന്നാളുകൾക്കൊപ്പം ഓർത്തിരുന്ന ഒരേ ഒരു ആഘോഷം ദീപാവലിയായിരുന്നു. വീടിന് തെക്കുമാറിയുള്ള ഗുജറാത്തി ഭവനങ്ങളിൽനിന്ന് രാവിൽ കതിനകൾ പൊട്ടുന്ന ശബ്ദം ചെവിയിൽ പതിയുമ്പോൾ ഞങ്ങളുടെ നാവുകളിൽ കൃഷ്ണമഹാരാജിൽനിന്നു വല്യൂപ്പ കൊണ്ടുവന്ന മിഠായിയുടെ മധുരം കിനിയുന്നുണ്ടാവും.

ഉമ്മയില്ലാത്ത ബാല്യത്തിന്റെ തിണർപ്പുകൾക്കിടയിൽ കുട്ടിക്കാലത്തിന്റെ മാധുര്യമായി അൻവറിൽ ഇന്നും ദീപാവലിയുടെ ഓർമ്മകൾ ചിത്രങ്ങളായുണ്ട്.

---

* കോഴിക്കോട് നഗരത്തിന്റെ പടിഞ്ഞാറുള്ള കുറ്റിച്ചിറ മേഖല.

** നാണക്കേട്.

രണ്ട്

പുറംചട്ടയിലെ മനുഷ്യൻ

ഒന്ന്

കുറഞ്ഞഭാഗം വായിച്ചപ്പോഴേക്കും ആ ഡയറി അൻവർ റഷീദിനെ ചേർത്തുപിടിച്ചു, അസ്ഥികൾഞ്ഞെരിയുന്ന ഗാഢാലിംഗനംപോലെ.

കാലം നരപ്പിച്ച ഡയറിയുടെ പുറംചട്ടയിൽ വീണ്ടും അവന്റെ കണ്ണുടക്കി. അതുവരെയും ശ്രദ്ധയിൽപ്പെടാത്ത ഒരു രൂപം പുറംചട്ടയിൽ തെളിഞ്ഞുവരുന്നു. നോവൽ എഴുതാനുള്ള സമയമായെന്ന് ആരോ ഓർമ്മിപ്പിച്ചു. പക്ഷേ, ശബ്ദമെത്തിയത് കടലിന് അഭിമുഖമായി തുറന്നിട്ട ജാലകത്തിന് പുറത്തു നിന്നായിരുന്നു.

കടലാസിൽ പേന ഓടുന്നു, നിലയ്ക്കാത്ത പ്രവാഹംപോലെ. വരികളിൽ നിറയുന്നത് എന്തെന്ന് സൂക്ഷിച്ചുനോക്കിയിട്ടും അയാൾക്ക് വ്യക്തമായില്ല. ചെവിയിൽ കടലിന്റെ ഇരമ്പം. ശാന്തമായരാവിൽ ആ ശബ്ദത്തിന് അസാധാരണ മുഴക്കം. മനസ്സിൽ ചിന്തകളില്ലാതെ എങ്ങനെയാണ് വാക്കുകളും വരികളും സൃഷ്ടിക്കപ്പെടുന്നത്.

അൻവർ അത്ഭുതപ്പെട്ടു.

മണിക്കൂറുകൾ എത്ര കടന്നുപോയി, ഓർക്കാനാവുന്നില്ല. കറുത്ത മഷി നിറഞ്ഞ ഒരുപാട് കടലാസുകൾ. മൂന്നാം ക്ലാസിൽ സരസ്വതിടീച്ചർ ഇരട്ടവര ബുക്കിൽ കോപ്പി എഴുതിച്ചനാളുകൾ. അന്ന് ടീച്ചർ സഹായിച്ചിട്ടും ആയാസപ്പെട്ടാണ് എഴുതിയത്. ആരോ കൈയിൽ ബലമായി പിടിച്ചിട്ടുണ്ട്, ടീച്ചറല്ല സ്വപ്നത്തേക്കാൾ വേഗത്തിൽ എഴുത്ത് നീങ്ങുന്നു. അവിശ്വസനീയതയോടെ ചുറ്റുംപരതി. ആരോ ഒരാൾ സമീപത്തുണ്ട്. മേശയിലേക്ക് ചാഞ്ഞാണ് ഇരിക്കുന്നതെങ്കിലും മുതുകിൽ വലിയൊരു മനുഷ്യൻ മുട്ടിനില്ക്കുന്നു.

അസ്വസ്ഥത സിരകളിൽ ഭയമായി നിറഞ്ഞു.

ഏകാന്തത മുറ്റിയതെന്ന് വിശ്വസിച്ച വാടകമുറിയിൽ ആരോ ഒരാ

ളുണ്ട്. നക്ഷത്രങ്ങളില്ലാത്ത രാവിൽ ആരാണ് ദേഹത്തോട് തൊട്ടുതൊട്ടില്ലെന്ന നിലയിൽ നില്ക്കുന്നത്. അർദ്ധരാത്രിയിൽ തേടി വന്നത് സുഹൃത്താവില്ല. തസ്കരനോ, ഘാതകനോ സാക്ഷാൽ മരണമോ, സംശയങ്ങൾക്ക് ഉത്തരം ലഭിച്ചതേയില്ല.

ഉള്ളംകൈ വിയർത്തു. കൈവെള്ളയിൽനിന്നു കടലാസിലേക്ക് വിയർപ്പുതുള്ളികൾ ഉതിർന്നു. ആരോ എഴുന്നേല്പിച്ചപോലെ....

ഭയത്താൽ കട്ടിലിനരുകിലേക്ക് ഓടി. ചുരുട്ടിവെച്ച കോസടി നിവർത്തി ശ്വാസമടക്കി ചുരുണ്ടുകിടന്നു. കണ്ണുകൾ ഇറുക്കിയടച്ചു. ദേഹം അനിയന്ത്രിതമായി വിറച്ചു.

ആഗതൻ തൊട്ടടുത്തുണ്ടെന്നത് ഭയം വർദ്ധിപ്പിച്ചു. കൈകാലുകൾ നിവർത്തിയപ്പോൾ നേരിയ ആശ്വാസം. പിരിമുറുക്കം അയയുന്നു.

ശ്വാസം ആഞ്ഞുവലിച്ചത് തോന്നലായിരുന്നോ.

പുലർച്ചെ ഉണർന്നപ്പോൾ ആരോ ദേഹത്ത് മൃദുവായി തലോടിയത് ഓർമ്മയിലേക്കെത്തി.

രണ്ട്

നഗരഹൃദയത്തിലൂടെ ഒരു പുഴ.

അനേകം ലോകനഗരങ്ങളെയാണ് പുഴ തഴുകിയൊഴുകുന്നത്. ചുറ്റും രൂപപ്പെട്ട മനുഷ്യവാസമാവാം പുഴയെ നഗരഹൃദയമാക്കിയത്. കോഴിക്കോട്ടങ്ങാടിയുടെ ഹൃദയമായ വലിയങ്ങാടിയിലൂടെ ഒരു പുഴ ഒഴുകിയിരുന്നുവെന്നത് അൻവറിന് വിശ്വസിക്കാനാവുന്നില്ല.

മണ്ണടിഞ്ഞ പുഴകൾ.

ഗതിമുട്ടി പാതകളും കെട്ടിടങ്ങളുമായി രൂപാന്തരപ്പെട്ട പുഴകൾ.

ഭൂമിക്കടിയിലേക്ക് ഉൾവലിഞ്ഞ് ഒഴുകുന്ന പുഴകൾ.

അറേബ്യൻ മരുഭൂമിയുടെ അടിത്തട്ടിൽ ഇന്നും അനേകം പുഴകൾ ഒഴുകുന്നുണ്ടാവാം. മനുഷ്യരുൾപ്പെടെയുള്ള ജീവജാലങ്ങൾ ദാഹജലമില്ലാതെ തൊണ്ടവരണ്ട് മരിച്ചുവീഴുമ്പോൾ ഹതഭാഗ്യരുടെ കാല്ക്കീഴിൽ നാഴികകൾ താഴ്ചയിൽ പുഴ ഒഴുകുന്നു. വിചിത്രമെങ്കിലും അത്തരമൊന്ന് പരമാർത്ഥമാണ്.

മരുഭൂമിക്ക് മുകളിലെ ആകാശങ്ങളുടെ കാണാമറയത്തും മഴഘോരഘോരം പെയ്യുമെന്ന് യൂസുഫ് സെക്കർ കുറിച്ചിരുന്നു. ചുട്ടുപൊള്ളുന്ന ഭൂമിയിലേക്ക് എത്താനാവാതെ മഴനാരുകൾ നീരാവിയായി മേൽപ്പോട്ട് പൊങ്ങുമെന്ന ആ വരികളിൽ കവിത കിനിഞ്ഞിരുന്നു.

സത്യങ്ങൾ നിഷേധിക്കാനാവില്ലെങ്കിലും പലപ്പോഴും ഉൾക്കൊള്ളാൻ സാധിക്കണമെന്നില്ല.

യൂസുഫ് സെക്കർ കുറിച്ചിട്ട പുഴ ഉത്ഭവിക്കുന്നത് കോഴിക്കോട് നഗരത്തിന് 20 കിലോമീറ്റർ കിഴക്കു നിന്നാണ്. ബിർളയുടെ ഫാക്ടറി പ്രവർത്തിച്ച മാവൂർ അങ്ങാടിയുടെ പരിസരങ്ങളിലെ കുന്നിൻപുറങ്ങളിൽ നിന്നുമാവാം പണ്ടെങ്ങോ പുഴ ഉത്ഭവിച്ചിരിക്കുക. നേർത്ത നീർച്ചാലായി പിറന്ന്

ഏതാനും നാഴിക പടിഞ്ഞാറുള്ള ചെറൂപ്പയിലെയും പരിസരങ്ങളിലെയും തണ്ണീർത്തടങ്ങൾ നല്കിയ തെളിനീർ പേറി വീണ്ടും പടിഞ്ഞാറോട്ട് ഒഴുകിയാവണം വലിയങ്ങാടിയെ തഴുകി കടലിൽ പതിച്ചത്.

മുതലക്കുളത്തേയും മാനാഞ്ചിറയേയും കുറ്റിച്ചിറയേയുമെല്ലാം ഭൂമിക്കടിയിലൂടെ ബന്ധിപ്പിക്കുന്ന ഒരു പുഴ.

മണ്ണിനടിയിലൂടെ കടലിൽ ചേരുന്ന പുഴ.

അമാവാസി നാളുകളിൽ മുതലക്കുളത്തെ മുതലകൾ മാനാഞ്ചിറയിലും കുറ്റിച്ചിറയിലും ചാടിത്തിമിർക്കുമെന്ന് യൂസുഫ് സെക്കർ എഴുതി. ഏതെങ്കിലും ചരിത്രഗ്രന്ഥത്തിന്റെ പിൻബലത്തിലാവുമോ അത്തരം വിവരണങ്ങൾ.

നൂറ്റാണ്ടുകൾക്കുമുമ്പ് വലിയങ്ങാടിയെ തഴുകി പുഴ ഒഴുകിയിരുന്നെന്ന് നഗരത്തിന്റെ ചരിത്രം സസൂക്ഷ്മം പഠിച്ച ചിലർ വ്യക്തമാക്കിയിട്ടുണ്ട്. യമനിൽനിന്നു കോഴിക്കോട്ടെത്തിയ നാളുകളിൽ നിരവധിപേർ പുഴയിൽ കുളിക്കുന്നതിന് സാക്ഷിയായെന്ന യൂസുഫ് സെക്കറിന്റെ പരാമർശത്തെ ഏറ്റുപിടിക്കാനാവുമോ.

പുഴക്കരയിൽ മണ്ണാത്തി കുഞ്ഞിപ്പെണ്ണിന്റെ പൂർവ്വികർ തുണികൾ തച്ചുതിരുമ്പുന്നത് അൻവറിന്റെ അകക്കണ്ണിൽ തെളിഞ്ഞു.

ഡയറി അനുഭൂതിയുടെ പുതുലോകത്തേക്ക് നയിക്കുന്നു.

പള്ളിക്ക് സമീപത്തുകൂടി പുഴ ഒഴുകിയിരുന്നതായി ഹാജി അലി വലിയുല്ല പറഞ്ഞിരുന്നു. മുതുമുത്തച്ഛന്മാരുടെ കാലത്തായിരുന്നു അതെന്നും ഞങ്ങളോട് വിശദീകരിച്ചിരുന്നു. അക്ബറിനൊപ്പം അദ്ദേഹത്തിനരുകിൽ കഥകേട്ടു കഴിഞ്ഞ ദിനങ്ങളിലായിരുന്നു പുഴയുടെ പുരാവൃത്തവും കേട്ടത്.

നഗരത്തെ പകുത്തൊഴുകുന്നത് ഇന്ന് കല്ലായിപ്പുഴ മാത്രം.

വലിയങ്ങാടിയിലെ വാണിഭങ്ങൾക്കിടയിലൂടെ ചരക്കുമായി നീങ്ങുന്ന കാളവണ്ടികൾ. തെളിനീരുമായി ഒഴുകുന്ന പുഴയെക്കുറിച്ച് ചിന്തിച്ചതോടെ അൻവറിലെ എഴുത്തുകാരൻ ഉത്തേജിതനായി.

കാളവണ്ടിയുടെ നിഴൽവീണ പുഴ, സൂക്ഷിച്ചു നോക്കിയപ്പോൾ ഒന്നിലധികം കാളവണ്ടികളെയും ചരക്കെടുക്കാൻ വന്ന നാട്ടിൻപുറത്തുകാരെയും അൻവർ പച്ചരാശി പടർന്ന സ്ഫടികജലത്തിൽ വ്യക്തമായി കണ്ടു. പാദവും പിന്നിട്ട് ദേഹത്തേക്ക് തണുത്ത ജലം കയറുന്ന അനുഭൂതി...

അയാൾ എഴുതുന്നത് തുടർന്നു.

മെയ് ഫ്ളവർ ഇതളുകൾ അടർന്നുവീഴുംപോലെ താളുകൾ താഴേക്ക് വീഴുന്നു.

രാവിലെ തുടങ്ങിയതാണ്. ഊണു കഴിക്കാൻ പുറത്തിറങ്ങിയെങ്കിലും ഉച്ചവെയിലിലൂടെ തത്രപ്പെട്ട് തിരിച്ചെത്തി തുടരുകയായിരുന്നു. സിനിമയിലെ ഫ്രെയിമുകൾപോലെ സംഭവങ്ങൾ ഇതൾ വിരിയുന്നു.

വൈകുന്നേരംവരെ മെയ് ഫ്ളവർ ഉതിർന്നുകൊണ്ടിരുന്നു.

മൂന്ന്

രാത്രിയിൽ വല്യുമ്മ വന്നിരിക്കാം.

മഹാഭാരതകഥകൾ കേൾപ്പിച്ച് ഉറക്കിയിരുന്ന അമ്മയുടെ മുഖവും അൻവറിലൂടെ കടന്നുപോയി.

എണ്ണയും സോപ്പും കരിയും നിറംകെടുത്തിയ വല്യുമ്മയുടെ ശുഷ്കിച്ച കൈവിരലുകളാവും തന്നെ തഴുകിയതെന്ന് അൻവർ ഉറപ്പിച്ചു. ഉമ്മ പ്രസവത്തോടെ മരിച്ചതും സുരേഷിനെ അമ്മ പ്രസവിച്ചതും ഒരൊറ്റ രാത്രിയിലായിരുന്നു. എന്റെ ജനനവും ഉമ്മയുടെ മരണവും ഒരു കർക്കിടക രാത്രിയിലായിരുന്നൂവെന്ന് കേട്ടിരുന്നു. ഒരേ ദിവസം പിറന്നതിനാൽ അയൽവാസിയായ സുരേഷിന്റെ അമ്മ എന്റേയും അമ്മയായി. മൂന്നു വയസ്സുവരെ അമ്മയുടെ മുലനുകർന്നാണ് രണ്ടുപേരും പിച്ചവെച്ചത്.

സുരേഷിന്റെ അച്ഛന് വയനാട്ടിലേക്ക് മാറ്റമായപ്പോൾ അമ്മ എന്നെയും കൂടെ അയക്കാൻ കെഞ്ചിയിരുന്നു. ഉപ്പയുടെ ബന്ധുക്കൾ സമ്മതിച്ചില്ല. കുട്ടി കാഫിറാ*യേക്കുമോയെന്ന ഭയമായിരുന്നു അവരെ പിന്തിരിപ്പിച്ചതെന്ന് മുതിർന്നപ്പോഴാണ് ബോദ്ധ്യപ്പെട്ടത്. ബന്ധുക്കളോട് അന്ന് തോന്നിയ അവജ്ഞ ഇന്നുമുണ്ട്.

മൂന്നാം ക്ലാസിൽ പഠിക്കുമ്പോഴായിരുന്നു അവർ വയനാട്ടിലേക്ക് വീടുമാറിയത്. അഞ്ചാം ക്ലാസിൽ പഠിക്കുമ്പോഴാണ് അമ്മ മരിച്ചത്. ആ ദിവസമായിരുന്നു ഓർമ്മയിൽ നോവുപിറന്ന ആദ്യദിനം. പിന്നെ സുരേഷിനെക്കുറിച്ചോ, അച്ഛനെക്കുറിച്ചോ യാതൊന്നും കേട്ടില്ല.

മഴ നിർത്താതെ പെയ്യുന്ന ഒരു ഉച്ചനേരത്താണ് സഹപാഠിയായ രാഘവനെയും തോളിലേറ്റി അവന്റെ അമ്മ സ്കൂൾ വാരന്തയിലേക്ക് കയറിവന്നത്. മൂന്നാം ക്ലാസിൽ പഠിക്കുന്ന അവനെ എന്തിനാണ് അവർ നെഞ്ചോടു ചേർത്തുകൊണ്ടുവന്നതെന്ന ചോദ്യത്തിന് ഉത്തരം കിട്ടിയത്

മുതിർന്നതിന് ശേഷമാണ്.

ഓർമ്മകൾക്കിടയിൽ ഏത് നിമിഷത്തിലാണ് ഉറക്കം കണ്ണുകളിൽ കൂടുകൂട്ടാനെത്തുന്നതെന്ന് അവൻ ജാഗ്രതയോടെ കാതോർത്തെങ്കിലും പിടിനല്കാതെ തലയിണയിൽ പറ്റിനിന്നു. അധികം കഴിയും മുമ്പേ കണ്ണുകൾ അടഞ്ഞു.

ഒരാൾ തനിച്ച് പുറത്തെ നിലാവിൽ. ചുരുണ്ടമുടിയും വീതിയേറിയ നെറ്റിത്തടവും നീണ്ടുരുണ്ട മൂക്കും വ്യക്തമായി. കൺകുഴികളിൽ തീഗോളങ്ങൾ-കുട്ടിക്കാലത്ത് എറിഞ്ഞുകളിച്ച ഗോട്ടികൾക്ക് തീ പിടിച്ചപോലെ...

ഇടതൂർന്ന മീശയുടെ നടുഭാഗം പൂർണ്ണമായും മാഞ്ഞിരുന്നു. ചുണ്ടും കവിളും ഭംഗിയേറിയ താടിയുടെ ചെരിവുമെല്ലാം സാവധാനം തെളിഞ്ഞപ്പോൾ മനസ്സിൽ വെള്ളിയിടിവെട്ടി.

യൂസുഫ് സെക്കർ...

അൻവർ നിലവിളിയോടെ ഞെട്ടിയുണർന്നു. ചുറ്റും നേർത്ത ഇരുട്ട്, ജനലിന് പുറത്ത് നിലാക്കാഴ്ചകൾ. താൻ കണ്ട രൂപം ശിലാലിഖിതം പോലെ അപ്പോഴേക്കും ഹൃദയത്തിൽ ഉറച്ചിരുന്നു.

അതാ അയാൾ വീണ്ടും വന്നിരിക്കുന്നു. വെപ്രാളം കണ്ടു മാറിനിന്നതാവണം. താടിയുടെ അറ്റംതടവിയുള്ള ആ ചിരി ആരെയും മയക്കുന്നതാണ്.

പക്ഷേ, ബോധാബോധങ്ങളിൽ ഏതിലായിരുന്നുവെന്ന് അവന് വ്യക്തമായില്ലെന്നു മാത്രം.

യൂസുഫ് സെക്കർ മിത്തല്ല യഥാർത്ഥ്യമാണെന്ന് അയാൾ തിരിച്ചറിയുകയായിരുന്നു. ഉൾവിളിയാൽ എഴുത്തുമേശയ്ക്കരുകിലേക്ക് ഓടി.

ഡയറിയുടെ പുറത്തെ യൂസുഫ് സെക്കറിന്റെ രൂപം മങ്ങിയതായും അതുവരെ സംഭവിച്ചതിലൊന്നും സത്യത്തിന്റെ അംശമില്ലെന്നും അയാൾ സമാധാനിക്കാൻ ശ്രമിച്ചു. കണ്ണടച്ച് അല്പനേരം കഴിഞ്ഞ് തുറന്നപ്പോൾ ഒരു ചിത്രമാണെന്ന് തോന്നാത്തവിധം വ്യക്തവും ജീവസ്സുറ്റതുമായി മാറുകയായിരുന്നു ആ രൂപം.

അക്ബറിന്റെ വല്യുപ്പ പിൻകഴുത്തിൽ ചെറുതായി ഞെക്കുമ്പോഴുള്ള നേരിയ ഇക്കിളിയും അതുണ്ടാക്കുന്ന അനുഭൂതിയും ദേഹമാസകലം ഓടിനടന്നു. വർണ്ണപെൻസിലുകളാൽ യൂസുഫ് സെക്കർ വരച്ചതാവാം ഡയറിയുടെ പുറംച്ചട്ടയിലെ പടമെന്ന് ഉറപ്പായത് പാതിമുക്കാലും മങ്ങിയ ഒപ്പിലൂടെ പലതവണ സഞ്ചരിച്ചപ്പോഴായിരുന്നു.

ഈ നേരമത്രയും അനുഭവിച്ചത്...

അയാളിലെ പത്രപ്രവർത്തകന് നിർവ്വചിക്കാനായില്ല.

---

* അമുസ്ലിം.

നാല്

അൻവർ റഷീദ് മുറിപൂട്ടി പുറത്തേക്കിറങ്ങി.

ചക്രവാളത്തിൽ സൂര്യൻ മുങ്ങിത്താഴാൻ അധികമില്ല.

മിഠായിത്തെരുവിൽ നല്ല തിരക്ക്. ബാറ്റ ഷോറൂമിനോട് ചേർന്നുകിടക്കുന്ന അൻജുമാന്റെ കവാടത്തിനരുകിൽ അയാൾ അല്പനേരം നിന്നു. ഒരു ഏക്കറോളം വരുന്ന അൻജുമാൻ വളപ്പിൽ പാർസികളുടെ അമ്പലവും ശ്മശാനവുമാണ്. നൂറുകണക്കിന് ആളുകൾക്ക് ഭക്ഷണം കഴിക്കാവുന്ന തീൻമുറിയും പാചകപ്പുരയും പത്രത്തിനായി ഫീച്ചർ തയ്യാറാക്കാൻ പോയപ്പോൾ കണ്ടിരുന്നു. 180 പേരുടെ മൃതദേഹങ്ങൾ അൻജുമാനിൽ മറവുചെയ്തിട്ടുണ്ടെന്ന് കോഴിക്കോട്ട് അവശേഷിക്കുന്ന ഏക പാർസി കുടുംബത്തിലെ കാരണവരായ ഡയസ് മാർഷൽ പറഞ്ഞിരുന്നു.

ജേർണലിസം ക്ലാസിൽ ഒപ്പം പഠിച്ച ഡയസിന്റെ മകൾ ജാസ്മിൻ മാർഷലുമായുള്ള ചങ്ങാത്തമായിരുന്നു അവിടെ എത്തിച്ചത്. ഞായറാഴ്ചകളിൽ പ്രാർത്ഥനാ മന്ത്രങ്ങൾക്കൊപ്പം കത്തിയെരിയുന്ന ചന്ദനമുട്ടിയുടെ സുഗന്ധവും അൻജുമാനിൽനിന്നു മിഠായിത്തെരുവിന്റെ ആകാശത്തേക്കുയരും.

നേരിയ വെള്ളനിറമുള്ള ആ പുകയ്ക്ക് മേഘക്കീറിനോടായിരുന്നു സാമ്യം. മിഠായിത്തെരുവിനെ ആരവങ്ങളിൽ തളയ്ക്കുന്ന സണ്ഡേ മാർക്കറ്റിന് മുകളിലൂടെ അവ ആത്മാക്കൾ പറന്നുപോയ വഴികളിലൂടെ മേൽപ്പോട്ടുയരും.

വടവൃക്ഷങ്ങളും പൂമരങ്ങളും പുൽത്തകിടിയും സംവിധാനിച്ച ഉദ്യാനഭൂമിയിൽ ശവകുടീരങ്ങളുണ്ടെന്ന് വിശ്വസിക്കാനാവില്ല. ഡൽഹിയിലെ മഹാത്മജി ഉൾപ്പെടെയുള്ള നേതാക്കളുടെ ശവകുടീരം സ്ഥിതിചെയ്യുന്നിടത്ത് എത്തിയ പ്രതീതിയാണ് അൻജുമാനിനകത്തേക്ക് പ്രവേശിച്ചാൽ. ഒരു മതിലിന്റെ വ്യത്യാസത്തിൽ ഉത്തരേന്ത്യൻ പ്രകൃതിയോടി

ണങ്ങുന്ന വളപ്പും ശ്മശാനവും ഭാവനയല്ലെന്നത് വിചിത്രം.

സാമൂതിരിയുമായി ബന്ധപ്പെട്ട് കൊട്ടാരത്തിൽ ശങ്കുണ്ണി കുറിച്ചിട്ട കാര്യങ്ങളും അൻവർ ഓർത്തു. സമൂതിരി മഹാരാജാവിന് ഒരിക്കൽ കൈക്കൊരു വേദന വന്നു. നാട്ടിലെ വൈദ്യന്മാരെല്ലാം മാറിമാറി ചികിത്സിച്ചിട്ടും വേദന മാറുന്നില്ല. ഒടുവിൽ കൈക്കു മുകളിലായി ചുമലിൽ തുണി നനച്ചിടാൻ അവരിൽ ഒരാൾ നിർദ്ദേശിച്ചു.

മഹാരാജാവിന്റെ വേദന മാറി. ദിവസങ്ങൾ നീങ്ങവെ നാട്ടിൽ പല അനർത്ഥങ്ങളും കാണാൻതുടങ്ങി. തുണി നനച്ചിട്ടതോടെ ഭാഗ്യദേവത സാമൂതിരിയുടെ ചുമലിൽനിന്ന് ഇറങ്ങിപ്പോയി. രാജ്യത്തിന്റെ ഐശ്വര്യദേവത പടിയിറങ്ങിയത് പ്രധാനമന്ത്രിയായ മങ്ങാട്ടച്ചനാണ് കണ്ടെത്തിയത്. അദ്ദേഹം വെപ്രാളത്തോടെ ഐശ്വര്യദേവതയെത്തേടി നഗരത്തിലൂടെ ഓടി.

ഒടുവിൽ മിഠായിത്തെരുവിൽ നില്ക്കുന്ന ദേവിയെ കൊട്ടാരത്തിലേക്കു തിരിച്ചുവിളിച്ചു. ഇറങ്ങിയിടത്തേക്ക് താനില്ലെന്നു തീർത്തുപറഞ്ഞതോടെ, താൻ കണ്ട വിവരം രാജാവിനെ ഉണർത്തിച്ചു മടങ്ങിവരുവോളം അവിടെത്തന്നെ നില്ക്കാമെന്ന ഉറപ്പും വാങ്ങി മടങ്ങിയ മങ്ങാട്ടച്ചൻ ദേശത്തിന്റെ ഐശ്വര്യത്തിനായി ആത്മാഹുതി ചെയ്തു.

അന്നു മിഠായിത്തെരുവിൽ നിന്ന ദേവത ഇപ്പോഴും മങ്ങാട്ടച്ചൻ മടങ്ങിവരുന്നതും കാത്തുനില്ക്കുന്നു. അതിനാലാണ് തെരുവിന് ഇന്നും ഐശ്വര്യം നഷ്ടമാവാത്തതെന്നാണ് പഴമക്കാർ പറയുന്നത്. രാവിലെ പത്തു മുതൽ രാത്രി എട്ടുവരെയാണ് തെരുവിന്റെ ബാല്യം. മയിലെണ്ണയും കന്മദവും വില്ക്കാനായി വിദൂരദേശങ്ങളിൽ നിന്നെത്തുന്ന നാടോടികളും പാമ്പാട്ടികളുമെല്ലാം തെരുവിൽ അന്നംതേടിയെത്തും.

ഞായറാഴ്ചകളിൽ സകലഗുലാബിക്കാരും തെരുവിൽ ഹാജരുണ്ടാവും. മറ്റെവിടെയെങ്കിലും 'ഠാ'വട്ടത്തിൽ വൈവിദ്ധ്യമാർന്ന ഇത്തരം ഒരു കച്ചവടം കാണില്ല. ഇടിച്ചുവറുത്ത കാപ്പിയുടെ മണം ഒരുവശത്ത്, പുത്തൻതുണികളുടെ, ചെരുപ്പിന്റെ, ഹൽവയുടെ, മസാലദോശയുടെ, ഐസ്ക്രീമിന്റെ, അമ്പലങ്ങളിലേക്കുള്ള പൂക്കളുടെ, വിയർപ്പുപറ്റിയ നോട്ടിന്റെ... എന്തെല്ലാം ഗന്ധങ്ങൾ ഈ തെരുവിലലിയുന്നു.

കോഴിക്കോട്ടുകാർക്ക് മുന്തിയവസ്ത്രങ്ങളും വിലകൂടിയ പാദരക്ഷകളും എക്കാലവും ബലഹീനതയായിരുന്നു. ചൂടുള്ള കോഴിപൊരിച്ചതും നേരിയ അരിപ്പത്തിരിയുമായി ആളുകളെ കാത്തിരിക്കുന്ന തലശ്ശേരിക്കാരുടെ ടോപ് ഫോം ഹോട്ടൽ, മസാല ദോശയും വടയും നെയ്റോസ്റ്റും ഉൾപ്പെട്ട തമിഴ്രുചിക്കൂട്ടുകളുമായി വിരുന്നൂട്ടുന്ന വെജിറ്റേറിയൻ ഹോട്ടലുകൾ. നഗരത്തെ കാക്കുന്നത് തങ്ങളുടെ ദൈവങ്ങളാണെന്ന് ഊറ്റംകൊള്ളുന്ന ആരാധനാലയങ്ങൾ...

എഴുത്തെന്ന ബോധം തിരിച്ചുനടത്തുമ്പോൾ കൊച്ചുസീതി ചിന്തിച്ചതത്രയും മിഠായിത്തെരുവിന്റെ സവിശേഷതകളെക്കുറിച്ചായിരുന്നു.

മുറി തുറന്നതും പാതിമുറിഞ്ഞ ജനവാതിലിലൂടെ മിഴികൾ ചെന്നു പതിച്ചത് തെരുവിന്റെ കിഴക്കേ വഴികളിലൂടെ ധൃതിപ്പെട്ട് സഞ്ചരിക്കുന്ന പുരുഷാരത്തിന്റെ മങ്ങിയകാഴ്ചകളിലായിരുന്നു.

അഞ്ച്

ജീവിതത്തിന്റെ വക്കിൽ വർഷയെ നിർത്തിയത് ഭ്രാന്തമായ സ്വപ്നങ്ങൾക്കൊപ്പം ദീർഘദൂരം സഞ്ചരിച്ചതിനാലാണെന്ന് തിരിച്ചറിയുന്നത് ഇപ്പോഴാണ്. ആറേഴ് വർഷമായി ചിന്തിക്കുന്ന നോവലിന് അവതാരിക എഴുതിച്ചിട്ടാവാം വിവാഹമെന്ന് നേരത്തെ തീരുമാനിച്ചിരുന്നു.

ഹിമാലയൻ മലമടക്കുകളിൽ ഗംഗയുടെയും യമുനയുടെയും ഉത്ഭവഗിരികളിൽ ബാഹ്യലോകത്തെ പൂർണ്ണമായും വിസ്മരിച്ച് എഴുത്തുമായി കഴിയണം. അപ്പൂപ്പൻതാടിപോലെ ഹിമശൃംഗങ്ങളിൽ അലയാൻ സാധിച്ചെങ്കിലെന്നും ആശിച്ചിരുന്നു.

വർഷയ്ക്ക് ഞാനുമായി ബന്ധപ്പെട്ടതെല്ലാം ഉൾക്കൊള്ളാനാവുമായിരുന്നു. എന്നിട്ടും എന്തുകൊണ്ട് ജീവിതത്തോട് ചേർത്തില്ല.

നോവലെഴുതാം. നാടുചുറ്റാം. ഒന്നിനും ഞാൻ തടസ്സമാവില്ല...

എത്ര തവണ അവൾ ആവർത്തിച്ചതാണ്.

അരുതെന്ന് ആവർത്തിച്ചാലും നോവുന്ന ഓർമ്മകളിലേ മനസ്സ് അഭിരമിക്കൂ. രണ്ടു വർഷമായി ചുരുണ്ടുറങ്ങുന്ന വാടകമുറിയുടെ ജാലകത്തിലൂടെ അൻവർ പുറത്തേക്ക് കണ്ണയച്ചു. ഈ മുറിയിലേക്ക് ചേക്കേറിയത് മുതൽ നോവൽ പൂർത്തിയാവുന്ന ദിനത്തെക്കുറിച്ചായിരുന്നു എല്ലായ്പ്പോഴും ചിന്ത. എത്രയോ തവണ അവൾ ഇവിടെ വന്നുപോയിട്ടുണ്ട്. ചില നേരങ്ങളിൽ മുറിയിൽ തുളസിയുടെ ഗന്ധം നിറയും. വർഷയുടെ മുടിയുടെ ഗന്ധം.

ജൂൺ 13, ഇന്നാണ് വർഷയുടെ വിവാഹദിനം.

മലയാളത്തിലെ ഏറ്റവും വിശ്വാസ്യതയുള്ള ചാനലിലെ വിലപിടിപ്പുള്ള പത്രപ്രവർത്തകയായ വർഷമാപിനിയുടെ വിവാഹത്തിന് മുതിർന്ന മാധ്യമപ്രവർത്തകരെല്ലാം എത്തിയേക്കും. തിളങ്ങുന്ന ക്ഷണക്കത്തിൽ

ചേർത്ത പേരിൽ തീപടരുന്നതായി അൻവറിനു തോന്നി.

അവളുടെ സങ്കല്പങ്ങളിൽ താലിയുടെ ബന്ധനമില്ലാത്ത സൗഹൃദത്തെക്കുറിച്ച ചിന്തയായിരുന്നു.

തകർന്നതല്ല, തകർത്തതാണ്. പ്രതിക്കൂട്ടിൽ ഒരാളേയുള്ളൂ.

അൻവർ സ്വയം ശപിച്ചു. അറിയാവുന്ന ഒരാൾ, ഉൾക്കൊള്ളാനാവുന്ന ഒരു മനസ്സ്, സ്നേഹിക്കാനും കൊഞ്ചിക്കാനും, കിറുക്കുകൾക്കൊപ്പം ചേർത്തുപിടിച്ചു നടത്താനും സാധിക്കുന്നവനുമാവണം. വർഷയുടെ വാക്കുകൾ ഇടിനാദമായി മുഴങ്ങുന്നു. ലിംഗപരമായ വൈജാത്യം മാത്രമല്ലല്ലോ സ്ത്രീയെന്ന സൃഷ്ടി. ആണിനെ സ്വന്തം കൂട്ടിലേക്കിട്ട് എണ്ണം പെരുപ്പിക്കുന്നതിനുള്ള വളർത്തുമൃഗവുമല്ല.

ചിന്തയുണ്ടാവും.

സ്വപ്നമുണ്ടാവും...

മുഹൂർത്തത്തിന് ഇനി എത്ര മണിക്കൂർ കാണും. പോകരുതെന്ന് നിശ്ചയിച്ചത് നന്നായി. പോയിരുന്നെങ്കിൽ...

വിവാഹത്തിന് രണ്ടു ദിവസം മുമ്പും മുറിയിലേക്ക് വന്നോട്ടെയെന്ന് അവൾ കെഞ്ചിയിരുന്നു.

ജീവിക്കാനുള്ളത് സ്വരുക്കൂട്ടാൻ കഷ്ടപ്പെടേണ്ട, ഭേദപ്പെട്ട ജോലിയുള്ളതിനാൽ നിനക്കെഴുതാം, നിന്റെ സ്വപ്നങ്ങളിലൂടെ സഞ്ചരിക്കാം. ആ സ്വപ്നത്തിൻ കരയ്ക്ക് പുതിയൊരു ജീവിതം നമുക്ക് ചേർന്ന് തുന്നി നോക്കാം...

ചെക്കന്റെ മുഖം നേരെ ചൊവ്വേ കാണാൻ ശ്രമിച്ചില്ലെന്നും ഏത് മുഖത്തിനും ഹൃദയത്തിൽ പതിഞ്ഞതിനെ മായ്ക്കാനാവില്ലെന്നും ഗദ്ഗദത്തോടെ പറഞ്ഞായിരുന്നു അവസാനിപ്പിച്ചത്. മറുതലയ്ക്കൽ ഒച്ച നിലച്ചപ്പോഴാണ് അവൾ മാത്രമേ സംസാരിച്ചുള്ളൂവെന്ന് ഓർത്തത്. അവളുടെ മൊബൈലിലേക്ക് വിളിക്കാൻ തോന്നി. ഒരു നിമിഷത്തേക്കു മാത്രം.

കഴിഞ്ഞ ദിവസങ്ങളിൽ എഴുതിക്കൂട്ടിയ കടലാസുകൾ മുറി മുഴുവൻ ചിതറിക്കിടക്കുന്നു. രാത്രിയിലെ ഇടിക്കൊപ്പമെത്തിയ ശക്തമായ കാറ്റിലാവാം എല്ലാം നാനാവഴിക്ക് പാറിയത്. ഓർമ്മകൾക്ക് ക്രിയാത്മകമായി ഒന്നും നല്കാനാവില്ലെന്ന് പറഞ്ഞ മഹാൻ ജീവിതത്തെ സമസ്തഭാവങ്ങളിലും അനുഭവിച്ചിരിക്കും. പ്രത്യേകിച്ചും നിർഭാഗ്യങ്ങളും നഷ്ടബോധങ്ങളും കുത്തിനോവിക്കുമ്പോൾ ആ വരികൾ അർത്ഥഗർഭമാവുന്നു.

കഴിഞ്ഞ രാത്രി കിടന്നപ്പോൾ രണ്ടുമണി കഴിഞ്ഞിരുന്നു. എഴുത്തുമായി മല്ലടിച്ച് രാവുകൾ പിന്നിടുംതോറും യൂസുഫ് സെക്കർ കേവലം ഒരു കഥാപാത്രമല്ലെന്ന് ബോദ്ധ്യപ്പെടുകയാണ്. തൊട്ടടുത്ത് ജീവിച്ചിരിക്കുന്ന വേണ്ടപ്പെട്ട ഒരാളായി അയാൾ രൂപാന്തരപ്പെട്ടിരിക്കുന്നു.

യുക്തിക്കുനിരക്കാത്തതൊന്നും വിശ്വസിക്കില്ലെന്ന് വീറോടെ വാദിക്കാറുണ്ടെങ്കിലും യൂസുഫ് സെക്കറിലേക്കെത്തുമ്പോൾ തള്ളാനാവുന്നില്ല.

നോവൽ പൂർത്തിയാക്കാനാവുമോ, ഈശ്വരചിന്തയാൽ പ്രചോദിത

നായി കാശിക്ക് പോകുമോ. നർമ്മംകലർന്നൊരു ചിന്ത ഹൃദയത്തിൽ തളിർത്തു.

അവധി എഴുതി നല്കി പത്രമോഫീസിൽനിന്നു ഇറങ്ങിയിട്ട് ഒന്നര മാസമായി. യൂസുഫ് സെക്കർ വന്ന രാവിലൊഴിച്ചാൽ തൃപ്തിയുള്ള ഒരൊറ്റ താളും പൂർത്തിയാക്കാനായിട്ടില്ല. എന്തെഴുതിയാലും വായന കഴിഞ്ഞാൽ അരിശംവരും, ചുരുട്ടിക്കൂട്ടി ദൂരേക്കെറിയും.

എഴുത്തിന്റെ ഗതി അധോഗതിതന്നെ.

ആറ്

രാവിലെ നിനച്ചിരിക്കാതെ മഴ കോരിച്ചൊരിഞ്ഞു.

വിള്ളൽവീണ ചുമരിനിടയിലൂടെ മുറിയിലേക്ക് മഴയെത്തി.

വർഷയെക്കുറിച്ച് കേൾക്കാത്ത രണ്ടു മാസങ്ങൾ. വിവാഹശേഷം അവൾ വിളിച്ചിരുന്നു. ഉത്സാഹമില്ലാത്ത പ്രതികരണമാവാം അവളെ പിന്തിരിപ്പിച്ചത്. അവൾ പറഞ്ഞതെല്ലാം ഹൃദയത്തിലുണ്ട്. നല്കിയ മറുപടി അയാൾക്ക് ഓർത്തെടുക്കാനായില്ല.

വിവാഹം കഴിഞ്ഞിട്ടും അവൾ നഗരം വിട്ടിട്ടില്ല. ഭർത്താവ് തെക്കുള്ള സർക്കാർ ഓഫീസിൽ ഉദ്യോഗസ്ഥനാണെന്ന് പറഞ്ഞിരുന്നു. അവൾ വിളിച്ച ദിവസം ഓഫ് ചെയ്ത മൊബൈൽ ഇതുവരെയും കൈകൊണ്ട് തൊട്ടിട്ടില്ല. എന്നും വാർത്തകൾക്കും സുഹൃത്തുക്കൾക്കും ഇടയിൽ കഴിഞ്ഞ ആൾക്ക് അത് സാധിച്ചിരിക്കുന്നു. ആരോടെങ്കിലും മിണ്ടാനായില്ലെങ്കിൽ ശ്വാസംനിലച്ചേക്കുമെന്ന് വിശ്വസിച്ചവൻ. ഇന്ന് മുറിയുടെ ഏകാന്തതയിൽ...

സൂര്യപ്രകാശം ദേഹത്ത് തട്ടിയിട്ട് ഒരു മാസം പിന്നിട്ടിരിക്കുന്നു.

ഉച്ചയൂണ് മുറിയിൽ എത്തുന്നതിനാൽ ആ നടപ്പുമില്ല.

പുലരുന്നതുവരെ എഴുതും. പിന്നീട് വായിക്കാൻ ശ്രമിക്കാറില്ല. ഉറക്കത്തിനിടയിൽ പകൽമായുന്നത് അറിയാറേയില്ല. സുഹൃത്തുക്കൾ വന്നിരിക്കാം, മുട്ടിവിളിച്ച് മടുപ്പോടെ മടങ്ങിയതാവാം. ചില ഭ്രാന്തുകൾക്കൊപ്പം ആരോടും മിണ്ടാതെ തുണിസഞ്ചിയുമായി അപ്രത്യക്ഷനാവുന്നതും അവർക്ക് അറിവുള്ളതാണല്ലോ.

ശക്തമായി മഴ പെയ്യുന്നു. അടഞ്ഞുകിടന്ന ജനൽപ്പാളി അല്പം തുറന്നപ്പോൾ മുറിയിലെ പഴകിയ ഗന്ധത്തിലേക്ക് മഴയുടെ നറുമണം പടർന്നു. ഏതാനും തുള്ളികൾ നെഞ്ചത്തും കൈവിരലിലും വീണപ്പോൾ

അനിർവ്വചനീയമായ സുഖം. മാനാഞ്ചിറയ്ക്കും മിഠായിത്തെരുവിനും ഇടയിലുള്ള അയാളുടെ വാടകമുറിക്ക് പുറത്ത് മഴ ഉച്ചത്തിൽ നിലവിളിക്കുന്നു. നീണ്ട മാസങ്ങൾക്ക് ശേഷം പെയ്യുന്ന മഴ.

റോഡിൽ മലിനജലം നിറയുന്നു.

അടഞ്ഞ ഓടകളിൽ കുടുങ്ങിയ ചപ്പുചവറുകളും കലക്കവെള്ളത്തിൽ നട്ടംതിരിയുകയാണ്.

ഒരു മുന്നറിയിപ്പുമില്ലാതെ പടിഞ്ഞാറൻ ദിശയിൽനിന്നു പിശറൻകാറ്റെത്തി. തണുത്തകാറ്റ് നേരിയ മഴത്തുള്ളികളുമായി ദേഹത്തെ പുണർന്നതോടെ ഒരു മഴക്കാലം അനുഭവിച്ചു. ഓർക്കാപ്പുറത്ത് പെയ്ത മഴയിലേക്ക് ഉറ്റുനോക്കി അനേകം മുഖങ്ങൾ. റോഡരുകിലെ കടവരാന്തകളിലാണ് അവരുടെ നില്പ്.

പല പദ്ധതികളുമായി ഇറങ്ങിയവരാവണം. ചില മുഖങ്ങളിൽ ആധിയുടെ തിണർപ്പുകൾ. കുട്ടികളെ തിരിച്ചുകൊണ്ടുവരാൻ വിദ്യാലയങ്ങളിലേക്കോ, ഉറ്റവരുടെ ആശുപത്രിക്കിടക്കയ്ക്കരികിലേക്കോ ധൃതിപ്പെട്ട് എത്തേണ്ടവരും അവർക്കിടയിലുണ്ടാവാം. ചട്ടിയും വട്ടിയും പെട്ടിയും ബാഗുമായി വിവിധ ഇടങ്ങളിലേക്ക് പുറപ്പെട്ടവരെല്ലാം മഴയെ സാകൂതം നോക്കുന്നു. എല്ലാ മിഴികളിലും മഴ അവസാനിക്കില്ലെന്ന സന്ദേഹം പ്രകടമായിരുന്നു.

മഴ മാറട്ടെ, ഒന്ന് പുറത്തിറങ്ങാം. മഴ പെയ്തുകൊണ്ടേയിരുന്നു. അരമണിക്കൂർ കഴിഞ്ഞതോടെ ശക്തി അല്പം ക്ഷയിച്ചു. പീടികവരാന്തകളിൽ അക്ഷമരായി നിന്നവർ റോഡിലേക്കിറങ്ങി. നഷ്ടമായ സമയത്തെ എങ്ങനെയും തിരിച്ചുപിടിക്കാനുള്ള വെപ്രാളത്തിലാണ് ആളുകൾ ധൃതിപ്പെട്ട് നീങ്ങുന്നത്.

സമയം രണ്ടര, മുറിപൂട്ടി അയാൾ അപ്പു നായരുടെ കടയിലേക്ക് നടന്നു. തണുത്തകാലുകൾ മുതുകിൽ അമർത്തി മഴ ദേഹത്ത് പടരുന്നപ്പോൾ കുളിരുകോരി. കട്ടികൂടിയ കോട്ടൺഷർട്ടിന് നനഞ്ഞചാക്കിന്റെ ഭാരം.

ഒരൊറ്റ മഴയിൽ തെരുവ് മുഴുവൻ തണുപ്പ് അരിച്ചുനടക്കുന്നു. വിണ്ണിന്റെ ഭാവം അത്ര പെട്ടെന്ന് മാറുമെന്ന് ആരും കരുതിയിരിക്കില്ല.

ആവിപൊങ്ങുന്ന ചോറും സമ്പാറും ചേന മെഴുക്കുപുരട്ടിയും മത്തിപൊരിച്ചതും. ആ അന്തരീക്ഷത്തിൽ ചോറിനും കറികൾക്കും എന്തെന്നില്ലാത്തരുചി. അപ്പുവേട്ടന്റെ പ്രിയതമ കനകമ്മാളിനെ രുചിക്കൂട്ടൊരുക്കുന്നതിൽ തോല്പിക്കാനാവില്ല. അവരുടെ കൈപ്പുണ്യത്തെ പുകഴ്ത്തിയിട്ട് തൃപ്തിയാവുന്നില്ല. നഗരത്തിൽ പുതുതായി എത്തുന്നവർ ഒന്നുരണ്ട് ആഴ്ചയ്ക്കിടയിൽ അപ്പു നായരുടെ പതിവുകാരാവും. പ്രത്യേകിച്ച് മാധ്യമപ്രവർത്തകരും നഗരത്തിൽ അലയുന്ന കവിക്കൂട്ടങ്ങളും.

പലരും ആ കടയെക്കുറിച്ച് നിരവധി തവണ സ്റ്റോറികളും ചെയ്തിട്ടുണ്ട്. വർഷയെ ആദ്യമായി ഊണിന് ക്ഷണിച്ചത് അയാൾ ഓർത്തു.

ഇത്തിരിപ്പോന്ന കടയ്ക്കകത്ത് ആളുകൾ നുരയ്ക്കുന്ന നട്ടുച്ചയ്ക്കാ

യിരുന്നു ചെന്നത്. ആ അന്തരീക്ഷം പുതുതായി എത്തുന്നവർക്ക് ഇഷ്ട മാവില്ല.

ശുചിത്വം വേണ്ടത്രയുണ്ടോയെന്ന് സംശയിച്ചേക്കാവുന്ന തീൻകട. തെല്ലൊരു അറപ്പോടെയായിരുന്നു അവൾ അനുഗമിച്ചത്. ഒന്നും പറഞ്ഞി ല്ലെങ്കിലും ആ മുഖത്തു അതുണ്ടായിരുന്നു. ആദ്യ ഉരുള വായിലിടുന്ന തുവരെ അങ്കലാപ്പായിരുന്നു.

ഏഴ്

പുലർച്ചെ നാലര മണിക്ക് പൂക്കടകൾ ഉണരുന്നതോടെ നഗരത്തിന് ഉറക്കംഞെട്ടും.

കിഡ്സൺ കോർണറിന് തെക്കും ബാറ്റ ഷോറൂമിന് പടിഞ്ഞാറുമുള്ള ക്ഷേത്രനടകൾകൂടി തുറക്കുന്നതോടെ നഗരം ഉണർച്ചയിലേക്ക് എത്തുകയായി. പൂവും എണ്ണയും നാളികേരവും വാങ്ങാൻ പൂക്കടകളിൽ ആദ്യമെത്തുക നഗരത്തിലെ ഗുജറാത്തികളും സിന്ധികളുമാവും. ആ ദൃശ്യത്തിന് സാക്ഷിയാവുന്നവർ ഉത്തരേന്ത്യൻ നഗരത്തിന്റെ പകർപ്പാണോ മിഠായിത്തെരുവെന്ന് സംശയിക്കും. പൂക്കടയിൽനിന്ന് റോഡിലേക്കൊഴുകുന്ന ജലത്തിലെ വാടിയ ജമന്തിയുടെയും ചെട്ടിയുടെയും ഇതളുകൾ കണ്ണിൽപ്പെട്ടാൽ തമിഴ്നാട്ടിലാണോയെന്ന് തോന്നും.

രാത്രിയിൽ പൂവിലും ഇലയിലും കുടഞ്ഞ വെള്ളമാണ് പുലർച്ചെ പൂത്തട്ട് വൃത്തിയാക്കുന്നതോടെ റോഡിലേക്ക് വീശിയൊഴിക്കുന്നത്.

പകലിന്റെ ആരംഭത്തിൽ തെരുവേറ്റുവാങ്ങുന്ന ആദ്യ ജലസ്പർശം. ആ ജലകണങ്ങളിൽ ജമന്തിയുടെയും ചെട്ടിയുടെയും ഇതളുകൾ സ്വർണ്ണംപോലെ തിളങ്ങും. ബാറ്റ ഷോറൂമിന് മുമ്പിലെയും ലക്കി ഹോട്ടലിനു സമീപത്തെയും കോവിൽ പടികളിൽ നാളികേരം പൊട്ടിച്ചിതറുമ്പോൾ തെറിക്കുന്ന തേങ്ങാവെള്ളമാവും തൊട്ടുപിന്നാലെ തെരുവ് രുചിക്കുക. ചിതറുന്ന നാളികേരത്തുണ്ടുകൾക്ക് പിടിവലികൂടാൻ തമിഴ്മക്കൾ എത്തുന്നതോടെ രംഗം കൊഴുക്കും.

പകലിന് ചൂട് വർദ്ധിക്കവേ മിഠായിത്തെരുവ് പൂരപ്പറമ്പാവും. നുരയുന്ന മനുഷ്യസഞ്ചയത്തിനെല്ലാം ശാന്തിഗേഹമായി അത് മാറും.

വിടരുന്ന ദിനത്തെ വിഘ്നങ്ങളിൽ നിന്നകറ്റാൻ ഉടയ്ക്കുന്ന നാളികേരത്തിന്റെ ശബ്ദത്തിൽ ഓടകളിലെ എലികളും പുഴുക്കളും ഞെട്ടിവിറ

യ്ക്കും. ഉണർച്ചയുടെ ആരവങ്ങൾക്കിടയിൽ ആരെല്ലാമോ കാർക്കിച്ചു തുപ്പി റോഡിലൂടെ കടന്നുപോവും. കാക്കയും മൈനയും കുരിയാറ്റയും ഉൾപ്പെടെയുള്ള പക്ഷികൾ കാഷ്ഠിക്കും.

കൊച്ചുകുട്ടികൾ വഴിയരുകിൽ മൂത്രമൊഴിക്കും. മുതിർന്നവരും ചില കോണുകളിൽ കുട്ടികളെ അനുകരിക്കും. അതോടെ പരിസരങ്ങളിൽ ദുർഗന്ധം പരക്കും. പള്ളികളിൽനിന്നു നമസ്കാരത്തിനായി അംഗസ്നാനം ചെയ്യുന്നവർ ഉപയോഗിച്ച വെള്ളം, മൂത്രപ്പുരയിലെ വെള്ളം, ഹോട്ടലിലെ, കുളിമുറികളിലെ എല്ലാം പേറാൻ ഒഴുക്കുമുട്ടിയ ഓട...

അൻവർ റഷീദ് തെരുവിലൂടെ നടന്നു. വർഷയുടെ മുമ്പിൽ ചെന്നു ചാടിയേക്കുമോയെന്ന് ഭയന്നിരുന്നു. അവൾ പട്ടണം വിട്ടിട്ടില്ലെന്ന് ഉറപ്പാണ്. വിട്ടിരുന്നെങ്കിൽ മൊബൈലിൽ ഒരു സന്ദേശം തീർച്ചയായും പ്രതീക്ഷിക്കാം. മൊബൈൽ ഓഫാക്കിയാൽ ഒരു പോസ്റ്റ് കാർഡോ, കവറോ അവളുടെ കൈപ്പടയിൽ വാടകമുറിയുടെ വാതിലിൽ തൂങ്ങുമായിരുന്നു.

അവഗണിച്ചെന്ന വേദനയാലാവും വിളിക്കാതിരുന്നത്. മൂക്കത്ത് ശുണ്ഠിയുമായി നടക്കുന്ന അവൾ വിളി കാത്തിരിക്കുകയുമാവാം. കഴിഞ്ഞ ആഴ്ചവരെ എത്ര തവണ വേണമെങ്കിലും വിളിക്കാമായിരുന്നു. പിണങ്ങി ഇറങ്ങിയാൽ എന്തെങ്കിലും പൊട്ടത്തമാശ പറഞ്ഞു ചിരിപ്പിക്കാമായിരുന്നു. കൈകളിൽ ബലമായി കടന്നുപിടിച്ച് ഒപ്പം നടത്താമായിരുന്നു.

അന്യന്റെ ഭാര്യയെ അസമയത്ത് വിളിക്കരുത്. വിളിച്ചാലും കൂടുതൽ സംസാരിക്കരുത്. വ്യക്തിയുടെ സ്വതന്ത്രജീവിതത്തിന് മുകളിൽ വിവാഹം പണിയുന്ന വേലികൾ. വിവാഹത്തിന്റെ തുറസ്സിൽ വിശ്വാസ്യതയെന്ന വേലിയാണ് ആദ്യം നിർമ്മിക്കപ്പെടുന്നത്. പിന്നെ കുടുംബമെന്ന വേലി. കുട്ടികളെന്ന വേലി. ബാദ്ധ്യതയുടെയും കടപ്പാടിന്റെയും ഇരട്ടവേലി. ഇടയിൽ മൂന്നാമനില്ലെന്ന ഉറപ്പാക്കുന്ന വേലി. എതിർലിംഗക്കാരുമായി ആവശ്യത്തിൽ അധികം ഇടപഴകരുതെന്ന താക്കീതിന്റെ വേലി...

ചിലത് അദൃശ്യമാണെങ്കിൽ മറ്റ് ചിലത് വാക്കായും നോക്കായും ഒപ്പം നടക്കുന്നതുമുണ്ട്. എല്ലാ വേലികൾക്കുമുള്ളിൽ സദാചാരമെന്ന വൈദ്യുതി പ്രസരിക്കുന്ന വേലി. ഹോ കഷ്ടം ഒരു ദാമ്പത്യം വിജയിപ്പിക്കാൻ എത്ര കനൽക്കാട് താണ്ടണം? അയാൾ കിടുങ്ങി. ഒരോ വ്യക്തിയും ദാമ്പത്യത്തിൽ ഞെരിഞ്ഞമർന്നാണ് കിടക്കേണ്ടത്. എലിക്കത്രികയിൽ ജീവൻ വെടിഞ്ഞ എലികളെപ്പോലെ.

ഏത് പ്രായത്തിൽ മോചനത്തിന് ശ്രമിച്ചാലും അത് ഉൾക്കൊള്ളാനോ, അംഗീകരിക്കാനോ സമൂഹത്തിനാവില്ല. നാട്ടിൽ പിച്ചവെക്കുന്ന ഓരോ കുരുന്നും രണ്ട് വ്യക്തികൾ നല്കിയ കടുത്തത്യാഗത്തിന്റെ ഫലമാണെന്ന് നാം ചിന്തിക്കാറുണ്ടോ. വിവാഹം ഇണചേരേണ്ടത് ഭാര്യയോടോ, ഭർത്താവിനോടോ മാത്രമാണെന്ന് അസന്ദിഗ്ദ്ധമായി പ്രഖ്യാപിച്ചത് ഏത് കാലത്തായിരിക്കും. അവിടം മുതലാവണം മനുഷ്യർ മതങ്ങളുടെ അടിമകളായി മാറ്റപ്പെട്ടത്.

എന്തുകൊണ്ട് ഇത്തരം പ്രഖ്യാപനങ്ങളെ ആരും എതിർക്കുന്നില്ല.

സമൂഹത്തിന്റെ കൊമ്പെത്തെത്തിയാലും വ്യക്തിയെ വിലയിരുത്തുമ്പോൾ നാം ആദ്യം ഉയർത്തുന്ന ചോദ്യം ഭാര്യ/ഭർത്താവ്/മക്കൾ...

രാജ്യത്തെ നിയന്ത്രിക്കുന്ന ഉന്നതോദ്യോഗസ്ഥനായാലും സാഹിത്യത്തിലോ, കലയിലോ ഇതര മേഖലകളിലോ അമൂല്യമായ സംഭാവന നല്കിയ വ്യക്തിയാണെങ്കിലും അയാൾ വിഭാര്യനോ, അവിവാഹിതനോ ആയാൽ നമ്മുടെ നാട്ടിൽ വിലയിടിയും. അതീതരായി നിലയുറപ്പിക്കാനാവുന്നവർ അത്യപൂർവ്വം.

വിവാഹിതൻ ആത്മസുഹൃത്തിന്റെ വീട്ടിലെത്തിയാലും ഭാര്യയെ കൂട്ടിയില്ലേയെന്ന ചോദ്യം ആദ്യമെത്തും. ബന്ധുവീടുകളിൽ പോയാൽ അത്തരം ചോദ്യത്തിൽ ഈർഷ്യ പ്രകടമാവും. വിവാഹിതർ എങ്ങും ഒറ്റയ്ക്ക് സഞ്ചരിക്കരുതെന്ന് സമൂഹവും കീഴ്വഴക്കങ്ങളും പറയാതെ പറയുന്നു.

അന്യരായ എതിർലിംഗക്കാർ തമ്മിൽ കൂടുതൽ ഇടപഴകിയാൽ പിന്നെ കഥകൾ പിറക്കുകയായി. മനുഷ്യന്റെ സ്വതന്ത്രസഞ്ചാരത്തെയും ചിന്തയെയും ആവിഷ്കാരസ്വാതന്ത്ര്യത്തെയും ഹനിക്കുന്നതിൽ മതങ്ങളിൽനിന്നു ഒട്ടും ഭിന്നമല്ല നാട്ടാചാരങ്ങളും സമ്പ്രദായങ്ങളുമെന്ന് അൻവർ ചിന്തിച്ചു.

ആ തിരക്കിലൂടെ നടക്കുമ്പോഴും ഏതോ തുരങ്കത്തിൽ എത്തിപ്പെട്ട ഏകാന്തതയും വിമ്മിട്ടവുമായിരുന്നു അയാൾക്ക്. ഇക്കാലമത്രയും അസ്വസ്ഥത നിറയ്ക്കുന്ന അത്തരം ഒരു അനുഭവം മിഠായിത്തെരുവ് വെച്ചുനീട്ടിയിട്ടില്ല.

എട്ട്

എഴുത്ത് കൈവിട്ടപോലെ തോന്നി.

നാലു ദിവസമായി പുതുതായി ഒരു വരിപോലും കൂട്ടിച്ചേർക്കപ്പെട്ടിട്ടില്ല.

ഒരു നോവലിനുള്ള സകലവിഭവങ്ങളും യൂസുഫ് സെക്കർ നല്കിയിട്ടും എന്തുകൊണ്ട് എഴുത്തു മുടന്തുന്നു. കഴിഞ്ഞ ദിവസങ്ങളിൽ വർഷയുടെ ഓർമ്മകൾ പെയ്തൊഴിയുകയായിരുന്നു. ഓർമ്മകൾ ശ്വാസംമുട്ടിക്കുന്നതിന് മുമ്പ് കുറെ എഴുതിയിരുന്നു.

“സീതി ഞാൻ നഗരം വിടുന്നു.

കാണാൻ ആഗ്രഹിക്കുന്നു. വൈകുന്നേരം മാനാഞ്ചിറ സ്ക്വയറിൽ വരുമോ.”

മൂന്നു വരിയുള്ള വർഷയുടെ സന്ദേശം.

ഹൃദയം എഴുത്തിനെ പ്രണയിച്ച് തുടങ്ങിയതിനാൽ പോയില്ല. മനസ്സ് നിർബ്ബന്ധിച്ചിട്ടും ശിലപോലെനിന്നു. അവളെ അത്രമാത്രം അവഗണിക്കേണ്ടിയിരുന്നോ. ചങ്കുപൊട്ടുന്നു. ജീവിതത്തിലെ മൊത്തം ഓർമ്മകളെടുത്താലും പാതിയിലധികവും വർഷയുമായി ബന്ധപ്പെട്ടതാണ്. മൂന്നു വർഷത്തെ അടുപ്പമായിരുന്നെങ്കിലും അനേക ജന്മത്തിന് തുല്യമായിരുന്നുവെന്ന് ബോദ്ധ്യപ്പെട്ടത് ആ രാത്രിയിലാണ്. തീരുമാനങ്ങൾ പാളിയാൽ തിരുത്താനാവില്ലെന്ന് നിരവധി ഉദാഹരണങ്ങളിലൂടെ ഉദ്ധരിച്ച് ഗോപാലൻകുട്ടി മാസ്റ്റർ ചരിത്ര ക്ലാസിൽ ആവർത്തിച്ചിരുന്നത് ഓർക്കേണ്ടിയിരുന്നു.

ഒരുമിച്ചൊരു ജീവിതത്തിനായി മറ്റൊരു പെണ്ണും അത്രമാത്രം യാചിച്ചിരിക്കില്ല. നനവിൽ എഴുത്ത് പടർന്ന ആ തുണ്ട് കടലാസ് അൻവർ കുറേനേരം അരുമയോടെ താലോടി. ഒന്നിച്ചുണ്ടായിരുന്നപ്പോൾ അത്ര

ത്തോളം ഗാഢമായി സ്നേഹിച്ചിരുന്നില്ലെന്നത് മറ്റൊരാഘാതമായി. അവളെക്കുറിച്ച് ഓർക്കുമ്പോൾ മുമ്പിൽ തെളിയുക ഇലച്ചാർത്തുള്ള ഒരു ടോപ്പും തൂവെള്ള പാന്റ്സുമാണ്.

ഡിഗ്രി ക്ലാസിൽ സുന്ദരികൾ ഒരുപാടുണ്ടായിരുന്നു. കണ്ട ദിനം മുതൽ ഞങ്ങൾ ഒന്നാണെന്നും ഒരേ ജീവിതം പങ്കിടേണ്ടവരാണെന്നും തോന്നിയിരുന്നു. മാസങ്ങൾക്ക് ശേഷമായിരുന്നു വർഷ അത് വെളിപ്പെടുത്തിയതെങ്കിലും അവളുടെ മിഴികളിൽ ആ സന്ദേശം എന്നുമുണ്ടായിരുന്നു. മണ്ണെണ്ണയുടെ ആധിക്യമുള്ള പെയിന്റിൽ എഴുതിയതുപോലെ...

മൂന്നു കുട്ടികളിൽ രണ്ടാമതായിരുന്നു അവൾ. എഴുത്തും വായനയുമായി നടന്ന ജ്യേഷ്ഠൻ കുറച്ചുകാലമായി സിനിമാ സ്വപ്നങ്ങളുമായി ഊരുചുറ്റുന്നു. അനിയത്തി ഡിഗ്രിക്ക് പഠിക്കുന്നു. ജീവിതത്തോട് പൊരുതി തോറ്റിട്ടും വീണ്ടും വീണ്ടും തോല്ക്കാനായി ബിസിനസുമായി കച്ചകെട്ടി ഇറങ്ങുന്ന അച്ഛൻ. *ചിന്താവിഷ്ടയായ ശ്യാമള*യിലെ ശ്രീനിവാസനോട് അയാൾക്ക് ഒരുപാട് സാമ്യമുണ്ടെന്ന് അവൾ വീടിനെക്കുറിച്ച് പറഞ്ഞപ്പോഴൊക്കെ ഓർത്തു.

അവളോ, അവളിലെ എഴുത്തുകാരിയോ ആദ്യം ഹൃദയത്തിലേക്ക് ചേക്കേറിയത്. അതിസുന്ദരിയായാലും ജീവിതാനുഭവവും ഭാവനയുമില്ലാത്ത പെൺകുട്ടികളെ അൻവറിന് അല്പനേരംപോലും സഹിക്കാനാവുമായിരുന്നില്ല. കുടുംബത്തിലും അയൽവീടുകളിലും. പ്രണയാർദ്രരായ അനേകം പെൺകൊടികൾ ചുറ്റും കറങ്ങിയിട്ടും അയാൾ തേടിയത് വർഷയെപ്പോലൊരു പെൺകുട്ടിയെ ആയിരുന്നു.

സങ്കല്പങ്ങളിലേക്ക് അവളോ, അവളിലേക്ക് സങ്കൽപ്പങ്ങളോ കുടിയേറിയതെന്ന് അൻവർ ആ ദിനങ്ങളിൽ ഏറെ നേരമെടുത്ത് ചിന്തിച്ചിട്ടുണ്ട്.

ഒൻപത്

മുതലക്കുളത്ത് ഇന്നും പൊതുയോഗമുണ്ട്.

വേനൽ മാസങ്ങളിലാണ് മുതലക്കുളത്തിന് പൊതുയോഗബാധ കലശലാവുക.

കുളം നികത്തിയപ്പോൾ മണ്ണിനടിയിൽ ശ്വാസംമുട്ടി ചത്ത മുതലകളുടെ ആത്മാക്കൾ മൈതാനത്ത് ഗതികിട്ടാതെ അലയുന്നുണ്ടാവാം. കുളത്തിനടിയിലെ പാതാളത്തിലൂടെ മാനാഞ്ചിറയിലും അടിത്തട്ടിലൊഴുകുന്ന നദിയിലും അവ നീരാടുമായിരിക്കും. മുതലകൾ ഗോപ്യമാക്കിവെച്ച മുട്ടകൾ വിരിഞ്ഞിറങ്ങുന്ന കുഞ്ഞുങ്ങൾ മൈതാനത്ത് പ്രതിഷേധയോഗം സംഘടിപ്പിച്ചേക്കാനും ഇടയുണ്ട്. മുതലകളുടെ ശാപത്താലാവുമോ ഈ വേദിയിൽ പലർക്കും നാക്കുപിഴയ്ക്കുന്നത്. എത്ര പേരാണ് നാവിനാൽ പുലിവാലുപിടിച്ചത്. നേതാക്കൾ പ്രസംഗിച്ച് വാണംപോലെ കത്തിക്കയറും. നാവുചതിക്കുമെന്ന് ഓർക്കില്ല.

അനുയായികൾ ആരാധനയോടെ മുഖത്ത് കണ്ണുറപ്പിച്ച് നില്ക്കേ കൂറ്റൻമുതലകൾ പ്രതിഷേധവുമായി വേദിയിലേക്ക് കയറിയാൽ എന്താവും സ്ഥിതി.

മുതലകൾ നീതിനടപ്പാക്കുന്ന ഒരു ലോകം അയാൾ സ്വപ്നം കണ്ടു.

മുതലകൾ ഭരിക്കുന്ന ഒരു നാട്. കള്ളന്മാരും കൊള്ളക്കാരുമായവരെയെല്ലാം തിരഞ്ഞുപിടിച്ച് മുതലക്കുളത്തെ വേദിയിൽ കൊണ്ടുവന്ന് ഭക്ഷിക്കുന്ന മുതലനീതി...

വിവിധ വർണ്ണത്തിലുള്ള കൊടികൾ മൈതാനത്തിന് ചുറ്റും കാറ്റിൽ പാറുന്നു. നടക്കാനിരിക്കുന്ന പരിപാടികളുടെ സൂചകങ്ങളാണ് കൊടികളും തോരണങ്ങളും നോട്ടീസുകളുമെല്ലാം. പതിവിലും നേരത്തെ ജോലി പൂർത്തിയാക്കി അലക്കുകാർ കളംവിട്ടിരിക്കുന്നു.

അക്ബർ കാണാമെന്ന് പറഞ്ഞിരുന്നു.

നോവൽ എഴുതാൻ തുടങ്ങിയ ശേഷം അവൻ പലതവണ നാട്ടിൽ വന്നിരുന്നു. അക്ബറുമായുള്ള ഓരോ കൂടിക്കാഴ്ചയും എഴുത്തിന് ഊർജ്ജം പകരുന്നതാണ്. അയാൾ മുതലക്കുളത്തേക്ക് കണ്ണയച്ച് എതിർ വശത്തെ പ്രസ് ക്ലബ്ബ് കെട്ടിടത്തിന് താഴെ നിന്നു.

സമയം അഞ്ചു മണി.

റോഡിലും ഫുട്പാത്തിലും കുട്ടികളുടെ ഒഴുക്കായിരുന്നു ഇതുവരെയും. പച്ചയും നീലയും കറുപ്പും കാക്കിയും യൂണിഫോം അണിഞ്ഞ വിവിധ വിദ്യാലയങ്ങളിലെ കുട്ടികൾ. അവരെല്ലാം അപ്രത്യക്ഷമായിരിക്കുന്നു. വീടണയാൻ തത്രപ്പെടുന്ന ഉദ്യോഗസ്ഥകളാണ് മുമ്പിലൂടെ കടന്നുപോകുന്നത്.

അടുക്കളയിൽ കഴുകാതെ ഉപേക്ഷിച്ച പാത്രങ്ങൾ, സ്കൂളിൽനിന്നു വീട്ടിലെത്തി യൂണിഫോം മാറാതെ വഴിക്കണ്ണുമായി കാത്തിരിക്കുന്ന കുട്ടികൾ... കുടുംബമായി കഴിയുന്നവർ എന്തെല്ലാം ആകുലതകൾ സഹിക്കണം. ചുറ്റുമൊന്നു കണ്ണോടിക്കാൻപോലും നേരമില്ലാതെയാണ് സാരിയും ചുരിദാറും ധരിച്ചവർ ഓടുന്നത്.

വടക്കോട്ട് പോകുന്ന വാഹനനിര പെട്ടെന്ന് നിശ്ചലമായി. തിരക്കുണ്ടെങ്കിലും റോഡിൽ ഒഴുക്കുണ്ടായിരുന്നു. ഇപ്പോൾ അത് നിലച്ചു. തെക്കോട്ട് പോകുന്ന സിറ്റി ബസ് സ്റ്റോപ്പിന് സമീപത്തെ വളവിൽനിന്ന് കുറെ ആളുകൾ മുതലക്കുളത്തേക്ക് പ്രവേശിച്ചു. ധൃതിപ്പെട്ട് വരുന്ന പ്രകടനക്കാരുടെ തലയ്ക്ക് മുകളിൽ നാനാ നിറത്തിലുള്ള കൊടികൾ പാറുന്നു.

ചുറ്റും ആളുകൾ വന്നുനിറഞ്ഞു. ഭരിക്കുന്ന മുന്നണിയുടെ അനുഭാവികളാണ്, പുതുതായി വല്ലതും നേതാക്കന്മാർക്ക് പറയാനുണ്ടാവുമോ. പതിവുപോലെ ഒരു മേളമായി അവസാനിക്കില്ലെ.

മൊബൈൽ ശബ്ദിച്ചു.

അൻവർ ഉത്തരക്കട്ടയിൽ ചെറുതായി അമർത്തി ചെവിയോട് ചേർത്തു.

“കൃഷ്ണമഹാരാജിന്റെ മുകൾത്തട്ടിൽ കാണാം. മുതലക്കുളത്ത് ഇന്ന് ആളും ബഹളവുമാണ്. രണ്ട് ചായയ്ക്കും പഴംപൊരിക്കും ഓർഡർ കൊടുത്തു കഴിഞ്ഞു. വേഗം വരൂ.”

കോൾ കട്ട് ചെയ്ത് എൽ ഐ സി ഓഫീസിന് അകത്തെ കുറുക്കുവഴിയിലൂടെ കൃഷ്ണമഹാരാജ് ബേക്കറിക്ക് മുകളിലെ കോഫി ബാറിലേക്ക് ധൃതിപ്പെട്ട് നടന്നു.

പത്ത്

ജീവിതം സുന്ദരമാവുമ്പോൾ യൗവനയുക്തയെപ്പോലെ ഓർമ്മകൾ ചേർന്നുനടക്കും. തൊട്ടുരുമ്മി നടക്കുമ്പോൾ വല്ലാത്തൊരു പരിമളം പ്രസരിപ്പിക്കും.

ഹൃദയത്തിൽ അനുഭൂതികൾ പൂവിടും. ആ സൗരഭ്യം വീണ്ടും ആഞ്ഞുശ്വസിക്കാൻ ആഗ്രഹം പെരുകും.

പ്രിയപ്പെട്ടവളുടെ കവിളിന്റെ മൃദുത്വം അത് അനുഭവിപ്പിക്കും.

ആ നിമിഷങ്ങളിൽ കാലം നിശ്ചലമാവാൻ സകല ദൈവങ്ങളോടും നാം പ്രാർത്ഥിക്കും. എത്രനേരം ഒന്നിച്ചിരുന്നാലും മതിവരില്ല. സന്ധ്യക്കാവും യാത്രപറയുക. ഇനിയും ഒരുപാട് പറയാനുണ്ടായിരുന്നല്ലോയെന്ന നഷ്ടബോധം ഏകനായി മടങ്ങുമ്പോൾ മനസ്സിനെ മഥിക്കും.

എഴുത്തിന് താല്ക്കാലിക വിരാമമിട്ട് അൻവർ ജീവിതത്തിന്റെ വക്കിൽ പറ്റിപ്പിടിച്ച ഓർമ്മകൾ ചുരണ്ടിക്കൊണ്ടിരുന്നു.

സ്നേഹിത നഷ്ടപ്പെടുന്ന സുഹൃത്തും ഇണ ദൂരേക്ക് പറന്നുപോയ പറവകളും ഈ അനുഭവം അവരുടേതായ തരംഗദൈർഘ്യത്തിൽ അനുഭവിച്ചിരിക്കും. അരുമയോടെ വളർത്തിയ തത്തകളിൽ ഒരെണ്ണം കനത്ത രാമഴയിൽ വിറച്ചു ചത്തപ്പോൾ ദിവസങ്ങളോളം രാവും പകലും ഇണക്കിളി കരഞ്ഞത് ഇന്നും ഹൃദയത്തിലുണ്ട്.

അടുക്കളയിൽ ഓടി നടന്നിരുന്ന അണ്ണാറക്കണ്ണന്മാരിൽ ഒരെണ്ണം അമ്മയ്ക്ക് മുമ്പിൽ പൂച്ചയ്ക്ക് പ്രാതലായപ്പോൾ അതിന്റെ ഇണയുടെ ഹൃദയവേദനയും ഞങ്ങൾ അനുഭവിച്ചിരുന്നു. പിന്നീടൊരിക്കലും അത് ഞങ്ങളെ തേടി വന്നില്ല. എല്ലുംതോലുമായ നിലയിൽ അടുക്കളയോട് ചേർന്ന വിറകുപുരയിൽ നിന്നാണ് അവനെ കിട്ടിയത്. കോലായ്ക്ക് താഴെ വെയിലും മഴയുമേല്ക്കാത്തിടത്ത് അവന് കുഴിയൊരുക്കി. ഇന്ന് അതിന

ടുത്ത് മാതളം പൂത്തിരിക്കുന്നു.

ഓർമ്മകൾ നെഞ്ചിൽ നിറയ്ക്കുന്ന തീയും പുകയും അനുഭവിച്ചാലേ അറിയൂ.

വർഷ എന്തെടുക്കുകയാവും. അവളുടെ ഉള്ളിൽ ഇന്നുള്ള എന്റെ ചിത്രത്തിന് ഏത് നിറമാവും. അവൾക്ക് സന്തോഷവും സമാധാനവും ലഭിക്കട്ടെ. വീട്ടുകാരുടെ കല്യാണനീക്കങ്ങൾ പരാജയപ്പെടുമ്പോഴെല്ലാം അവൾ എനിക്കരുകിൽ ഓടിയെത്തുമായിരുന്നു. നെഞ്ചിൽ മുഖം ചേർത്ത് കുറേനേരം നിശ്ചലമാവും. അപ്പോൾ ആ നെഞ്ചിൻകൂട് പടപടാ മിടിക്കും.

മുറിയിൽ ഇപ്പോഴും വർഷയുടെ ഗന്ധമുണ്ട്.

തലയിൽ തേക്കുന്ന ചെമ്പരത്തിചേർത്തു കാച്ചിയ എണ്ണയുടെ, പതിവായി മുഖത്തിടുന്ന കുട്ടിക്കൂറ പൗഡറിന്റെ, അവളുടെ കഴുത്തിന് ഇലഞ്ഞിപ്പൂവിന്റെ ഗന്ധമായിരുന്നു. വാടകമുറിയിൽ പുണർന്നുകിടക്കുമ്പോൾ അവളിൽനിന്നു പ്രസരിച്ചത് കശുമാവ് പൂത്തഗന്ധമായിരുന്നു.

വർഷയുടെ കക്ഷത്തിൽ മുഖം അമർത്തി എത്രയോ തവണ ആ ഗന്ധം ആത്മാവിലോളം വലിച്ചുകയറ്റിയിട്ടുണ്ട്. മറ്റൊരു ജീവിതത്തോടുമൊപ്പം കൂട്ടിക്കെട്ടാനുള്ളതല്ല തന്റെ ജീവിതമെന്ന് ഉറപ്പിച്ചവൾ. വാടകമുറിയിലേക്ക് കയറിവരാൻ അവൾക്ക് തെല്ലും ഭയമുണ്ടായിരുന്നില്ല. നീയും ഞാനും നഷ്ടപ്പെടരുതെന്ന് കരുതുന്നതെല്ലാം ഈ മുറിയിൽ സുരക്ഷിതായിരിക്കുമെന്ന് അവൾ പലവട്ടം പറഞ്ഞിട്ടുണ്ട്. ചേർന്നിരുന്ന് ഒരു യാത്ര, മുട്ടിയുരുമ്മി ഒരു നടത്തം, മുറിയിൽ എത്തിയാൽ കുറേ നേരം ഭാവിയെക്കുറിച്ച് വാചാലയാവും. ഇടയ്ക്ക് കഴുത്തിലും നെഞ്ചിലും കുറച്ച് മുത്തം, പിന്നെ കെട്ടിപ്പിടിച്ചൊരു ഉച്ച മയക്കം...

അന്നായിരിക്കാം നിറങ്ങളെല്ലാം നിറങ്ങളായി അനുഭവിച്ചത്.

ഓർമ്മകളാവും ഓരോ ജന്മത്തെയും കുത്തിനോവിക്കുക. ഒരു കാലത്ത് മധുരതരമെന്ന് നാം ആണയിട്ടവ, ആവർത്തിക്കണമെന്നു പ്രാർത്ഥിച്ചവ. കാലം മാറുന്നതോടെ ഒരു തരി കരുണയും കാണിക്കില്ല. ഓർക്കരുതെന്ന് കരുതുന്നതിന് പിന്നാലെയാവും എപ്പോഴും മനസ്സ്.

ഓർമ്മപോലെ വേട്ടയാടുന്ന വല്ലതും ഈ ലോകത്തുണ്ടോ.

സ്ത്രീയാൽ വഞ്ചിക്കപ്പെട്ടവന്റെ ഹൃദയവേദന.

പുരുഷനാൽ ചതിക്കപ്പെട്ട സ്ത്രീയുടെ മനോവേദന...

കൃത്യമായ കാരണങ്ങളില്ലാതെ തീരോഭവിക്കുന്നവരെക്കുറിച്ചുള്ള നോവാവും ഏറ്റവും കഠിനം. അവയ്ക്കൊന്നും പകരം വയ്ക്കാനാവില്ല. ഓർമ്മ നഷ്ടപ്പെട്ട മനുഷ്യൻ ശവത്തിന് തുല്യമാണെന്ന ഒരു ഉൾവിളിയും അതിനിടെ അയാൾക്കുണ്ടായി. എഴുത്തുകാരനാവാൻ മോഹിച്ചതിൽ അയാൾ സ്വയം ശപിച്ചു. എന്തുനേടിയാലും നഷ്ടപ്പെട്ടതിന് പകരമാവില്ല. ഏതാനും മീറ്റർ ദൂരെയുള്ള റെയിൽവേ ട്രാക്കിലേക്ക് ഓടവേ ഹൃദയം ശൂന്യമായിരുന്നു.

പ്രതീക്ഷിച്ച തീവണ്ടി കടന്നുപോയിരിക്കുന്നു. ട്രാക്കിൽ വറ്റാത്ത

നനവ്. അല്പം ദൂരെ അവസാന കമ്പാർട്ട്മെന്റിന് പിന്നിലെ ഗുണനചിഹ്നം കണ്ണുനിറച്ചു. വേദന ഒരു നിമിഷംപോലും താങ്ങാനാവില്ലെന്ന ഉറച്ച ബോദ്ധ്യത്തിലാണ് ഇറങ്ങിയോടിയത്. ചിതറിയ ദേഹം പെറുക്കിയെടുത്തു കൊണ്ടുപോകുന്നവർക്ക് ബുദ്ധിമുട്ടാവരുതെന്ന് കരുതി തേച്ചുകുളിക്കാൻ ദീർഘനേരമെടുത്തതാണ് വിനയായത്.

ഏതാനുംവാര അകലെ ഒരാൾക്കൂട്ടം. അൻവർ ജിജ്ഞാസയോടെ അങ്ങോട്ടു നടന്നു.

"അയാൾ ഓടി വരുന്നത് കണ്ടപ്പോഴേ എന്തോ പന്തികേട് തോന്നി. പിടിക്കാൻ തുനിയുമ്പോഴേക്കും ഒരൊറ്റച്ചാട്ടമായിരുന്നു."

കൂട്ടത്തിൽ പ്രായമുള്ള ഒരാളുടെ സ്വരം.

സുന്ദരമായ താടിയുടെ മുകൾ ഭാഗം ചീന്തിയെടുത്ത പോസ്റ്റർ പോലെ, ഒന്നേ നോക്കിയുള്ളൂ. മനോഹരമായ താടിയുള്ള ആ മനുഷ്യൻ സുന്ദരനായിരിക്കും. എന്തിനാവും അയാൾ...

ജീവൻ ആദർശങ്ങൾക്ക് ബലികൊടുക്കാനുള്ളതല്ലെന്ന് പറഞ്ഞത് സുഹൃത്ത് നാരായണനായിരുന്നു. ജേർണലിസം ക്ലാസിൽ അവൻ എല്ലാ വർക്കുമിടയിൽ മൂരാച്ചിയായി. പിടയ്ക്കുന്ന ഹൃദയവുമായി മടങ്ങുമ്പോൾ അവനോട് മതിപ്പ് തോന്നി.

"ആദർശവും വാക്കും ജീവൻ എടുക്കുന്ന ഘട്ടത്തിൽ മാറ്റണം. ലോകം മുഴുവൻ കല്ലെറിഞ്ഞാൽപോലും പതറരുത്. ജീവിതം അവസാനിച്ചാൽ ആദർശം ഒപ്പം കാണുമോ..."

തേച്ചുകുളിക്കാൻ തോന്നിയതിൽ അയാൾ ആശ്വസിച്ചു.

അല്പം മുമ്പായിരുന്നെങ്കിൽ പത്തോ നൂറോ മീറ്റർ വ്യത്യാസത്തിൽ തകർന്ന രണ്ട് ദേഹങ്ങൾ ട്രാക്കിലും പരിസരത്തും ചിതറിക്കിടക്കും. ഓർത്തപ്പോൾ കൈകാലുകൾ തളർന്നു. ഒരു അടിപോലും മുന്നോട്ട് നീങ്ങാനായില്ല. അൻവർ സമീപത്തെ ചുമരിൽ ചാരിനിന്നു.

പതിനൊന്ന്

കഴിഞ്ഞ ഒരാഴ്ചയായി ജീവിതത്തോട് തോന്നുന്നത് എന്തെന്ന് നിർവ്വചിക്കാൻ അയാൾ അശക്തനായിരുന്നു.

സ്നേഹമെന്ന് മാത്രമായി അതിനെ ചുരുക്കാനുമാവില്ല. മമതയും ബഹുമാനവുമെല്ലാം ഇഴചേർന്ന ഏതാണ്ടെന്തോ ആയി അത് രൂപാന്തര പ്പെട്ടിരിക്കുന്നു. വഴിയിലൂടെ നടക്കുമ്പോൾ പരിചയമില്ലാത്തവരോട് അ യാൾ ചിരിക്കുന്നു.

മുറിയിൽ ഓടിനടക്കുന്ന പാറ്റയും പല്ലിയും ആത്മമിത്രങ്ങളായി മാറി യിരിക്കുന്നു. കുറ്റിയിടാൻ പറ്റാത്ത പാതിമുറിഞ്ഞ ജനൽപ്പാളിയിൽ പുല രുമ്പോഴേക്കുമെത്തി ആർത്തുവിളിക്കുന്ന കരിങ്കാക്കയോടുപോലും അ യാളിൽ സ്നേഹം തുളുമ്പുന്നു.

ഇടയ്ക്ക് വല്ലതും അതിനായി രാത്രിയിൽ പൊതിഞ്ഞുവെക്കാനും ശ്രദ്ധിക്കുന്നു.

അരുതായ്കകളോട് രൂക്ഷമായി പ്രതികരിക്കാറുള്ള അയാൾക്ക് എല്ലാം ഉലകത്തിൽ നടന്നുകൊണ്ടിരിക്കുമെന്ന ഒരു മുനിയുടെ മനമാ ണിപ്പോൾ.

ഒരാഴ്ചയോളമായി എഴുത്ത് തകൃതിയായി നീങ്ങുന്നു. നമ്മുടെ മ നസ്സിൽ സന്തോഷം അലതല്ലുമ്പോൾ എല്ലാം നല്ലതായി തോന്നുമെന്ന് വർഷ പറയാറുണ്ട്. അവൾക്ക് ആ ജ്ഞാനം എവിടുന്നാവും ലഭിച്ചിരി ക്കുക.

ഒരുപക്ഷേ, അവളും...

ഓർത്തപ്പോൾ നെഞ്ചിടിച്ചു. ജനലിന് പുറത്ത് രാപ്പകലുകൾ സംഭ വിക്കുന്നത് അൻവർ മറന്നിരിക്കുന്നു.

എഴുത്തുമേശയ്ക്ക് ചുറ്റും കഴിഞ്ഞ രാത്രി എഴുതിയ താളുകൾ ചി

തറിക്കിടക്കുന്നു. ചില പേജിൽ അക്കങ്ങൾ ചേർത്തിട്ടില്ല. ഇനി അവ ക്രമപ്പെടുത്തിയെടുക്കുക ശ്രമകരമാവും. പേനയ്ക്കടിയിലെ പാതി എഴുതിയ കടലാസിലേക്ക് നോക്കിയപ്പോൾ തൃപ്തിതോന്നി.

എന്റെ സുദീർഘമായ ഡയറിക്കുറിപ്പിൽ അവളുടെ പേരു ചേർക്കാതിരിക്കാൻ ഞാൻ ജാഗ്രത പുലർത്തിയിട്ടുണ്ട്.

തുടർന്നും എഴുതണമെന്നു ആഗ്രഹിച്ചതല്ല. പക്ഷേ, എല്ലാറ്റിനും നമ്മളൊന്നും ഊഹിക്കാത്ത നിശ്ചയിക്കപ്പെട്ട ചില കണക്കുകൂട്ടലുകളുണ്ട്.

ജീവിതത്തിന് മുമ്പിൽ അമ്പേ പരാജയപ്പെട്ട കാലത്തെക്കുറിച്ച് ആരോടും പറയരുതെന്ന് ഉറപ്പിച്ചിരുന്നു. ആ കാലവുമായി ബന്ധപ്പെട്ട് വരികളെ എത്രയോ തവണ വെട്ടിയരിഞ്ഞു ദൂരേക്ക് എറിഞ്ഞിട്ടുമുണ്ട്. ഓരോ തവണയും കൂടുതൽ വാശിയോടെ എന്നെ തേടി വരികയായിരുന്നു കാലത്തിന്റെ നൊമ്പരചിത്രങ്ങൾ. അജ്ഞാതമായ ശക്തിയുടെ ഇച്ഛയാവാം ആ കഥയും ഇവിടെ കുറിക്കണമെന്നത്.

പന്ത്രണ്ട്

ശിശിരം ആരംഭിക്കുന്നതിന് മുമ്പായിരുന്നു ഞങ്ങൾ തിരുനബിയുടെ റൗള* കാണാൻ പുറപ്പെട്ടത്.

മൂന്നു നാലു വർഷത്തെ കാത്തിരിപ്പിന് ശേഷമായിരുന്നു ആ യാത്ര സഫലമായത്.

കടൽ ശാന്തമായിരുന്നതിനാൽ പ്രതീക്ഷിച്ചതിലും ഒരുദിവസം മുമ്പേ ജിദ്ദയിൽ എത്താൻ സാധിച്ചു. ജിദ്ദ തുറമുഖത്തേക്കുള്ള മടക്കയാത്രയിൽ കണക്കുകൂട്ടലുകൾ പിഴച്ചു. ദിക്കറിയാതെ മരുഭൂമിയിൽ ഒറ്റപ്പെട്ടു.

മരുഭൂമിയെ അടുത്തറിയാമായിരുന്നിട്ടും രക്ഷപ്പെടാവുന്ന ഒരു വഴിയും കണ്ടില്ല. മൂന്നു ദിവസം ഞങ്ങൾ അലഞ്ഞു. ദേഹം തളരുവോളം നടക്കും. സന്ധ്യക്ക് സുരക്ഷിതമെന്ന് തോന്നുന്ന എവിടെയെങ്കിലും ശ്വാസമടക്കികിടക്കും. ദീർഘനേരം നടന്നാലും പരന്നു കിടക്കുന്ന മണൽപ്പരപ്പിന് തരിമ്പും മാറ്റമുണ്ടാവില്ല.

അർദ്ധപ്രാണരായി കിടക്കവേ എന്തോ ഒരു ശബ്ദം ചെവിയിലേക്കെത്തി. ഉറക്കമോ, മരണമോ ഞങ്ങളെ മുട്ടിയുരുമ്മി നില്ക്കേയാവണം ആ ശബ്ദം കേട്ടത്. ഞൊടിയിടയിൽ ഞങ്ങൾ ക്ഷീണം മറന്നു, ജാഗരൂകമായി. കഴുകന്റെ ചിറകൊച്ചയായിരുന്നു ഞങ്ങളെ ഉണർത്തിയത്. കണ്ണുതുറക്കാൻ ഭയന്ന് ചെവികൂർപ്പിച്ച് കിടന്നപ്പോൾ ഒന്നിലധികമുണ്ടെന്ന് ഉറപ്പായി. തൊട്ടടുത്ത് നിന്നാണ് അത് പ്രകമ്പനംപോലെ കാതുകളിൽ നിറയുന്നത്.

നിശ്ചയിക്കപ്പെട്ട സമയത്തിലേക്ക് ഞങ്ങൾ എത്തിയിരിക്കുന്നു. എഴുന്നേറ്റുനില്ക്കാൻപോലും ത്രാണിയില്ലാത്ത രണ്ടുപേർക്ക് അവയോട് മല്ലിടാനാവില്ല. കഴുകന് ഭക്ഷണമാവാനാവും വിധി. സിര

കളിലെ രക്തത്തിന്റെ ഒഴുക്കും ഹൃദയത്തിന്റെ മിടിപ്പുമെല്ലാം അടുത്ത നിമിഷം അവസാനിക്കും.
മരുഭൂമിയിൽ തളർന്നുവീഴുന്ന യാത്രികരുടെ നെഞ്ചിലാണ് കഴുകന്മാർ പറന്നിറങ്ങുകയെന്ന് കേട്ടിരുന്നു. കമിഴ്ന്നാണ് വീഴുന്നതെങ്കിൽ ഭൂമിയിൽ സ്പർശിക്കുന്നതിന് മുമ്പ് കാലുകളാൽ ഇരയുടെ ദേഹം തോണ്ടി മലർത്തിയിടുമത്രെ!
നെഞ്ചിൽ പറന്നിരുന്നു ചുറ്റുപാടുകൾ നിരീക്ഷിക്കും. ചിറക് കുടഞ്ഞൊതുക്കുമ്പോൾ അവയുടെ ഭാരം പതിന്മടങ്ങാവും. ഒതുക്കിയാലും ചിറകിന്റെ അറ്റം തൂങ്ങിയിരിക്കും. സിരകളിലെ രക്തയോട്ടം വർദ്ധിപ്പിക്കാനാണ് ചിറകുകുടയുന്നത്. കാലുപയോഗിച്ച് നെഞ്ച് മാന്തിക്കീറും. ഹൃദയം ചൂടോടെ കൊത്തിവിഴുങ്ങും. ഇരയുടെ കണ്ണുകൾ ഒറ്റക്കൊത്തിന് തുരന്നെടുത്ത് അകത്താക്കുമെന്നും മുതിർന്നവരിൽനിന്നു കേട്ടിരുന്നു.
കണ്ണ് ആദ്യം നഷ്ടപ്പെടുന്നതാവും ഭേദം. ഒരായുസ്സിന്റെ മനോഹരക്കാഴ്ചകൾ ഒപ്പിയെടുത്ത കണ്ണിൽ ഒരു ദുരന്തചിത്രം അവസാനമായി സൂക്ഷിക്കേണ്ടല്ലോ. ജീവൻ അവസാനിക്കേണ്ട സമയം അതിക്രമിച്ചിരിക്കുന്നു. ഇതുവരെയും കഴുകന്മാരുടെ കൂർത്തനഖങ്ങൾ മാംസത്തിൽ തറഞ്ഞിട്ടില്ല.
അതീവ ജാഗ്രതയോടെ കണ്ണുതുറന്നു. ഇടതുഭാഗത്ത് കിടന്നിരുന്ന ഹാജി അലി വലിയുല്ല തലപൊക്കിനോക്കുന്നു. അദ്ദേഹവും കഴുകന്മാരെക്കുറിച്ചുള്ള ഭീകരകഥകൾ കേട്ടിരിക്കണം. തൊട്ടടുത്ത് നാലു കാലുകൾ ഉയർന്നുനില്ക്കുന്നു, ആശ്വാസമായെങ്കിലും വിശ്വസിക്കാൻ പ്രയാസമുള്ള കാര്യമായിരുന്നു. കാലുകളെ പിന്തുടർന്ന് അപരിചിതരുടെ മുഖത്തേക്ക് ജിജ്ഞാസയോടെ കണ്ണയച്ചെങ്കിലും ജ്വലിക്കുന്ന സൂര്യപ്രഭയിൽ കണ്ണുമഞ്ഞളിച്ചു.
കാട്ടാളന്മാരാവാമെന്ന് ചിന്തിച്ചപ്പോൾ ഹൃദയം വീണ്ടും പഴയപടിയായി. കഴുകന്മാർ കൊത്തിവലിച്ച് ഇഞ്ചിഞ്ചായി ജീവൻ വെടിയുന്നതിലും ഭേദപ്പെട്ട ഒരു മരണം ആശ്വാസമല്ലെ. എനിക്ക് ഉത്തരമില്ലായിരുന്നു. പരുപരുത്ത ആയുധത്താലാവും അവർ ജീവനെടുക്കുക. വലിയ കല്ല് ദേഹത്തിട്ട് തല തകർത്ത ശേഷമാവും ഭക്ഷിക്കുക. തല ദൂരേക്ക് എറിഞ്ഞ ശേഷം തീക്കുണ്ഡത്തിൽ ചുട്ടെടുക്കാനും മതി.
നിശ്ചലമായ ജീവികളുടെ തുറിച്ചകണ്ണുകൾ കൊടുംക്രൂരനെയും ഭയപ്പെടുത്തുമെന്ന് കേട്ടിരുന്നു. രക്തംകട്ടയാവും മുമ്പ് നീണ്ട നഖത്താൽ ഇറച്ചി മാന്തിയെടുത്ത് ചൂടാറാതെ കഴിക്കുന്നവനും ചത്ത മനുഷ്യന്റെ മുഖം ഭയപ്പെടുത്തിയേക്കാം.
ഏത് നിമിഷവും തല ഇടിച്ചുതകർക്കപ്പെട്ടേക്കാം.
കഴുത്ത് വെട്ടിമാറ്റിയേക്കാം.

---

* പ്രവാചകൻ മുഹമ്മദിന്റെ ശവകുടീരം.

പതിമൂന്ന്

ഉണർന്നിട്ടും സ്ഥലകാല ബോധം വീണ്ടെടുക്കാൻ സമയമെടുത്തു. ദീർഘനേരം ഉറങ്ങിയതിനാലാവാം മനസ്സിന്റെ ഭാരമൊഴിഞ്ഞു. സമീപത്ത് ഹാജി ഉറങ്ങുന്നു. ഗാഢമായ ഉറക്കത്തിലാണെന്ന് ആ കൂർക്കംവലി സൂചിപ്പിച്ചു.

അല്പം മുമ്പ് അനുഭവിച്ചതെല്ലാം തോന്നലായിരുന്നോ. കഴുകന്മാർ, കാട്ടാളന്മാർ... ആ കണ്ടതെല്ലാം കിനാവാവില്ല. ചുറ്റും കണ്ണോടിച്ചപ്പോൾ മരുഭൂമിയിലല്ലെന്ന് ബോദ്ധ്യമായി. നിശ്ശബ്ദമായ രാത്രിയാണ് കൂട്ടിനെന്ന് ബോദ്ധ്യപ്പെടാൻ അധികസമയം വേണ്ടിവന്നില്ല. മരുഭൂമിയിൽ ദീർഘകാലം ഒട്ടകക്കൂട്ടങ്ങളുമായി സഞ്ചരിക്കുകയും തമ്പടിച്ച് രാപ്പാർക്കുകയും ചെയ്തിരുന്നതിനാലാവാം ആ കിടപ്പിലും രാവും പകലും തിരിച്ചറിയാനായത്.

ഒരു കൂടാരത്തിലായിരുന്നു ഞങ്ങൾ.

ഈന്തപ്പനയോലമേഞ്ഞ കൂടാരം. അതിരുതിരിച്ച് മറച്ച ഈന്തപ്പനക്കീറിലൂടെ കണ്ണയച്ചപ്പോൾ നിലാവൊഴുകുന്ന മരുക്കാട് വ്യക്തമായി. നിലാവുപെയ്യുന്നതിന്റെ സൗന്ദര്യം പരകോടിയിൽ ദർശിക്കാനാവുക മരുഭൂമിയിലാണെന്ന് പണ്ടേ അനുഭവിച്ചറിഞ്ഞതാണ്. കൈപ്പുറത്തെന്നപോലെ വലിയൊരു തേജോഗോളം, ഒരുപാട് താഴെയാണ് ചന്ദ്രൻ എത്തിപ്പെട്ടിരിക്കുന്നതെന്ന മതിഭ്രമം എനിക്കുണ്ടായി. ഓടിച്ചെന്ന് ഒന്ന് ചാടിയാൽ തൊടാവുന്ന ഉയരത്തിൽ. ആ ആസ്വാദനത്തിന് ആയുസ്സ് കുറവായിരുന്നു.

അസുഖകരമായ ഓർമ്മകൾ ബോധമണ്ഡലത്തിലേക്ക് ഇരച്ചെത്തി. അസ്വസ്ഥത ഭയമായി രൂപമെടുത്തു. പുറത്തേക്ക് നീണ്ടുപോയ മിഴികൾ വീണ്ടും ആകുലചിന്തകളിൽ മുട്ടിയുരുമ്മി. എന്തിനാവും

ഈ തമ്പിൽ കിടത്തിയിരിക്കുന്നത്. പൗർണ്ണമി അവസാനിച്ച് അമാവാസി എത്തിയാലാവുമോ ഞങ്ങളെ ഭക്ഷണമാക്കുക. അങ്ങനെയാണെങ്കിൽ ഇനിയും രണ്ടാഴ്ചയോളം ഓരോ അണുവിലും മരണം ഇഴയുന്നത് അനുഭവിച്ച് കഴിയേണ്ടിവരും. ചുട്ടുപഴുത്ത മണലിൽ വീണുകിടന്നപ്പോൾ കേട്ട ആ ചിറകടിയൊച്ചയാൽ മോക്ഷം ലഭിച്ചിരുന്നെങ്കിൽ...

ചുറ്റും വിജനം. പുറത്തേക്കുള്ള വാതിൽ ചാരിയിട്ടേയുള്ളൂ. രക്ഷപ്പെടുന്നതിനെക്കുറിച്ചായി ചിന്ത. ഹാജി ഉറങ്ങട്ടെ, രക്ഷപ്പെടാൻ പഴുതുണ്ടോയെന്ന് നോക്കാം.

എഴുന്നേല്ക്കാൻ ശ്രമിച്ചു, കാലുകൾ ബന്ധിച്ചിരിക്കുന്നു. രക്ഷപ്പെടാൻ ശ്രമിക്കുന്നത് ആപത്താണെന്ന് മനസ്സ് ഓർമ്മിപ്പിച്ചു. സംഭവിക്കാനുള്ളത് വഴിയിൽ തങ്ങില്ലെന്ന ചിന്തയിൽ വീണ്ടും ഉറങ്ങാൻ ശ്രമിച്ചു. പുലരുന്നതിന് മുമ്പ് ശാന്തമായി മരിക്കാനായാൽ കാത്തുകിടക്കുന്ന ഭീകരമായ അന്ത്യത്തെ മറികടക്കാമായിരുന്നു.

ഹാജി അലി വലിയുല്ലയുടെ ദീർഘിച്ച കൂർക്കംവലി കേട്ടുകൊണ്ടായിരുന്നു മയക്കത്തിലേക്ക് വീണ്ടും വീണത്. ഉറക്കം ഞെട്ടിയപ്പോൾ നേരം നന്നായി പുലർന്നിരുന്നു. എങ്ങും ശാന്തം, നിഴലനക്കംപോലുമില്ല. രാവിനേക്കാൾ നിശ്ശബ്ദം.

ശ്വാസമടക്കി ചെവി വട്ടംപിടിച്ചു, അമൂർത്തമായ ചില ഒച്ചകൾ ചെവിയിലേക്കെത്തി. വെള്ളംവെട്ടുന്ന തുമ്പികളുടെ ചിറകൊച്ചയ്ക്ക് സമാനമായി മനുഷ്യർക്ക് സംസാരിക്കാൻ സാധിക്കുന്നതെങ്ങനെ. അരൂപികളുടെ ലോകത്താണോ എത്തിയത്. എങ്ങനെയാവും ജീവിതം അവസാനിക്കുന്നതെന്ന ആധി ഒഴിയുന്നില്ല. മനോനില കൂടുതൽ മോശമായി. കരയണോ, ചിരിക്കണോയെന്ന് ശങ്കിച്ചു. പുറത്തേക്ക് കണ്ണയച്ചു, കാറ്റ് ആ പരിസരത്തൊന്നുമില്ല. തമ്പിൽ ഉറുമ്പുപോലും ചലിക്കുന്നില്ല. മൗനം കൂടുതൽ സാന്ദ്രമായപോലെ. ഹാജിയുടെ കൂർക്കംവലിയും നിലച്ചതോടെ സ്ഥായിയായ അവസ്ഥയിലേക്ക് മൗനം ഉയർത്തപ്പെട്ടു.

ഹാജി ഒന്നിളകി, ഉണരുന്നതിന്റെ ആദ്യ സൂചനകൾ. സന്തോഷം നല്കുന്ന ഒന്നും പങ്കുവെക്കാനില്ലാത്തതിനാൽ കണ്ണടച്ചുകിടന്നു. ആ കിടപ്പ് അധികം തുടരേണ്ടിവന്നില്ല. മൂന്നു പേർ നടന്നടുക്കുന്നത് ഞങ്ങൾ അറിഞ്ഞു. അവർ തൊട്ടടുത്തെത്തിയെന്ന് ബോദ്ധ്യപ്പെട്ടിട്ടും മിഴിതുറക്കാൻ ധൈര്യമുണ്ടായില്ല. വിചിത്രഭാഷയിലാണ് അവർ സംസാരിക്കുന്നത്. നേരത്തെ കേട്ടതും ഇവരുടെ സംഭാഷണമാവണം. ഹാജിയോടാണ് അവർ സംസാരിക്കാൻ ശ്രമിക്കുന്നത്. പതുക്കെ കണ്ണുതുറന്നു.

കാലിലെ കെട്ടഴിഞ്ഞപ്പോൾ ജീവിതം കൈവിട്ടുപോകില്ലെന്ന തോന്നൽ ഹൃദയത്തെ കുളിരണിയിച്ചു. സ്വതന്ത്രരാക്കപ്പെട്ട ഉടൻ നിറകുടങ്ങൾ മന്ദസ്മിതത്തോടെ ഞങ്ങൾക്കു നേരെ നീട്ടി.

ദാഹത്താൽ അടഞ്ഞുപോയ തൊണ്ട തുറന്നുവരാൻ നേരമെടുത്തു. വെള്ളം കുടിച്ചതോടെ ഓരോ അണുവിലും പുനർജ്ജനിയുടെ താളം. അവരിൽ രണ്ടുപേർ മുമ്പേ നടന്നു. തമ്പിനു പുറത്ത് ആ നിമിഷം ആരവങ്ങൾ ഉയർന്നു. അത്ഭുതപ്പെടുത്തിക്കൊണ്ട് ആറേഴ് പുള്ളിപ്പുലികൾ മുൾച്ചെടികളും കുറ്റിക്കാടുകളും താണ്ടി ദൂരെ കാണുന്ന പർവ്വതത്തിലേക്ക് ഓടിമറഞ്ഞു.

സ്വസ്ഥത നഷ്ടമായി. മുഖം കഴുകി തിരിച്ചെത്തിയിട്ടും പുലിക്കാഴ്ച ഒട്ടിനിന്നു.

ചായയോട് സാദൃശ്യമുള്ള ചുടുദ്രാവകം നിറച്ച മൺകുടം അവർ ഞങ്ങൾക്കു നേരെ നീട്ടി. എന്തെല്ലാമോ പറയാൻ ശ്രമിച്ചെങ്കിലും ഭാഷ പ്രശ്നമായി. ആപ്പിളും മാതളവും മുന്തിരിക്കുലകളുമായി അവരിൽ ഉയരംകുറഞ്ഞ ആൾ തമ്പിലേക്ക് കയറിവന്നു. ആശ്രമ വളപ്പിലാണ് എത്തിപ്പെട്ടിരിക്കുന്നത്. ആ ബോധത്തോടെ നോക്കിയപ്പോൾ കുറെ ചിഹ്നങ്ങൾ തിരിച്ചറിയാനായി.

ജീവഭയം മേഘത്തുണ്ടുപോലെ പുകയായി അലിഞ്ഞില്ലാതാവുന്നത് ഞങ്ങൾ അനുഭവിച്ചു.

പതിനാല്

കള്ളിമുൾച്ചെടികൾ കൂട്ടമായി പൂവിട്ടിടത്തായിരുന്നു യൂസുഫ് സെക്കറും ഹാജി അലി വലിയുല്ലയും സൂഫി വര്യൻ ഖാജ സുബ്ഹാൻ മസ്തഖിനെയും മഹർഷി അദ്വൈത് പരമാനന്ദ് പരമഹംസരെയും കണ്ടുമുട്ടിയത്.

ഖാജയും പരമഹംസരും ജീവിതസമസ്യകൾക്ക് ഉത്തരംതേടി പാറക്കെട്ടിൽ ധ്യാനനിരതരായി കഴിയവേയായിരുന്നു ആ കൂടിക്കാഴ്ച. പർണ്ണശാലയിൽനിന്നു പരമഹംസർ എപ്പോഴായിരുന്നു പുറത്തു പോയതെന്ന് മൂന്നു ശിഷ്യർക്കും തിട്ടപ്പെടുത്താനായില്ല. ശിഷ്യരായ സൂക്ഷ്മചൈതന്യയും ആത്മചൈതന്യയും പ്രാണചൈതന്യയുമായിരുന്നു ഞങ്ങളെ അവിടേക്ക് നയിച്ചത്.

കാറ്റിൽ ഗുരുവിന്റെ ഗന്ധം തിരിച്ചറിഞ്ഞായിരുന്നു ശിഷ്യർ പാറക്കെട്ടിൽ എത്തിയത്. ഗുരുവിൽനിന്ന് ചുറ്റും കസ്തൂരിയുടെ ഗന്ധം പരക്കുമെന്ന് നടക്കുന്നതിനിടയിൽ അവർ പറഞ്ഞിരുന്നു. സമീപത്തെ മരച്ചുവട്ടിൽ ആ മഹാത്മാക്കൾ ഉണരുന്നതും കാത്ത് ഞങ്ങളിരുന്നു. ആംഗ്യത്തിലൂടെ സൂചന നല്കിയ ശിഷ്യർ ധൃതിപ്പെട്ട് പർണ്ണശാലയിലേക്ക് മടങ്ങി.

ദുനിയാവുമായി യാതൊരു ബന്ധവുമില്ലാത്ത മാനസികാവസ്ഥയിലായിരുന്നു അവർ.

മന്ത്രധ്വനിപോലെ അവർ സംസാരിച്ചു. ദീർഘനേരം കഥയറിയാതെ ഞങ്ങൾ അവിടെ നിന്നു. ഇരുവർക്കുമിടയിലെ സംസാരം നിലച്ചത് എപ്പോഴായിരുന്നു. തീവ്രധ്യാനത്തിന്റെ അഗോചരമായ പടവുകളിലൂടെ ഇരുവരും ഊർന്നുപോയി. ബോധത്തിലേക്ക് അവർ മടങ്ങിവരുന്നതും പ്രതീക്ഷിച്ച് മൂന്നു പകലുകൾ ഒരേ മരത്തിന്

ചുവട്ടിൽ ഞങ്ങളിരുന്നു.
ആ ദിനങ്ങളിൽ ഇരുൾ ചേക്കേറുമ്പോൾ ആശ്രമത്തിലേക്ക് മടങ്ങുമായിരുന്നു. പിറ്റേന്ന് പുലർച്ചെ വീണ്ടും പഴയ സ്ഥലത്ത് കാത്തിരിക്കും. ജലപാനമില്ലാതെ തുടരുന്ന ധ്യാനത്തിന്റെ ഇടവേളകളിൽ ഖാജയും പരമഹംസരും സംസാരിച്ചു. ഇഹലോക ജീവിതത്തിന്റെ വിഭജനരേഖകളിൽനിന്ന് വിദൂരതയിലുള്ള ഒരു ലോകത്തെക്കുറിച്ചാണ് അവർ സംവദിക്കുന്നതെന്ന് പരമഹംസരുടെ പ്രഥമശിഷ്യനായ സൂക്ഷ്മചൈതന്യ ഞങ്ങളോട് പറഞ്ഞു.
ചില പകലുകളിൽ മൂന്നു ശിഷ്യരും ആശ്രമജോലികൾ പൂർത്തിയാക്കി ഞങ്ങൾക്ക് കൂട്ടിരുന്നു. മുഖാമുഖം ഇരുന്നാണ് അവർ സംസാരിക്കുന്നതെന്ന് തോന്നിയതേയില്ല. ചത്തുവീർത്ത് കെട്ടുനാറി മണ്ണായിത്തീരുന്ന ജന്മങ്ങൾ.
ഓരോ നിമിഷവും കോടാനുകോടി ജന്മങ്ങൾ സംഭവിക്കുന്നു. അവയിൽ ഒന്ന് മാത്രമാണ് നരജന്മമെന്ന് ശിഷ്യർ ഞങ്ങളെ ബോദ്ധ്യപ്പെടുത്താൻ ശ്രമിച്ചു. നരന്റെ ധാർഷ്ട്യവും വെറുപ്പും അസൂയയുമെല്ലാം പടംപൊഴിക്കുന്നപോലെ ഇല്ലാതാക്കുന്നതുമായി ബന്ധപ്പെട്ടാണ് ദീർഘിച്ച ആ സംഭാഷണമെന്ന് വ്യക്തമാക്കിയതും ശിഷ്യരായിരുന്നു. ആംഗ്യത്തിലൂടെ പണിപ്പെട്ടാണ് അവരത് വിശദീകരിച്ചത്.
ഞങ്ങൾ എത്തിയശേഷം പരമഹംസർ അപ്രത്യക്ഷനാവുകയും തിരിച്ചെത്തുകയും ചെയ്തു. അഞ്ചു ദിവസം കഴിഞ്ഞാണ് അദ്ദേഹത്തോട് സംസാരിക്കാൻ ഞങ്ങൾക്ക് അവസരം ലഭിച്ചത്.
മരുക്കാട് അതിരിടുന്ന എല്ലിച്ച പാറക്കെട്ടുകൾ നിറഞ്ഞ കുന്നുകൾക്ക് പുറകിലായിരുന്നു പരമഹംസരുടെ പർണ്ണശാല. മഴത്തുള്ളികൾ അത്യപൂർവ്വമായി മാത്രം വന്നുപോവുന്ന പ്രദേശത്തിന് തൊട്ടടുത്ത് മുന്തിരിവള്ളികൾ പൂക്കുകയും പക്ഷികൾ പാടുകയും തേനീച്ചകൾ മൂളുകയും ചെയ്യുന്നൊരിടം ഇന്നും അത്ഭുതപ്പെടുത്തുന്നു.
പച്ചയും ചുവപ്പും ആപ്പിളുകളാൽ നിറഞ്ഞ മരങ്ങൾ തിങ്ങിവളരുന്നൊരിടം. ആ തോട്ടത്തിന് അതിരിട്ട് തെളിനീരുമായി നിറഞ്ഞൊഴുകുന്ന കാട്ടാറും ഹരിതാഭനിറഞ്ഞ ആ കാടും ഹൃദയംകുളിർക്കുന്ന ഓർമ്മയാണ്. പാറക്കെട്ടിന് പിറകിൽ അത്തരത്തിൽ ഒരു ഭൂപ്രകൃതി സങ്കല്പിക്കാനാവില്ല. അരുവി പതഞ്ഞൊഴുകിയെത്തുന്ന തടാകക്കരയിലായിരുന്നു പർണ്ണശാല.
നിലാവുള്ള രാത്രികളിൽ തടാകത്തിന്റെ അടിഭാഗം സുവ്യക്തമായി കാണാനാവും.
പകൽവെളിച്ചത്തിൽ കാണാത്ത മത്സ്യങ്ങളും ജലജീവികളും തടാകത്തിൻ അടിത്തട്ടിലെ അനുസ്യൂതമായ ഒഴുക്കിനൊപ്പം ഭൂഗർഭത്തിലേക്ക് മറയുന്നത് ആദ്യം ശ്രദ്ധയിൽപ്പെടുത്തിയത് ഹാജിയാ

യിരുന്നു. തടാകക്കരയിൽ രാവിന് സാക്ഷിയായപ്പോഴാണ് അദ്ദേഹം ആ കാഴ്ചകളിലേക്ക് എന്നെയും കൊണ്ടുപോയത്.

പണ്ടെങ്ങോ ഭൂമിപിളർന്നു അപ്രത്യക്ഷമായ സരസ്വതീനദിയുടെ കൈവഴികളിൽ ഒന്നാവാം തടാകത്തിനടിയിലൂടെ ഒഴുകുന്നതെന്നു പരമഹംസർ പറഞ്ഞത് സൂക്ഷ്മ ചൈതന്യ വിവരിച്ചു.

പർണ്ണശാലയുടെ കവാടത്തിൽ മൂന്നു ശിഷ്യരും പരമഹംസരുടെ വരവിനായി കാത്തിരുന്നു.

വീശിയടിക്കുന്ന കാറ്റിൽ പഴുത്തുചുവന്ന ഇലകൾ കൊഴിയുകയും ഒച്ചവച്ചു പാറിപ്പോവുകയും ചെയ്തു. ആ നിമിഷങ്ങളിലെല്ലാം ആത്മീയഗുരുവിന്റെ പദവിന്യാസം ആശ്രമവളപ്പിനെ ധന്യമാക്കുമെന്നവർ നിരൂപിച്ചു.

ആയിരക്കണക്കിനു കാതം അകലെ സരസ്വതി ഒഴുകിയ ഭൂമിയെക്കുറിച്ച് അദ്ദേഹം സംസാരിച്ചതത്രയും അയവിറക്കി അവർ കാത്തിരിപ്പിന്റെ മുഷിപ്പകറ്റി. ദീർഘിച്ച കാത്തിരിപ്പിനിടയിലും ഗുരുവിന്റെ സംസാരം ഓർത്തെടുത്ത് അതിൽ അഭിരമിക്കാൻ അവർക്ക് സാധിച്ചിരുന്നു.

തനിക്ക് ജന്മം നല്കിയ പുണ്യഭൂമി.

സരസ്വതിയുടെ തീരങ്ങളെക്കുറിച്ച് സംസാരിക്കുന്ന രാത്രികളിലെല്ലാം പരമഹംസർ അസ്വസ്ഥനാവുമായിരുന്നു. ഉറക്കത്തിൽ പലപ്പോഴും അവ്യക്തമായ ചില പദങ്ങളും വാക്കുകളും ഉച്ചരിക്കുന്നതിനും ശിഷ്യർ സാക്ഷിയായിട്ടുണ്ട്.

പാറക്കെട്ടിനിടയിലെ നേർത്തവിടവിലൂടെ പ്രവേശിക്കാവുന്ന ഗുഹയിലാണ് ഖാജ സുബ്ഹാൻ മസ്തഖ് കഴിയുന്നതെന്ന് കണ്ടെത്തിയത് ആത്മചൈതന്യയായിരുന്നു. ഗുഹാമനുഷ്യർ വസിച്ചിരുന്നവയിൽ അവശേഷിച്ച ഒരെണ്ണമായിരുന്നു ആ ഗുഹ.

സർവ്വജ്ഞപീഠം കയറിയ ഗുരുവും സൂഫിയായ ഖാജയും തമ്മിലുള്ള ഹൃദയബന്ധം തുടക്കത്തിൽ അവർക്ക് ഉൾക്കൊള്ളാനായില്ല. മനനത്തിന്റെ നാൾവഴികളിൽ ഖാജയെക്കുറിച്ച് ലഭിച്ച അറിവുകൾ അവരെ വിസ്മയിപ്പിക്കുകയും പാശ്ചാത്താപത്തിൻ ചുടുനീരിനാൽ പാപവിമുക്തരാക്കുകയും ചെയ്തു.

അതിഥികളായി എത്തിയ ഞങ്ങളും മഹാത്മാക്കളാവുമെന്ന് അവർ ധരിച്ചു. മൂന്നു ശിഷ്യരും അക്കാര്യം വെളിപ്പെടുത്താൻ തെല്ലും ശങ്കിച്ചില്ല. ഖാജ സുബ്ഹാൻ മസ്തഖിനെ സംശയിക്കേണ്ടി വന്നതും പിന്നീട് കണ്ണീരൊഴുക്കി രാവിൽ പശ്ചാത്തപിച്ചതും അവർ മറന്നിട്ടില്ല. സംഭവിച്ച അബദ്ധം ഇനിയൊരിക്കലും ആവർത്തിക്കാൻ ഇടയാക്കില്ലെന്ന് മൂന്നു പേരും ശപഥം ചെയ്തിരുന്നു.

ഖാജയും ഗുരുവും നിനയ്ക്കാത്ത ഒന്നും പഞ്ചേന്ദ്രിയങ്ങൾക്ക് ചുറ്റും സംഭവിക്കില്ലെന്ന് അവർക്ക് ഉറപ്പായിരുന്നു. മക്കാ തീർത്ഥാടനം കഴിഞ്ഞ് മടങ്ങവേ അതിഥികൾ വഴിതെറ്റി ആശ്രമപരിസരത്ത്

എത്തിയതും ഗുരുവിന്റെ സിദ്ധിയാലാണെന്ന് അവർക്ക് ഉറപ്പായിരുന്നു.
മരുഭൂമി വെന്തുരുകവേ അദൃശ്യനായ ഗുരുവിന്റെ ശബ്ദം പർണ്ണശാലയിൽ മുഴങ്ങി. ഗുരുവിനെ പ്രതീക്ഷിക്കവേയായിരുന്നു ആ ശബ്ദം അവരെ തേടിയെത്തിയത്. പലപ്പോഴും ഗുരുവിന്റെ നിർദ്ദേശം എത്തുക കാറ്റിനൊപ്പമായിരുന്നു.
തെക്കോട്ട് ഉടൻ നടക്കാനായിരുന്നു ഗുരു ആജ്ഞാപിച്ചത്. മഞ്ചൽ എടുക്കണമെന്നും ഓർമ്മിപ്പിച്ചിരുന്നു. ഗുരുവിന് ആപത്ത് പിണഞ്ഞോയെന്ന ആധിയോടെയാണ് മൂവരും മഞ്ചലുമായി തെക്കോട്ട് ഓടിയത്. ചുട്ടുപൊള്ളുന്ന മണലിൽ ഓടിക്കൊണ്ടിരിക്കേ തിരിഞ്ഞുനോക്കിയ സൂക്ഷ്മചൈതന്യ പർണ്ണശാലയുടെ പൂമുഖത്ത് തങ്ങളെ ആശീർവദിക്കുന്ന ഗുരുവിനെ വ്യക്തമായി കണ്ടു. വിദൂരതയിൽ അത്രത്തോളം വ്യക്തമായി ഗുരുവിന്റെ രൂപം കണ്ടതെങ്ങനെയെന്ന് ശിഷ്യൻ ആശ്ചര്യപ്പെട്ടു.
ആത്മചൈതന്യയും പ്രാണചൈതന്യയും ആശ്രമകവാടത്തിലേക്ക് ജിജ്ഞാസയോടെ മിഴിനീട്ടിയെങ്കിലും വെള്ളിമേഘങ്ങൾ കാഴ്ച മറച്ചു.
ഗുരുവിന് ആപത്തു സംഭവിച്ചില്ലെങ്കിൽ മഞ്ചൽ എന്തിനായിരിക്കുമെന്ന് ശിഷ്യർ ഉത്തരംതേടി.
ഗുരു ത്രികാലജ്ഞാനിയാണെന്ന ചിന്ത ഒരേ സമയമാണ് അവരിലേക്ക് പ്രവഹിച്ചത്. ആ നിമിഷം ഓട്ടത്തിന്റെ വേഗം പതിന്മടങ്ങായി. സൂര്യൻ ദേഹത്തെ ചുട്ടുപൊള്ളിക്കുന്നത് അറിഞ്ഞതേയില്ല. ആശ്രമത്തിന് പുറത്തെ അവസാന വൃക്ഷത്തിന് ചുവട്ടിൽനിന്നു പുറത്തെത്തിയത് മുതൽ മൂവരും ഉരുകിയൊലിക്കാൻ തുടങ്ങി.
നടന്നു ക്ഷീണിച്ചിട്ടും ഗുരുവിന്റേതായ ഒരു ദൃഷ്ടാന്തവും പിന്നീട് ലഭിച്ചില്ല. മിഴികൾ പലതവണ ചിമ്മിത്തുറന്നെങ്കിലും കത്തിക്കയറുന്ന വെളിച്ചം കാഴ്ചകൾക്ക് മങ്ങലേല്പിച്ചുകൊണ്ടേയിരുന്നു.
ഒടുവിൽ സൂക്ഷ്മചൈതന്യയാണ് അല്പംമാറി കഴുകന്മാർ വട്ടമിടുന്നത് കണ്ടെത്തിയത്.
ആത്മചൈതന്യയും പ്രാണചൈതന്യയും കഴുകന്മാരുടെ നിഴൽവീണ മണൽപ്പരപ്പിൽ ഏതാണ്ടെന്തോ കണ്ടു. രണ്ട് കഴുകന്മാർ താഴ്ന്നുപറക്കുന്നതും ഇരുണ്ട രൂപത്തെ കാലിൽ കുരുക്കാൻ ശ്രമിക്കുന്നതും നിഴലെന്നപോലെ. മത്സരിച്ചോടിയെത്തിയപ്പോഴാണ് രണ്ട് യാത്രക്കാർ സൂര്യാഘാതത്താൽ തലകറങ്ങി വീണതാണെന്ന് ബോദ്ധ്യമായത്.

പതിനഞ്ച്

ചരിത്രത്താളുകളിൽ കൈയൊപ്പുകൾ അവശേഷിപ്പിക്കാതെ കടന്നുപോയ ഗുഹാമനുഷ്യരുടെ കടുത്തച്ചൂരും അവരുടെ സംഭാഷണവുമെല്ലാം പലപ്പോഴും ഗുഹയിലെ ധ്യാനത്തിനിടയിൽ ഖാജ കേട്ടു.

സന്തതിപരമ്പരകൾ ഒന്നൊഴിയാതെ ഹിമപാതത്തിലോ, ഘോരവർഷത്തിലോ നാമാവശേഷമായതിനെക്കുറിച്ചാണ് അവർ പേർത്തും പേർത്തും പറഞ്ഞുകൊണ്ടിരിക്കുന്നതെന്ന് ഖാജ വർഷങ്ങൾ നീണ്ട മനനത്തിലൂടെ കണ്ടെത്തിയിരുന്നു.

ചില നേരങ്ങളിൽ പെൺകൊടിമാരുടെ ആർത്തനാദവും പൊട്ടിച്ചിരിയും രതിനിർവൃതിയുടെ ശൃംഗാരപദങ്ങളും ഖാജയുടെ ചെവിയിലേക്കെത്തി.

ആ കാലഘട്ടത്തിലെ മനുഷ്യർ ഗുഹയ്ക്കകത്തും പരിസരങ്ങളിലും അരൂപികളായി കഴിയുന്നുണ്ടെന്ന് ഖാജ വിശ്വസിച്ചു. സ്ഖലനം നിലച്ചിട്ടും വിരിപ്പിൽ സ്ഖലനത്തിന്റേതായ ഗന്ധം പരക്കുന്നതെങ്ങനെ? മാതളത്തിന്റെയും ഇളംകരിക്കിന്റെയും പൂത്തകശുമാവിന്റെയുമെല്ലാം സമ്മിശ്രഗന്ധമായിരുന്നു വിരിപ്പിൽ രാത്രിയുടെ മറവിൽ തൂവിപോയ സ്ഖലനകണങ്ങൾക്ക്.

ആരുടേയോ പ്രേരണയ്ക്ക് വിധേയനായി രാവിൽ ഉണർന്നെഴുന്നേറ്റപ്പോൾ നേരിയ കരിക്കിൻ കാമ്പുപോലുള്ള ശുക്ലകണങ്ങൾ ഗുഹയുടെ മേലാപ്പിൽനിന്ന് വിരിപ്പിലേക്ക് പൊഴിയുന്നതിന് അയാൾ സാക്ഷിയായി. മുഖംചെത്തിയ കരിക്ക് പാനത്തിനായി ചുണ്ടോടടുപ്പിക്കുമ്പോഴുള്ള ആസ്വാദ്യമായ ഗന്ധം ഖാജ അനുഭവിച്ചു.

ഗുഹാനിവാസികളിൽ ചിലരെങ്കിലും തനിക്ക് മുമ്പിൽ പ്രത്യക്ഷപ്പെടുമെന്ന് ഓരോ രാവിലും അയാൾ പ്രതീക്ഷിച്ചു. വെട്ടം വീഴും മുമ്പേ ആരുടേയോ കരങ്ങൾ മൈലുകൾക്ക് അകലെയുള്ള കടൽക്കരയിലേക്ക് കൊണ്ടുപോവുന്നത് ഖാജ അറിഞ്ഞു...

ഖാജ സുബ്ഹാൻ മസ്തഖിന്റെ ചിന്തകൾ പലപ്പോഴും ഗുഹാവാസികൾക്ക് ചുറ്റും വട്ടംകറങ്ങി. ഭൂതകാലത്തെക്കുറിച്ച് ഖാജയുടെ മനസ്സിൽ ഒന്നും അവശേഷിച്ചിരുന്നില്ല. ഓർത്തെടുക്കാൻ പണിപ്പെട്ടാലും മണൽക്കുഴച്ചുകെട്ടിയ ഒരു ചുറ്റുമതിൽവരെയേ ഓർമ്മകൾ സഞ്ചരിക്കൂ.

മുൾത്തലപ്പുകൾ നിറഞ്ഞ കുറ്റിക്കാടുകൾ വാസഗൃഹങ്ങളിലേക്ക് പടരുന്നത് തടയാൻ പണ്ടാരോ കെട്ടിയുയർത്തിയതായിരുന്നു ആ മതിൽ. ഭൂതകാലത്തെക്കുറിച്ചുള്ള അന്വേഷണങ്ങളിൽ ശുഭസൂചകമായ ഒന്നും കണ്ടെത്താനായില്ല.

ഗുഹയ്ക്ക് സമീപത്ത് ചിതറിയ പാറക്കഷണങ്ങൾ നിറഞ്ഞ കൂറ്റൻ പർവ്വതം നിന്നിരുന്നു. ഉയരത്താൽ ആകാശത്തെ ചുംബിക്കുമെന്നു തോന്നുന്ന ആ പർവ്വതം ആരവങ്ങളോടെ കുതിച്ചെത്തുന്ന മണൽക്കാറ്റിനെ പൂർണ്ണമായും പിടിച്ചുകെട്ടി.

പണ്ടെന്നോ ഘോരഘോരം പെയ്തൊഴിഞ്ഞ മഴയിലോ, കാലങ്ങളോളം മണൽക്കാടും കടലും താണ്ടിയെത്തിയ കാറ്റേറ്റോ കഠാരപോലെ അറ്റംകൂർത്ത മൂർച്ചയേറിയപാറകൾ നിറഞ്ഞതായിരുന്നു ആ പർവ്വതം. അഭ്യാസികൾക്കുപോലും കയറിപ്പറ്റുക കടുത്തവെല്ലുവിളിയായി അത് നിലകൊണ്ടു. ആരെങ്കിലും ഉച്ചിയിലോളം എത്തിച്ചേരുന്നതും മേഘങ്ങളിൽ ചാരിയിരുന്ന് സഞ്ചരിച്ചിരിക്കുന്നതും അയാൾ സങ്കല്പിച്ചു.

പതിനാറ്

പാറക്കെട്ടിനിടയിൽ ബാഹ്യലോകത്തിന്റെ കണ്ണെത്താത്തതും ഞെരുങ്ങി കയറാവുന്നതുമായ ഒരു വിടവുണ്ടെന്ന് അയാൾ അറിയുന്നത് ആഴ്ചകൾക്ക് ശേഷമായിരുന്നു. ദിവസങ്ങളോളം തുറസ്സായ പാറക്കെട്ടിൽ കഴിച്ചുകൂട്ടിയതിന് ശേഷമായിരുന്നു ഖാജ ആ വിടവ് ശ്രദ്ധിച്ചത്. മെലിഞ്ഞ പ്രകൃതമുള്ളവർക്കും നെഞ്ചുരയാതെ ആ വിടവിലൂടെ അകത്ത് കയറാൻ സാധിക്കുമായിരുന്നില്ല. അകത്തേക്ക് കയറാനുള്ള ആദ്യ ശ്രമം ദേഹം പാറയ്ക്കിടയിൽ കുടുങ്ങുന്നതിലാണ് അവസാനിച്ചത്.

ജീവൻ നഷ്ടപ്പെട്ടേക്കുമെന്ന് സുനിശ്ചിതമായ നിമിഷങ്ങൾ. ആർത്തുവിളിച്ചാൽപോലും കേൾക്കാൻ ആരുമില്ലാത്ത ആ വിജനതയിൽ എത്ര നേരമാണ് ജീവിതത്തോട് മല്ലടിച്ചത്. ശ്വാസം നിലയ്ക്കുമെന്ന് ഭയന്ന ഘട്ടത്തിൽ പേശികൾ അയയുകയും ബുദ്ധിമുട്ടില്ലാതെ അകത്തേക്ക് വീഴുകയുമായിരുന്നു.

അതുവരെ ഗോപ്യമാക്കിവെച്ച ഒരു പാഠം സർവ്വശക്തൻ അന്ന് പഠിപ്പിച്ചു. പേശികളെ മർദ്ദരഹിതമാക്കാൻ സാധിച്ചാലേ ഇത്തരം ഇടങ്ങളിലൂടെ കടന്നുപോകാനാവൂവെന്ന്.

അര നൂറ്റാണ്ടുമുമ്പ് സംഭവിച്ച കപ്പൽച്ചേതത്തിലായിരുന്നു മുസാഫിർ മുഹമ്മദ് എന്ന ഖാജ മനുഷ്യസ്പർശമേല്ക്കാത്ത ആ മരുപ്രദേശത്ത് എത്തിപ്പെട്ടത്.

സൂഫി വര്യൻ ഖാജ സുബ്ഹാൻ മസ്തഖ് സ്വന്തം പേര് സമ്മാനിച്ച ആ ദിനം അയാൾ മറന്നിട്ടില്ല. പുലർക്കാല കിരണങ്ങൾ പാറക്കെട്ടിൽ ചിതറിവീഴവേയായിരുന്നു ഗുരു യാത്രയില്ലെന്ന് ഓർമ്മിപ്പിച്ച് മണൽക്കാട് താണ്ടി കടലിന് മുകളിലൂടെ നടന്ന് അപ്രത്യ

ക്ഷനായത്.

ഖാജ എത്തിപ്പെട്ട് വർഷങ്ങൾക്ക് ശേഷമായിരുന്നു സൂര്യൻ ചുവന്നുതുടുത്ത ഒരു സന്ധ്യയിൽ ഗുരു കടലിന് മുകളിലൂടെ നടന്നടുത്തത്. കപ്പലുകളെ തേടി തീരത്തിരിക്കവേയായിരുന്നു ചക്രവാളച്ചെരുവിൽ ഗുരു പ്രത്യക്ഷപ്പെട്ടത്. ഗുരുവായിരുന്നു സൂഫിസത്തിലേക്ക് നടത്തിയത്.

പൂമ്പൊടി ഊതിപ്പാറ്റുന്ന ലാഘവത്തോടെ ഗുരുവായിരുന്നില്ലേ ഓർമ്മകളെ ഹൃദയത്തിൽനിന്നു നീക്കിയത്. നിശബ്ദമായ രാത്രിയെ സാക്ഷിയാക്കി ലോകത്തെ പുതിയ കണ്ണിലൂടെ കാണാൻ പ്രാപ്തമാക്കിയതും മറ്റാരുമായിരുന്നില്ല. ഓർമ്മകൾ കൂടിക്കലർന്ന് എല്ലാം ഒന്നായി ഘനീഭവിച്ചു. കപ്പൽച്ചേതത്തിന് മുമ്പുള്ളവയെല്ലാം ഗുരു മായിച്ചിരുന്നില്ലെങ്കിൽ മുഴുഭ്രാന്തായേനെ.

ചോദ്യങ്ങൾക്ക് ഉത്തരമില്ലെന്ന് ഉറപ്പായിട്ടും പിന്തിരിയാനായില്ല. ഐഹികമായ യാതൊന്നും സ്പർശിക്കാത്ത ഒരു അവസ്ഥയിലേക്ക് ഗുരുവിനെപ്പോലെ എത്തിച്ചേരാൻ തനിക്ക് കഴിയില്ലെന്ന ചിന്ത ഇടനേരങ്ങളിൽ അയാളെ അസ്വസ്ഥനാക്കി.

സ്വന്തം പേര് ഉപേക്ഷിച്ച് തിരിച്ചുപോയതോടെ ഗുരുവിന്റെ അസാന്നിദ്ധ്യത്തിൽ ലഭിച്ചിരുന്ന സ്വപ്നദർശനങ്ങളും ഉപദേശങ്ങളും അവസാനിച്ചു. ആ ഘട്ടത്തിലായിരുന്നു ഐഹികചിന്തകൾ ഖാജയെ വിട്ടകന്നത്. ഓരോ കാൽവെപ്പിലും മുൾച്ചെടികൾ ഉപദ്രവിക്കാതെ മാറിനിന്നു. കൈവിരലോളം വണ്ണമുള്ള വിഷപ്പാമ്പുകൾ ഖാജയുടെ ഗന്ധം തിരിച്ചറിഞ്ഞ് മാളങ്ങളുടെ ആഴങ്ങളിലേക്ക് പിൻവാങ്ങി. വീണ്ടും കുറേ നാളുകൾക്കുശേഷമാണ് മഹർഷി അദ്വൈത് പരമാനന്ദ് പരമഹംസരെ കണ്ടുമുട്ടുന്നത്. അതോടെ ഖാജ പുതിയൊരു ലോകത്തേക്ക് കടക്കുകയായിരുന്നു. മഞ്ഞുകാലത്തിന്റെ ആരംഭദിനങ്ങളിലായിരുന്നു ആ കൂടിക്കാഴ്ച.

പതിനേഴ്

കാറ്റിന്റെ ഹുങ്കാരം, ഒപ്പം നിന്നനില്പിൽ ഭസ്മമാക്കിയേക്കാവുന്ന ഭീകരമായ ശബ്ദങ്ങൾ...

ഗുഹയ്ക്കകത്തെ ഓരോ രാവും തുടക്കത്തിൽ പരീക്ഷണങ്ങളുടേതായിരുന്നു.

കപ്പൽ തകർന്ന് ആ കരയിൽ എത്തിപ്പെട്ട നാളുകൾ ഭീതിയുടേതായിരുന്നു. ഭയവും ഏകാന്തതയും ഭ്രാന്തനാക്കുമോയെന്ന് സംശയിച്ചു. അമാവാസി രാവിലായിരുന്നു കർണ്ണകഠോരമായ ആ ശബ്ദം ചെവിതുളച്ചെത്തിയത്. ശബ്ദത്തിന്റെ പ്രകമ്പനത്തിൽ അയാൾ ദൂരേക്ക് തെറിച്ചു.

കൂറ്റൻ കരിമ്പാറകൾ കൂട്ടിയിടിച്ചതാവുമോ. ആ രാത്രി മുസാഫിറിന് ഉറങ്ങാനെ സാധിച്ചില്ല. ഓരോ അണുവും കിടുകിടെ വിറച്ചു. വീട്ടിലേക്കുള്ള വഴി അയാൾ വ്യക്തമായി കണ്ടു. ഉമ്മയെ വിളിച്ച് ഉറക്കെ കരഞ്ഞു.

ഭൂമി പിളർന്നേക്കാവുന്ന ശക്തിയിൽ കൂട്ടിയിടിച്ച പാറകളുടെ പ്രകമ്പനം ആ രാത്രി മുഴുവൻ മുസാഫിർ കേട്ടുകൊണ്ടിരുന്നു. പ്രകമ്പനം നിലയ്ക്കാതിരുന്നതോ, പനി ദേഹത്തെ വിറയാൽ താരാട്ടിയതോ.

നേരം നന്നേ പുലർന്നിട്ടും അനങ്ങാനായില്ല. ആ കിടപ്പിൽനിന്നു ഒരിക്കലും മോചിതനാവാൻ സാധിക്കില്ലെന്ന തോന്നൽ കൂടുതൽ ദുർബ്ബലനാക്കി. ദിവസങ്ങളോളം ഒരേ കിടപ്പ്. തൊണ്ടയിലൂടെ ദാഹജലംപോലും ഇറങ്ങാത്ത ദിനങ്ങൾ. ദീർഘിച്ച ഉറക്കത്തിനിടയിൽ രാവും പകലും കടന്നുപോയത് അറിഞ്ഞില്ല.

നട്ടുച്ചയ്ക്ക് കനത്തശബ്ദം കേട്ടു.

തൊട്ടടുത്ത് നിന്നായിരുന്നു അത്യുച്ചത്തിലുള്ള പരുഷസ്വരം. അയാൾ ഭയത്താൽ ചാടിയെഴുന്നേറ്റു. ആരെയും കാണാനായില്ല. സഹജമായ പ്രേരണയാൽ വെപ്രാളത്തോടെ ചുറ്റും പരതി. അകത്താരും കയറിയിട്ടില്ലെന്ന് തീർച്ച. അസാമാന്യവലിപ്പമുള്ളൊരാൾക്ക് ഒരിക്കലും അകത്ത് കയറാനുമാവില്ല.
ഗുഹയ്ക്ക് പുറത്തും അയാൾ ശബ്ദത്തിന്റെ ഉറവിടം അന്വേഷിച്ചു. കാറ്റ് നിരപ്പാക്കിയ മണൽപ്പരപ്പിൽ അമർന്ന കാല്പാടുകൾ. ഏതാനും അടി ദൂരത്തിൽ ചെരിഞ്ഞു നീങ്ങിയ കാല്പാടുകൾക്കിടയിൽ അമ്പരപ്പിക്കുന്ന അകലം. ചാടിയാൽപ്പോലും അത്രയും അകലേക്ക് കാൽ വെക്കാനാവില്ല.
മനുഷ്യരുടെ മൂന്നിരട്ടിയെങ്കിലും വലിപ്പമുണ്ടായിരുന്നു ആ കാല്പാടിന്. ആ മനുഷ്യന്റെ ആകാരത്തെക്കുറിച്ച് സങ്കല്പിച്ചപ്പോൾ അയാളുടെ അത്ഭുതം പതിന്മടങ്ങായി. ഏറെക്കാലമായി കൊതിച്ച മനുഷ്യശബ്ദം. യാതൊരു അനുഭൂതിയും സൃഷ്ടിച്ചില്ലെന്നു മാത്രമല്ല അത് ജീവഭയമായി മാറുകയും ചെയ്തു.
കാല്പാടുകൾക്ക് തുടർച്ച കാണാനായില്ല.
ആ പകൽ മുഴുവൻ അതേക്കുറിച്ച് ആലോചിച്ചു. കണ്ടെത്താനാവുമെന്ന പ്രതീക്ഷയിൽ പരിസരങ്ങളിൽ അലഞ്ഞു. കടലിനോട് ചേർന്ന നനഞ്ഞ മണ്ണിലും അജ്ഞാതന്റെ കാല്പാടുകൾ ആഴ്ന്നു കിടന്നു. മൂന്നോ നാലോ അടയാളങ്ങൾ. പിന്നീട് വെള്ളമായിരുന്നു, അനന്തമായ കടലായി പരിണമിക്കുന്ന ഉപ്പുജലം.
തിരിച്ചുവരുമ്പോൾ പാറക്കെട്ടിനു ചുവട്ടിൽ അടർന്നുവീണ വലിയൊരു പാറ കണ്ടു. അതായിരിക്കണം രാത്രിയെ പ്രകമ്പനംക്കൊള്ളിച്ചിരിക്കുകയെന്ന് മുസാഫിർ സംശയിച്ചു. പാറ എവിടെ നിന്നാവാം അടർന്നതെന്ന് കണ്ടെത്താനായില്ല.
കാട്ടുകായകൾ തേടി അലയുന്നതിനിടയിലാണ് ഒട്ടകത്തെ കിട്ടിയത്. കൊടുംചൂടുള്ള ഒരു പകലായിരുന്നു അന്ന്. മലയുടെ അടിവാരത്തിലേക്ക് ഇരുൾ ചേക്കേറാൻ തുടങ്ങുന്ന നേരത്തായിരുന്നു ആ അത്ഭുതം സംഭവിച്ചത്. പാറക്കെട്ടിനോട് ചേർന്ന് ഒട്ടകം പറ്റിനില്ക്കുന്നത് കണ്ടെങ്കിലും വിശ്വസിച്ചില്ല.
പഞ്ചേന്ദ്രിയങ്ങളെപ്പോലും വിശ്വസിക്കാനാവാത്ത കാര്യങ്ങളാണ് എത്തിപ്പെട്ടത് മുതൽ സംഭവിച്ചുകൊണ്ടിരിക്കുന്നത്. നോക്കെത്താദൂരത്തോളം പരന്നുകിടക്കുന്ന നീലക്കടലിൽ ദൃഷ്ടിയൂന്നി പകൽ കഴിച്ചുകൂട്ടി നിരാശനായി മടങ്ങിവന്ന എന്നത്തേയുംപോലെ ഒരുദിനം. എത്തിപ്പെട്ടത് മുതൽ എന്നും കടൽക്കരയിലേക്ക് നടക്കാറുണ്ട്. പ്രതീക്ഷയ്ക്ക് വകയേകുന്ന വല്ലതും കടലിൽ സംഭവിച്ചേക്കുമെന്ന തോന്നലിലാണ് ആ നടത്തം. ഓളങ്ങൾ തിമിർക്കുന്ന ജലാശയത്തിലേക്ക് ദീർഘനേരം നോക്കിയതിനാൽ സംഭവിച്ച മതിഭ്രമമാവാം ആ കാഴ്ചയെന്ന് സംശയിച്ചു.

ജീവിതവുമായി അഭേദ്യമായ ബന്ധമുള്ള ജീവിയുടെ സാന്നിദ്ധ്യം അറിഞ്ഞതോടെ ആ നാല്ക്കാലി ചെറുതായൊന്നു അമറി. മുസാഫിർ അരുമയോടെ പൂഞ്ഞയിൽ തടവിയപ്പോൾ അവൾ ചേർന്നു നിന്നു. അയാളുടെ നഗ്നതയ്ക്കരുകിൽ മൂക്ക് വീർപ്പിച്ച് ഒന്നാഞ്ഞു ശ്വസിച്ചു.

സ്വന്തം നഗ്നതയെക്കുറിച്ച് അയാൾ മറന്നിരുന്നു. ഉദ്ധരിക്കാൻ തുടങ്ങിയ പൗരുഷത്തിൽ അവളുടെ നാവുമുട്ടി.

പരിസരങ്ങളിൽ ദീർഘനേരം അന്വേഷിച്ചാണ് നഗ്നതയ്ക്ക് മേൽ കെട്ടിവെക്കാവുന്ന ഒരു വസ്തു കണ്ടെത്തിയത്. മരവുരിയെന്നോ, ഇലയെന്നോ, തുണിയെന്നോ വ്യക്തമായി നിർവ്വചിക്കാനാവാത്ത ഒരെണ്ണം. ഒട്ടകം ഒപ്പംകൂടിയതിന് ശേഷമാണ് അരയ്ക്കു ചുറ്റും മുസാഫിർ ആ വസ്തു ചുറ്റിവെക്കാൻ ആരംഭിച്ചത്.

ഒട്ടകവുമായുള്ള ചങ്ങാത്തം അയാളെ വീണ്ടും ജീവിതത്തോട് ചേർത്തുകെട്ടി. ഗുഹയിലെ ചൂടിനും തണുപ്പിനുമിടയിൽ അന്തിയുറങ്ങുന്ന ശീലം അയാൾ അവസാനിപ്പിച്ചു. വൃത്തിയാക്കിയ മരുമണ്ണിൽ ഒട്ടകത്തിന്റെ പൂഞ്ഞയിൽ കെട്ടിപ്പിടിച്ച് ഉറങ്ങാൻ മുസാഫിർ ശീലിച്ചു.

തലയ്ക്കു മുകളിൽ പൗർണ്ണമി പ്രകാശിച്ച രാവുകളിൽ അയാൾ ഞെട്ടി ഉണരുകയും ഭയത്തോടെ ചുറ്റും നോക്കുകയും ചെയ്തു. ഭയം അസ്വസ്ഥമാക്കിയപ്പോഴെല്ലാം അയാൾ ഒട്ടകത്തെ ഇറുകെ പുണർന്നു. ആ ജീവിയുടെ ഹൃദയമിടിപ്പും ഉറക്കത്തിലും അയവെട്ടുന്ന ശീലവും രാവിന് പുതിയ നിർവ്വചനം നല്കി.

പതിനെട്ട്

നിശ്ശബ്ദമായ രാവുകൾ.
വെള്ളിയുരുക്കി ഒഴിച്ചപോലുള്ള പകലുകൾ.
ഇരുണ്ടും തപിച്ചും അവ കടന്നുപോയിക്കൊണ്ടിരുന്നു.
ആപ്പിൾമരത്തിലും മുന്തിരിവള്ളിയിലും ഇലകൾ തളിർക്കുകയും പൂക്കൾവിടരുകയും മധുവൂറുന്ന ഫലങ്ങൾ പാകമാവുകയും ചെയ്തു. പക്ഷേ, പരമഹംസർ തിരിച്ചെത്തിയില്ല.
മുന്തിരിവള്ളികൾക്കിടയിൽനിന്ന ഗുരു, പുലർക്കാറ്റിൽ പറന്നുയർന്ന് കാറ്റിനൊപ്പം പഞ്ഞിക്കണക്കെ പാറിപ്പോയി. സാക്ഷിയായ സൂക്ഷ്മ ചൈതന്യയുടെ വാക്കുകൾ ആത്മചൈതന്യക്കും പ്രാണചൈത ന്യക്കും ഉൾക്കൊള്ളാനായില്ല.
ആപ്പിൾത്തോട്ടത്തിന്റെ അതിരിന് അപ്പുറം കാടിനു സമീപം മഹർഷി ജലകണികകളായി രൂപാന്തരപ്പെട്ടത് ആത്മചൈതന്യയും പ്രാണചൈതന്യയും കണ്ടെങ്കിലും ബോധക്ഷയത്തിൽ കലാശിച്ചു. അവശരായി പർണ്ണശാലയിൽ തിരിച്ചെത്തി മൺകലത്തിലെ കുളിർജലം വെപ്രാളപ്പെട്ട് കുടിക്കുമ്പോൾ ഗുരു രണ്ടുപേരെയും ഇമയനക്കാതെ നോക്കി. പിന്നാലെ എത്തിയ സൂക്ഷ്മചൈത ന്യക്കും ഗുരുവിന്റെ കണ്ണുകളെ എതിരിടാനായില്ല.
കത്തിയമർന്ന കൽക്കരിക്കുണ്ഡത്തിൽനിന്നു പ്രസരിക്കുന്നതിന് സമാനമായ ചൂട് കണ്ണുകളിലേക്ക് പകർന്നപ്പോൾ തീനാമ്പുപോലെ എന്തോ അവരുടെ കണ്ണുകളിൽ മിന്നിക്കെട്ടു. അല്പം മുമ്പ് തങ്ങൾ കണ്ട ഗുരുവെങ്ങനെ പർണ്ണശാലയിലെത്തി ധ്യാനനിരതനായെന്ന തിനും ഉത്തരം കിട്ടിയില്ല.
ഇലകളിൽ മുട്ടിയുരുമ്മിയെത്തുന്ന പകൽവെളിച്ചം പർണ്ണശാല

യുടെ പൂമുഖത്ത് കോലംവരച്ചിരുന്നു. ആ കാഴ്ചയിൽനിന്നു മടങ്ങിയെത്തിയപ്പോൾ ഗുരു ധ്യാനിച്ചിടം ശൂന്യമായിരുന്നു.
ഗുരു എവിടെ. ശിഷ്യരിൽ ആ ചോദ്യം ഒരേസമയം ആവർത്തിച്ചു. കാറ്റിനൊപ്പം അപ്രത്യക്ഷമായതോ, അതോ ധ്യാനത്തിന് ഇടവേളയിൽ സൂക്ഷിച്ചുനോക്കിയതോ ഏതായിരുന്നെന്ന് അവർ സംശയിച്ചു.
ഇരുൾ ചേക്കേറിയ രാവിൽ സൂക്ഷ്മാനന്ദയെത്തേടി മഹർഷി അദ്വൈത് പരമാനന്ദ് പരമഹംസരുടെ വാക്കുകളെത്തി. ചെവിയോട് ചുണ്ടുചേർത്താണ് ഗുരു വാക്കുകൾ ചികഞ്ഞെടുത്ത് വെട്ടിക്കൂർപ്പിച്ച് നല്കുന്നതെന്നു സൂക്ഷ്മാനന്ദയ്ക്ക് തോന്നി.
പർണ്ണശാലയ്ക്ക് ചുറ്റുമുള്ള മരത്തിൽ കൂടുകൂട്ടിയ കിളികൾക്ക് അപകടം പിണഞ്ഞാലും കുഞ്ഞു താഴെ വീണാലും മൺകലത്തിൽ കുടിവെള്ളം തീരാറായാലുമെല്ലാം സൂക്ഷ്മാനന്ദയെ തേടി ഗുരുവിന്റെ നിർദ്ദേശമെത്തും. കണ്ടുകൊണ്ടിരിക്കെ കാറ്റായി പുകയായി നിഴലായി തിരോഭവിക്കുന്ന ഗുരുവെന്ന പ്രതിഭാസത്തെക്കുറിച്ച് ആലോചിച്ച് സൂക്ഷ്മാനന്ദ വിസ്മയച്ചിറകിൽ പാറിനടന്നു.

പത്തൊൻപത്

തീവണ്ടി ചൂളംവിളിച്ചു.
കോഴിക്കോട് സ്റ്റേഷനിൽ വൈകുന്നേരം എത്തേണ്ടിയിരുന്ന നേത്രാവതിയുടെ ശബ്ദമായിരിക്കണം.
ബോംബെക്കുള്ള തീവണ്ടിയാണ് പാതിരാനേരത്ത് സ്റ്റേഷനിൽ എത്തിയിരിക്കുന്നത്.
ഇശാ നമസ്കാരവും ഭക്ഷണവും കഴിഞ്ഞ് പള്ളിയോട് ചേർന്ന കുളപ്പടവിൽ ഇരുന്നതായിരുന്നു. ഒന്ന് മയങ്ങിയിരിക്കണം.
എഴുന്നേറ്റപ്പോൾ ഹാജി അലി വലിയുല്ലയെ കണ്ടില്ല.
മക്കയിൽനിന്നു മടങ്ങുമ്പോൾ സംഭവിച്ചതെല്ലാം ആ മനസ്സിനെയും പിടിച്ചുലച്ചിരിക്കാം. അവിശ്വസനീയമായ എന്തെല്ലാമോ ആ അനുഭവങ്ങളിലില്ലെ. ഇന്നും ദീർഘിച്ചൊരു സ്വപ്നമായാണ് അനുഭവപ്പെടുന്നത്. ഹാജി ഒപ്പം ഉണ്ടായിരുന്നില്ലെങ്കിൽ സ്വപ്നമാണെന്ന് സമാധാനിക്കാമായിരുന്നു. ഖാജയും പരമഹംസരും യാഥാർത്ഥ്യങ്ങളല്ലേ. ജീവിതത്തെക്കുറിച്ച് അവർ നല്കിയ ഉൾക്കാഴ്ചകൾ സ്വപ്നദർശനമാകുന്നതെങ്ങനെ. ചിന്തിച്ചാൽ ഏത് നിസ്സാരകാര്യത്തിലും പുതിയമാനങ്ങൾ കൈവരും. ലോകത്തിൽ അനുനിമിഷം എന്തെല്ലാം സംഭവിക്കുന്നു.
ഈ കുളത്തിന്റെ കഥ വിശ്വസിക്കാൻ സാധിക്കാത്തവരല്ലെ നഗരത്തിൽ കഴിയുന്നവരിൽ ബഹുഭൂരിഭാഗവും. ഹാജിക്കൊപ്പം മക്കത്തേക്ക് യാത്ര തിരിക്കുമ്പോൾ അവിടെ പുഴയുണ്ടായിരുന്നില്ലെ? ഏതാനും വർഷത്തിനുള്ളിലല്ലെ പുഴ അപ്രത്യക്ഷമായത്. പള്ളിക്ക് സമീപം ഖുംട്ടി* നടത്തുന്ന കോയസൻകുട്ടിക്കുപോലും അവിടെ മുമ്പുണ്ടായിരുന്നത് പുഴയോ, കുളമോയെന്ന സംശയം ബാക്കിയാണ്.

ഹാജിയും ഞാനും ആവർത്തിച്ച് ചോദിച്ചിട്ടും അയാൾ കൃത്യമായൊന്നും പറഞ്ഞില്ല. രാവു പുലരുമ്പോഴേക്കും പുഴ തിരോഭവിക്കുമോ? ലോകത്തിന്റെ പല ഭാഗങ്ങളിലും പുഴകൾ തിരോഭവിച്ചതായി കേട്ടിരുന്നു. കേട്ട കഥകളിൽ അധികവും അറബികളായ കപ്പൽസഞ്ചാരികളിൽ നിന്നായിരുന്നു.
അമേരിക്കയിലെ കൊളറോഡ നദിക്കടിയിൽ മറ്റൊരു നദിയൊഴുകുന്നു.
സഞ്ചാരം മാത്രം ജീവിതവ്രതമാക്കിയ പക്ഷികൾ, ആമകൾ, പാപ്പാത്തികൾ...
ദുനിയാവിനെക്കുറിച്ച് കേൾക്കുന്നതൊന്നും പലപ്പോഴും വിശ്വസിക്കാനാവാത്ത കാര്യങ്ങളല്ലേ...?
സത്യമാണെന്ന് ലോകത്തിന് ഉറപ്പുള്ളവയെ എങ്ങനെ തള്ളിക്കളയും. പരമഹംസർ വിവരിച്ച ഭൂമിയിലേക്ക് അപ്രത്യക്ഷമായ സരസ്വതീനദിയുടെ കഥയും അവിശ്വസിക്കാവുന്നതാണോ.
പുഴകളുടെ തിരോധാനം മിഥ്യയോ, മതിഭ്രമമോ അല്ലെന്ന് ആവർത്തിച്ചുറപ്പിക്കുകയാണ് പുഴക്കത്തെ പള്ളിക്കരുകിൽനിന്നു അപ്രത്യക്ഷമായ ആ പുഴ.
ഒരു ദേശം ഒന്നാകെ ഭൂകമ്പത്തിൽ അട്ടിമറിക്കപ്പെട്ടേക്കാം. പ്രളയത്തിൽ ഒരു സമൂഹം തന്നെ നാമാവശേഷമായേക്കാം. എന്നാലും കണ്ടു കണ്ടിരുന്ന ഒരു പുഴ അപ്രത്യക്ഷമാവുക...
പ്രളയം സംഭവിച്ചില്ല.
വരൾച്ച പിടിമുറിക്കിയില്ല.
കൊടുങ്കാറ്റുണ്ടായില്ല.
നാശനഷ്ടങ്ങൾക്ക് കാരണമായ ഭൂകമ്പം നഗരത്തിന്റെ ചരിത്രത്തിൽ എവിടെയും അടയാളപ്പെടുത്തിയിട്ടില്ല.
എന്നിട്ടും പുഴ തിരോഭവിച്ചിരിക്കുന്നു.
ഹോ എന്തൊരു അത്ഭുതം.
ജീവിതത്തിൽ എന്തിനെല്ലാം സാക്ഷിയാവണം. ഞങ്ങൾക്ക് മാത്രമല്ല, പുഴക്കരയിലൂടെ ചുറ്റി നടന്നവർക്കും അതിന്റെ തീരത്ത് വെടിപറഞ്ഞിരുന്നവർക്കുമെല്ലാം പുഴ തിരോഭവിച്ചത് അത്ഭുതം തന്നെ. നഗരത്തിന്റെ ചരിത്രം ചികയാൻ പുതുതലമുറ ആരംഭിച്ചാൽ പള്ളിയുടെ പേരിലൂടെയാവും അവിടെ പണ്ട് പുഴ ഒഴുകിയിരുന്നെന്ന് കണ്ടെത്തുക.
പുഴവക്കത്തെപള്ളിയാണല്ലോ നഗരവാസികൾ പറഞ്ഞുപഴകി പൊയക്കത്തെപള്ളിയായത്.
വലിയങ്ങാടിയിലെ ജോലി കഴിഞ്ഞു മടങ്ങാൻ കോപ്പുകൂട്ടുന്ന നൂറുകണക്കിന് തൊഴിലാളികൾ കുളിച്ചുതിമർത്ത് ക്ഷീണംമാറ്റിയിരുന്ന ഒരു പുഴ.
അത് തിരോഭവിച്ചത് യൂസുഫ് സെക്കറിന് ഉൾക്കൊള്ളാനായില്ല.

* ബീഡിയും മുറുക്കാനും വില്ക്കുന്ന മാടക്കട.

ഇരുപത്

ജീവിതം അതീവസുന്ദരമായി തോന്നിയ ഒരു കാലം.
സന്ധ്യാസമയത്ത് റുബയ്യ ചുട്ടെടുക്കുന്ന യമനി പലഹാരങ്ങളും കബാബുമെല്ലാം ജീവിതത്തിനു പകിട്ടേകിയ നാളുകൾ.
അവളുടെ സ്നേഹവായ്പ് എന്തിനെയും എതിരിടാനുള്ള ആത്മവിശ്വാസം നിറച്ചു. സുരഭിലമായ ആ കാലത്തിന്റെ അന്ത്യം വസൂരിയിലായിരുന്നു. ഏതൊരു ജീവിതവും ഒട്ടുമിക്കപ്പോഴും ദുരന്തങ്ങളിലാവും മുട്ടിനില്ക്കുക. തീവ്രവേദനയിൽ അലിഞ്ഞുതീരാൻ വിധിക്കപ്പെടുന്ന ആ നാളുകളിൽ ദിനങ്ങളുടെ ദൈർഘ്യം അവസാനിക്കില്ല.
കൂട്ടിക്കിഴിച്ചാൽ സന്തോഷമെന്നത് ഏതൊരാളിലും തുലോം കുറവായിരിക്കും. മനുഷ്യരായി പിറക്കുന്നവരിൽ മഹാഭൂരിപക്ഷത്തിനും അതിൽനിന്നു ഒഴിഞ്ഞുനില്ക്കാനാവില്ല.
വസൂരിയുടെ തേരോട്ടത്തിൽ റോഡരുകിലും കടത്തിണ്ണകളിലും ആളൊഴിഞ്ഞ പറമ്പുകളിലും മനുഷ്യർ പുഴുക്കളെപ്പോലെ ചത്തൊടുങ്ങി. ചുറ്റും മനുഷ്യമാംസം ചീയുന്ന ഗന്ധം നിറഞ്ഞ നാളുകൾ.
ആ ദിനങ്ങളെ ഓർത്തെടുത്താൽ മൂക്കിൽ ശവഗന്ധം നിറയും.
നഗരത്തെ ഗ്രസിച്ച വസൂരിക്കാഴ്ചകൾ...
അതിന്നും നെഞ്ചിനെ പിടിച്ചുലയ്ക്കും. ജീവിച്ചിരിക്കുന്നവരിൽ വേർപാടിന്റെ നൊമ്പരം ഒരിക്കലും അവസാനിക്കില്ല. ഹൃദയം മിടിക്കുവോളം സമനില നഷ്ടപ്പെടുവോളം എങ്ങും പോകാതെ നൊമ്പരം അസ്ഥിയിൽ തങ്ങും. കട്ടിലേറി പോകുവോളം അതുണ്ടാവും, ഒരു ശ്വാസത്തിൻ ദൂരത്ത്.
ഒന്നോർത്താൽ ആശ്വസിക്കാം, സ്വന്തമായി കുഴിയെടുക്കാനും

അവൾക്ക് പ്രിയമുള്ള കാശ്മീരിഷാളിൽ പൊതിഞ്ഞു കിടത്താനും ദൈവം കനിവേകിയല്ലോ.
രോഗം ബാധിച്ച് മരിച്ചത് ഞാനായിരുന്നെങ്കിൽ...
ഓർക്കാനായില്ല.
നഗരത്തിന്റെ പടിഞ്ഞാറൻ തീരത്ത് കണ്ണംപറമ്പിലെ പള്ളിക്കാട്ടിൽ അവൾ ഉറങ്ങുന്ന മണ്ണുണ്ട്. അവളുടെ ദേഹത്തെ ഓരോ അണുവിലും സഞ്ചരിച്ച ഈറൻ മണ്ണ്.
യമനിൽനിന്നു വീശിയെത്തുന്ന അനേകം കാറ്റുകൾക്കു നടുവിൽ കടൽക്കരയോട് ചേർന്ന് അവൾ ഉറങ്ങുന്നു. സയ്യയിൽനിന്ന് പത്തറുപതു കിലോമീറ്റർ മാറിയായിരുന്നു അവളുടെ ഗ്രാമം. ജന്മഗ്രാമത്തിലെ നിസ്സാരമെന്നു തോന്നാവുന്ന കാര്യങ്ങൾവരെ ദിനേന എത്തുന്ന യമനിക്കാറ്റുകൾ അവളോടു മൊഴിയുന്നുണ്ടാവാം.
റുബയ്യയുടെ മാതാപിതാക്കൾ, കൂടപ്പിറപ്പുകൾ...
പിതാവിന്റെ ഈന്തപ്പനത്തോട്ടത്തെക്കുറിച്ചും അവിടെ മധുനുകരാൻ എത്തുന്ന പൂമ്പാറ്റകളെയും തേനീച്ചകളെയും കുറിച്ചുമെല്ലാം കാറ്റ് മൂളുന്നുണ്ടാവാം.
പ്രാണികളുടെ ചലനങ്ങളും പറവകളുടെ ആർപ്പുവിളികളുമെല്ലാം അവൾ അറിയുന്നുണ്ടാവും തീർച്ച.

ഇരുപത്തി ഒന്ന്

തെക്കേകടൽപ്പാലത്തിന് രണ്ടു കിലോമീറ്റർ വടക്കുള്ള വസൂരി ആശുപത്രിക്ക് സമീപത്തു കൂടി നടന്നു.
തോപ്പയിലെ പള്ളിക്കാട്ടിലേക്ക് നടക്കവേയാണ് വർഷങ്ങൾക്കു ശേഷം ആ സാംക്രമികരോഗ ചികിത്സാലയം ദൃഷ്ടിയിൽപ്പെട്ടത്. വാർദ്ധക്യം തളർത്തിയ ഞരമ്പുകളിലൂടെ ശക്തമായ മിന്നൽ കടന്നുപോയി. നിലംപൊത്താറായ ആ കെട്ടിടം ഞാൻ മറന്നിട്ടില്ല, ഒരിക്കലും മറക്കാനുമാവില്ല. വസൂരി കൊടുമ്പിരിക്കൊണ്ട നാളുകളിൽ ആളുകൾ ഉൾക്കിടിലത്തോടെ പരാമർശിച്ച കെട്ടിടമാണത്. ആരാലും പരിചരിക്കാനില്ലാതെ നിരവധി മനുഷ്യർ പുഴുക്കളെപ്പോലെ ചത്തൊടുങ്ങി. പാണ്ട്യാലയിലെ മൂപ്പൻ കമ്മുക്കുട്ടി മരിച്ചതും അസുഖബാധിതനായി അവിടെ ഞാൻ എത്തിയതും ഒരേ ദിവസമായിരുന്നു.
ഒരാഴ്ചയോളം കമ്മുക്കുട്ടി രോഗവുമായി മല്ലടിച്ച് അവിടെ കഴിച്ചുകൂട്ടി. രോഗം വന്നാൽ മരണം സുനിശ്ചിതം. പകർച്ചവ്യാധിയായതിനാൽ ഏഴയലത്തുപോലും ആരും വരില്ല. ബന്ധുക്കളും സുഹൃത്തുക്കളും നാട്ടുകാരും കൈയൊഴിഞ്ഞ നൂറുകണക്കിന് മനുഷ്യർ ആ ആശുപത്രിയിലും മതിൽക്കെട്ടിനകത്തും ദിനങ്ങളെണ്ണി കഴിഞ്ഞു.
എത്ര മരണങ്ങളാണ് കാണേണ്ടിവന്നത്. രോഗം ദൈവത്തിന്റെ ശിക്ഷയാണെന്നായിരുന്നു ജനം വിശ്വസിച്ചത്. ദാഹിച്ച് തൊണ്ട പൊട്ടിയാണ് പലരും മരിച്ചത്. മരിച്ചവരുടെ മുഖങ്ങളിൽ ദുഃഖവും നിരാശയും ഘനീഭവിച്ചിരുന്നു. എന്റെ സമീപത്ത് കിടന്നായിരുന്നു കമ്മുക്കുട്ടി മരിച്ചത്. അയാൾക്കും ദാഹജലം നല്കാനായില്ല.

ഒരാഴ്ചയോളമായിരുന്നെങ്കിലും ഒരു ജീവിതം അതിൽ കഴിഞ്ഞെന്നാണ് തോന്നുന്നത്. ഓരോ മരണവും രോഗികൾ അനുഭവിക്കും. രക്തംവാർന്ന് മുഖങ്ങൾ വിവർണ്ണമാവും. ചിലർ ഭ്രാന്തമായി അട്ടഹസിക്കും. ആസ്ത്മരോഗികളെപ്പോലെ ശ്വാസത്തിനായി വെപ്രാളപ്പെടും. ഭയത്താൽ മൗനികളായവർ....

മലത്തിലും മൂത്രത്തിലും രോഗികൾ കുതിർന്നുകിടന്നു. കുരുക്കളുടെ ചോരയും ചലവും രൂക്ഷഗന്ധം നിറച്ച അകത്തളം...

നഗരസഭ നിയോഗിച്ച തോട്ടികൾ ശവങ്ങൾ ഉന്തുവണ്ടിയിലും റാളികളിലും കയറ്റി തോപ്പയിലെ പൊതുശ്മശാനത്തിൽ കൊണ്ടുപോയി ചുട്ടെരിച്ചു. കുഴിവെട്ടി താഴ്ത്തിയാൽ മൃതദേഹത്തിൽനിന്ന് അണുക്കൾ പടർന്നേക്കാമെന്നതിനാലാണ് ദഹിപ്പിക്കാൻ അധികാരികൾ ഉത്തരവിട്ടത്. വാറ്റുചാരായത്തിന്റെ ഗന്ധമായിരുന്നു തോട്ടികൾക്ക്.

ജീവൻ ബാക്കിയായവർ ചിതയിൽ കിടന്നു ആർത്തുകരഞ്ഞു. മനുഷ്യനെന്ന ജീവിയുടെ നിസ്സഹായത വസൂരി ഉദ്ബോധിപ്പിച്ചു. മാറാരോഗത്തിന് മുമ്പിൽ ആവിയായി പോകുന്നതാണ് ഇഷ്ടവും അടുപ്പവും ഉറ്റവരുമെല്ലാം.

അവളെ നഷ്ടപ്പെടുത്തിയ രോഗം കീഴ്പ്പെടുത്തിയപ്പോൾ സന്തോഷിച്ചു. ഏതാനും ദിവസങ്ങൾക്കകം മോക്ഷമാവുമെന്ന് ആശ്വസിച്ചു. ഓർമ്മകളുംപേറി ഒരു നിമിഷംപോലും കഴിയാനാവാത്ത അവസ്ഥയിലായിരുന്നു.

വസൂരി ബാധിച്ചവരുടെ സകലവസ്തുക്കളും മണ്ണെണ്ണ ഒഴിച്ച് കത്തിക്കണമെന്ന് സർക്കാർ അടിക്കടി ഉത്തരവ് പുറപ്പെടുവിച്ചപ്പോഴും അവളുടെ വസ്ത്രങ്ങൾ നിധിപോലെ സൂക്ഷിച്ചു. അവൾ ധരിച്ച മേൽക്കുപ്പായം, അവളുടെ തട്ടങ്ങൾ, ഉടുതുണികൾ...

രോഗബാധ പരസ്യമായപ്പോൾ വീട്ടിലേക്ക് എത്തിയ ഏക വ്യക്തി ഹാജി അലി വലിയുല്ലയായിരുന്നു. വസൂരി ആശുപത്രിയിലേക്ക് മാറ്റിയപ്പോഴും അദ്ദേഹം അനുഗമിച്ചിരുന്നു. വിധിയെ തടുക്കാൻ മനുഷ്യർക്ക് കഴിയുമോയെന്ന ഉറച്ചചോദ്യമാണ് അദ്ദേഹത്തെ പിന്തിരിയാൻ പ്രേരിപ്പിച്ചത്.

തിരിച്ചുപോകാൻ ഒരുങ്ങവേ ദൂരെ എവിടേക്കെങ്കിലും മാറിത്താമസിക്കാമെന്ന് ഹാജി പറഞ്ഞുകൊണ്ടേയിരുന്നു. മരിച്ചാൽ അറിയിക്കണമെന്നും മയ്യിത്ത് തോപ്പയിലെ പള്ളിക്കാട്ടിൽ അടക്കാമെന്നും ഹാജി കാവല്ക്കാരനായ തോട്ടിയോട് പറഞ്ഞിരുന്നു. രണ്ട് രൂപയുടെ ഒറ്റനോട്ട് അവന് നല്കിയാണ് അറച്ചറച്ച് നടന്നകന്നത്.

മുരുകനെന്ന തോട്ടിയായിരുന്നു എന്നോട് ആ കഥ പറഞ്ഞത്. ആശുപത്രിയിൽ എത്തിയ പിറ്റേന്ന് ദേഹം മുഴുക്കെ കുരുക്കൾ പൊങ്ങിയിരുന്നു. മൂപ്പെത്തിയ ചലം നിറഞ്ഞ കുരുക്കൾ. മൂന്നുനാലുദിവസം കുടിനീർപോലും ഇറക്കാനായില്ല. തൊണ്ടയിൽ കു

രുക്കൾ നിറഞ്ഞിരുന്നു.
രക്തവും ചലവും സൃഷ്ടിക്കുന്ന രൂക്ഷഗന്ധം. ആദ്യ ദിനങ്ങളിൽ കുടൽപോലും ഛർദ്ദിച്ചുപോവേണ്ടതായിരുന്നു. നഗരസഭാ ജീവനക്കാർ വല്ലപ്പോഴും ചുണ്ടു നനയ്ക്കാൻ ഇത്തിരി വെള്ളം തന്നാലായി. അനക്കമറ്റവരെ മുഴുവൻ ഉന്തുവണ്ടിയിലേക്ക് എടുത്തെറിയും.
പൊതുശ്മശാനത്തിലേക്കാണെന്ന് അറിഞ്ഞിരുന്നില്ല.
ചകിരിയും ചിരട്ടയും മരത്തടിയും ചപ്പുചവറുകളും കൂട്ടിയിട്ട് മനുഷ്യരെ ചുട്ട ദിനങ്ങൾ.

ഇരുപത്തി രണ്ട്

ബോധം മറഞ്ഞപ്പോഴാവണം എന്നെ ഉന്തുവണ്ടിയിലേക്കെറിഞ്ഞത്.

രണ്ട് തോട്ടികളായിരുന്നു ആ കൈവണ്ടി തള്ളിക്കൊണ്ടിരുന്നത്. അവരുടെ സംസാരത്തിൽ നിന്നാണ് തോപ്പയിലെ പൊതുശ്മശാനത്തിൽ നാലും അഞ്ചും പേരെ ഒന്നിച്ചിട്ട് ചുടുകയാണെന്ന് അറിഞ്ഞത്. അസ്ഥികൾ ഉറഞ്ഞുപോവുന്ന വാർത്ത. ദേഹം അനക്കാനും മിണ്ടാനുമായില്ലെങ്കിലും അവരുടെ സംസാരം വ്യക്തമായി കേൾക്കാമായിരുന്നു.

മൂക്കറ്റം മദ്യപിച്ച രണ്ടു പേർക്കും എന്റെ നെഞ്ചിടിപ്പ് നിലച്ചില്ലെന്നത് ബോദ്ധ്യപ്പെടുന്നതെങ്ങനെ. മൃതദേഹങ്ങൾക്കിടയിൽ ഞാൻ കിടന്നു, മഞ്ഞുകാല പുലർവേളകളിലെ സിമന്റുതറയുടെ തണുപ്പായിരുന്നു. മഞ്ഞുകട്ടകളായി രൂപാന്തപ്പെട്ട മനുഷ്യർ. ചകിരിയും വിറകും കരിയിലകളും നിറച്ച കിണറിനരുകിലേക്കായിരുന്നു ഉന്തുവണ്ടി നീങ്ങിക്കൊണ്ടിരുന്നത്.

തീക്കുണ്ഡത്തിൽനിന്നു ചൂടും പുകയും എന്റെ ദേഹത്തേക്കുമെത്തി. ഓരോരുത്തരെയായി കമ്പുകളാൽ തള്ളിനീക്കി അതിലേക്കിട്ടു. തലയോടും അസ്ഥികളും ചൂടേറ്റ് പൊട്ടുന്ന ഭയാനകമായ ശബ്ദം ഇടയ്ക്കിടെ കേട്ടു. ആ അവസ്ഥയിലേക്കെത്താൻ അധികമില്ലെന്ന് അറിഞ്ഞിട്ടും ആദ്യം തോന്നിയ ഭയം വിട്ടകന്നിരുന്നു.

പഴുത്തളിഞ്ഞ ദേഹവുമായി ഇനിയൊന്നും സാദ്ധ്യമല്ലെന്ന ബോധമാവാം, ജീവിക്കുന്നവന്റെ ചിന്തകൾക്കപ്പുറത്തേക്ക് സഞ്ചരിക്കാൻ കരുത്തേകിയത്. ചകിരിയും ചിരട്ടയും വിറകുമെല്ലാം തീക്കുണ്ഡത്തിന് അരികിലേക്ക് നീക്കിയിട്ടു. അടുത്ത നിമിഷം അഗ്നിപുണരും.

തോട്ടികൾ ഉന്തുവണ്ടിയുമായി വന്ന വഴി ആടിയാടി നീങ്ങുന്നു. സന്ധ്യക്ക് മുമ്പ് അവശേഷിക്കുന്ന മൃതദേഹങ്ങൾ കൂടി തീക്കുണ്ഡത്തിൽ എറിഞ്ഞാലേ അവർക്ക് ജോലി അവസാനിപ്പിച്ച് മടങ്ങാനാവൂ.

ഇരുൾമൂടുന്നതിന് സാക്ഷിയായി ആ ശ്മശാനഭൂമിയിൽ കിടന്നു, അവസാനത്തെ സന്ധ്യ. മരവിച്ച ദേഹങ്ങൾക്കിടയിൽനിന്നു എങ്ങനെ പുറത്തേക്ക് നീങ്ങാനായി ആരുടെ കരുത്തിലായിരുന്നു അത് സംഭവിച്ചത്. ഊക്കോടെ പുറത്തേക്ക് വലിച്ചിട്ട കൈകൾക്ക് നല്ല ചൂടായിരുന്നു. സൂക്ഷിച്ച് നോക്കിയിട്ടും ഒരു നിഴൽപോലും കണ്ണിൽ ഉടക്കിയില്ല.

നുള്ളിയും തലോടിയും ജീവിച്ചിരിക്കുന്നെന്ന് ഉറപ്പാക്കി, ദീർഘനേരമെടുത്തു ആ പ്രക്രിയ. ഭയാനകമായ ശബ്ദം, തൊട്ടടുത്ത് ഭാരമുള്ളതെന്തോ വീണിരിക്കണം. വേദനിക്കുന്ന കൺപോളകൾ പണിപ്പെട്ട് തുറന്നപ്പോൾ വലിയൊരു നിഴൽ, വലതുവശത്തെ ദേഹത്തിൽ കൊത്തിവലിക്കുന്നു. അധികം വൈകാതെ രണ്ടു നിഴലുകൾ കൂടി അനങ്ങി. ആദ്യം കേട്ടപോലുള്ള ശബ്ദമായിരുന്നെങ്കിലും അത്ര മുഴക്കം തോന്നിയില്ല.

പരുന്തായിരിക്കുമെന്ന് കരുതി. തൊട്ടുതൊട്ടില്ലെന്ന നിലയിൽ അവ ചിറകുകൂട്ടി ഇരുന്നപ്പോൾ ചീഞ്ഞശവത്തിന്റെ രൂക്ഷഗന്ധം മൂക്കിലേക്കെത്തി. ആ ഗന്ധം എന്നെ ഹാജി അലി വലിയുല്ലയ്ക്കൊപ്പമുള്ള ഹജ്ജ് യാത്രാദിനങ്ങളിലേക്കു കൊണ്ടുപോയി.

നാളിതുവരെ കോഴിക്കോട്ട് ജീവിച്ചിട്ടും ഒരൊറ്റ കഴുകനെയും കണ്ടിരുന്നില്ല.

ദീർഘദൂരം പറന്നാവണം അവ ശ്മശാനത്തിൽ എത്തിയത്. സംഭവിക്കുന്നതിനെല്ലാം നിന്നുകൊടുക്കാമെന്നാണ് ആദ്യം കരുതിയത്. ഇനി ജീവിതത്തിലേക്ക് തിരിച്ചുപോകാൻ സാധിക്കില്ലെന്ന് ഉറപ്പായിരുന്നു.

പണിപ്പെട്ട് വീണ്ടും കണ്ണു തുറന്നപ്പോഴേക്കും കഴുകന്മാർ ആ ദേഹം മാന്തിപ്പൊളിച്ച് നാനാവിധമാക്കിയിരുന്നു. ചൂഴ്ന്നു പുറത്തേക്കിട്ട കണ്ണുകൾ ഒരു കുട്ടിക്കഴുകൻ കൊത്തിതിന്നാൻ ശ്രമിക്കുന്നു. കാഴ്ചകൾക്കിടയിൽ നേർത്തപാട. പെരുമഴക്കാലത്തെ ആകാശക്കാഴ്ചപോലെ. കുടലുകൾക്ക് മീതെ മങ്ങിയ നിറത്തിൽ എന്തോ, കട്ടപിടിച്ച രക്തത്തിൽ കിടക്കുന്നു. കഴിഞ്ഞ ദിവസം വെള്ളത്തിനായി കേണ ആളുടെ ഹൃദയമാണത്. അയാൾക്കും കാണുമായിരിക്കും ഒരു പേര്.

തല ഇടതുവശത്തേക്ക് പണിപ്പെട്ട് തിരിച്ചപ്പോൾ മൂന്നു നാലു കഴുകന്മാർ, ഭോജനത്തിലാണ്. തീയിൽ ചുട്ട് നീറിച്ചത്താലും കഴുകന് ഭക്ഷണമാവരുത്.

ഉന്തുവണ്ടിയുടെ ശബ്ദം, കുണ്ടുംകുഴിയും നിറഞ്ഞ പാതയിൽ

വീണും ഉരുണ്ടുമാണ് വരുന്നത്. ദേഹം മുഴുവൻ തീക്കാറ്റ് പടർന്നു. ആലോചിച്ചു നില്ക്കാൻ ഒട്ടും നേരമില്ല, സർവ്വശക്തിയും സംഭരിച്ച് ഞാൻ ഇഴയാൻ ശ്രമിച്ചു. ദേഹം അനങ്ങാത്തതിനാൽ ആദ്യം പരാജയപ്പെട്ടു. ആരോ പൊക്കിയെടുക്കാൻ ശ്രമിച്ചിട്ടെന്നപോലെ മുട്ടുകുത്തിനിന്നു. തോട്ടികൾ ഉന്തുവണ്ടിയുമായി അടുക്കുകയാണ്. അവരുടെ കണ്ണിൽപ്പെടാതെ നിരങ്ങി കാട്ടുപൊന്തകൾക്കുള്ളിലേക്ക് വലിഞ്ഞു. കല്ലിലും മണ്ണിലും ഉരഞ്ഞതിനാലാവണം കുരുക്കളിൽ കറുത്ത നിറത്തിൽ ചോരയും ചലവും കിനിഞ്ഞു.

ഇലച്ചാർത്തുകൾക്ക് ഇടയിലൂടെ നോക്കിയപ്പോൾ നേർത്ത തീജ്ജ്വാല. ദേഹത്തിലൂടെ മിന്നൽ കടന്നുപോയി. തോട്ടികളിൽ ഒരാൾ ക്യാനിൽനിന്നു എന്തോ കുഴിയിലേക്ക് ഒഴിച്ചു; തീ ആവേശത്തോടെ ആളിക്കത്താൻ തുടങ്ങി. ഞെട്ടിവിറയ്ക്കുന്ന ഹൃദയത്തോടെ തീയണയുന്നതുവരെ അനക്കമറ്റുനിന്നുപോയി. ചെറിയ പൊട്ടലും ചീറ്റലും, ഇടയ്ക്ക് അത്യുച്ചത്തിലുള്ള പൊട്ടിത്തെറികൾ... അത്യുച്ചത്തിൽ പൊങ്ങിയ നിലവിളി തൊണ്ടയിൽ തടഞ്ഞു. ഉച്ചത്തിൽ സംസാരിക്കുന്ന തോട്ടികളുടെ നിഴലുകൾ. ഇരുളിന് കട്ടികൂടിയിട്ടും മദ്യം കുഴപ്പിച്ച സംസാരം ഏറെനേരം കേട്ടു. തീ അണഞ്ഞെന്ന് ഉറപ്പായതിനാലാവാം അവർ മടങ്ങി.

വെയിലേറ്റ് പാളുന്ന വിളക്കുനാളത്തെ ഓർമിപ്പിച്ചു ആ നിഴലുകൾ. ആ രാത്രി മുഴുവൻ അനങ്ങാനേ കഴിഞ്ഞില്ല. പുലരാറായപ്പോഴാണ് വടക്കേമതിൽക്കെട്ടിന് സമീപത്തെ കാട്ടുചെടികൾക്ക് ഇടയിലേക്ക് എങ്ങനെയോ വലിഞ്ഞെത്തിയത്. മതിൽക്കെട്ടിനോട് ചേർന്ന് തകർന്ന ഒരു കല്മണ്ഡപം. അതിന്റെ ഇത്തിരിപോന്ന കോണിൽ ചുരുണ്ടുകിടന്നു.

ഉറക്കമുണർന്ന ഉടൻ ഏന്തിവലിഞ്ഞു പുറത്തേക്ക് നോക്കി. ദൂരെ അവ്യക്തമായ നിഴലുകൾ ചലിക്കുന്നു.

വിശപ്പ്, ദാഹം...

രോഗം മൂർച്ഛിച്ച ശേഷം ആ വികാരം ആദ്യമായിരുന്നു. ചുറ്റുമുള്ള കാട്ടുചെടികളിൽ ചൊറിയാനിടയില്ലെന്ന് തോന്നിയവ പൊട്ടിച്ചെടുത്ത് സാവധാനം ചവച്ചു. നിലത്തുകിടന്ന ചിരട്ടയിലെ തെളിവെള്ളം ആർത്തിയോടെ കുടിച്ചു. കഴിഞ്ഞദിവസങ്ങളിൽ പെയ്ത മഴയുടെ ബാക്കിയാവാം.

നാലു ദിവസവും പച്ചിലയിൽ പശി അകന്നു. ആ ദിനങ്ങളിൽ വിസർജ്ജനാവയവങ്ങളെല്ലാം സുഷുപ്തിയിലായിരുന്നു. അഞ്ചാം നാൾ ഉറക്കമുണർന്നപ്പോൾ ഉന്മേഷം തോന്നി. മാംസപേശികളെ വേദന വിട്ടകന്നിരുന്നു. ദേഹത്തെ പൊതിഞ്ഞ വ്രണങ്ങൾ കരിയാൻ തുടങ്ങിയിരുന്നു. സിരകളിൽ പുതുരക്തം കുത്തിയൊഴുകുന്നു. ഹൃദയത്തിൽ പുനർജ്ജനിയുടെ ദ്രുതതാളം.

ഇരുപത്തി മൂന്ന്

കല്മണ്ഡപത്തിന് കീഴിൽ ചുരുണ്ടുകിടന്ന ദിനങ്ങൾ ഓർമ്മയിൽ തെളിഞ്ഞു.

ഓരോ രാവും കടന്നുപോയത് വിഭിന്നങ്ങളായ അനുഭവങ്ങളിലൂടെയാണ്. പത്തിയുള്ള കരിമൂർഖൻ ദേഹത്തിഴഞ്ഞു. അവ ഇടയ്ക്ക് നക്കുകയും ഗന്ധം ആവാഹിക്കുകയും ചെയ്തു. പാമ്പിഴയുമ്പോൾ തണുപ്പനുഭവപ്പെട്ടു. ആദ്യ സ്പർശത്തിൽ കാൽവിരൽ മുതൽ തലയോട്ടിയോളം അത് ഓടി നടന്നു. മരണമുഖത്തുള്ളവൻ അതേക്കുറിച്ച് ബോധവാനാവുന്നതിൽ കാര്യമില്ലെന്ന് പിന്നീട് തോന്നി. അതോടെ സംഭവിക്കുന്നതൊന്നും ദേഹത്തെ ബാധിക്കാതായി.

ദിവസങ്ങൾ എത്ര കടന്നുപോയെന്ന് അറിയാനായില്ല. നല്ല മഴ പെയ്തത് ഓർമ്മയുണ്ട്. ആ ദിനത്തിലാണ് പൊന്തക്കാട്ടിൽനിന്നു പുറത്തേക്കിറങ്ങിയത്. അതിശക്തമായി മഴ, നനഞ്ഞുകുളിച്ചു നടന്നു. ആകാശത്തെ പിളർത്തി മിന്നൽപ്പിണരുകൾ താഴേക്കു പതിച്ചു. ദിക്കുപൊട്ടുമാറുച്ചത്തിൽ ഇടിനാദം ഭൂമിയെ പ്രകമ്പനം കൊള്ളിക്കുമ്പോഴും ഞാൻ നടന്നുകൊണ്ടിരുന്നു. എവിടേക്കെന്നില്ലാത്ത യാത്ര. ദേഹത്തിന്റെ ഓരോ അണുവിലും മഴയുടെ ചടുലനൃത്തം. അസഹ്യമായ തണുപ്പ്, വസൂരി പൊറ്റകൾക്കടിയിലെ വെളുത്തു മൃദുവായ മാംസത്തിൽ മഴത്തുള്ളികൾ സൂചിപോലെ ആഞ്ഞുതറഞ്ഞപ്പോൾ വേദനയ്ക്കിടയിലും പുളിപ്പ് വേറിട്ടറിഞ്ഞു. ദീപമേന്തിയ മിന്നൽപ്പിണരുകൾ എന്നെ മുന്നോട്ടുനയിച്ചു.

ദേഹത്തെക്കുറിച്ചോ, അണിഞ്ഞ വസ്ത്രത്തെക്കുറിച്ചോ ചിന്തിച്ചതേയില്ല. എങ്ങോട്ടെന്നില്ലാത്ത ഒരു പലായനം. വഴിയിൽ തളർന്നു

വീണു. ആകാശം ഇരുണ്ടുമൂടിക്കിടന്നതിനാൽ അത് രാവോ, പകലോ എന്ന് ക്ലിപ്തപ്പെടുത്താനായില്ല. ഒടുവിൽ ഓർമ്മയിൽ പതിഞ്ഞത് വീതികുറഞ്ഞ ഒരു ഇടവഴിയാണ്. ആ വഴിയുടെ ഇരുവശത്തും ശീമക്കൊന്ന മുറ്റിത്തഴച്ചു വളർന്നിരുന്നു.
വഴിവക്കിലെ കിടപ്പിലും ഇടയ്ക്ക് ബോധം തെളിയുമ്പോൾ മിന്നൽപ്പിണരുകൾ താഴേക്ക് കുതിച്ചുചാടുന്നത് കണ്ടു. പ്രകാശനിർമ്മിതമായ സഹസ്താസ്ത്രങ്ങൾ ആരോ എയ്യുന്നു. ബോധം തെളിഞ്ഞപ്പോൾ മൃദുവായ എന്തിനോ മുകളിലായിരുന്നു. കാലുകൾ അനക്കിയപ്പോൾ സുഖമുള്ള ചൂട് പറ്റിനിന്നു. ഉമിനീരിൽ മധുരമുള്ളതെന്തോ അലിയുന്നു. പണിപ്പെട്ട് ശ്രമിച്ചെങ്കിലും കൂടുതലൊന്നും ഓർമ്മയിലേക്ക് എത്തിയില്ല. കടുത്ത ക്ഷീണത്താൽ കണ്ണടഞ്ഞത് അറിഞ്ഞതേയില്ല.
ഹാജി അലി വലിയുല്ലയുടെ വടക്കേ കൊട്ടിലിലാണ് കിടക്കുന്നതെന്ന് തിരിച്ചറിയാൻ കുറെ സമയമെടുത്തു. ജനൽപ്പാളിയിലൂടെ നോക്കിയപ്പോൾ നിറയെ ഇലച്ചാർത്തുള്ള ഒരു മരം വെള്ളപ്പാടയ്ക്ക് പിന്നിൽ കുത്തനെ നില്ക്കുന്നു. ആ മരവും ഇളങ്കാറ്റിനൊത്തുള്ള മരച്ചില്ലകളുടെ ചലനവും പരിചിതമാണെങ്കിലും മലർന്നുള്ള കിടപ്പിൽ ഓർമ്മകൾ ഉണർന്നതേയില്ല. ചൂടുള്ളതെന്തോ തൊണ്ടയിലൂടെ ഇറങ്ങുന്നു. എത്ര ശ്രമിച്ചിട്ടും ഇമ അനങ്ങിയില്ല. നേരിയ തുണിയാൽ കണ്ണുകൾ ചുറ്റിക്കെട്ടിയിരുന്നു, കുറെ കഴിഞ്ഞാണ് അത് ബോദ്ധ്യപ്പെട്ടതെന്ന് മാത്രം.
ഇടയ്ക്ക് ആരുടേയോ കാൽപ്പെരുമാറ്റം അടുത്ത് വരും പിന്നെ കുറേ നേരത്തേക്ക് ഒരു ശബ്ദവും കേൾക്കില്ല.
അതങ്ങനെ ആവർത്തിച്ചുകൊണ്ടിരുന്നു.

ഇരുപത്തി നാല്

എഴുന്നേറ്റ് ഇരിക്കാറായപ്പോഴാണ് ഹാജി അലി വലിയുല്ലയുടെ തേജോന്മുഖം തൊട്ടരുകിൽ കണ്ടത്.

ആ ചുണ്ടുകൾ ഏതോ പ്രാർത്ഥനയ്ക്കൊപ്പം പതിയെ ചലിക്കുന്നു.

"12 ദിവസമായി ഒരേ കിടപ്പായിരുന്നു, ടൈഫോയ്ഡാണെന്ന് ഡോക്ടർ പറഞ്ഞു." ഹാജി സംസാരിച്ചു.

"നാഥാ നിനക്ക് സ്തുതി. ഒരിക്കലും വീണ്ടും കാണുമെന്ന് പ്രതീക്ഷിച്ചതേയല്ല. തോപ്പയിലെ ചുടുകാട്ടിൽനിന്നു മൂന്നു നാലു കിലോമീറ്റർ വടക്കുമാറിയുള്ള വിജനമായ ഒരു ഇടവഴിയിൽ നിന്നാണ് ആരെല്ലാമോ ചേർന്ന് ആശുപത്രിയിലേക്ക് എത്തിച്ചത്. ജീവനുണ്ടോ, മരിച്ചോ ഒന്നും അറിയാത്ത അവസ്ഥ.

ആറു ദിവസം കണ്ണിമപോലും അനക്കാതെ ഒരേ കിടപ്പായിരുന്നു. ദേഹത്തിന് നേരിയ ചൂടുണ്ടായിരുന്നതിനാൽ മോർച്ചറിയിലേക്ക് മാറ്റിയില്ലെന്നുമാത്രം. ആശുപത്രിയിൽ രോഗികൾ നിറഞ്ഞതിനാൽ ഇങ്ങോട്ടു കൊണ്ടുവന്നു.

തെക്കേക്കൊട്ടിലിൽ ആധിയോടെയായിരുന്നു ഓരോ രാത്രിയും കഴിച്ചുകൂട്ടിയത്. തുടർച്ചയായി അനുഭവിച്ച കാറ്റും മഴയും തണുപ്പിച്ച ശരീരം ആശുപത്രി ജീവനക്കാർ മോർച്ചറിയിലേക്കു മാറ്റുമോയെന്നും ഭയന്നിരുന്നു. നേരംവെളുക്കുമ്പോഴേക്കും ആശുപത്രിയിലേക്ക് ഓടും. പിന്നെയും കുറേ കഴിയണം അകത്തേക്ക് കയറ്റിവിടാൻ..." ഹാജി അലി വലിയുല്ല ആ ദിനങ്ങൾ അയവിറക്കിയത് ഒരിക്കലും മറക്കില്ല.

വസൂരി താണ്ഡവം അവസാനിപ്പിച്ച് രംഗംവിട്ടെങ്കിലും പല പകർച്ചവ്യാധികളും തീരദേശത്തു വട്ടമിട്ട ദിനങ്ങൾ. ബീച്ച് ആശുപത്രി

യിൽ കാലുകുത്താൻ ഇടമില്ല. പള്ളിയിലെ ഒന്നാം സെഫി*ൽ സുബഹിക്ക് എത്താറുള്ള പതിനേഴ് പേരിൽ പതിമൂന്നും വസൂരി ക്കൊപ്പം മടങ്ങി, മുക്രി ഉൾപ്പെടെ...

ആറേഴ് ആഴ്ചകൾക്ക് ശേഷമായിരുന്നു ഹാജി അലി വലിയുല്ലയ് ക്കൊപ്പം പുറത്തേക്കിറങ്ങിയത്. ദീർഘനേരം പ്രാർത്ഥനകളുമായി ആ ദിനം പള്ളിയിൽ ചെലവഴിച്ചു. പള്ളിയിലേക്ക് നീളുന്ന വഴിയ രികിലെ പല പീടികകളും അടഞ്ഞുകിടന്നു. പൊടിപാറിയ കച്ചവടം നടന്നിരുന്നവയായിരുന്നു മിക്ക കടകളും. തുറന്നവയിൽ പലതിലും അപരിചിതർ. മുമ്പുണ്ടായിരുന്നവർ മടങ്ങിയതാവണം.

പരിചയക്കാർ അവിശ്വസനീയതയോടെ തുറിച്ചുനോക്കി.

സംശയം നിറയവേ ഹാജി വീണ്ടും സംസാരിച്ചു.

“കടകളിൽ നമ്മൾ കണ്ടിരുന്ന പലരെയും വസൂരി തുടച്ചുമാറ്റി. നഗരത്തിലും പരിസരങ്ങളിലും ആയിരത്തിലധികം ആളുകൾ മരി ച്ചെന്നാണ് കഴിഞ്ഞദിവസം പത്രങ്ങൾ റിപ്പോർട്ട് ചെയ്തത്. അവർ എഴുതിയതിലും കൂടുതലാണ് മരണമെന്നാണ് സംസാരം. കേരള വാർത്തയുടെ ചീഫ് എഡിറ്റർ ഗോപാലകൃഷ്ണൻ ബി എയും ചീഫ് ലേ ഔട്ട് ആർട്ടിസ്റ്റ് കൃഷ്ണപ്രസാദും സിറ്റി റിപ്പോർട്ടർ മാരായ കണാരൻകുട്ടിയും അഹമ്മദ്കോയയുമെല്ലാം വസൂരിയിൽ പരലോകം പൂകി. പലരെയും പാതിജീവനോടെ ചുടുകാട്ടിൽ തീകൊളുത്തുകയായിരുന്നുവെന്നും നഗരത്തിൽ വാർത്ത പരന്നി രുന്നു.”

ഹാജി ആ ചിത്രം യൂസുഫ് സെക്കറിന് മുമ്പിൽ വരച്ചുകാട്ടി.

“ഇനി കൂടുതൽ എന്തു പറയാൻ, താങ്കൾ എല്ലാറ്റിനുമുള്ള തെളി വായി എനിക്കൊപ്പം നടക്കുമ്പോൾ.”

ഹാജിയുടെ മുഖം ചന്ദ്രനെപ്പോലെ തിളങ്ങി.

---

* നിര

ഇരുപത്തി അഞ്ച്

റുബയ്യ മരിച്ചിട്ടും എന്നിൽ റൂഹിട്ടു*.
വസൂരിയോടൊത്ത് കണ്ണംപറമ്പിലേക്ക് പോയിട്ടും വർഷങ്ങളോളം ആ ഓർമ്മയിലായിരുന്നു എന്റെ ജീവിതം. ആ വർഷങ്ങളിൽ കടൽ യാത്രയെക്കുറിച്ചോ, പാണ്ട്യാല നല്കുന്ന അല്ലലില്ലാത്ത ജീവിതത്തെക്കുറിച്ചോ ഞാൻ ഓർത്തതേയില്ല.
കണ്ണംപറമ്പി**ലെ അവളുടെ ഖബറിൽ തലചായ്ച്ച് കിടക്കുമ്പോൾ ചുറ്റുമൊരു ലോകമുണ്ടെന്നത് വിസ്മരിക്കും.
അവൾ എന്നോട് സംസാരിച്ചുകൊണ്ടേയിരിക്കും. ജീവിച്ചിരുന്നപ്പോൾ അധികം സംസാരിക്കുമായിരുന്നില്ല. പുലരാറാവുമ്പോൾ ക്ഷീണിതനായി മടങ്ങും. നിങ്ങൾ വന്നില്ലെങ്കിൽ രാത്രിയിൽ പേടിയാവുമെന്ന് ഓരോ രാവ് പുലരാറാവുമ്പോഴും അവൾ ഓർമ്മിപ്പിക്കും. ആളനക്കം അവസാനിച്ചാൽ വിരിപ്പ് ചുരുട്ടി തലയിൽക്കെട്ടി ഖബറിനരുകിലേക്ക് ഓടിയ ഒരുകാലം. മഴ പെയ്യുന്ന ദിനങ്ങളിൽ തണുപ്പിൽ കിടക്കാനാവുന്നില്ലെന്ന് പരാതിപ്പെടും.
പുതയുന്ന മണ്ണിലൂടെ എലി വരുന്നു, പാമ്പ് വരുന്നു, എന്തിനധികം ഒരു ഉറുമ്പ് ദേഹത്തിലൂടെ നീങ്ങുന്നതുപോലും അവൾക്ക് അസ്സഹനീയമായിരുന്നു. പള്ളിക്കമ്മിറ്റിയും സുഹൃത്തുക്കളും പിന്തിരിപ്പിച്ചതോടെയാണ് ഖബറിന് മുകളിൽ രാവ് ചെലവിടുന്നത് അവസാനിച്ചത്.
മരിച്ചവ്യക്തിക്ക് ഈച്ചയുടെ ഭാരംപോലും താങ്ങാനാവില്ലെന്ന് അവർ എന്നെ ബോദ്ധ്യപ്പെടുത്താൻ ശ്രമിച്ചു. അതോടെ വൈകുന്നേരങ്ങളിലായി അവൾക്കരുകിലേക്കുള്ള യാത്ര. മണിക്കൂറുകൾ ചെലവഴിച്ചാലും അവളെക്കുറിച്ചുള്ള ആകുലതകൾ മടങ്ങുമ്പോൾ

ശ്വാസംമുട്ടിക്കും.

ഓരോ പകലിന്റെയും കഥകൾ അവളുമായി പങ്കിട്ടിരുന്നു. ഇടയ്ക്ക് പൊട്ടിയൊഴുകുന്ന പൗരുഷത്തെക്കുറിച്ചും ഞാൻ മറച്ചുവച്ചില്ല. നാടായ നാടെല്ലാം ചുറ്റിയലഞ്ഞതിന്റെ അനുഭവങ്ങൾ തെല്ലുംമറയില്ലാതെ ഏറ്റുപറഞ്ഞതും ആ നാളുകളിലാണ്.

വിവാഹത്തിന് മുമ്പ് പത്തേമാരിയുമായി ലോകത്തിന്റെ അതിരുകൾ തേടി ചുറ്റിയടിച്ചതും അതിനിടെ സിരകളെത്രസിപ്പിച്ച തരുണികളെക്കുറിച്ചും അവളോട് പറഞ്ഞിട്ടുണ്ട്, ഒരു ദേവ സന്നിധിയിലെന്നപോലെ.

ജീവിച്ചിരുന്നപ്പോഴും എന്നെ ഉൾക്കൊള്ളാൻ അവൾക്കായിരുന്നു. മുന്നോട്ടുള്ള പ്രയാണത്തിൽ തനിച്ചാണെന്ന് ചിന്തിക്കരുതെന്ന് പഠിപ്പിച്ചതും മറ്റൊരു വിവാഹത്തിനായി നിർബ്ബന്ധിച്ചതും അവളായിരുന്നു. ഏകനായുള്ള എന്റെ ജീവിതം അവളിൽ ആശങ്ക നിറച്ചു. ക്രിയാത്മകമായി ജീവിതത്തെ സമീപിക്കണമെന്നും പ്രായോഗികവാദമേ വിജയം നല്കുവെന്നും അവൾ പറയും. റുബയ്യയായിരുന്നു യമനിലേക്ക് തിരിച്ചുപോകാൻ പ്രേരിപ്പിച്ചത്.

ദീർഘനാളുകൾക്ക് ശേഷം തിരിച്ചെത്തിയ എന്നെ വീട്ടുകാരും ഗ്രാമവാസികളും സ്നേഹത്താൽ ശ്വാസംമുട്ടിച്ചു. നഷ്ടമായെന്ന് കരുതിയ സന്തതിയാണ് കൂടണഞ്ഞിരിക്കുന്നത്. അവർക്ക് സ്നേഹിക്കാതിരിക്കാനാവുമോ.

ഹാജി അലി വലിയുല്ലയും രണ്ട് സുഹൃത്തുക്കളും പരിചയമുള്ള ഒരു പത്തേമാരിയിൽ കയറ്റിവിടുകയായിരുന്നു.

സയ്യയിൽ എത്തി അധികം വൈകാതെ ബന്ധുക്കൾ വീണ്ടും എന്നെ വിവാഹത്തിലേക്ക് നയിച്ചു. മിസ്രിയ വീട്ടിലേക്ക് എത്തിയപ്പോൾ ഹൃദയം കുളിരണിഞ്ഞു. ഉറക്കംപുണരാത്ത രാവുകൾ അവസാനിക്കുമെന്ന് സ്വപ്നം കണ്ടു. ജീവിതത്തെ നിത്യനരകമാക്കാനാണോ അവൾ വന്നതെന്ന് ആദ്യ ആഴ്ചയിലേ തോന്നി. വൈകാതെ അത് സത്യമായി. അവളെക്കുറിച്ച് ഇനി ഒന്നും എഴുതില്ല. ആ ഓർമ്മപോലും ഹൃദയത്തെ പിളർത്തുമെന്ന് ഭയപ്പെടുന്നു. എത്ര വർഷമാണ് അവളെ സഹിച്ചത്. വീട്ടിൽനിന്നു അനുനയത്തിൽ അവളെ പറഞ്ഞയക്കാമെന്ന് ചിന്തിച്ച നാളുകൾ.

---

* ജീവിച്ചു.

** കല്ലായി അഴിമുഖത്തോടു ചേർന്നുള്ള മുസ്ലിം ശ്മശാനം.

ഇരുപത്തി ആറ്

വീടെന്നും ചുട്ടുപഴുത്തു കിടക്കും.

മിസ്‌രിയ ഹന ഇബ്രാഹിം അതായിരുന്നു എന്റെ രണ്ടാം ഭാര്യയുടെ പേര്. എന്തുകൊണ്ടാണ് എന്നെ സ്നേഹിക്കാൻ അവൾക്ക് കഴിയാതെ പോയതെന്ന് അന്നും ഇന്നും അറിയില്ല. അവൾക്കൊപ്പം കഴിഞ്ഞ ഓരോ രാവിലും നേരംപുലരാൻ അല്പമൊന്നു താമസിച്ചാൽ എന്റെ സഹനത്തിന്റെ നെല്ലിപ്പടി തകരുമെന്ന് ഭയന്നിരുന്നു. അവളുടെ കുത്തുവാക്കുകളും അസഭ്യവർഷങ്ങളും കേൾക്കാതിരിക്കാനാണ് നിലാവെട്ടം അകലുംമുമ്പേ എങ്ങോട്ടെന്നില്ലാതെ പുറപ്പെട്ടിരുന്നത്. വീടിന്റെ അതിര് താണ്ടിയാൽ ലഭിച്ചിരുന്ന ആശ്വാസം അത് എഴുതി പ്രതിഫലിപ്പിക്കാനാവില്ല. കെട്ടിപ്പുണർന്ന് മക്കൾ ഉറങ്ങുന്ന നേരത്ത് ഇറങ്ങി നടക്കുമ്പോൾ അവരെ ഓർത്ത് കുറ്റബോധം തോന്നും. പാതിരാവിലാവും വീട്ടിലേക്ക് മടങ്ങുക.

പള്ളിയിൽ കിടക്കാം, വീട്ടിനടുത്ത മരുപ്പച്ചയിൽ അന്തിയുറങ്ങാം പക്ഷേ, നാട്ടുകാർക്കിടയിൽ വിലയിടിയും. പിന്നെ ചോദ്യങ്ങളായി ബന്ധുമിത്രാദികളുടെ യോഗങ്ങളായി. ഒടുവിൽ രണ്ടും രണ്ട് ഭാഗത്താവും.

അത് വയ്യ.

പുത്രന്മാർ എനിക്കെന്നും പ്രിയപ്പെട്ടവരായിരുന്നു. മിസ്‌രിയയോടൊത്തുള്ള ഏഴുവർഷത്തെ ജീവിതം ഓർക്കുമ്പോഴേ അമ്പേ തളർന്നുപോകും. അപസ്മാര ലക്ഷണങ്ങൾ പ്രകടമാവും.

ഹൃദയം സമ്മർദ്ദത്താൽ വലിഞ്ഞുപൊട്ടിയേക്കുമോയെന്നു ആ നിമിഷങ്ങളിൽ ഭയക്കും. സ്വച്ഛമായി മിടിച്ച ഹൃദയത്തെ ആരോ കുത്തിത്തുരന്നപോലെ. നിറയെ ആണി തറച്ച പ്രതലത്തിലൂടെ ഹൃദയ

ത്തെ ഉരുട്ടുന്നു. ശബ്ദം തൊണ്ടയിൽ കുരുങ്ങും. ശ്വാസം നിലയ്ക്കുന്നതായി അനുഭവപ്പെടും.
ചുവന്നുതുടുത്ത തക്കാളി വീണുടയുന്നപോലെ മൂക്ക് അടർന്നേക്കുമോയെന്നു ഭയക്കും.
ആ നിമിഷം സർവ്വനാഡികളും നേരിയ ശബ്ദത്തിൽ കുഴഞ്ഞു മറിഞ്ഞ് തറയിൽ പരക്കും. തീർച്ചയായും ഞാൻ എഴുതും തകർക്കപ്പെട്ട ആ ദിനങ്ങളെക്കുറിച്ച്, മനസ്സും ശരീരവും മരവിച്ച ആ കാലത്തെക്കുറിച്ച് എഴുതാതെ ഈ ഡയറി പൂർണ്ണമാവില്ല.
തിളച്ചുമറിഞ്ഞ ആ കാലം ഉൾക്കൊള്ളിക്കാതെ ഡയറി പൂർത്തിയാക്കിയാൽ ആത്മാവ് മാപ്പ് തരില്ലെന്നു ഉറപ്പായപ്പോഴാണ് എന്റെ കാല്പാടുകൾ തേടി വരുന്നവർക്കായി എഴുതിമിനുക്കി സൂക്ഷിക്കാൻ തീരുമാനിച്ചത്.
ഈ വരികളൊന്നും ഏതാനും മാസങ്ങളിൽ എഴുതിയതല്ല. കടലാസുതുണ്ടുകളിൽ എഴുതി ഡയറിക്കകത്ത് സൂക്ഷിക്കുകയും വീണ്ടും വീണ്ടും ഓർത്തെടുത്ത് സംഭവങ്ങളുടെ കൃത്യത ഉറപ്പാക്കുകയും ചെയ്ത ശേഷം ഡയറിയിലേക്ക് പകർത്തിയതാണ്. വായനക്കാരാ നിങ്ങൾക്കിതിൽ ഒരിടത്തും വെട്ടോ, തിരുത്തോ കാണാനാവില്ല. ഒരുപക്ഷേ, പിന്നിട്ട താളുകളെക്കുറിച്ച് ഓർത്തപ്പോൾ നിങ്ങളിൽ ചിലരെങ്കിലും അക്കാര്യം ശ്രദ്ധിച്ചിരിക്കാം.
എഴുതിയ ചില വരികളുടെ അരികും മൂലയും ചെത്തിമിനുക്കാൻ നീണ്ടധ്യാനം വേണ്ടിവന്നിട്ടുണ്ട്. ജീവിതത്തിൽ ഒരു എഴുത്തുകാരനാവണമെന്നോ, വല്ലതും എഴുതേണ്ടി വരുമെന്നോ ചിന്തിക്കാത്ത എന്നെപോലെ ഒരാൾ എത്ര സാഹസപ്പെട്ടാവും ഇത് എഴുതിയിരിക്കുകയെന്ന് നിങ്ങൾക്ക് ഇപ്പോൾ ബോദ്ധ്യപ്പെട്ടിരിക്കും.
ഈ ഡയറി എഴുതാൻ തുടങ്ങുന്നതുവരെ എഴുത്തിന്റെ പേറ്റുനോവ് അറിഞ്ഞിരുന്നില്ല. ഓരോ കൃതിക്കു പിന്നിലും പ്രത്യേകിച്ചും ലോകം നെഞ്ചേറ്റിയവയ്ക്ക് പിന്നിൽ എത്ര രാവിന്റെ ഉറക്കവും നെഞ്ചുപൊട്ടുന്ന വേദനയും ഒളിഞ്ഞിരിപ്പുണ്ടാവുമെന്ന് ഇന്ന് ഞാൻ അറിയുന്നു.
സൃഷ്ടിയുടെ വേദനയിൽ അനുഭവിച്ച യാതനകൾ, താണ്ടിയ കനൽപ്പാതകൾ, പീഡകൾ... എഴുതാൻ ഇരുന്നാൽ മുമ്പ് അനുഭവിച്ചതിൽനിന്നു ഒട്ടുംകുറയാതെ നാം അതിലൂടെയെല്ലാം കടന്നുപോകും.
ചിലത് പകർത്തവേ താളുകൾ കണ്ണീരുകുതിർന്ന് വാക്കുകൾ അവ്യക്തമായി. അത്തരം വരികൾ താളുകൾക്കിടയിൽ കാണാം. മനസ്സിന്റെ കലക്കം അതേപോലെ കടലാസിൽ പടർന്നത് അത്ഭുതപ്പെടുത്തി. കടലാസിനും മഷിക്കും ജീവനുണ്ടെന്നു സംശയിച്ച നിമിഷങ്ങൾ.

എത്രയോ താളുകൾ കണ്ണീരിൽ കുതിർന്ന് മഷി പടർന്നതിനാൽ ഉപേക്ഷിക്കേണ്ടതായും വന്നു. ചില രാത്രികളിൽ ഒരേ അനുഭവം പകർത്താൻ പലതവണ ശ്രമിച്ച് പരാജിതനായി. അത്തരം രാവുകളിൽ ഒരുപോള കണ്ണടയ്ക്കാനായില്ല.

ഇരുപത്തി ഏഴ്

വീട്ടിൽനിന്നു ഇറങ്ങുമ്പോഴെല്ലാം തിരിച്ചുവരാൻ ഇടയാവരുതേയെന്ന് പ്രാർത്ഥിക്കും.
നീളുന്നവഴികളാൽ പ്രലോഭിതനായി പുതിയൊരു ദേശത്ത് എത്തിച്ചേർന്നെങ്കിലെന്ന് കൊതിക്കും.
സമാധാനം നല്കുന്ന ഒരു ദേശം.
കുയിലുകൾ പാടുകയും പൈക്കൾ കിടാവുകൾക്കൊപ്പം പുൽത്തകിടിയിൽ മേയുകയും ചെയ്യുന്ന ഒരു ദേശം.
ഗ്രാമത്തിന് നടുവിൽ വലിയൊരു പേരാൽ, സംഗീതക്കച്ചേരി നടത്താൻ ഏത് നേരവും മത്സരിക്കുന്ന ബഹുവർണ്ണ പക്ഷികൾ.
തെക്കും വടക്കുമായി കടന്നുപോകുന്ന നടവഴികളോട് ചേർന്ന് തെളിനീരൊഴുകുന്ന അരുവികൾ.
പച്ചപിടിച്ച വയലുകൾക്കിടയിലൂടെ അരുവിയിലേക്ക് കുതിച്ചൊഴുകുന്ന തോടുകൾ. തമാശകളും പൊട്ടിച്ചിരിയുമായി ജീവിതത്തെ ലാഘവത്തോടെ സമീപിക്കുന്ന മനുഷ്യർ. പനയോലയും തെങ്ങും മുളയും മനോഹരമാക്കുന്ന പ്രകൃതിക്കിണങ്ങിയ വൃത്തിയുള്ള ഉമ്മറത്തോട് കൂടിയ കൊച്ചുകുടിലുകൾ...
കെട്ടുപാടുകളിൽനിന്നു സ്വതന്ത്രനാവാൻ ഈ ധൈര്യംപോര. നൂറു രണാങ്കണങ്ങളിൽ അടരാടി വിജയിച്ചാലും അത് ലഭിക്കണമെന്നുമില്ല. ആർക്കും ആരോടും പോരാടാം, അതിന് ന്യായങ്ങളുണ്ടാവാം. ലോകജനതയുടെ ചരിത്രം പരിശോധിച്ചാൽ അറിയാവുന്ന കാര്യമാണത്. മഹത്തായ തത്ത്വമായി അതിനെ കാണേണ്ടതില്ല. വിപ്ലവം നടത്താം, പോരാടാം. വിജയശ്രീലാളിതനായോ, പൊരുതി മരിച്ചോ കാലത്തിന്റെ കണക്കുപുസ്തകത്തിൽ പേരുചേർക്കാം.

പക്ഷേ, അതൊന്നും മതിയാവില്ല കുടുംബജീവിതം കുത്തൊഴുക്കുകളിൽ തകരാതെ തുഴയെറിഞ്ഞു കരയ്ക്കെത്തിക്കാൻ. അനാദികാല ശാപത്തിന്റെ ഇനിയും ദ്രവിക്കാത്ത അദൃശ്യനാരുകൾ ചുറ്റിവരഞ്ഞതിനാലാവാം പക്ഷികൾ കൂടണഞ്ഞ, പാമ്പുകൾ ഇരതേടാൻ ഇഴയുന്ന നേരത്ത് വീടിന് മുമ്പിൽ യാത്ര അവസാനിക്കുന്നത്.

വഴികൾ മാറി നടന്നാലും ഒടുവിൽ വീടിന്റെ ഉമ്മറത്ത് കൃത്യമായി എത്തുന്നത് അത്ഭുതംതന്നെ. സ്നേഹമോ, പരിഗണനയോ അവൾക്ക് എപ്പോഴെങ്കിലും ലഭിക്കാതിരുന്നിട്ടുണ്ടോ. പിന്നെ രതി... ഓർത്താൽ അതും സംഭവിച്ചിട്ടില്ല. ഓരോ യാത്രയ്ക്ക് ശേഷം വീട്ടിൽ എത്തിയാലും കൊച്ചുകുഞ്ഞിനെപ്പോലെ അവളെ ലാളിച്ചിരുന്നു. വീട്ടിൽ ഞങ്ങൾ തനിച്ചാവുന്ന നേരങ്ങളിൽ അവളുടെ മുട്ടോളമെത്തുന്ന മുടി എണ്ണയിട്ട് കോതിയൊതുക്കാൻ ഭ്രാന്തമായ ആവേശം എന്നിൽ നിറയും. കണ്ണിൽ മഷിയെഴുതുക, കൈകാൽ വിരലുകളുടെ നഖം വെട്ടുക, അമിത വളർച്ച പ്രകടിപ്പിക്കുന്ന മുടിച്ചുരുളുകൾ വൃത്തിയാക്കുക, തനിച്ചാവുന്ന ഉച്ചകളിൽ ദീർഘിച്ച രതിക്കൊടുവിൽ മടിയിൽ ഇരുത്തി തേച്ചുകുളിപ്പിക്കുക, പുറത്തുപോയാൽ അവളുടെ ഇഷ്ടവിഭവങ്ങളുമായി ഇരുളും മുമ്പേ വീടണയുക...

അവയിലെല്ലാം തുടിച്ചുനിന്നത് സ്നേഹമല്ലെന്നുണ്ടോ. പിന്നെ എന്തായിരുന്നു ഞങ്ങൾക്കിടയിലെ പ്രശ്നം. എന്തിനായിരുന്നു ചില നേരങ്ങളിൽ അവൾ ഉറഞ്ഞുതുള്ളിയത്. അവളുടെ മാനസികപ്രശ്നങ്ങളാണ് കാരണമെന്ന് ബോദ്ധ്യപ്പെടാൻ ദീർഘകാലം വേണ്ടിവന്നു.

കുലമഹിമ, മക്കളുടെ ഭാവി...

ഏഴാംനരകത്തിന്റെ അടിത്തട്ടിലെന്ന് സങ്കല്പിച്ച് അവൾക്കൊപ്പം ജീവിച്ചു.

നാം ജീവിച്ചിരിക്കുന്നുവെന്നത് മാത്രമാണ് പരമമായ സത്യം. അതിനെ വെല്ലുന്ന യാഥാർത്ഥ്യമോ, അത്ഭുതമോ ഇന്നേവരെ ഭൂമിയിൽ സംഭവിച്ചിട്ടില്ല, സംഭവിക്കുകയുമില്ല. മരണം ചിരിതൂകുന്ന വഴികളിൽനിന്നു പിന്തിരിയാൻ പ്രേരിപ്പിച്ചത് ആ അറിവാണ്.

ജീവിതത്തിൽ ഒരിക്കലും മിസ്രിയ ആശ്വാസമോ, സമാധാനമോ നല്കിയില്ല. രണ്ടു ജീവിതങ്ങൾ നരകത്തിലേക്ക് പൂർണ്ണമായും അമർന്നെന്നു ഉറപ്പായ ഘട്ടത്തിലാണ് ഞങ്ങൾ വേർപിരിയാൻ തീരുമാനിച്ചത്.

കുട്ടികളുടെ സംരക്ഷണം ബന്ധുക്കൾ അവളെ ഏല്പിച്ചു. ഇളയവൻ ആമിർ മുലകുടിക്കുന്ന കാലമായിരുന്നു.

മൂത്തവൻ അദ്നാന് മൂന്നു വയസ്സേ ഉണ്ടായിരുന്നുള്ളൂ.

ഇരുപത്തി എട്ട്

ഒന്നിച്ചു കഴിഞ്ഞ അവസാന നാളുകൾ സ്ഫോടനാത്മകമായിരുന്നു.

മക്കളെ കൊന്ന് ജീവനൊടുക്കുമെന്ന് മിസ്‌രിയ നിരന്തരം ഭീഷണി മുഴക്കും.

ഞങ്ങൾ യമനികൾക്കിടയിൽ ആരെങ്കിലും ആത്മഹത്യചെയ്തതായി കേട്ടിട്ടില്ല. ഭീഷണി പാരമ്യത്തിലെത്തുന്ന രാവുകളിൽ ഉറങ്ങാനേ സാധിക്കില്ല. അവളുടെ ദേഹം അനങ്ങുന്നുണ്ടോയെന്ന് ചെവികൂർപ്പിച്ച് ഉറക്കംനടിക്കും. രാവു പുലർന്നാലും ഉള്ളം ചുട്ടുനീറും. ഗ്രാമാതിർത്തിയിലെ പൊട്ടക്കിണറിൽ ചാടാൻ ഒരിക്കൽ അവൾ ഒരുമ്പെട്ടു. ആ രാത്രിക്ക് ശേഷം വന്ന രാപ്പകലുകൾ ഉറക്കമില്ലാത്തതായിരുന്നു. കുട്ടികളെയുമെടുത്ത് അവൾ നടക്കുന്നത് മിന്നായംപോലെ കണ്ടു. ജാലകത്തിലൂടെ നോക്കിയപ്പോൾ നിറനിലാവിൽ ആ കാഴ്ച വ്യക്തമായിരുന്നു. ഉറങ്ങുന്ന കുഞ്ഞുങ്ങളുമായി രാവസ്ത്രത്തിൽ ദേഹം പൊതിഞ്ഞു അവൾ ആഞ്ഞുനടന്നു. ഹൃദയത്തിൽ ഹിമപാതം, ദേഹം തളരുന്നു. എല്ലാം ഒരൊറ്റ നിമിഷം മാത്രം.

ആ മരുക്കാറ്റിന്റെ ഹുങ്കാരം ചെവിയിലെന്നുമുണ്ടാവും. വിജനമായ മണൽപ്പരപ്പിൽ ആ ശീതക്കാറ്റ് ഇന്നും ചുറ്റിയടിക്കുന്നുണ്ടാവാം. മരുഭൂമിക്ക് റൂഹിട്ടപോലെ...

കാറ്റേറ്റില്ലെങ്കിൽ കണ്ടതും അനുഭവിച്ചതുമെല്ലാം സ്വപ്നമാണെന്ന് കരുതിയേനെ. അവളുടെ വസ്ത്രം കാറ്റ് പിടിച്ചുവലിച്ചു. കാറ്റിനെ തോല്പിക്കുന്ന വേഗത്തിലായിരുന്നു മിസ്‌രിയ നടന്നത്. പുതയുന്ന മണലിൽ കാലുകൾ പൂണ്ടിരുന്നതിനാൽ വസ്ത്രം ചലിക്കുന്നതാ

യാണ് ആദ്യം തോന്നിയത്.
ജിന്നുകളുടെ നൃത്തംപോലെ.
പൊട്ടക്കിണറാണ് ലക്ഷ്യമെന്ന് ബോദ്ധ്യമായതോടെ എന്റെ തൊണ്ടയിൽ നിന്നുയർന്ന അലർച്ചയ്ക്ക് കടലിന്റെ മറുകരയോളം എത്താനുള്ള ശേഷിയുണ്ടായിരുന്നു.
ജീവനുതുല്യം ഞാൻ സ്നേഹിച്ചിരുന്നു. പക്ഷേ, അവൾ നല്കിയവ ഓമനിക്കാവുന്നതല്ല. ഏതുജീവിക്കും ഒരിക്കൽ മരണത്തെ മുഖാമുഖം കണേണ്ടിവരും. ആർക്കും ഒഴിഞ്ഞുപോകാനുമാവില്ല. മനുഷ്യനുൾപ്പെടെയുള്ള സകലജീവികളുടെയും പേരുകൾ കുറിച്ചിട്ട ചീട്ടുമായി സദാ പരക്കംപായുന്ന മരണദേവത.
തൊട്ടുതൊട്ടില്ലെന്ന മട്ടിൽ നമുക്കിടയിൽ മരണം ഒളിച്ചുകളിക്കുന്നു. ആരെങ്കിലും അതിനെ തേടി പോവുമോ. ഏത് പാതാളത്തിലായാലും ഒരിക്കൽ നമ്മെ തേടിയെത്തും. അതുണ്ടാക്കുന്ന വേദന, രുചി, അടുത്തെത്തുമ്പോൾ സംഭവിക്കുന്ന അനക്കങ്ങൾ, പുണരുമ്പോഴുള്ള ഗന്ധം...
ചിന്തിച്ചത് അത്തരത്തിലായിരുന്നു, ആ ചിന്തയാണ് ജീവിക്കാൻ കരുത്തേകിയത്. മരിച്ചാൽ ഉറ്റവർ ഉടനെ ഓടിപ്പോയി കുഴിവെട്ടും. പിന്നെ താമസമുണ്ടാവില്ല മണ്ണിട്ടുമൂടാൻ. ആഴ്ചയ്ക്കുള്ളിൽ ചീഞ്ഞുവീർത്തു പൊട്ടും, ചോരയും നീരും മണ്ണിൽ പരക്കും. മണ്ണിൽ നനവിന്റെ ലാഞ്ഛനയേ ബാക്കിയാവൂ. ചോരയും നീരും പടർന്ന തുണി അസ്ഥികളിൽ പുണർന്നു അല്പകാലം കൂടി കിടന്നേക്കാം.
പ്രിയപ്പെട്ടവർ അരുമയോടെ പൊതിഞ്ഞ ആ തുണിയിലെ നാരുകൾ കുഴിയിൽ ചിതറും. പൊട്ടിയടർന്നു വേർപ്പെട്ട അസ്ഥികൾക്കിടയിൽ അവ ചിലപ്പോൾ കുറേക്കാലം കൂടി കിടന്നേക്കാം. കോഴിയുടെ കാലിൽ പിണഞ്ഞ മുടിനാരുപോലെ. വീണ്ടും നേർത്ത് സൂക്ഷിച്ചു നോക്കിയാലും കണ്ണിൽപ്പെടാത്ത പൂച്ചയുടെ രോമത്തിന് സമാനമാവും.
യമനിൽ മൃതദേഹത്തിന് സംഭവിക്കുന്നതാണിവ. വർഷത്തിൽ പൊടിമണൽ നന്നായൊന്ന് നനയാൻ പോലും പലപ്പോഴും മഴ ലഭിക്കാത്ത സയ്യയിലെ കഥ. മഴ ഘോരഘോരം പെയ്യുന്നിടത്ത് ഏതാനും മാസങ്ങൾക്കകം ഇതെല്ലാം സംഭവിച്ചേക്കാം. അസ്ഥികൾ മാത്രമാവും കാലത്തോടുപൊരുതുക. അവ തേഞ്ഞുദ്രവിച്ച് കുറേക്കാലം കുഴിയിൽ കിടന്നേക്കാം.
അന്നംതേടി വന്ന പുഴുക്കളും കീടങ്ങളും സൂക്ഷ്മജീവികളും തിരിച്ചുപോയാൽ ചെടികളുടെയും മരങ്ങളുടെയും വേരുകളാവും തത്രപ്പെട്ട് കുഴിയിലേക്ക് എത്തുക. മരണമെന്ന പ്രഹേളികയെക്കുറിച്ച് അത്രയൊക്കെ ചിന്തിച്ചിട്ടും ഞാനും ആത്മഹത്യചെയ്യാൻ ഒരുങ്ങിയിരുന്നു.

ആ ദിനം ഓർക്കാനാവുന്നില്ലെങ്കിലും സംഭവങ്ങൾ ഇന്നും വ്യക്തമായി മുമ്പിലുണ്ട്.
വീടിന് സമീപത്തെ തുറസ്സിൽ അന്ന് അതിശക്തമായ മരുക്കാറ്റ് വീശിയിരുന്നു. ഏതാനും ഇലകളുമായി മൂന്നാളുകളുടെ ഉയരത്തിൽനിന്ന ഗാഫുമരം മണലിൽ അപ്രത്യക്ഷമായി. ഗ്രാമത്തെ മരുഭൂമിയിൽനിന്നു വേർതിരിച്ചിരുന്ന ഈന്തപ്പനവേലി കാറ്റ് പൊക്കിയെടുത്ത് പറന്നു. വീടുകളിലേക്കുള്ള വഴികൾ തിരിച്ചറിയാൻ പറ്റാതായി. രാവുപുലർന്നപ്പോൾ ആ വീടുകൾക്കെല്ലാം വെന്തമണ്ണിന്റെ ഗന്ധമായിരുന്നെന്ന് വേലിയോടു ചേർന്ന വീട്ടിലെ താമസക്കാർ പറഞ്ഞു. ആ രാത്രിയിലായിരുന്നു ഒരു ചാറ്റൽമഴ ചുറ്റുപാടുകളിലൂടെ പാത്തും പതുങ്ങിയും മണ്ണിൽ തൊട്ടുതൊട്ടില്ലെന്ന മട്ടിൽ കടന്നുപോയത്.

ഇരുപത്തി ഒൻപത്

ഗ്രാമാതിർത്തിയിലെ പൊട്ടക്കിണറിൽ ജീവിതം അവസാനിപ്പിക്കാനായിരുന്നു ഞാനും പുറപ്പെട്ടത്.
കുട്ടിക്കാലത്ത് ഒട്ടകവും കുഞ്ഞും വീണ അതേ പൊട്ടക്കിണറിൽ. മിസ്രിയ ആത്മഹത്യക്കായി പുറപ്പെട്ടതും അങ്ങോട്ടായിരുന്നു.
കിണറിന്റെ അടിത്തട്ടിൽനിന്നു ദിവസങ്ങളോളം ഒട്ടകം നിലവിളിച്ചു. കുഞ്ഞിന്റെ ശബ്ദം ആരും കേട്ടില്ല. ആർക്കും ആ മിണ്ടാപ്രാണികളെ രക്ഷിക്കാനുമായില്ല. പരുക്കേറ്റിട്ടും രണ്ടാഴ്ചയോളം അവൾ ജീവിച്ചു. ഗ്രാമീണർ തീറ്റയും വെള്ളവും മത്സരിച്ച് നല്കി. മൂന്നാമത്തെ ആഴ്ച ദുർഗ്ഗന്ധം പരന്നു. മണ്ണിട്ട് മൂടിയിട്ടും ഒന്നു രണ്ട് മാസം അഴുകിയ മാംസത്തിന്റെ ഗന്ധം കാറ്റിൽ അലഞ്ഞു.
പുറത്തേക്കിറങ്ങിയപ്പോൾ പൊടിക്കാറ്റ് മൂളിയെത്തി. തണുത്തരാവിൽ പുലരുവോളും പൊട്ടക്കിണർ തേടിയലഞ്ഞു. ഒട്ടകത്തിന്റെ ദീനവിലാപം ചെവിയിൽ നിറഞ്ഞു. നിലാവിൽ പുലരുവോളം തിരഞ്ഞിട്ടും കിണർ കാണാനായില്ല.
ഒരുപക്ഷേ, മണൽക്കാട് മറച്ചുപിടിച്ചതുമാവാം. നിരാശയോടെ തിരിച്ചുനടക്കുമ്പോൾ ഹൃദയം ശൂന്യമായിരുന്നു. രാവിൽ നടന്നത് എതിർദിശയിലേക്കായിരുന്നുവെന്ന് നേരം പുലർന്നപ്പോഴാണ് ബോദ്ധ്യമായത്. ദൂരെവരെ എന്റെ കാല്പാടുകൾ മണലിൽ അമർന്നിരുന്നു.
കാലടികളോട് ചേർന്ന് ചെറിയയൊരു കാല്പാട്, രാത്രിയിൽ ഉമ്മ വന്നിരിക്കാം, പൊട്ടക്കിണറിന്റെ വഴിയിലേക്ക് നീങ്ങവേ ചേർത്തുപിടിച്ച് എതിർദിശയിലേക്ക് നടത്തിയതാവണം. ഓർമ്മയിൽ സൂക്ഷിക്കാൻ ഭാഗ്യമില്ലാത്ത ആ മുഖം സങ്കല്പിക്കാൻ കുട്ടിക്കാലത്ത്

ഒരുപാട് ശ്രമിച്ചിരുന്നു.

വിയർപ്പിൽമുങ്ങി വീട്ടിലേക്ക് തിരിച്ചെത്തിയപ്പോൾ കുട്ടികൾ ഉറക്കത്തിലായിരുന്നു. വിരിപ്പിൽനിന്നു ദൂരെ മാറിയായിരുന്നു അവർ കിടന്നത്. വിരിപ്പിലേക്ക് അരുമയോടെ എടുത്തു കിടത്തുമ്പോൾ നെഞ്ചുപൊട്ടി. ജീവിതത്തോട് പൊരുതുമെന്ന് നിലാവിനെ സാക്ഷിയാക്കി ശപഥമെടുത്തു.

അവശേഷിക്കുന്നത് ഒരു ബോണസ് ജീവിതമാണ്. പിന്നീട് വന്ന ഇടിമുഴക്കങ്ങളെയും ഭൂകമ്പങ്ങളെയും നേരിടാൻ ആ ചിന്ത കരുത്തുനല്കി. പലരോടും വഴക്കിടേണ്ട ഘട്ടങ്ങളിൽ നിന്റേത് ബോണസ് ജീവിതമല്ലേയെന്ന് അകത്തുനിന്ന് ഓർമ്മപ്പെടുത്തി. അനുരഞ്ജനത്തിന്റെ ആൾരൂപമാക്കി മാറ്റിയതും ആ ചിന്തതന്നെ. പരാജയം രുചിക്കാതെ ജീവിതത്തെ വരുതിയിൽനിർത്താൻ സഹായിച്ചതും മറ്റൊന്നായിരുന്നില്ല. പിന്നീടുള്ള ദിനങ്ങളിൽ ശാന്തനായി ഉറങ്ങി. മിസ്രിയയുടെ പീഡനങ്ങൾ എന്നെ അലോസരപ്പെടുത്തിയില്ല. തിക്തമായ ദാമ്പത്യത്തിന് ബദലായി എവിടെയോ ഒരു സ്ത്രീ എന്നെയും പ്രതീക്ഷിച്ച് ജീവിക്കുന്നുണ്ടെന്ന ചിന്ത ഹൃദയത്തിന് കുളിരായി.

എന്നെങ്കിലും എന്റെ ജീവിതത്തിന് തൊട്ടടുത്തുകൂടി ഒരു ഗ്രഹണം പോലെ അവൾ കടന്നുപോകുമെന്നും ഞാൻ സ്വപ്നം കണ്ടു. ആ സ്വപ്നം നല്കിയ ആശ്വാസം തിട്ടപ്പെടുത്താവുന്നതല്ല. അവളെക്കുറിച്ചുള്ള ചിന്ത ജീവിതവേഗം വർദ്ധിപ്പിച്ചു.

ചില രാത്രികളിൽ അവളുടെ പദവിന്യാസം വ്യക്തമായി കേട്ടു. ഉച്ചയുറക്കത്തിൽ അവളുടെ ഗന്ധം അറിഞ്ഞു. തൊട്ടരുകിൽ അവൾ നില്ക്കുന്നുണ്ടെന്ന് ധരിച്ച് പലപ്പോഴും ഉന്മാദാവസ്ഥയിലേക്ക് വീണു.

മുപ്പത്

സംഭവിക്കാനിടയില്ലാത്ത ഒന്നിനെക്കുറിച്ചാണ് ചിന്തിക്കുന്നതെന്ന് ചിലപ്പോഴെല്ലാം തോന്നുമെങ്കിലും അത് നല്കിയ ആശ്വാസം ജീവിക്കാൻ പ്രേരണയായി. സ്നേഹത്താൽ വീർപ്പമുട്ടിക്കുന്നവൾ, ആവശ്യങ്ങൾ കണ്ടറിയുന്നവൾ...

ചെവിയുടെ പിൻഭാഗത്തും കവിളിലും കഴുത്തിലുമെല്ലാം അവളുടെ ചുണ്ടും നാവും ഇഴഞ്ഞപ്പോൾ സർവ്വരോമങ്ങളും എഴുന്നുനിന്നു. രണ്ടു കുട്ടികളുടെ പിതാവായിട്ടും ഇക്കിളി തരിമ്പും മാറിയിട്ടില്ലെന്നത് എന്നെ വേദനിപ്പിച്ചു.

അവൾ അടുത്തെത്തുമ്പോൾ രോമാഞ്ചത്താൽ കോച്ചിവലിയും. മുലഞെട്ടുകൾ എഴുന്നുനില്ക്കും. രാവിൽ അവൾക്കൊപ്പം തിമിർത്താറാടി ഉണരുമ്പോൾ ദേഹം തളർന്നിരിക്കും. മിക്കപ്പോഴും സ്ഖലനം സംഭവിക്കും. മുലയൂട്ടിയും താരാട്ടുപാടിയും ഉറക്കുന്ന അവളുടെ ദേഹത്തിന് കാട്ടുനാരകത്തിന്റെ ഗന്ധമായിരുന്നു. ഭൂമിയുടെ ഏതെങ്കിലുമൊരു കോണിൽ അങ്ങനെയൊരാൾ ജീവിച്ചിരിപ്പുണ്ടെന്ന് ഞാൻ ഉറച്ചു വിശ്വസിച്ചു.

എന്റെ ഗ്രാമത്തിൽ കണ്ണെത്തുന്നിടത്ത് കഴിഞ്ഞുകൂടുന്നുണ്ടാവുമെന്നു ചിന്തിച്ചപ്പോൾ സിരകളിൽ അനുഭൂതിതളിർത്തു. അവളെ കണ്ടെത്തുന്നതും ഒന്നിച്ചുകഴിയുന്നതും സ്വപ്നംകണ്ടു. ദീർഘകാലമായി എനിക്കായി കാത്തിരിക്കുകയായിരുന്നുവെന്ന് മൊഴിയുന്നത് കേൾക്കാൻ കൊതിച്ചു.

ആ ഒരു പ്രതീക്ഷ ജീവിതത്തെ പുതുക്കിപ്പണിതു. അസ്സഹനീയമായ കുത്തുവാക്കുകളും പരിഹാസങ്ങളും ചുറ്റും നിറയുമ്പോഴും അസ്വസ്ഥതകളിൽനിന്നു സ്നാനപ്പെട്ടവനായി. മിസ്രിയ കിട്ടുന്ന

തെടുത്ത് പ്രഹരിച്ചപ്പോഴും ആഴത്തിൽ മുറിവേറ്റപ്പോഴും ഒന്നും സംഭവിച്ചതായി ഭാവിച്ചില്ല.

വഴിപിരിയാൻ ഉറച്ചപ്പോൾ അദ്നാന്റെയും ആമിറിന്റെയും മുഖങ്ങൾ ഹൃദയത്തിൽ കനലെരിച്ചു.

അച്ഛനുണ്ടായിട്ടും അനാഥത്വം അവരെ മൂടുമെന്നത് കണ്ണുനിറച്ചു.

എന്നിട്ടും ഒരിക്കൽപോലും അവളുടെ മേൽ നാശം മഹാമാരിയായി പെയ്യാൻ പ്രാർത്ഥിച്ചില്ല.

അവളുടെ നാശം എന്റെ കുട്ടികളെ എന്നെന്നേക്കുമായി അനാഥമാക്കുമെന്നും ആ സ്നേഹം പകർന്നുനല്കാൻ ആർക്കും സാധിക്കില്ലെന്നും മാതൃസ്നേഹം അനുഭവിക്കാത്ത എനിക്ക് ആരേക്കാളും അറിയുമായിരുന്നു. മിസ്രിയ കുട്ടികളുമായി അവളുടെ ഗ്രാമത്തിലേക്ക് മടങ്ങിയതോടെ ദാമ്പത്യമെന്ന നരകം അവസാനിച്ചു.

ഒട്ടകപ്പുറത്തേറി പോവുന്ന കുട്ടികൾ തിരിഞ്ഞുനോക്കിക്കൊണ്ടിരുന്നു. മരുഭൂമിയിൽ ആകാശം ചായുന്ന കോണിൽ അവർ നിഴലായി അവസാനിച്ചു.

അവൾ സ്വന്തം ഗ്രാമത്തിലെ അദ്ധ്യാപകന്റെ ഭാര്യയായതായി അറിഞ്ഞു.

അയാളിൽ സ്നേഹവും ശാന്തിയുമായി അവൾ നിറയട്ടെയെന്ന് ആ വാർത്ത കേട്ട മാത്രയിൽ പ്രാർത്ഥിച്ചിരുന്നു.

മുപ്പത്തി ഒന്ന്

ഞങ്ങളുടെ ഗ്രാമത്തിന് കിഴക്കായിരുന്നു അസീസിയ്യ ഗോത്രത്തിന്റെ പിന്മുറക്കാരായ അവളുടെ കുടുംബവീട്.
അലി യാക്കൂബ് ഇബ്രാഹിം തയ്യിബിയുടെ രണ്ടാമത്തെ മകളായിരുന്നു എഴുത്തും വായനയും അറിയുന്ന ഹന മിസ്‌രിയ. ആചാരപരമായും ശീലങ്ങളാലും ഞങ്ങളുടേതുമായി ഏറെ സാമ്യമുള്ളവരായിരുന്നിട്ടും മിസ്‌രിയ എന്റെ വീട്ടിലും ഗ്രാമത്തിലും ഒറ്റപ്പെട്ടു. ഉറ്റവരെയും ഗ്രാമത്തെയും വിട്ടതിലുള്ള നെഞ്ചിടിപ്പാവാം അവയെന്ന് ഞങ്ങൾ ആശ്വസിച്ചു. കാലംനീങ്ങവേ അവളുടെ പെരുമാറ്റത്തിൽ വൈരുദ്ധ്യങ്ങൾ പെരുത്തു. പ്രയോഗിക്കുന്ന വാക്കുകളിൽ പലതും ഉറക്കംകെടുത്തുന്നതായി.
കൂടണഞ്ഞ രാവുകളിൽ തമ്പിൻ പുറം കാറ്റിന്റെ ആക്രോശങ്ങളാൽ ശബ്ദമുഖരിതമായി. ഒറ്റപ്പെട്ട് മോങ്ങുന്ന കുറുക്കന്റേയോ, കുറുനരിയുടേയോ ശബ്ദത്തിന് ചെവിയോർത്തുള്ളതായി എന്റെ രാവുകൾ.
ശക്തമായ ചൂടും വേവും അനുഭവിച്ച് ഒരേകിടക്കയുടെ രണ്ടറ്റങ്ങളിൽ ഞങ്ങൾ കിടന്നു. സ്നേഹിച്ചതും ഓമനിച്ചതുമെല്ലാം വിവാഹത്തിന്റെ ആദ്യ മാസങ്ങളിലായിരുന്നു. ജീവിതവുമായി ബന്ധപ്പെട്ട എന്തും ഞങ്ങൾക്ക് തർക്കിക്കാനും കലഹിക്കാനും പ്രേരണ നല്കി. കൂർത്തനഖങ്ങളും മൂർച്ചയേറിയ കോമ്പല്ലുകളും ഉണ്ടായിരുന്നെങ്കിൽ ഒരാൾ അപരന്റെ നെഞ്ചുമാന്തിപ്പൊളിച്ചേക്കാവുന്ന പ്രക്ഷുബ്ധാവസ്ഥ. ചിന്തയും വികാരവും ഉറച്ച മനുഷ്യരാണെന്നതിനാൽ രക്തംചൊരിച്ചിൽ ഒഴിവായെന്നു മാത്രം. എന്നിട്ടും ചിലപ്പോഴെല്ലാം മുറിവുകളിൽനിന്നു രക്തം പൊടിഞ്ഞു.

ശാരീരികവും മാനസികവുമായ പരുക്കുകളുടെ വേദനകളിൽ മുങ്ങി നാളുകൾ നീങ്ങി. എന്നെ വെട്ടിക്കൊന്ന് അവൾ സ്വയം ഇല്ലാതായേക്കുമോയെന്നു ഭയന്ന നാളുകൾ. പല രാത്രികളിലും ജാഗ്രതയോടെ ഉണർന്നു കിടന്നു. മരുഭൂമിയേക്കാൾ കൊടിയ ചൂടിൽ കിടക്ക ചുട്ടുപഴുക്കുമെന്നു അനുഭവിച്ചറിഞ്ഞു.

കോടക്കാറ്റുമായി ഹൂങ്കാരത്തോടെ മഞ്ഞുകാലം ഞങ്ങൾക്കിടയിൽ വീശിയടിച്ചപ്പോഴും പരസ്പരം ചൂടുപകരാൻ ഞങ്ങളാഗ്രഹിച്ചില്ല. നാലഞ്ചു വർഷത്തെ ജീവിതത്തിനിടയിൽ രണ്ടു കുട്ടികൾ പിറന്നു. എന്നിട്ടും അവൾ തരിമ്പും മാറിയില്ല. എപ്പോഴും ഞങ്ങൾ ഒച്ചയെടുത്തു. ചുണ്ടുകൾ വലിച്ചടച്ച് നിശ്ശബ്ദനാവാൻ ശ്രമിച്ചാലും അവളുടെ കുത്തുവാക്കുകൾ ഏറ്റുമുട്ടാൻ പ്രേരിപ്പിച്ചു. ഒരു കലഹത്തിലേക്ക് നയിക്കാൻ പര്യാപ്തമായ മർമ്മങ്ങൾ അവൾ കൃത്യമായി ഗ്രഹിച്ചിരുന്നു.

ആഗ്രഹിച്ചപ്പോഴൊന്നും അവളിൽ അലിയാൻ എനിക്കായില്ല. അവൾ ഉറക്കം നടിക്കുകയോ, അസുഖം ഭാവിക്കുകയോ ചെയ്തു. ആർത്തവങ്ങളുടെ ഇടവേളകളിലെ ചില ദിനങ്ങളിൽ മാത്രമായിരുന്നു അവൾ എന്നെ തേടിയത്. അത്തരം സന്ദർഭങ്ങളിൽ രതിയെ അനുഷ്ഠാനമായി സമീപിക്കാൻ ഹൃദയത്തെ പാകപ്പെടുത്തി. എന്നിലെ പുരുഷൻ സന്ധിചെയ്യാതായതോടെ ശരീരത്തിന്റെ ഉത്സവങ്ങൾ എന്നെന്നേക്കുമായി അവസാനിച്ചു. അത് വിവാഹത്തിന്റെ നാലാം വർഷത്തിലായിരുന്നു. കൃത്യമായി പറഞ്ഞാൽ വിവാഹവാർഷികത്തിന്റെ മൂന്നാമത്തെ ആഴ്ചയിലെ ഒരു തിങ്കളാഴ്ച.

എന്റെ എക്കാലത്തേയും ശീലമായ ഡയറി എഴുത്താണ് ദിവസം ഓർക്കാൻ സഹായിച്ചത്. പുരുഷൻ ഇണയിൽ ആകൃഷ്ടനാവുന്നതും അവളുടെ ശരീരത്തിന്റെ വൈഷമ്യങ്ങളിൽ ശ്രദ്ധിക്കുന്നതുമെല്ലാം അവർക്കിടയിലെ ശരീരങ്ങളുടെ ഉത്സവം തുടരുവോളമാണെന്ന് തോന്നിയത് അക്കാലത്തായിരുന്നു. ഇവിടെ ഒരു തിരുത്ത് വായനക്കാർക്ക് വേണമെങ്കിൽ ചേർക്കാവുന്നതാണ്.

സുഖവും ദുഃഖവും സന്തോഷവും ശരീരവും പങ്കുവച്ചു ജീവിക്കുന്ന സ്ത്രീക്കും പുരുഷനും ഇടയിലേ വാർദ്ധക്യത്തിൽ സ്നേഹം നിറയൂ. പരസ്പരം പങ്കുവയ്ക്കാത്ത ജീവിതങ്ങളിൽ സൗന്ദര്യത്തിന് യാതൊരു പ്രാധാന്യവുമില്ല. സ്നേഹവും രതിയും സമംചേർന്നു പോകുന്നില്ലെങ്കിൽ അനാഥമായ ഒരു ശവപ്പറമ്പെന്നേ വിശേഷിപ്പിക്കാനാവൂ. എന്റെ ദൃഷ്ടി പതിയാത്ത എങ്ങോ ഇന്നവൾ ജീവിച്ചിരിക്കുന്നുണ്ട്. നാലഞ്ചു വർഷക്കാലം അണുപോലും തെറ്റാതെ അവളുടെ ഗ്രാമത്തിലേക്ക് ഞാൻ കുട്ടികൾക്കുള്ള ധാന്യങ്ങളും പാലിനായി ഒട്ടകങ്ങളെയും ഒപ്പം സ്വർണ്ണനാണയങ്ങളും അയച്ചിരുന്നു.

എന്റെ ആജ്ഞാനുവർത്തികളിൽനിന്ന് അവ സ്വീകരിക്കാൻ ഒരി

ക്കൽപ്പോലും അവൾ തയ്യാറായില്ല. ദാനത്തിലൂടെ കുട്ടികളിൽ അവകാശം ലഭിക്കില്ലെന്ന മറുപടിയും ആട്ടുമായിരുന്നു വാഹകർക്ക് ലഭിച്ചത്.

പിന്നീടെപ്പോഴോ അവൾ കുട്ടികളുമായി വിദൂരദേശത്തേക്ക് യാത്രയായി. അവളെക്കുറിച്ചോ, എന്റെ രക്തം പതഞ്ഞൊഴുകുന്ന പൊന്നോമനകളെക്കുറിച്ചോ ഒന്നും കേട്ടില്ല.

മുപ്പത്തി രണ്ട്

മൂന്നു വർഷത്തിനുശേഷം അദ്നാനും ആമിറും എന്നെ തേടിയെത്തി.

ആ നിമിഷം അനുഭവിച്ച സന്തോഷം എന്റെ സംഭവബഹുലമായ ജീവിതത്തിൽ മുമ്പോ പിമ്പോ ഉണ്ടായിട്ടില്ല.

രാവിലെയായിരുന്നു ആ അനർഘനിമിഷം. ദൂരെ മണൽക്കാടിന്റെ അതിരിലേക്ക് കണ്ണയച്ച് ജീവിതം ഏല്പിച്ച നോവുകളിൽ തലോടവേയാണ് അത് സംഭവിച്ചത്.

അദ്നാനും ആമിറും പോയതിൽ പിന്നെ ജീവിതം നിരാശാഭരിതമായിരുന്നു. കഴിഞ്ഞ ദിവസങ്ങളിലൊന്നും തുറസ്സിലേക്ക് നോക്കാനാവുമായിരുന്നില്ല. കനത്ത പൊടിക്കാറ്റായതിനാൽ പുറത്തിറങ്ങാനേ പറ്റിയില്ല. കോഴിക്കോട്ടേക്കുള്ള യാത്രകൾ അവസാനിച്ചിട്ടും രണ്ട് മൂന്നു വർഷമായിരുന്നു.

ആ നാടിനെയും നാട്ടുകാരെയും കുറിച്ച് ഒരുപാട് മധുരിക്കുന്ന ഓർമ്മകൾ എന്നിൽ നിറഞ്ഞ കാലം. കുടുംബം ശിഥിലമായതിനെക്കുറിച്ച് തികട്ടുമ്പോഴെല്ലാം ഞാൻ കോഴിക്കോടൻ ദിനങ്ങൾ അയവിറക്കും. എത്ര നല്ല മനുഷ്യർ. ആരേയും വന്നുചേർന്നവരായി അവർക്ക് കാണാനാവില്ല.

കാലത്തിന്റെ നിയോഗത്താൽ എത്തിച്ചേരുന്നവരാണെന്നു വിശ്വസിച്ച ഒരു ജനത. ദീർഘയാത്രയ്ക്കുശേഷം എത്തിയവരെ അവർ കൂടുതൽ സ്നേഹിച്ചു, ബഹുമാനിച്ചു, നെഞ്ചേറ്റി നടന്നു. ഭൂഖണ്ഡങ്ങൾ താണ്ടിയുള്ള യാത്രയിൽ എത്രയെത്ര പട്ടണങ്ങളിലൂടെ എന്റെ യൗവനം കടന്നുപോയിരിക്കുന്നു, ഒരിക്കലും കോഴിക്കോടു പോലൊരു പട്ടണത്തിന്റെ ഓർമ്മ ബാക്കിയായിട്ടില്ല.

തിരയ്ക്കൊപ്പം കരയ്ക്കെത്തുന്ന എണ്ണമറ്റ വസ്തുക്കൾപോലെ പ

ട്ടണത്തിൽ എത്തിച്ചേരേണ്ടവരാണ് വരുന്നവരെല്ലാമെന്ന് അവർ വിശ്വസിച്ചു. എവിടെ നിന്നാവാം ആ വിശ്വാസം അവർക്ക് ലഭിച്ചത്. സ്വന്തം രാജാവ്-സാമൂതിരി, രാജ്യം പകുത്തുനല്കി കടൽക്കടന്നതിന് ശേഷമാവുമോ.

മോഹിപ്പിക്കുന്ന നഗരക്കാഴ്ചകളോ, കൊതിപ്പിക്കുന്ന സൗകര്യങ്ങളോ ഒന്നും ഞാൻ എത്തിയ നാളുകളിൽ കോഴിക്കോടിന് സ്വന്തമായിരുന്നില്ല. സൂര്യൻ ചക്രവാളത്തെ തൊടുമ്പോഴേക്കും നിറഞ്ഞൊഴുകുന്ന ഒന്നര കിലോമീറ്ററോളം നീളമുള്ള ഒരു തെരുവ്. ആ തെരുവിലായിരുന്നു സമൂതിരി രാജാക്കന്മാരിൽ ഒരാൾ ലക്ഷ്മീദേവിയെ കുടിയിരുത്തിയത്. നൂറിൽ താഴെ കടകൾ. രാത്രിയിൽ മണ്ണെണ്ണ വിളക്കും പാനീസും കുറഞ്ഞനേരം പ്രഭപരത്തുന്ന ഒരിടം.

എട്ടു മണിക്ക് മുമ്പായി ഒട്ടുമിക്ക കടകളും അടച്ച് മുതലാളിമാരും തൊഴിലാളികളും സ്ഥലംവിടും. പിന്നെ ഖുംട്ടിയിൽ മുറുക്കാനോ, ബീഡിയോ വിറ്റാലായി.

മൂന്നു വർഷത്തിന് ശേഷമാണ് കോഴിക്കോട്ടേക്ക് പോയത്.

ഹാജി അലി വലിയുല്ല കോഴിക്കോട്ടുകാരിയെ വിവാഹം കഴിക്കാനും അവിടെ വാസമുറപ്പിക്കാനും ആ യാത്രയിലും നിർബ്ബന്ധിച്ചിരുന്നു. സയ്യയിൽ തിരിച്ചെത്തി ശ്വാസംമുട്ടുന്ന ജീവിതവുമായി കഴിഞ്ഞുകൂടവേ പോകണമെന്ന് തോന്നിയിരുന്നു, പോകാനായില്ല.

മക്കൾക്കായുള്ള കാത്തിരിപ്പിന്റേതായിരുന്നു ആ ദിനങ്ങൾ. അത് നീണ്ടുനീണ്ടുപോയി. ഉത്സാഹം ഒട്ടുമില്ലാത്ത ഒഴുക്കുമുട്ടിയ ഒരു ജന്മം.

അന്നും ദൂരേക്ക് കണ്ണയച്ച് ഇരിക്കവേയാണ് മരുഭൂമിയുടെ അതിരിൽ ചില രൂപങ്ങൾ പ്രത്യക്ഷപ്പെട്ടത്. സൂക്ഷിച്ചു നോക്കിയപ്പോൾ തോന്നലല്ലെന്ന് ബോദ്ധ്യമായി. കാറ്റടങ്ങി വിജനമായ മരുക്കാട്. അനേകം നാഴിക ദൂരേക്ക് കാഴ്ച നീളുന്നു. പതിവിലും തെളിഞ്ഞ പകൽ. എങ്ങും മൗനം വീണുറങ്ങുന്നു.

വെളുത്തഒട്ടകത്തിന്റെ തലയാണ് ദൃഷ്ടിയിൽ ആദ്യം പതിഞ്ഞത്. നോക്കിനില്ക്കേ കാഴ്ചയ്ക്ക് വ്യക്തത കൂടി. ഒട്ടകപ്പുറത്ത് ചെറിയ തുണിക്കെട്ട്. പിന്നീടാണ് കണ്ണൊഴികെ ദേഹം മൂടിയ രണ്ടു കുട്ടികളാണെന്ന് വ്യക്തമായത്.

വീടിന് പിന്നിലെ മരുവഴി താണ്ടി ആ ഒട്ടകം പോകുമെന്നായിരുന്നു ധാരണ.

ആ ജീവി വീടിനരുകിൽനിന്നു.

മുൻകാലുകൾ മടക്കി ഒട്ടകം താഴ്ന്ന ക്ഷണത്തിൽ കുട്ടികൾ താഴെക്കിറങ്ങി. ദൂരെ നിന്നു വരുന്നവരല്ലെ, മണൽക്കാടുതാണ്ടിയുള്ള യാത്രയിൽ വസ്ത്രം കുടഞ്ഞുടുക്കാൻ ഇറങ്ങിയതാവാം. വീടു കണ്ടതിനാൽ വെള്ളം ചോദിക്കാനുമാവാം. ചുറ്റിക്കെട്ടിയ പുതപ്പ്

മാറ്റിയപ്പോഴാണ് സ്വന്തം ചോരയാണെന്ന് ബോദ്ധ്യമായത്. ഒരക്ഷരം മിണ്ടാതെ രണ്ടുപേരും എന്നെ ചുംബനങ്ങളാൽ മൂടി. ഞങ്ങളുടെ കണ്ണുകൾ നിറഞ്ഞു. ആഴ്ചകളോളം എന്നോടൊപ്പം താമസിച്ച ശേഷമാണ് അവർ മടങ്ങിയത്. പിന്നീട് അവർ പതിവായി വന്നു. പുലരാൻ നേരത്ത് പുറപ്പെട്ട് ആറേഴ് മണിക്കൂർ മരുഭൂമി താണ്ടിയാണ് എത്തിക്കൊണ്ടിരുന്നത്.

തിരിച്ചുപോകുമ്പോൾ അവരുടെ ഗ്രാമത്തിന്റെ അതിരിലോളം ഞാൻ അനുഗമിക്കുമായിരുന്നു. ഒന്നോ രണ്ടോ മാസത്തെ ഇടവേളയിൽ എത്തിയിരുന്ന മക്കൾ നാലു മാസത്തോളം വന്നതേയില്ല. അവൾ വഴക്കിട്ടതിനാലാവാമെന്ന് സംശയിച്ചു. അവളുടെ ഗ്രാമാതിർത്തിയോളം അന്വേഷണം നീണ്ടപ്പോഴാണ് രണ്ടുപേരും എന്നെ തേടി പുറപ്പെട്ടിരുന്നുവെന്ന് അറിയാനായത്.

മക്കൾക്കും ഒട്ടകത്തിനും എന്താണ് സംഭവിച്ചത്. അന്വേഷണങ്ങളിൽ ഒരു തുമ്പും ലഭിച്ചില്ല.

ശക്തമായ പൊടിക്കാറ്റിൽ മണലിൽ അന്തർദ്ധാനം ചെയ്തതാവാം. മണൽക്കാറ്റിന്റെ രൂപത്തിൽ ജിന്നുകൾ കൂട്ടമായെത്തി ആകാശങ്ങൾക്ക് മുകളിലെ കൊട്ടാരത്തിലേക്ക് പറത്തിക്കൊണ്ടുപോയതുമാവാം. എന്റെ സംശയങ്ങൾ പലവഴിക്ക് നീങ്ങി. സമാധാനം നല്കുന്ന ഒരുത്തരവും ലഭിച്ചില്ല.

മനുഷ്യസ്പർശമേല്ക്കാത്ത മരുക്കാടുകളിൽ ജിന്നുകൾ രാവും പകലും നൃത്തംചെയ്യും. ഒറ്റപ്പെടുന്ന യാത്രക്കാരെ മരുപ്പച്ചയിലേക്കു പ്രലോഭിപ്പിച്ച് ആകാശത്തിലേക്ക് പറക്കുമെന്നും കേട്ടിരുന്നു. മധുരമായ ഗാനങ്ങളാലും ഭ്രമിപ്പിക്കുന്ന ഗന്ധങ്ങളാലും സുന്ദരിയുടെ രൂപത്തിലുമെല്ലാം രാവുകളിൽ അവർ സഞ്ചരിക്കും. അവർക്ക് കീഴ്പ്പെട്ടവർ ഒരിക്കലും ഭൂമിയിലേക്ക് തിരിച്ചെത്തില്ല.

അക്ബർ ആവേശത്തോടെ വായിച്ചു.

കെട്ടുകഥയുടെ നിഗൂഢത നിറഞ്ഞ വരികൾ.

യൂസുഫ് സെക്കറിന്റെ ഡയറിക്കുറിപ്പുകൾ ഒട്ടുമുക്കാലും അൻവർ നോവലിലേക്ക് പറിച്ചുനട്ടെന്ന് അയാൾക്ക് വിശ്വസിക്കാനായില്ല. പേരറിയാത്ത തയ്യൽക്കാരൻ തുന്നിയ ഉടുപ്പിൽ മറ്റൊരാൾ അതിവിദഗ്ദ്ധമായി തുന്നിപ്പിടിപ്പിച്ച മുത്തുകൾ.

എവിടെയാണ് ഡയറിക്കുറിപ്പിൽനിന്ന് നോവൽ ജനിക്കുന്നതെന്ന് അനേകം രാത്രികൾ വരികൾക്കിടയിൽ തിരഞ്ഞെങ്കിലും അവ അയാളെ വട്ടംകറക്കി. ഇനിയുള്ളത് കേവലം ഒരു മിനുക്കുപണി മാത്രമാണല്ലോയെന്നും അക്ബർ ചിന്തിക്കാതിരുന്നില്ല.

യൂസുഫ് സെക്കറിന്റെ പൗരുഷം പതഞ്ഞൊഴുകിയ വഴികളെക്കുറിച്ച് അൻവർ എഴുതിയ വരികളിൽ അനുഭവസ്ഥന്റെ കൈയൊപ്പ് ആഴത്തിൽ പതിഞ്ഞിട്ടുണ്ട്.

മുപ്പത്തി മൂന്ന്

യൂസുഫ് സെക്കറും ഹാജി അലി വലിയുല്ലയും കടൽക്കരയിലൂടെ നടന്നു.

ഒരു പെരുമഴ തോർന്നിട്ടേയുള്ളൂ. രണ്ടുപേരും കുടമടക്കി, ആഞ്ഞു വീശി. തണുത്ത ജലകണങ്ങൾ പ്രതിഷേധിച്ച് ദൂരേക്ക് പറന്നു.

മഴ ചാറിത്തുടങ്ങിയപ്പോൾ കാലൻ കുടകൾ വീണ്ടും തലയ്ക്ക് മുകളിൽ ഉയർന്നു. മഴയിൽ ഉറച്ച പൂഴിയിലെ നടത്തം അവരെ ഉത്സാഹഭരിതരാക്കി. നടന്ന വഴികളിൽ കാല്പാടുകൾ അമർന്നു കിടന്നു. യൂസുഫ് സെക്കറിന്റേത് നീണ്ടപാദങ്ങളായിരുന്നുവെങ്കിൽ ഹാജി അലി വലിയുല്ലയുടേത് ഒത്ത നീളത്തിൽ വീതി കൂടിയതായിരുന്നു.

പടിഞ്ഞാറെ അതിരിൽനിന്ന് പതഞ്ഞുവരുന്ന തിരമാലകളിലായിരുന്നു രണ്ടുപേരുടെയും മിഴികൾ.

അകലങ്ങളിൽനിന്നു തിരകൾ പതഞ്ഞുപൊങ്ങി പൊട്ടിയടർന്ന് കുതിച്ചുവരുന്നു.

രണ്ടുപേരും ആ കാഴ്ച ഇമയനക്കാതെ നോക്കിനിന്നു. നോക്കിനില്ക്കേ തിരമാല അരയാഴിക്ക് നേരെ മുകളിൽ വന്നതും ഒരേയൊരു നിമിഷം കിതപ്പാറ്റി. അരയാഴിക്ക് മുകളിൽ പുളയ്ക്കുന്നതിനിടയിൽ ഓരോന്നിനെയും വേർതിരിച്ചറിയാൻ അവർ വിഷമിച്ചു.

പ്രകമ്പനം കൊള്ളുന്ന കടലിനെ തൊട്ടുരുമ്മി ഇരുവരും നടത്തം തുടർന്നു. വീശർവലയുമായി കരയിലേക്ക് കയറിവന്ന മുക്കുവനു ചുറ്റും ചെറിയൊരു ആൾക്കൂട്ടം. ജിജ്ഞാസയാൽ അവരും ആൾക്കൂട്ടത്തിനൊപ്പം കൂടി. നെഞ്ചോളം വെള്ളത്തിലേക്ക് ഇറങ്ങിയാണ് മുക്കുവർ വലവീശി പ്രതീക്ഷയോടെ കരയിലേക്ക് കയറിവരുന്നത്.

രണ്ടാഴ്ചയായി മഴ തിമിർത്തുപെയ്യുന്നതിനാൽ കടലിൽ തിരമാല

കളുടെ വെടിക്കെട്ട് മാത്രമായിരുന്നു. മത്സ്യത്തൊഴിലാളികൾ തോണിയിറക്കാൻ ധൈര്യപ്പെട്ടില്ല. വീടുകളിൽ പട്ടിണിയുടെ ദിനങ്ങൾ. റേഷൻ കടകളിലൂടെ സൗജന്യമായി അരി വിതരണം ചെയ്യുമെന്ന് കേട്ടിരുന്നെങ്കിലും ആരുടേയും പട്ടിണിക്ക് പരിഹാരമായിട്ടില്ല.

രണ്ടാം പാലത്തിനോട് ചേർന്ന് താമസിക്കുന്ന മുക്കുവൻ തണ്ടൻ ഹംസയും കൂനൻ സുരേന്ദ്രനും സംസാരിച്ച് അവരെ കടന്നുപോയി.

ഇരുവരും ഭാഗ്യം തേടി ഇറങ്ങിയതാണ്.

കഴിഞ്ഞ ദിവസം ഒറ്റക്കണ്ണൻ ഗോപാലന് മൂന്നു പവൻ തൂക്കമുള്ള മാല ലഭിച്ചിരുന്നു. വേനൽക്കാലത്ത് വിവിധ പൂജകളുടെ ഭാഗമായി സിന്ധികളും ഗുജറാത്തികളും കടലമ്മയ്ക്ക് സമർപ്പിക്കുന്ന നിധികുംഭങ്ങളുടെ അടരുകളാണ് മഴ പെയ്ത് കടൽ സംഹാരതാണ്ഡവമാടുമ്പോൾ അരയാഴിയിലെ ചളിയിൽനിന്ന് പൊങ്ങിവരുന്നത്.

കടൽത്തീരത്ത് കാറ്റുകൊള്ളാൻ എത്തുന്ന സ്ത്രീകളിൽനിന്ന് നഷ്ടപ്പെടുന്ന ആഭരണങ്ങളും മഴ താഴോട്ടെത്തിയാൽ പലർക്കും ലഭിക്കാറുണ്ട്. തിര അരിച്ചിടുന്ന പൂഴിയിൽ സൂക്ഷ്മമായി പരിശോധിച്ച് നീങ്ങുന്നവർ ഒന്നും രണ്ടുമല്ല. ചായയ്ക്കുള്ള വകയെങ്കിലും ലഭിക്കുമെന്ന തികഞ്ഞ പ്രതീക്ഷയാണ് ആ മുഖങ്ങളിൽ.

ഒറ്റക്കണ്ണൻ ഗോപാലനെപ്പോലെ, പത്തിരിക്കണ്ടം മൊയ്തീനെപ്പോലെ, കുമാരൻ കല്ലനെപ്പോലെ ഓരോ വർഷവും സ്വർണ്ണം ലഭിക്കുന്ന ഭാഗ്യവാന്മാരെക്കുറിച്ച് ആ വർഷം മുഴുവൻ മുക്കുവർ പറഞ്ഞുകൊണ്ടേയിരിക്കും. മൂന്നു വർഷം മുമ്പ് കളിയാട്ടുപറമ്പിൽ ബീരാൻകോയ ചെറ്റവീട് ഓടിട്ടതും നിലം കല്ലുവെച്ച് കെട്ടി സിമന്റ് പൂശിയതും കടൽ നല്കിയ നിധികൊണ്ടായിരുന്നുവെന്ന് ഹാജി അലി വലിയുല്ല ഓർത്തു.

കടലിൽനിന്നെത്തുന്ന കാറ്റിന് നല്ല തണുപ്പ്. മുഖത്ത് ചീറ്റിത്തെറിക്കുന്ന ഈർപ്പം നിറഞ്ഞ നേരിയ തുള്ളികൾക്ക് പതിവിലും പുളി. നടന്നു ക്ഷീണിച്ചതിനാൽ അവർ പാലത്തോടു ചേർന്ന മണൽത്തിട്ടയിൽ ഇരുന്നു.

വടക്കേകടൽപ്പാലത്തിനായിരുന്നു നേരത്തെ ബലക്ഷയം സംഭവിച്ചത്. തിരമാലകളുടെ തുടർച്ചയായ ആക്രമണത്തിൽ പാലത്തിന്റെ കുറേ കാലുകൾ നഷ്ടമായിരുന്നു.

അക്ബർ വികൃതികളുമായി കറങ്ങിനടന്ന കാലത്ത് അവനെ തേടി ഹാജി അലി വലിയുല്ല കടൽക്കരയിൽ പതിവായി വരുമായിരുന്നു.

അന്ന് പാലത്തിന് ബാല്യം നഷ്ടപ്പെടാൻ തുടങ്ങുന്നേയുള്ളൂ. അങ്ങേതലയ്ക്കലെ കിണറുവരെ അവനും കൂട്ടുകാരും പാലത്തിനടിയിലെ ഇരുമ്പ് പാളത്തിലൂടെ നടക്കുമായിരുന്നു.

കടുക്ക* ശേഖരിക്കാൻ പോകുന്നവരും വയറ്റിപ്പിഴപ്പിന് ചൂണ്ടയിടാൻ എത്തുന്നവരും നേരംപോക്കിന് മീൻപിടിച്ചു രസിക്കാൻ എത്തുന്ന കുട്ടികളുമെല്ലാം അന്ന് പാലത്തിനടിയിൽ കുനിക്കൂടിയിരിക്കും. കടലിൽ പോകുന്നവരും മത്സ്യവില്പന നടത്തുന്നവരും പാലത്തിന് മുകളിലിരുന്നാ

ണ് ചൂണ്ടയിടുക. അവകാശംപോലെ ആ കുത്തക അവർ സംരക്ഷിച്ചു പോന്നു.

കടൽ വഴി സ്വർണ്ണം ഒഴുകിയിരുന്ന കാലഘട്ടത്തിന്റെ ഓർമ്മകളും കോഴിക്കോട്ടെ കടൽപ്പാലങ്ങൾക്കുണ്ട്. കള്ളക്കടത്തുകാരിൽ പലരും പാലത്തിന് ചുവട്ടിൽ സ്വർണ്ണം കുഴിച്ചിട്ടിരുന്നതായും അക്കാലത്ത് പുകയുയർന്നിരുന്നു. കസ്റ്റംസിന്റെ ശ്രദ്ധയിൽപ്പെടാതിരിക്കാനായിരുന്നു വീഞ്ഞപ്പെട്ടിയിൽ പാലത്തിനടിയിലെ പൂഴിയിൽ കുഴിച്ചിട്ടത്.

പെട്ടെന്ന് മഴ ശക്തമായി. മഴയുടെ ശമനതാളത്തിൽ അലസമായി നടന്നിരുന്നവരും വിവിധ കളികളിൽ ഏർപ്പെട്ടിരുന്നവരുമെല്ലാം പലവഴികളിലൂടെ അപ്രത്യക്ഷരായി.

കുറെപ്പേർ പാലത്തിനടിയിൽ അഭയം തേടി.

ആളും ബഹളവും വർദ്ധിച്ചതോടെ കാലൻകുട നിവർത്തി രണ്ടുപേരും തെക്കോട്ട് നടക്കാൻ തുടങ്ങി.

---

* കല്ലുമേക്കായ.

മുപ്പത്തി നാല്

ഗോതമ്പ് മറിഞ്ഞ വാർത്ത കേട്ടാണ് ഹാജി അലി വലിയുല്ല കടൽക്കരയിലേക്ക് ചെന്നത്.

മഴക്കാലത്ത് യൂസുഫ് സെക്കറിനൊപ്പം ചെന്നതിൽ പിന്നെ ആ വഴിക്ക് പോകുന്നത് ഇപ്പോഴാണ്.

ഇന്ത്യക്കാരുടെ പട്ടിണിമാറ്റാൻ അമേരിക്ക അയച്ച ഗോതമ്പു മണികളാണ് കപ്പലിൽനിന്ന് മഞ്ചി*യിൽ കയറ്റി പാലത്തിലേക്ക് എത്തിക്കുന്നതിനിടെ കാറ്റിലും കോളിലും കടലിൽ മറിഞ്ഞത്. ഇരുനൂറ്റിയൻപതും മുന്നൂറും ചാക്ക് ഗോതമ്പ് കയറ്റാവുന്ന പൂവുള്ളവളപ്പിൽ പോക്കർ സാഹിബിന്റെ മഞ്ചികളാണ് മുങ്ങിയത്.

കടൽക്കരയിൽ പുരുഷാരം. രാവ് പുലർന്നപ്പോഴേക്കും തീരം ജനസമുദ്രമായി മാറിയത് ഹാജിയെ അത്ഭുതപ്പെടുത്തി. കോർപ്പറേഷൻ ടാപ്പിന് മുമ്പിൽ കുടിവെള്ളത്തിന് വരിനില്ക്കാനെന്ന മട്ടിൽ പാത്രങ്ങളുമായാണ് ജനം കടൽക്കരയിലേക്ക് എത്തിയിരിക്കുന്നത്.

തീരം നിറയെ നനഞ്ഞുചീർത്ത ഗോതമ്പുമണികൾ കുമിഞ്ഞുകൂടിക്കിടന്നു.

പൂഴിയിൽ പുതഞ്ഞ ഗോതമ്പുമണികൾ പലരും വാരി പാത്രങ്ങളിൽ നിറയ്ക്കുന്നു. കടൽവെള്ളത്തിൽ അരിച്ച് പൂഴി ഒഴിവാക്കുന്നുമുണ്ട്. രണ്ട് കിലോമീറ്ററോളം നീളത്തിൽ ഗോതമ്പ് നനഞ്ഞുവീർത്ത് കരയ്ക്കടിഞ്ഞിരിക്കുകയാണ്.

കോഴിക്കോട് നഗരത്തിൽ അന്ന് തോട്ടികക്കൂസുകളുടെ കാലമായിരുന്നു. തോട്ടികൾ മലം ചുമലിലേറ്റി നടന്ന കാലം. കടലിനോട് ചേർന്ന് താമസിച്ചിരുന്നവർ മലവിസർജ്ജനത്തിന് കടൽക്കരയെയാണ് ആശ്രയിച്ചിരുന്നത്. വെട്ടംവീഴും മുമ്പായിരുന്നു സ്ത്രീകൾ കടൽക്കരയിൽ എത്തിയിരുന്നത്.

ഗോതമ്പ് നിറച്ച പാത്രങ്ങളുമായി തീരവാസികൾ ചെറുസംഘങ്ങളായി വീടുകളിലേക്ക് മടങ്ങുന്നു. കരയിലെ മലക്കൂനകൾക്ക് മുകളിൽ മാത്രം ചെറിയ പുറ്റുപോലെ ഗോതമ്പ് ബാക്കിയായി.

അവ ഉച്ചയോടെ വേലിയേറ്റത്തിൽ മലത്തിനൊപ്പം കടലിലേക്കു തിരിച്ചുപോയി. കടൽക്കാറ്റിന് ദിവസങ്ങളോളം ചീഞ്ഞഗോതമ്പിന്റെ നാറ്റമായിരുന്നു. തീരദേശത്തെ വേലികെട്ടിത്തിരിക്കാത്ത വീടുകൾക്ക് മുമ്പിലെല്ലാം ആ ദിനങ്ങളിൽ കഴുകി വൃത്തിയാക്കിയ ഗോതമ്പ് വെയിൽ കാഞ്ഞു.

വീടുകൾക്കും ഇടവഴികൾക്കുമെല്ലാം ചീഞ്ഞഗോതമ്പിൻ മണം നിറഞ്ഞ നാളുകൾ. പത്തിരിക്കല്ലിൽ വേവുന്ന ചപ്പാത്തിയുടെ മണമായിരുന്നു പല വീടുകളുടേയും അടുക്കളകൾക്ക്. പഞ്ഞമാസത്തിൽ ഗോതമ്പ് മറിഞ്ഞത് ദൈവികദൃഷ്ടാന്തമായി വായിച്ചെടുത്തവരും കുറവായിരുന്നില്ല.

കടലിനെക്കുറിച്ച് ഓർക്കുമ്പോൾ മായാത്ത ചില ചിത്രങ്ങൾ ഹാജി അലി വലിയുല്ലയിലെന്നപോലെ യൂസുഫ് സെക്കറിലും തേട്ടിവരാറുണ്ട്. ദീർഘകാലത്തെ കടൽയാത്രകളിലേതിൽനിന്ന് തീർത്തും വിഭിന്നമായ ഓർമ്മകൾ. കടലിൽ ചളിപൊങ്ങിയ നാളിനെക്കുറിച്ചുള്ളതായിരുന്നു അവയിലൊന്ന്.

മലവിസർജ്ജനത്തിനായി തീരത്തെത്തിയവരാണ് കടലിൽ ചളിപൊങ്ങിയത് ആദ്യം ശ്രദ്ധിച്ചത്. പിടഞ്ഞു ചാവാറായ മത്സ്യത്തിന്റെ അനക്കംപോലെ നേരിയ ഓളങ്ങൾ. ചളിയിൽ പുതഞ്ഞ് മത്തരായ മത്സ്യങ്ങൾ തിരയോടൊത്ത് തീരത്തേക്ക് സ്ഥലകാല ബോധമില്ലാതെ കയറിവരികയും തിര പിൻവാങ്ങുമ്പോൾ പിടഞ്ഞ് ജീവൻവെടിയുകയും ചെയ്തു.

ചെമ്മീനും മത്തിയും അയലയും ഏട്ടയുമെല്ലാം അവയിൽ ഉൾപ്പെട്ടിരുന്നു. ഗോതമ്പ് മറിഞ്ഞ ദിനത്തിലെന്നപോലെ പുരുഷാരം നേരം പുലരുമ്പോഴേക്കും കടൽക്കര കൈയടക്കി. ആർക്കും വല ആവശ്യമില്ലായിരുന്നു. വിധിക്ക് കീഴടങ്ങാനായി മത്സ്യങ്ങൾ ഉച്ചവരെ കരയിലേക്ക് കയറിക്കൊണ്ടിരുന്നു.

ഇഷ്ടമത്സ്യങ്ങൾ കരയിൽ കയറി പിടഞ്ഞുചാവുന്നു. തിര കയറി ഇറങ്ങുന്നിടത്തെല്ലാം മത്സ്യങ്ങൾ നുരച്ചു. ഉടുവസ്ത്രം ഊരിയെടുത്തു മത്സ്യം പൊതിഞ്ഞവരും അന്നുണ്ടായിരുന്നു. മുപ്പതും നാല്പതും വർഷങ്ങൾക്കിടയിൽ ചില തീരങ്ങളിൽ അത്തരത്തിലൊന്ന് സംഭവിക്കാറുണ്ടെന്ന് വിദഗ്ദ്ധർ വിശദീകരിച്ചിരുന്നു. മുമ്പ് ഇതേ പ്രതിഭാസത്തിന് സാക്ഷിയായ മുത്തശ്ശന്മാരും മുത്തശ്ശിമാരും അതിനെ പിന്തുണച്ചു.

ഭൂഗുരുത്വത്തിൽ സംഭവിക്കുന്ന വ്യതിയാനങ്ങളോ, കടലിനടിത്തട്ടിലെ ശിലാപാളികളിലെ മാറ്റങ്ങളോ ആവാം കാലങ്ങളായി അടിഞ്ഞുകൂടിയ അടിത്തട്ടിലെ ചളി പൊങ്ങാൻ ഇടയാക്കുന്നതെന്ന് കടലറിവുകളിൽ അഗ്രഗണ്യനായ തണ്ടൻ കണ്ടക്കുട്ടി നിരീക്ഷിച്ചു.

കടൽക്കരയിൽ മനുഷ്യർ മത്സ്യങ്ങൾക്കായി മത്സരിച്ചപ്പോൾ ആകാശവും ശൂന്യമായിരുന്നില്ല. നാളിതുവരെ കാണാത്തത്രയും കാക്കയും പരു

ന്തുമാണ് മീൻ റാഞ്ചാൻ വട്ടമിട്ടത്. വലിയ പരുന്തുകൾ കൂട്ടത്തോടെ ചിറകടിച്ച് താഴവേ കാക്കകൾ പ്രാണഭയത്താൽ അകലം പാലിക്കുന്നതിനും യൂസുഫ് സെക്കർ സാക്ഷിയായി. ഉച്ചവരെ തീരപ്രദേശത്തെ മുഴുവൻ പുരുഷന്മാരും കടൽക്കരയിൽനിന്ന് മാറിയില്ല. മത്സ്യം പൊരിച്ചെടുക്കാനായി പണക്കുറ്റി പൊട്ടിച്ച് വെളിച്ചെണ്ണ തേടി കടയിലെത്തിയവരും കുറവായിരുന്നില്ല. പല കടകളിലെയും സംഭരിച്ച വെളിച്ചെണ്ണ ഒരു തുള്ളിപോലും ബാക്കിയായില്ല. പാംഓയിൽ എത്താത്ത നാടായിരുന്നു അന്ന് കേരളം.

ഉച്ചയോടെ ആരംഭിച്ച വേലിയേറ്റത്തിൽ ചളി കടൽവെള്ളത്തിൽ ലയിച്ചു.

ദിവസങ്ങൾക്ക് ശേഷമാണ് കടലിന് സ്വാഭാവിക നിറം കൈവന്നത്.

---

* നൂറുകണക്കിന് ചാക്ക് ധാന്യം കയറ്റാവുന്ന പടുകൂറ്റൻവള്ളം.

മുപ്പത്തി അഞ്ച്

എന്താവാം സഞ്ചാരത്തിന്റെ നിർവ്വചനം.
എന്റെ സഞ്ചാരചരിത്രത്തിൽനിന്നു എത്രത്തോളം വ്യത്യസ്തമാണത്.
മരുഭൂമിതാണ്ടി കാൽനടയായും ഒട്ടകപ്പുറത്തും നടത്തിയ യാത്രകൾ. പത്തേമാരിയിലും കപ്പലേറിയും കടലിലൂടെ നടത്തിയ പതിറ്റാണ്ടുകളുടെ സഞ്ചാരം.
ആദ്യമെല്ലാം കരുതിയത് ഏറ്റവും ദീർഘിച്ച യാത്ര നടത്തിയവരിൽ ഒരാൾ ഞാനാവുമെന്നായിരുന്നു. അനന്തമായ ഓളപ്പരപ്പിലും മരുക്കാടിന്റെ വന്യതയിലും കഴിച്ചു കൂട്ടിയകാലം പലപ്പോഴും നാഴികകളിലും ദിവസങ്ങളിലും ഗണിക്കാനാവുമായിരുന്നില്ല. അതോടെയാണ് യാത്രകളെക്കുറിച്ച് പുതിയ നിർവ്വചനങ്ങൾ ഉടലെടുത്തത്.
യാത്രകൾക്കൊന്നും നിയതമായ രൂപമില്ലെന്നതായിരുന്നു ആ തിരിച്ചറിവിന്റെ കാതൽ. കടലിൽ മിന്നിമറയുന്ന മത്സ്യങ്ങൾ, ആലസ്യത്തോടെ നീങ്ങുന്ന ആമകൾ, ഇതര ജലജീവികൾ, ആകാശത്തിന്റെ അതിരുതേടി ദിവസവും പറക്കുന്ന ദേശാടനപ്പക്ഷികൾ അവരെല്ലാം നടത്തുന്നത് യാത്രകളാണ്. ഓടുന്ന കപ്പലുകൾ, പത്തേമാരികൾ, ബോട്ടുകൾ, കടത്ത് ഏറ്റെടുത്ത കടത്തുകാരൻ, അങ്ങനെ യാത്ര ചെയ്യുന്ന എന്തെല്ലാം.
സൂര്യനെയും ചന്ദ്രനെയും ഞാൻ മനഃപൂർവ്വം ഒഴിവാക്കിയതാണ്. എന്റെ ഗ്രാമത്തിലിരുന്ന് അലസമായി സ്വപ്നംനെയ്യുന്ന ഒരു ഇടയബാലൻപോലും എന്നെക്കാൾ എത്രയോ ഇരട്ടി ദൂരം യാത്ര ചെയ്തിരിക്കും. സുബഹി*ക്ക് സ്വർഗ്ഗം സ്വപ്നം കണ്ട് ഞെട്ടിയുണർന്ന്

രാവിന്റെ ഇരുളിൽ പള്ളിയിലെത്തി ബാങ്ക് വിളിക്കുന്ന പുഴക്കത്തെപള്ളിയിലെ മുക്രി സ്രാങ്കിന്റകത്ത് കുഞ്ഞൗളയും പ്രകാശവർഷങ്ങളിൽ മാത്രം ദൂരം കണക്കുകൂട്ടുന്ന ഗോളശാസ്ത്രജ്ഞരും ഗ്രഹപ്രതലങ്ങളിൽ എത്തിച്ചേരുമെന്നു സ്വപ്നം കാണുന്ന ഗവേഷകരും പഠിതാക്കളുമെല്ലാം എന്നെക്കാൾ എത്രയോ ഇരട്ടി ദൂരം സഞ്ചരിച്ചിരിക്കാം.

സ്വപ്നങ്ങളിലായാലും അവരെല്ലാം യാത്രയുടെ എല്ലാ അനുഭൂതികളും ദുരന്തങ്ങളും അനിശ്ചിതത്വങ്ങളും ഏറ്റുവാങ്ങുന്നവരാണ്. ഗോളപണ്ഡിതനെന്ന നിലയിൽ പ്രശസ്തനായിരുന്ന ടിമോൾസെഗുഫാറിസ് താൻ സൂര്യനിൽ എത്തിപ്പെട്ടതായി വിവരിച്ചിട്ടുണ്ട്. ചൂടിൽ ഉരുകിത്തീരവേ വെള്ളത്തിനായി വാ പൊളിച്ചപ്പോൾ നാവ് ഉരുകുന്ന കാലടിക്കരുകിൽ ഉറ്റിവീഴുന്നത് സ്വപ്നം കണ്ട് ഞെട്ടിത്തെറിച്ചതും ആത്മകഥയിൽ അനുസ്മരിക്കുന്നുണ്ട്.

വർഷങ്ങളോളം കൃത്യമായ ഇടവേളയിൽ തനിക്കരുകിൽ എത്തുന്ന സ്വപ്നത്തെക്കുറിച്ച് വളരെ വികാരവായ്പോടെ കുറിച്ചിട്ട ഗുഫാറിസിനെപ്പോലെയുള്ള ശാസ്ത്രജ്ഞർ അധികമൊന്നും പിറന്നിരിക്കില്ല. സഞ്ചാരമെന്ന സമസ്യയെക്കുറിച്ചും മഹാന്മാർ ദീർഘകാലം ചിന്തിച്ചിട്ടുണ്ട്. അതിന് തെളിവായി നമുക്കിടയിൽ പലതുമുണ്ട്. എല്ലാറ്റിനെയും ഇളകാനും ചലിക്കാനും പറക്കാനും പ്രേരിപ്പിക്കുന്ന ഊർജ്ജമാണെന്ന് ലളിതമായി നിർവ്വചിക്കാം.

ആണിന്റെ സഞ്ചാരം.

പെണ്ണിന്റെ സഞ്ചാരം.

മണ്ണിന്റെ സഞ്ചാരം.

വേരിന്റെ സഞ്ചാരം.

പ്രാണിയുടെ സഞ്ചാരം.

സൂചിയുടെ സഞ്ചാരം...

കാട്ടാറിന്റെ സഞ്ചാരം.

നദിയുടെ സഞ്ചാരം.

വായുവിന്റെ സഞ്ചാരം.

സമുദ്രത്തിന്റെ സഞ്ചാരം.

സൂര്യനുൾപ്പെട്ട ഗ്രഹങ്ങളുടെ സഞ്ചാരം.

അത്തരം വർഗ്ഗീകണങ്ങളൊന്നും സഞ്ചാരത്തിൽ പ്രസക്തമല്ല. സഞ്ചാരം നിയോഗമോ, ദൈവേച്ഛയോ ആണെന്നു ചുരുക്കി ഉപസംഹരിക്കാം.

പൊതുവിൽ പ്രകൃതിയിൽ കൃത്യമായി സംഭവിക്കുന്നത് ആണിൽനിന്ന് പെണ്ണിലേക്കുള്ള സഞ്ചാരങ്ങളാണ്. ഏറ്റവും ദീർഘിച്ച ജീവികളുടെ സഞ്ചാരവും അതുതന്നെയാവാം.

ഭൂമിയിൽ പിറന്ന ജീവജാലങ്ങൾക്കും പിറക്കാനിരിക്കുന്നവർക്കും മണ്ണടിഞ്ഞുപോയവർക്കും സഞ്ചാരം നല്കുന്നത് ഒരേ അനുഭൂതി

യായിരിക്കില്ല. എന്റെ പത്തേമാരിയുടെ പായക്കുറ്റിയിൽ കൊക്കി നടന്നിരുന്ന ഇരുളൻപൂവൻ അവന്റെ കാര്യസാദ്ധ്യത്തിനായി കൂട്ടുകാരികൾക്കു പിറകെ ഓടിയിരുന്ന ഓട്ടം ഇന്നും മുമ്പിലുണ്ട്.
ശാന്തമായ ഉൾക്കടലിൽ കാറ്റിന്റെ ഇക്കിളിപ്പെടുത്തലിനിടയിൽ പത്തേമാരി നീങ്ങുമ്പോൾ അവന്റെ പരാക്രമങ്ങൾ തൊട്ടടുത്തു നിന്നു നോക്കി ചിരിച്ച എത്രയോ പകലുകൾ ഞാൻ ഓർക്കുന്നു. പത്തേമാരി നങ്കൂരമിട്ടാൽ ഞാനും അവനും അവന്റെ പ്രേയസികളും കരയിൽ മാസങ്ങളോളം വസിച്ചാലും അവൻ ഓടിക്കൊണ്ടിരിക്കും. എല്ലാം യൂസുഫ് സെക്കറിന്റെ കടൽച്ചൊരുക്കേറ്റ മനസ്സിന്റെ തോന്നലായിരുന്നുവെന്നു ഓരോ കാലടിവെപ്പിലും ഉറപ്പിക്കുന്ന രീതിയിൽ ചില നേരങ്ങളിൽ മുനിയുടെ ശാന്തതയോടെ അവൻ എനിക്കരുകിലൂടെ നടക്കും.
കാറ്റും കോളും ഹൃദയത്തിൽ നിരന്തരം സൃഷ്ടിക്കുന്ന തിരയടികൾ മനുഷ്യനെപോലെ പക്ഷികളിലും സംഭവിക്കുന്നുണ്ടാവണം. സമൂഹം കല്പിച്ചു നല്കിയ സ്ത്രീകളിൽനിന്നു മാറിയുള്ള രതികളെല്ലാം ദീർഘവും ദുർഘടവുമായ യാത്രകളുടെ കഥകളാണ്. ക്ലിയോപാട്രയെ തേടിപ്പോയ ജൂലിയസ് സീസർ ഉൾപ്പെടെയുള്ള ചരിത്രപുരുഷന്മാരുടെ നിരയെ മനസ്സിലൂടെ മുന്നോട്ടും പിന്നോട്ടും ഉരുട്ടിനോക്കിയാലും അതിൽ മാറ്റമുണ്ടാവില്ല.
പട്ടുപാത താണ്ടിയുള്ള വ്യാപാരവും ഗുഡ്ഹോപ് മുനമ്പ് ചുറ്റിയുള്ള കപ്പൽച്ചാലുമെല്ലാം പറയുന്നതും ആ കഥകൂടിയാണ്. പ്രശസ്തമായ മദ്ധ്യകാലനഗരങ്ങളുടെ ചരിത്രം ഇഴകീറി പരിശോധിച്ചാലും കച്ചവടക്കാർ എത്തിയത് ഏലവും ഇഞ്ചിയും പട്ടും ചുക്കും കുരുമുളകും ആനക്കൊമ്പും ചന്ദനവും വാങ്ങാനും വില്ക്കാനും മാത്രമായിരുന്നില്ല.
വിവിധ നഗരങ്ങളിലെ യുവതികളുടെ ഉടയാത്ത മുലകളുടെ മായക്കാഴ്ചകളും തുടയിടുക്കുകൾ സമ്മാനിക്കുന്ന ലഹരിയും ആസ്വദിക്കാനുമായിരുന്നു.
സ്ഖലനം സംഭവിച്ച പെണ്ണുടൽ പ്രസരിപ്പിച്ച ഗന്ധങ്ങളുടെ സർവ്വജ്ഞപീഠം താണ്ടാൻ കൂടിയായിരുന്നു പല സഞ്ചാരികൾക്കും കച്ചവടക്കാർക്കും യാത്രകൾ.

---

* പ്രഭാതത്തിലെ നമസ്കാരം.

മുപ്പത്തി ആറ്

പുഴക്കത്തെപള്ളിയിൽനിന്നു മുക്രി കുഞ്ഞൗള അത്യുച്ചത്തിൽ ബാങ്കുവിളിച്ചു.

പള്ളിയുടെ അടിത്തട്ടിൽ മുട്ടിയുരുമ്മി ഏറെക്കാലം ഒഴുകിയിരുന്നതും ഭൂഗർഭത്തിലേക്ക് തിരോഭവിച്ചതുമായ പുഴയിലെ മത്സ്യങ്ങൾ ഒഴുക്കിനിടയിൽ ബാങ്കൊലിയിൽ ഒന്ന് പതറി. പിന്നെ അപകടമില്ലെന്ന് തിരിച്ചറിഞ്ഞ് കളിയിടങ്ങളിലേക്ക് നീന്തിപ്പോയി.

കാലമെത്രയായി അവ ബാങ്കൊലി അനുഭവിക്കുന്നു. ബാങ്കൊലി ഉയരുമ്പോൾ മാനംനോക്കി ഒഴുകിയ കാലം പുഴ ഓർക്കുന്നുണ്ടാവുമോ.

പുഴ ജീവികൾക്കിടയിലും മനുഷ്യരിലെന്നപ്പോലെ ദുരിതകാലങ്ങളെ അതിജീവിച്ചതിന്റെ ഓർമ്മകൾ തലമുറകളിലേക്ക് കൈമാറപ്പെടുന്നുണ്ടാവുമോ. ജീവികളുടെ ജീനുകളിൽ അവ രേഖപ്പെടുത്തപ്പെടുമോ.

ഹാജി അലി വലിയുല്ലയുടെ ഊന്നുവടിയുടെ ശബ്ദം പള്ളിയുടെ നടവഴിയിൽ മുഴങ്ങി.

തൊണ്ണൂറു പിന്നിട്ട ഹാജി അലി വലിയുല്ല കഴിഞ്ഞ എട്ട് പതിറ്റാണ്ടോളമായി പള്ളിയിലേക്ക് എത്തുന്നത് ഒരേ വഴിയിലൂടെയാണ്.

ആദ്യമായി പള്ളിയിലേക്ക് പുറപ്പെട്ട ആ ദിനം അദ്ദേഹം ഓർമ്മയിൽ സൂക്ഷിക്കുന്നുണ്ടാവില്ലെ. ഉപ്പ ബീരാൻകുട്ടി മുസ്‌ലിയാരുടെ വാർദ്ധക്യം പരുക്കേല്പിച്ച കൈകളിൽ തൂങ്ങിയായിരുന്നു ബാലനായ അലി പള്ളിയിലേക്ക് ജാള്യതയോടെ കയറിവന്നത്.

കാലമെത്ര കടന്നുപോയി.

പുഴ എന്നായിരുന്നു തീരോഭവിച്ചത്.

ഹാജിക്കും അത് കൃത്യമായി ഓർക്കാനാവുന്നില്ല.

കുട്ടിക്കാലത്ത് ആദ്യമായി പള്ളിയിൽ കയറാൻ വുളു എടുക്കുമ്പോൾ

അവിടെ പുഴയായിരുന്നോ, കുളമായിരുന്നോ. അത്രയ്ക്ക് തിട്ടംപോര.

അയാൾ ഓർക്കാൻ ശ്രമിച്ചു. തന്റെ ജന്മത്തിനും വളരെ മുമ്പ് ആവാം പുഴ തീരോഭവിച്ചത്.

എത്ര ശ്രമിച്ചിട്ടും ആ ഭാഗം മാത്രം തെളിഞ്ഞില്ല. ആ ഓർമ്മയ്ക്ക് മുകളിൽ എന്തോ പടർന്നിരിക്കുന്നു. എളുപ്പം മാറ്റി നോക്കാമെന്നു വ്യാമോഹിപ്പിക്കുന്ന തിരശ്ശീലപോലുള്ള എന്തോ ഒന്ന്.

പള്ളിയിലേക്ക് പിതാവിനൊപ്പം ആദ്യമായി നടന്നെത്തുമ്പോൾ മെയ് മാസത്തിലെ കത്തുന്നചൂടായിരുന്നു. വിയർത്തുകുളിച്ചാണ് പള്ളിയിലേക്ക് പ്രവേശിച്ചത്. ആ യാത്രയിൽ പ്രതീക്ഷനല്കുന്ന നരച്ചൊരുനിഴൽപോലുമുണ്ടായിരുന്നില്ല.

നെറ്റിക്കു മുകളിൽ കൈകൾ ചെരിച്ചുവച്ച് ആകാശത്തേക്ക് കണ്ണയച്ചപ്പോഴും ഒരു വെള്ളിമേഘക്കീറുപോലും കണ്ടില്ല. മേൽപ്പോട്ട് വലിച്ചു കയറ്റിയ അനന്തമായ ആകാശം. സമീപത്തെ ഖുദാമുകളിലെ ഓടിൻപാളികളിൽ കയറിയിറങ്ങി എത്തുന്ന കാറ്റിന് പനിച്ചൂടായിരുന്നു.

സുന്നത്ത് കഴിഞ്ഞ് പള്ളിയിലേക്ക് നടക്കുമ്പോൾ തൊലി നഷ്ടമായ ഇറച്ചിത്തുണ്ട് പരുപരുത്ത പരുത്തിത്തുണിയിൽ മുട്ടിയപ്പോൾ അനുഭവപ്പെട്ട പുളിപ്പ് ഇന്നും അസ്ഥികളിലുണ്ട്.

നമസ്കാരത്തിനിടെ റുഖൂഅ്*ലും സുജൂദി**ലും പോകവേ ഇക്കിളിയാൽ പുളഞ്ഞുപോയി. ഇമാം അത്തഹിയാത്തി***ൽ ഇരുന്നു അല്പം കഴിഞ്ഞപ്പോഴാണ് പള്ളിയുടെ മേല്ക്കൂരയിൽ ആരോ ചരൽക്കല്ലുകൾ ചൊരിഞ്ഞത്. അതുവരെയും ജാലകത്തിലൂടെ അകത്തേക്ക് കയറിയിരുന്ന കാറ്റിന് വെയിൽ മണമായിരുന്നു.

ചരൽക്കല്ലുകൾ വീണു തുടങ്ങിയതോടെ കാറ്റും വെയിൽഗന്ധവും എങ്ങോപോയി. ഇടങ്കണ്ണിട്ട് ജാലകത്തിലേക്ക് നോക്കിയപ്പോൾ കോരിച്ചൊരിയുന്ന മഴ. കത്തുന്ന പകലിൽ ആരും മഴ പ്രതീക്ഷിച്ചതല്ല.

വെള്ളിമേഘത്തുണ്ടുകൾപോലും കാണാതിരുന്ന ആകാശത്തിൽ എവിടുന്നാണ് പെട്ടെന്ന് കാർമേഘങ്ങൾ പറന്നെത്തിയത്.

നമസ്കാരം അവസാനിച്ചിട്ടും മുക്കാൽ മണിക്കൂറോളം മഹല്ലു**** നിവാസികൾ പള്ളിയങ്കണത്തിൽ അക്ഷമയോടെ മഴയിലേക്ക് മിഴിനട്ടു നേരം തള്ളി. മഴ വാശിയോടെ പെയ്യുന്നു, ഒരിക്കലും നിലയ്ക്കില്ലെന്ന ധ്വനിയുമായി.

മുകൾത്തട്ടിൽനിന്ന് വീടണയാൻ ധൃതിപ്പെട്ട് താഴോട്ടിറങ്ങാൻ ശ്രമിച്ച കുട്ടികൾ വീട്ടിപ്പലക പാകിയ കോണിപ്പടികളിൽ തിങ്ങിനിറഞ്ഞു. മനുഷ്യരുടെ ചൂടും വിയർപ്പുമേറ്റ് എണ്ണമിനുപ്പാർന്ന കോണിപ്പടികൾ. വെള്ളിയാഴ്ച വീടുകളിൽ ഇറച്ചിക്കറിയാവും ചോറിന്. ഹിന്ദുക്കളും മുസ്ലീങ്ങളും ഉൾപ്പെട്ട മുക്കുവരൊന്നും വെള്ളിയാഴ്ച കടലിൽ പോകില്ല. ഇറച്ചിക്കടകളിൽ രാവിലെ മുതലേ തിരക്കാവും. ഉച്ചയ്ക്ക് മൂന്നുവരെ കൂറ്റൻ മാംസത്തുണ്ടുകൾ തൂങ്ങിയാടുന്ന ഇറച്ചിക്കടകളെല്ലാം വെള്ളിയാഴ്ച പന്ത്രണ്ട് മണിക്കുമുമ്പേ അടയ്ക്കും. ഭക്തരെല്ലാം ഇറച്ചിയും പച്ചമസാല*****യും

വീട്ടിലെത്തിച്ച ശേഷമാവും പള്ളിയിലേക്ക് നടക്കുക.

ഒട്ടു മിക്കവരുടെയും നാവിൽ കറിച്ചട്ടിയിൽ പച്ചമസാലയിൽ വെന്ത് പതംവന്ന ഇറച്ചിക്കറിയുടെ കൊതിപ്പിക്കുന്ന രുചിയാവും. ഇമാം നമസ്കാരം പൂർത്തീകരിക്കാൻ ശ്രമിക്കവേ ആ രുചി പലരും ഓർത്തിരിക്കാനിടയുണ്ട്. നല്ല കൊഴുത്തകറിയിൽ ഇറച്ചിയും ഉരുളക്കിഴങ്ങും മുങ്ങിനില്ക്കുന്നത് ഓർത്താലെ നാവിൽ കപ്പലോടിത്തുടങ്ങും.

സുന്നത്ത് കല്യാണം കഴിഞ്ഞ് ആദ്യമായി പള്ളിയിൽ പോകുന്നതിനാൽ വിശേഷപ്പെട്ട തേങ്ങാച്ചോറാവും ഉച്ചഭക്ഷണം. ഉമ്മ കുറുങ്ങനെ പോത്തുവരട്ടിയിട്ടുണ്ടാവും. ഇളയസന്തതിയോടുള്ള പ്രിയത്തിന്റെ വിളംബരമായി ചോറിനടിയിൽ ഒന്നോ രണ്ടോ പൊരിച്ച പോത്തിറച്ചിതുണ്ടുകളും ഒളിഞ്ഞിരിപ്പുണ്ടാവും. അടുപ്പിൽ നേരിയ കനലിൽ സൂക്ഷിക്കുന്ന പോത്തുവരട്ടിയതിനെക്കുറിച്ച് ചിന്തിച്ചപ്പോൾ ആ നിമിഷം വീട്ടിലേക്കു ഓടാൻ ആവേശം പെരുത്തു. മഴ തിമർക്കുന്നതിനാൽ പിതാവിന്റെ കൈ ചുമലിലൂടെ ചേർത്തുപിടിച്ചിരുന്നു.

സങ്കടം കാര്യമാക്കാതെ പിതാവിനോട് ഒട്ടിനിന്നു. അപ്പോൾ തണുപ്പ് ഒരു കടങ്കഥയായി. അത്ഭുതത്തോടെ തുറിച്ചകണ്ണുകൾക്ക് മുമ്പിൽ മഴ പിന്നെയും ഏറെനേരം തുടർന്നു, അവസാനിക്കാത്ത അനുഷ്ഠാനം പോലെ...

മഴ അവസാനിച്ചപ്പോഴേക്കും ജുമഅ: നിർവ്വഹിച്ച കുട്ടികളിൽ ബഹുഭൂരിഭാഗവും വിശന്ന് തളർന്നിരുന്നു. ആളുകൾ തിക്കിത്തിരക്കി പുറത്തേക്കിറങ്ങി. അടഞ്ഞുപോയ ഓടകൾ റോഡിനെ പുഴയ്ക്ക് സമാനമാക്കിയിരുന്നു.

പിതാവിന്റെ കൈകളിൽ മുറുകെ പിടിച്ച് കെട്ടിക്കിടന്ന വെള്ളത്തിലൂടെ വീട്ടിലേക്ക് നടന്നു. ചുറ്റും ഒരുപാട് പേർ നടക്കുന്നു. ചുവന്ന് കലങ്ങിയ മഴവെള്ളം റോഡരുകിലെ പീടികത്തറകളിലെ എലിമാളങ്ങളിൽ ഇടിച്ചുകയറി ഒച്ചവെച്ചു. ആഴമുള്ളിടത്ത് എത്തിയപ്പോൾ പിതാവ് മകനെ ചുമലിലിരുത്തി.

ഉയരം കൂടിയതോടെ പരിസരക്കാഴ്ചകൾക്ക് തെളിച്ചംകൂടി. പൊട്ടിവീണപോലെ പെയ്തൊഴിഞ്ഞ മഴ. ആകാശത്ത് ഒരു മേഘക്കീറുപോലും ബാക്കിയില്ല. നീലിമയാർന്ന വർണ്ണരാജിക്ക് താഴെ ഒഴുക്കുമുട്ടിയ മഴവെള്ളം. മഴ കടന്നുപോയതിന് സാക്ഷിയായി കെട്ടിക്കിടന്നു. പുഴ നീന്തി വീടുകളിലേക്ക് നീങ്ങിക്കൊണ്ടിരുന്ന ജനത്തിന്റെ ചുണ്ടുകളിൽ മഴ പറ്റിനിന്നു. ഏത് ദിവ്യന്റെ പ്രാർത്ഥനയാലാവാം നിനച്ചിരിക്കാതെ മഴ എത്തിയതെന്ന് അവർ തേടിക്കൊണ്ടിരുന്നു. വീടിന്റെ ഉമ്മറപ്പടിയിൽ എത്തിയപ്പോഴേക്കും വരട്ടിയഇറച്ചിയുടെ ഗന്ധം മൂക്കിലേക്ക് ഇരച്ചെത്തി. അസഹ്യമായ വിശപ്പിൽ ആ ഗന്ധം ഉമിനീർഗ്രന്ഥികളിൽ പെരുമഴ സൃഷ്ടിച്ചു.

മഴ കുതിർത്ത ഭൂമിക്ക് മുകളിലൂടെ ഓടിയെത്തിയ കാറ്റിൽ തേങ്ങാച്ചോറും പോത്തിറച്ചിവരട്ടിയതും ആവിയായി വയറിലേക്ക് തിക്കിക്കയറി. ഇറച്ചിക്കടയിലെ മുട്ടിക്കാരൻ കോയക്കുട്ടി പിരിശ******ത്തോടെ അറു

ത്തു ചേർത്ത മൂന്നു നാല് കരളിൻതുണ്ടുകൾ തപ്പിയെടുത്ത് ഉമ്മ മുളകിലിൽ ചോറിന് മുകളിൽ ചൊരിഞ്ഞു. ഭക്ഷണം കെങ്കേമമായതിനാലാവാം പെടപ്പുറത്തെ കൊട്ടിലിൽ ജനലിന് അഭിമുഖമായി കിടന്നതും കണ്ണുകളടഞ്ഞു.

---

* നമസ്കാരത്തിൽ ഉൾപ്പെടുന്ന ഉള്ളംകൈ കാൽമുട്ടിൽ അമർത്തി കുനിഞ്ഞുള്ള ആസനം.

** കാൽ വിരലുകളും ഉള്ളംകൈയും മൂക്കും നെറ്റിയും നിലത്തുകുത്തുന്ന വിധത്തിലുള്ള ആസനം.

*** നമസ്കാരത്തിന്റെ ഇടയിലെ ഇരുത്തം.

**** ഒരു പള്ളിയുടെ അധികാര പരിധിയിൽ വരുന്ന മുസ്ലീം വീടുകൾ.

***** ചപ്പ്, പൊതിന ഇല, ഇഞ്ചി, വലിയഉള്ളി, തക്കാളി തുടങ്ങിയ ഇറച്ചിക്കറിക്ക് ആവശ്യമായ പച്ചക്കറികൾ.

****** പ്രിയം.

മുപ്പത്തി ഏഴ്

കുത്തരിയുടെ കഞ്ഞികുടിച്ച് ഹാജി അലി വലിയുല്ല പെടാപ്പുറത്ത് ഇരിക്കവേയായിരുന്നു യൂസുഫ് സെക്കർ മുമ്പറ*ത്തെ കട** തുറന്ന് കോലായയിലേക്ക് എത്തിയത്.

"അസ്സലാമു അലൈക്കും" യൂസുഫ് സെക്കറിന്റെ സലാം ചൊല്ല ലിൽ രണ്ട് ഹൃദയങ്ങളുടെ അടുപ്പം പ്രകടമായിരുന്നു.

"വഅലൈക്കും മുസ്സലാം"***

ഹാജി അലി വലിയുല്ല ഏറെ പിരിശത്തോടെ സലാം മടക്കി. രണ്ട് ദിവസമായല്ലോ ഈ വഴിക്കിറങ്ങിയിട്ട്. ഹാജി സംസാരത്തിന് തുടക്ക മിട്ടു.

കാലൻകുട മടക്കി ഉമ്മറത്തുവെച്ച് തണുത്തവിരലുകളാൽ വാതിൽ പ്പടിയിൽ ഊന്നി യൂസുഫ് സെക്കർ പെടാപ്പുറ****ത്തേക്ക് കയറിവന്നു.

മഴപ്പാറലും കാറ്റും ആ കൈകളെ മരവിപ്പിച്ചിരുന്നു.

വീടിനകത്ത് ഭാര്യ മൂത്തബീവി തിത്തിബിയുമ്മയുടെ സാന്നിദ്ധ്യം നിഴലനക്കമായി. ഭർത്താവിനരുകിൽ എത്തുന്നവരുടെ കാലൊച്ചയ്ക്കാ യി എന്നും അകത്തളത്തിൽ കാത്തുകഴിയുന്ന ഒരു ജീവിതം. ആഗത രാവുന്നവരുടെ ഇഷ്ടവും നിഷ്ഠകളും ഒറ്റത്തവണകൊണ്ട് അവർ പഠി ച്ചെടുക്കുമായിരുന്നു.

രാവിലെ പത്തു മണിക്കു ശേഷമാണ് ഭർത്താവിന്റെ ആത്മസുഹൃത്ത് കട തുറന്ന് വീട്ടിലേക്ക് കയറുന്നതെങ്കിൽ അവർക്കറിയാം നല്ല കടുപ്പ ത്തിൽ ഏലക്കായ ചേർത്ത കട്ടൻചായയാവും വേണ്ടതെന്ന്. ഊണിന് മുമ്പ് എത്തിയാൽ മാമ്പഴക്കാലമാണെങ്കിൽ പച്ചമാങ്ങ ചേർത്ത ചമ്മ ന്തിയും കുത്തരിയുടെ കഞ്ഞിയുമാവും യൂസുഫ് സെക്കറിന് ഏറെ പ്രിയം. മുരിങ്ങമരത്തിൽനിന്നു അപ്പോൾ അടർത്തിയെടുത്ത ഇല താളിച്ചതാവും

ഊണിനൊപ്പം പതിവായി വിളമ്പുക.

നിർത്താതെ പെയ്യുന്ന മഴയെക്കുറിച്ച് പറഞ്ഞുകൊണ്ടായിരുന്നു സംസാരം തുടങ്ങിയത്. കഴിഞ്ഞ നാലഞ്ചു ദിവസമായി മഴ തുടരുന്നു.

മൂത്തബീവി ചായയുമായി ഉമ്മറത്തെത്തി. ചായ മൊത്തിക്കുടിക്കുന്നതുവരെ അവർ വാതിൽപ്പടിയോട് ചേർന്ന് സംസാരത്തിന് സാക്ഷിയായി. വീടിന്റെ അകത്തളം വിട്ട് പുറത്തിറങ്ങാൻ മടിക്കുന്ന അവർ ആർജ്ജിച്ച അറിവുകളെല്ലാം വാതിൽപ്പടിയോട് ചേർന്നു നിന്നപ്പോൾ ലഭിച്ചവയാണ്.

“കടൽക്ഷോഭം കഠിനമായിരിക്കുന്നു. കടപ്പുറത്ത് താമസിക്കുന്നവരെല്ലാം കനത്ത ഭീതിയിലാണ്.” ഹാജിയുടെ വാക്കുകൾ യൂസുഫ് സെക്കർ മൂളിക്കേട്ടു.

“ദിവസങ്ങളായി അടുപ്പ് പുകയാതെ ജീവിതം തള്ളിനീക്കുന്നതിനിടയിലാണ് വീടുപേക്ഷിക്കേണ്ട അവസ്ഥ തീരവാസികളുടെ ദുരിതം ഇരട്ടിപ്പിച്ചിരിക്കുന്നത്...”

മുക്കുവരുടെ രക്ഷയ്ക്കായി എന്തുവേണമെന്നതും ഇരുവരും ചർച്ച ചെയ്തു. സംസാരം നീളവേ മൂത്തബീവി വീണ്ടും ചായയുമായി ഉമ്മറത്തെത്തി. ഒപ്പം തലേന്ന് രാത്രി ആട്ടിയ വെളിച്ചെണ്ണയിൽ പൊരിച്ചെടുത്ത നുറുക്കിയപോത്തിറച്ചിയും അവർക്കരുകിലേക്ക് നീക്കിവെച്ച് ധൃതിപ്പെട്ട് തിരിഞ്ഞുനടന്നു. രണ്ടു പേരും ഊണിനുണ്ടാവുമെന്ന് അവർക്ക് ഉറപ്പായിരുന്നു.

ഒന്നൊന്നര മണിക്കൂറിലധികം സംസാരം നീണ്ടാൽ ഊൺ കഴിഞ്ഞും അത് തുടരും. ഊണിന് ശേഷം പെടാപ്പുറത്ത് ഇരുവശങ്ങളിലുമുള്ള കൊട്ടിലുകളുടെ അറ്റങ്ങളിലായി മയങ്ങും. പടിഞ്ഞാറു ദിശയിൽ ചാരിവെച്ച തലയിണയിൽ കിടന്ന് സംസാരിക്കവേ പിടിക്കും. അസറു[5] വരെ അത് നീളും.

---

* വീടിന്റെ മുൻഭാഗം.

** വീടിന്റെ മുമ്പിലെ മരവേലിയോട് ചേർന്ന വാതിൽ.

*** നിങ്ങൾക്കും ദൈവത്തിന്റെ രക്ഷയുണ്ടാവട്ടെ.

**** കോലായയിൽനിന്നു നടുവക (ഡൈനിങ്ഹാൾ) ത്തേക്ക് കയറുന്നതിന് ഇടയിലുള്ള ഭാഗം

***** വൈകുന്നേരത്തെ നമസ്കാരം.

മുപ്പത്തി എട്ട്

പുഴയുടെ സ്ഥാനത്ത് ഇന്ന് നീളമേറിയ ഒരു കുളമാണ്.
പുഴക്കത്തെപള്ളിയെ തഴുകിയൊഴുകിയ പുഴയെക്കുറിച്ചാണ് ഞാൻ പറയുന്നത്.
പള്ളിയുടെ തെക്കേവാതിലിനരുകിൽ നില്ക്കുമ്പോൾ ഓടി വന്ന് ദേഹത്ത് മുട്ടിയുരുമ്മുന്ന കാറ്റിന് ഇപ്പോഴും പുഴക്കാറ്റിന്റെ വെയിൽ മണമുണ്ട്. ഹാജി അലി വലിയുല്ലയും അത് ശരിവെച്ചിട്ടുണ്ട്. ബാങ്കുവിളിക്കുന്ന മുക്രി സ്രാങ്കിന്റകത്ത് കുഞ്ഞൗളയും അതേ അനുഭവം ഞങ്ങളോട് പറഞ്ഞിട്ടുണ്ട്.
നമുക്കിടയിൽ പുഴ ഇന്നുമുണ്ടെന്നതിൽ സംശയിക്കേണ്ട.
പള്ളിക്കാട്ടിലെ ആറടിമണ്ണിന് അവകാശികളായ ഉറ്റവരെപ്പോലെ നാം പുഴയെ സ്മരിക്കുന്നു.
പുഴ ഒഴുകിയ കാലത്തെ ഓർത്ത് അനുഭൂതികളിൽ ലയിക്കുന്നു.
പുഴയിൽ കുളിച്ചു തിമർത്ത ദിനങ്ങളെ തലോലിക്കുന്നു.
പുഴയോരത്ത് ജീവിച്ചവർക്ക് അനുഭൂതികളുടെ ആഴക്കടലാണ് പുഴ. അവളോട് സഹവസിച്ചവർക്ക് ആ അനുഭൂതി ശ്വാസം നിലയ്ക്കുവോളം മറക്കാനാവില്ല. ഭൂമിക്ക് ദൈവം നല്കിയ അമൂല്യമായ സമ്മാനങ്ങൾ പുഴയും കടലും കാടുമാണെന്ന് എന്നും തോന്നിയിരുന്നു.
കാടില്ലാത്ത നാട്.
പുഴയില്ലാത്ത നാട്.
കടൽക്കരയില്ലാത്ത രാജ്യം ഇതൊന്നും സുന്ദരമാണെന്ന് പറയാനാവില്ല.
പുഴയുടെ സന്തതികൾ അതിന്റെ ഓർമ്മകളെ എന്നും താലോ

ലിക്കും. കുഞ്ഞുന്നാളിൽ അമ്മിഞ്ഞ ലഭിക്കുമ്പോഴുള്ള അനുഭൂതിയോട് സാമ്യമുള്ള ഒന്ന് ഓരോ പുഴയും തീരത്ത് ജീവിതം നെയ്യുന്നവർക്ക് നല്കുന്നു. പുഴയെപ്പിരിഞ്ഞ് കാടും കടലും താണ്ടിയാലും അയാൾ അന്വേഷിക്കുക പുഴയെക്കുറിച്ചാവും.
വറ്റിയോ.
വെള്ളമുണ്ടോ.
കരകവിഞ്ഞോ.
എത്ര ചോദ്യങ്ങളാവും നാവിൻതുമ്പിൽ ഒറ്റയടിക്കെത്തുക. തീരവാസികൾ ദൂരെദിക്കിൽ പരസ്പരം കണ്ടുമുട്ടുമ്പോഴെല്ലാം പുഴയെക്കുറിച്ച് ചോദിച്ചുകൊണ്ടിരിക്കും.
യാതൊന്നും അവശേഷിപ്പിക്കാതെ പുഴ മൺമറഞ്ഞെന്ന് വിശ്വസിക്കാനാവുന്നില്ല. പുഴക്കത്തെപള്ളിയിലെ ഉച്ചമയക്കത്തിൽ പച്ചരാശി പടർന്ന പുഴവെള്ളം ഓളംവെട്ടുന്നത് അടഞ്ഞ മിഴിപ്പുറത്ത് എത്ര തവണ കണ്ടിരിക്കുന്നു. ചരിഞ്ഞുകിടക്കുമ്പോൾ കൈകളിൽ അമരുന്ന ചെവിയിൽ വെള്ളത്തിന്റെ തേങ്ങൽ എപ്പോഴുമുണ്ടാവും കരയോട് ചേർന്ന പൊത്തുകളിൽ ചെന്നിടിച്ച് ഓളങ്ങൾ ഒച്ചവെക്കുന്നതും കേൾക്കാറുണ്ട്. തറ അല്പം മാന്തിയാൽ പുഴയെ കാണാനാവുമെന്ന് ആ ദിനങ്ങളിൽ വ്യാമോഹിച്ചിട്ടുണ്ട്.
കുളമേയുള്ളൂവെന്ന് ഇനിയും ഉൾക്കൊള്ളാനായിട്ടില്ല.
ദൃഢപ്പെട്ട വിശ്വാസങ്ങൾക്കിടയിൽ മുങ്ങാൻ ആരും ധൈര്യപ്പെടാത്ത പടിക്കെട്ടുകളാൽ അലങ്കൃതമായ കുളം.
നട്ടുച്ചയ്ക്കും ഇരുണ്ടജലവുമായി കാഴ്ചക്കാരിൽ ഭീതിനിറയ്ക്കുന്ന കുളം.
കൽപ്പടവുകളിറങ്ങി നമസ്കാരത്തിനായി അംഗശുദ്ധി വരുത്തുന്നതിൽ ഒരുങ്ങുന്നു കുളവുമായുള്ള ഭക്തരുടെ അടുപ്പം. പുഴയെ പൊക്കിയെടുത്ത് ജിന്നുകൾ കാണാമറയത്തേക്ക് പറക്കുന്നതിനിടയിൽ മുറിഞ്ഞുവീണാണ് കുളം രൂപപ്പെട്ടതെന്നാണ് പള്ളിയുടെ അട്ടത്ത് ഭദ്രമായി സൂക്ഷിച്ച ചില കിത്താബുകളിൽ രേഖപ്പെടുത്തിയിരിക്കുന്നത്.
*ദജ്ജാലി*നെ ബന്ധിച്ച ഭീമൻചങ്ങല ബഹ്റി**ലേക്ക് നീളുന്നത് കുളത്തിന് അടിയിലൂടെയല്ലെ. പൗർണ്ണമിയും വെള്ളിയാഴ്ചരാവും ഒത്തുവരുന്ന അവസരത്തിൽ കുളത്തിലെ വെള്ളത്തിന് ചോരയുടെ നിറമാവും.*

ജുമഅ: ഉൾപ്പെടെയുള്ള നമസ്കാരങ്ങൾക്ക് ആദ്യം പള്ളിയിൽ എത്തിയിരുന്നത് ഹാജി അലി വലിയുല്ലയും യൂസുഫ് സെക്കറുമായിരുന്നു. പടിഞ്ഞാറെ വഴിയിലൂടെ യൂസുഫ് സെക്കറും കിഴക്കേ നടവഴിയിലൂടെ ഹാജി അലി വലിയുല്ലയും ഒരേ സമയത്ത് പള്ളിയിൽ പ്രവേശിക്കും. പ്രാർത്ഥനാന്തരം ഇരുവരും ഒന്നിച്ച് തിരിച്ചുനടക്കും.

രണ്ടുപേരും ഒരിക്കൽപോലും കുളത്തിലെ വെള്ളം കൈകൊണ്ട് തൊടുകയോ, രുചിക്കുകയോ ചെയ്തിട്ടില്ല. പടിഞ്ഞാറൻ ചക്രവാളത്തിൽ സൂര്യൻ ചുവന്നുതുടുക്കുമ്പോൾ കുളപ്പടവിന്റെ തെക്കേ മൂലയിൽ യൂസുഫ് സെക്കറും പടിഞ്ഞാറെമൂലയിൽ ഹാജി അലി വലിയുല്ലയും കൈയിൽ തലവെച്ച് ചെരിഞ്ഞുകിടക്കും. മനസ്സിനെ അലട്ടുന്ന സമസ്യകൾക്ക് ആ കിടപ്പിൽ ഇരുവരും പരിഹാരം തേടും. സൂര്യന്റെ സഞ്ചാരപഥങ്ങളിൽ കണ്ണുനട്ട് ജനിമൃതി സമസ്യകൾക്ക് ഉത്തരം കണ്ടെത്താൻ ഹാജി അലി വലിയുല്ല പരിശ്രമിക്കുമ്പോൾ കുളത്തിന്റെ അടിത്തട്ടിലെ കാണാക്കാഴ്ചകളെക്കുറിച്ച് യൂസുഫ് സെക്കർ കിനാവുകാണും.

---

* ചെകുത്താനെപ്പോലെ മഹാകുഴപ്പക്കാരനായ ഒരു ജീവി(ദജ്ജാൽ ചങ്ങലയാൽ ബന്ധിതനാണെന്നും ലോകാവസാനമായാൽ ചങ്ങലപൊട്ടിച്ച് ഭൂമിലേക്ക് വരുമെന്നും കടൽവെള്ളം കുടിച്ചു വറ്റിക്കുമെന്നും മുസ്ലീങ്ങൾ വിശ്വസിക്കുന്നു.

** കടൽ.

മുപ്പത്തി ഒൻപത്

പെടാപ്പുറത്തെ തെക്കേകൊട്ടിലിൽ ഹാജി അലി വലിയുല്ല കാലുംനീട്ടിയിരുന്നു.

കൊട്ടിലിന്റെ താഴെ ചാരിവെച്ച ഊന്നുവടിയിൽ വലതുകൈ അമർത്തിവെച്ചാണ് ഇരിപ്പിനും കിടപ്പിനുമിടയിൽ എപ്പോഴും കഴിയുക.

ഗൗരവമുള്ള ചിന്തകൾ മനസ്സിനെ മഥിക്കുമ്പോൾ ആ ഇരിപ്പ് ഏറെ നീളും.

പാൽക്കഞ്ഞിയിൽ ഒതുങ്ങുന്ന നാഷ്ത്ത*യോ ഉച്ചയൂണോ കഴിഞ്ഞ് ഇരുന്നാൽ സമീപത്തെ കുഞ്ഞിപ്പള്ളിയിൽനിന്ന് മുക്രി അദ്ര്മാന്റെ മുഴങ്ങുന്ന ബാങ്കൊലിപോലും ഹാജി അലി വലിയുല്ല ചിലപ്പോൾ കേട്ടെന്നുവരില്ല. ഇളങ്കാറ്റിൽ അകത്തെ മുറിയിലെ ജാലകവിരികൾ നേർത്ത ശബ്ദത്തിൽ അനങ്ങിയാൽപോലും അറിയുന്നതാണ് അദ്ദേഹത്തിന്റെ നീണ്ടചെവികൾ.

പുറത്തെ ഇളംവെയിലിൽനിന്ന് വീട്ടിനകത്തേക്ക് കണ്ണയച്ചാൽ ഇരുട്ട് പമ്മിനില്ക്കുന്ന ഹാജിയുടെ കൊട്ടിലിൽ ആരെയും കാണാനാവില്ല. അല്പനേരം സൂക്ഷിച്ചുനോക്കിയാൽ ഊന്നുവടിയിൽ അമർന്ന ഹാജിയുടെ വെളുത്തുനീണ്ട വാർദ്ധക്യം പരുക്കേല്പിച്ച വിരലുകൾ തെളിയും.

തൂവെള്ള നിറമാർന്ന, തോൽ അടർന്നുവീഴുമെന്നു സംശയിക്കുന്ന നീളമേറിയ വിരലുകൾ വടിയിൽ മുറുകെ പിടിച്ചിരിക്കുന്നത് എന്തിനാണെന്നു കാഴ്ചയ്ക്ക് സാക്ഷിയാവുന്നവർ സംശയിച്ചേക്കാം. അസ്റായീൽ** ചുറ്റുവട്ടത്തുണ്ടെന്നും ഏതു നിമിഷവും ചാരുകസേരയ്ക്കരുകിൽ എത്തുമെന്നും ഹാജിക്ക് ബോദ്ധ്യമുണ്ട്. മൗത്തി***ന്റെ വേദന പാരമ്യത്തിലെത്തുമ്പോൾ വടിയിൽ ആശ്വാസം തേടാമെന്ന് ഹാജി അടുപ്പമുള്ളവരോട് പറയാറുണ്ട്.

വടക്കേജനലിനു പുറത്തെ ആര്യവേപ്പിന്റെ ചില്ലകൾ ഒന്നിളകി കൊട്ടിലി****ലേക്കു വെളിച്ചം പാറി വീണാലെ ഹാജിയുടെ പൂർണ്ണരൂപം പുറത്തുനില്ക്കുന്നവർക്കു കാണാനാവൂ. ചിലപ്പോൾ നിറഞ്ഞ വെയിലിൽ, ചുടുകാറ്റിൽ ആര്യവേപ്പിൻ ചില്ലകൾ ജനലിനകത്തേക്കു വെളിച്ചം വിതറുമ്പോൾ കൊട്ടിലിനുതാഴെ ഹാജിയുടെ വെളുത്ത വിശാലമായനെറ്റിയിൽ നിസ്കാരത്തഴമ്പ് കനപ്പിച്ച കല പ്രകാശിക്കും.

മുല്ലന്റകത്തെ ഇരുട്ടിൽനിന്നു അവകാശികളാരെങ്കിലും ആഗതനെ കാണുകയോ, ഒച്ച കേൾക്കുകയോ ചെയ്യുവോളം ഉമ്മറവാതിലിനു പുറത്ത് നില്ക്കുകയോ, കോലായയിലെ കസേരയിൽ ഇരിക്കേണ്ടിയോ വരും. ചിലപ്പോൾ അപരിചിതർ തൊട്ടുമുമ്പിൽ എത്തിയാലും ഹാജി അലി വലിയുല്ല അറിയില്ല. ആ മനസ്സിൽ സ്വർഗ്ഗത്തിലെ അരുവികളും ഭൂമിയിൽ ഒരിക്കലും പുഷ്പിക്കുകയോ, കായ്ക്കുകയോ ചെയ്തിട്ടില്ലാത്ത പഴങ്ങൾ നിറഞ്ഞ തോട്ടങ്ങളുമേ ആ നേരങ്ങളിൽ അവശേഷിക്കൂ.

ഇടയ്ക്ക് ആരും കേൾക്കാത്ത ചില പേരുകൾ അദ്ദേഹം നീട്ടി വിളിക്കും. അവരെല്ലാം സ്വർഗ്ഗവാസികളാണെന്നാണ് ഭാര്യ മൂത്തബീവി തിത്തിബിയുമ്മയുടെ തീർപ്പ്. പ്രായം തൊണ്ണൂറ്റിയേഴു പിന്നിട്ടിട്ടും വെള്ളിയാഴ്ച ഖാജാ മുഹ്യുദ്ദീൻ പള്ളിയിൽ മിമ്പറിൽ കയറാനും പള്ളി ദർസ്സിൽ വെള്ളിയാഴ്ച രാവുകളിൽ നടത്തുന്ന റാത്തീബി*****നു നേതൃത്വം നല്കാനും ഹാജി അലി വലിയുല്ല കൃത്യമായെത്തും.

നൂറുകണക്കായ ശിഷ്യഗണങ്ങൾക്കും നാട്ടിലെ കുട്ടികൾ ഉൾപ്പെടെയുള്ള വിശ്വാസികൾക്കും ജുമഅഃ നമസ്കാരവും റാത്തീബും പൂർണ്ണമായെന്നു ബോദ്ധ്യപ്പെടണമെങ്കിൽ ആ സാന്നിദ്ധ്യം കൂടിയേത്തീരു.

ആറര പതിറ്റാണ്ടിനിടയിൽ മഹല്ലുകാർ മിമ്പറി******നു മുകളിൽ മറ്റൊരാളെ കണ്ടിട്ടില്ല. ഹാജി അലി വലിയുല്ല തോപ്പയിലേയോ, കണ്ണംപറമ്പിലേയോ പള്ളിക്കാട്ടിലേക്ക് പിൻവാങ്ങിയാൽ ആർക്കും ആ സാന്നിദ്ധ്യത്തിന് പകരമാവാൻ കഴിയില്ലെന്ന് കോഴിക്കോട്ടങ്ങാടിയിൽ ആഴ്ചയിൽ ഒരിക്കൽ മാത്രം ചരക്കെടുക്കാൻ വരുന്ന വയനാട്ടുകാരും ഗൂഡല്ലൂർക്കാരും പറയാറുണ്ട്.

മഹല്ലിലെ വിശ്വാസി സമൂഹത്തിനു നീണ്ട യമനി കന്തൂറയും ഇടതുകൈയിൽ തിളങ്ങുന്ന നീളൻ വാളും പിടിച്ച് മിമ്പറിൽ കയറിയുള്ള വെള്ളിയാഴ്ചകളിലെ ഹാജി അലി വലിയുല്ലയുടെ ഖുത്തുബ******* കേട്ടാലെ ജുമഅ: നമസ്കരിച്ചെന്നു ബോദ്ധ്യപ്പെടൂ.

ഹാജി നാട്ടിലില്ലാത്ത ഒരു വെള്ളിയാഴ്ചയും കടന്നുപോകരുതേയെന്നാണ് മഹല്ല് നിവാസികളുടെ തേട്ടം. ഹജ്ജിനായി ജിദ്ദയിലേക്ക് കപ്പൽ കയറിയപ്പോൾ പകരക്കാരൻ അഹമ്മദ് ഹുസൈൻ മുസ്‌ലിയാർ കോൽപ്പറമ്പ് ജുമഅഃക്ക് നേതൃത്വം നല്കിയിട്ടും ആർക്കും ജുമഅഃ നമസ്കരിച്ചതായി ബോദ്ധ്യപ്പെട്ടില്ല. കെട്ടിവെച്ച മുറിവുമായി കുളിച്ചപോലെ, ഒരു റാഹത്തി********ല്ലായ്മ അനുഭവിച്ചതായി മഹല്ല് പ്രസിഡന്റ് കാരക്കോടൻ അബ്ദുറഹിമാൻ ഹാജിയും മറ്റ് ചിലരും അക്കാലത്ത് പറഞ്ഞിരുന്നു.

*   പ്രഭാതഭക്ഷണം.

**   ജീവനെടുക്കുന്ന മാലാഖ.

***   മരണത്തിന്റെ.

****   സിമന്റു തിണ്ണ.

*****   നബി വചന പ്രഘോഷണം.

****** പ്രസംഗപീഠം.

*******വെള്ളിയാഴ്ച ജുമഃഅയിലെ ഉദ്ബോധന പ്രസംഗം.

******** തൃപ്തിയില്ലാത്ത അവസ്ഥ.

നാല്പത്

കോഴിക്കോട്ടങ്ങാടിയുടെ പടിഞ്ഞാറ് അറബിക്കടലിലെ പാറക്കെട്ടിനു പിന്നിൽ വിദേശകപ്പലും ഉരുവും നങ്കൂരമിടും. മഞ്ചികളിലാണ് ചരക്കുകൾക്കൊപ്പം കച്ചവടക്കാരായ യമനികളും മിസ്രികളും കരയിലേക്ക് എത്തുക. സ്വദേശികളും വിദേശികളുമായ കച്ചവടക്കാർക്കു വേണ്ടി കരാറുകൾ തയ്യാറാക്കുകയും ഇരുവിഭാഗത്തെയും വ്യവസ്ഥകൾ ബോദ്ധ്യപ്പെടുത്തുകയുമായിരുന്നു ഹാജി അലി വലിയുല്ലയുടെ മുഖ്യജോലി.

ഹാജി സംസാരിച്ചുറപ്പിച്ച് കൈമുദ്ര ചാർത്തിയാൽ ആ കടലാസിന്റെ ബലത്തിൽ ചരക്ക് കൈമാറാൻ കോഴിക്കോട്ടെ കച്ചവടക്കാർ ഒരുക്കമായിരുന്നു. പലരും വ്യവസ്ഥകൾ വായിക്കാൻപോലും മുതിരാതെയാവും കടുക്കമഷിയിൽ തള്ളവിരൽ മുക്കി കൈയൊപ്പു ചാർത്തുക.

യൂസുഫ് സെക്കറിന്റെ പിതാമഹന്മാരുടെ താവഴിക്കാരായിരുന്നു അലി വലിയുല്ലയുടെയും പൂർവ്വികർ.

കപ്പിത്താന്മാരായ പൂർവ്വികന്മാരിൽ ആരായിരുന്നു മുല്ലത്തറവാട്ടിലെ മൂത്തബീവി മുത്തു ഫാത്തിമ ബീപാത്തുവിനെ വിവാഹം കഴിച്ചതെന്ന് പതിനഞ്ച് തലമുറയുടെ ചരിത്രം ഇഴകീറി പരിശോധിച്ചിട്ടും ഹാജി അലി വലിയുല്ലായ്ക്ക് തിരിച്ചറിയാനായിട്ടില്ല. തറവാട്ടിൽ സൂക്ഷിച്ച രേഖകൾ പ്രകാരം ഇദ്‌രീസ് അബു അബ്ദുല്ല യൂസുഫ് ബിൻ സെക്കറാവണം വിവാഹബന്ധത്തിൽ ഏർപ്പെടേണ്ടത്. അദ്ദേഹത്തിന്റെ ചരിത്രത്തിൽ എവിടെയും അറബ് വംശജയല്ലാത്ത സ്ത്രീയെ വിവാഹം കഴിച്ചതായോ, സന്തതിപരമ്പരയ്ക്ക് കാരണക്കാരനായതായോ കുറിച്ചിട്ടില്ല.

പത്തുനാനൂറ് വർഷം മുമ്പേ മുല്ലവീട്ടുകാർക്ക് പുണ്യനബി മുത്തു മുഹമ്മദ് മുസ്തഫാ തങ്ങളുടെ പിന്മുറക്കാരുമായി വൈവാഹിക-കച്ചവട ബന്ധങ്ങൾ നിലനിന്നിരുന്നു. യൂസുഫ് സെക്കറും ഹാജി അലി വലിയു

ല്ലയും ഉറ്റമിത്രങ്ങളായതിന് പിന്നിൽ യമനീ പാരമ്പര്യം ശക്തമായി സ്വാധീനിച്ചിരുന്നു.

മുത്തുനബിയുടെ റൗള കാണാൻ ഹാജി അലി വലിയുല്ല രണ്ടാം തവണ സഊദിക്കു പുറപ്പെട്ടത് യൂസുഫ് സെക്കറിന്റെ വ്യാപാരപങ്കാളിയും ഹറമിന്റെ സമീപനഗരത്തിലെ പാണ്ട്യാല ഉടമയുമായിരുന്ന സയ്യിദ് ശംസുദ്ദീൻ യൂസുഫിന്റെ കപ്പലിനോട് കിടപിടിക്കുന്ന പത്തേമാരിയിലായിരുന്നു.

ഖാജ മുഹ്യുദ്ദീൻ ജുമാഅത്ത് പള്ളിയുടെ ദർസ്സിൽ നിന്നായിരുന്നു ഡോ. കമാൽ അക്തർ ഹബീബിന് വല്ല്യുപ്പ ഹാജി അലി വലിയുല്ല നിധി പോലെ സൂക്ഷിച്ച അറബി മലയാളത്തിൽ എഴുതിയ എഴുത്തോലകൾ ലഭിച്ചത്. അവയിൽ പരതിയപ്പോഴാണ് കുടുംബത്തിന്റെ പൂർവ്വകാലത്തെക്കുറിച്ച് അറിയാനായത്.

പുതുക്കിപ്പണിത പള്ളിയിലേക്കായി ദർസ് കിത്താബുകൾ തരംതിരിച്ചപ്പോൾ അവശേഷിച്ച പുറംചട്ട ദ്രവിച്ചതും കുത്തിക്കെട്ട് വിട്ടുപോയതുമായ പുസ്തകത്താളുകൾക്കിടയിലായിരുന്നു ആ എഴുത്തോലകൾ കിടന്നിരുന്നത്. കൗതുകത്തിന് ആ ഓലകളിൽ കണ്ണോടിച്ചപ്പോഴാണ് അവയ്ക്കിടയിൽ ചില കൈയെഴുത്തുകൾ പരിചിതമായി തോന്നിയത്.

വല്യുപ്പ കണ്ണംപറമ്പിലെ പള്ളിക്കാട്ടിലേക്ക് യാത്രയായിട്ട് പത്ത് പതിനാറ് വർഷമായി. വല്യുപ്പയെക്കുറിച്ച് സ്വന്തമായി കഥ മെനഞ്ഞെടുത്തു കിനാവും ഭാവനയും ചേർത്തുപറഞ്ഞിരുന്ന മൂത്തബീവി തിത്തിബിയുമ്മ മൺമറഞ്ഞിട്ടും വർഷം ആറേഴായി.

നാല്പത്തി ഒന്ന്

അയൽവാസിയായ നാരാണൻ മാസ്റ്ററാണ് രാവിലെ ആ വാർത്ത യുമായി എത്തിയത്.

അൻവറിന്റെ എളാമ്മ മരിച്ചെന്നു വിശ്വസിക്കാനാവുന്നില്ല.

അവൻ അപ്രത്യക്ഷനായതോടെ അവരുടെ ആരോഗ്യനില വഷളാ യിരുന്നു. പ്രമേഹവും രക്തസമ്മർദ്ദവും കഠിനമായതിനാൽ മൂന്നാഴ്ചയിൽ അധികമായി ആശുപത്രിയിലായിരുന്നു. നാട്ടിൽ വന്ന ഉടൻ ഫെമയെയും കൂട്ടി അവന്റെ വീട്ടിൽ പോയി കദീശുമ്മയെ കണ്ടിരുന്നു.

അവരുണ്ടാക്കുന്ന നാടൻകോഴിക്കറിയുടെ രുചി എന്നും നാവിലു ണ്ടാവും. ആ പാവം പലഹാരം തീറ്റിച്ചതിന് കൈയും കണക്കുമില്ല. എന്നും അവനൊപ്പം അവർ എനിക്കായും ഒരു പ്ലേറ്റ് സൂക്ഷിച്ചിരുന്നു. സുരേഷി ന്റെ അമ്മയും അച്ഛനും വയനാട്ടിലേക്ക് പോയതോടെയായിരുന്നു കുട്ടി കളില്ലാത്ത കദീശുമ്മയും ഭർത്താവ് കോയസ്സൻകുട്ടിക്കയും അവന്റെ വീട്ടി ലേക്ക് താമസംമാറിയത്.

അടുക്കളയ്ക്കു പുറത്ത് ലോകം കണ്ടിട്ടില്ലാത്ത ആ ഉമ്മ എന്റെ നാ ട്ടിലെ ബഹുഭൂരിപക്ഷം വരുന്ന സ്ത്രീകളുടെ പ്രതിനിധിയായിരുന്നു.

പരിപ്പും ചുരങ്ങയുമിട്ട് അവർ ഉണ്ടാക്കുന്ന തേങ്ങ അരച്ചുചേർത്ത മഞ്ഞയോ, പച്ചയോയെന്ന് തിരിച്ചറിയാനാവാത്ത ആ പരിപ്പുകറി സവി ശേഷമായിരുന്നു. കുരുമുളക് കുത്തിപ്പൊടിച്ച് മസാലയിൽ ചേർത്ത് പൊരി ക്കുന്ന വലിയമത്തിയും നാടൻമോരിൽ ഇഞ്ചിയും ചെറിയഉള്ളിയും തേങ്ങയും ചോറും അരച്ചുകലക്കി തയ്യാറാക്കുന്ന ഉള്ളിമോരും ഒപ്പം മത്തിമുളകിട്ടതുമായാൽ മറ്റൊരു ഉച്ചഭക്ഷണവും അതിനോളമെത്തില്ല.

വെളുത്ത് കുറുകിയ കദീശുമ്മ ശുചിത്വത്തിന്റെ കാര്യത്തിൽ തികഞ്ഞ പിടിവാശിക്കാരിയായിരുന്നു. വെള്ളവും ജ്യൂസുമെല്ലാം ഒഴിച്ചുകൊണ്ടു

വരുന്ന അവരുടെ ഗ്ലാസുകൾ വെട്ടിത്തിളങ്ങും. എന്റെ നാട്ടുകാരുടെ കദിയുമ്മ. പിച്ചവെക്കാൻ തുടങ്ങുന്ന കുട്ടികളുടെ നാവിൽപോലും ആ പേരിന് മാറ്റമുണ്ടായിരുന്നില്ല.

അവനും ഞാനുമെല്ലാം അവരെ കദിയുമ്മയെന്നാണ് വിളിച്ചിരുന്നത്. വൈകുന്നേരങ്ങളിൽ പലഹാരമുണ്ടാക്കി അയൽവീടുകളിലെ കുട്ടികൾക്കായി വിതരണം ചെയ്യും. ആ പൊരിച്ചുണ്ടയുടെയും കായപ്പത്തിന്റെയും പൊക്കുവടയുടെയും രുചി അനുഭവിക്കാത്ത ഒരു ബാല്യവും ഞങ്ങളുടെ കാലത്തെ കടന്നുപോയിട്ടില്ല.

അതിഥികൾ വന്നാൽ അടുക്കളയിൽ വെപ്രാളപ്പെട്ട് നീങ്ങുമായിരുന്ന ആ സ്ത്രീയുടെ വെള്ളപുതപ്പിച്ച ദേഹത്തിലേക്ക് ഒന്നേ നോക്കിയുള്ളു. ഒരു മരണം നടന്നതിനപ്പുറം ആ വീട്ടിലെ മുഖ്യസംസാരം നാടുവിട്ട അവരുടെ പിറക്കാതെപോയ മകനെക്കുറിച്ചായിരുന്നു.

എവിടേക്ക് പോയി.

എന്തു സംഭവിച്ചു.

കദിയുമ്മ മരിക്കുന്നതിന്റെ തലേദിവസവും പ്രായത്തിന്റെ അവശത വകവെക്കാതെ കോയസ്സൻകുട്ടിക്ക പൊലീസ് സ്റ്റേഷനിൽ ചെന്നിരുന്നു. ഭാര്യ അത്യാസന്നനിലയിൽ കഴിയുമ്പോഴും വല്ല വിവരവും ലഭിക്കുമോയെന്ന പ്രത്യാശയിലായിരുന്നു ആ യാത്ര. പൊലീസുകാർ വിവരമറിയിക്കാമെന്ന് പറഞ്ഞാലൊന്നും കോയസ്സൻകുട്ടിക്കായ്ക്ക് ആശ്വസിക്കാനാവുമായിരുന്നില്ല. അയാളും അവനിൽ കണ്ടത് സ്വന്തം മകനെയായിരുന്നു.

നാലു മണിക്കായിരുന്നു മയ്യിത്ത് പള്ളിയിലേക്കു കൊണ്ടുപോകാൻ തീരുമാനിച്ചിരുന്നതെങ്കിലും വന്നേക്കാമെന്ന പ്രതീക്ഷയിൽ സന്ധ്യക്കായിരുന്നു എടുത്തത്. മരണങ്ങൾ വേദനയായി ആളിക്കത്തി കാലത്തിന്റെ കറക്കത്തിൽ ഏറക്കുറെ വിസ്മൃതമാവുമെങ്കിൽ, പടികടന്നുപോകുന്നവരെക്കുറിച്ചുള്ള ആശങ്കകൾ ജീവിച്ചിരിക്കുന്നവരിൽ എരിഞ്ഞടങ്ങാതെ എന്നുമുണ്ടാവും.

വല്ലതും സംഭവിച്ചോ.

മരിച്ചോ...

മരണ വാർത്ത ഇംഗ്ലീഷ് പത്രങ്ങളിൽ ഉൾപ്പെടെ നല്കിയിരുന്നു.

ചില മുഖ്യധാര ടി വി ചാനലുകൾ അവനെക്കുറിച്ച് മുമ്പ് അവതരിപ്പിച്ച പ്രത്യേക പരിപാടി പുനഃപ്രക്ഷേപണം ചെയ്തു. അത് കണ്ടെങ്കിലും അവൻ വരട്ടെയെന്ന് വർഷയുൾപ്പെടെയുള്ള പത്രപ്രവർത്തക സുഹൃത്തുക്കൾ പ്രതീക്ഷിച്ചിരുന്നു.

അൻവർ വന്നില്ല.

ഇനി ഒരിക്കലും വരാൻ സാദ്ധ്യതയില്ലെന്ന് വർഷ പിന്നീട് എഴുതിയ കത്തിൽ കുറിച്ചിരുന്നു.

മരണവീട്ടിൽനിന്നു ഇറങ്ങവേ അയല്പക്കത്തെ സ്ത്രീകളുടെ സംസാരം ഫെമയെക്കുറിച്ചായി. മലയാളം കുറച്ചൊക്കെ അവൾക്കു മനസ്സിലാവും. നീ നിനച്ചപോലെ ഒരാളെ കണ്ടെത്തിയല്ലോയെന്ന് അൻ

വറിന്റെ ബന്ധുവായ അസ്മാത്ത ഇറങ്ങാൻ നേരത്ത് ചിരിച്ചുകൊണ്ട് പറഞ്ഞത് അക്ബറിൽ ആഴത്തിൽ പതിഞ്ഞു.

വിട്ടുപോകുന്നവരൊന്നും തിരിച്ചു വരരുതെന്ന് വീടും നാടും ആഗ്രഹിക്കുന്നുണ്ടാവുമോ.

പുറപ്പെട്ടുപോകുന്നവരിൽ തിരിച്ചെത്തുന്നവർ ചുരുക്കം. എന്നെങ്കിലും എത്തിയാൽ നിത്യരോഗികളോ, വൃദ്ധരോ ആയി മാറിയിരിക്കും. ചിലർ വികലാംഗരായും തിരിച്ചെത്തിയിട്ടുണ്ട്. മിക്കപ്പോഴും പോയവരുടെ പ്രേതങ്ങളാവും വരിക. വെള്ളത്താടിയുമായി മുടന്തിയെത്തുന്ന അൻവറിനെ അൻവറിനെ സങ്കല്പിക്കാനാവുന്നില്ല. ആ പ്രായത്തിൽ അവൻ തിരിച്ചുവരല്ലെയെന്നും അക്ബർ പ്രാർത്ഥിച്ചു.

ഷാർജയ്ക്ക് മടങ്ങുന്നതിന് തലേ ദിവസവും ഞങ്ങൾ അവന്റെ വീട്ടിൽ ചെന്നിരുന്നു. പുതുതായി ഒരു വിവരവും അവിടെനിന്നു ലഭിച്ചില്ല.

വാർദ്ധക്യത്തിന്റെ അവശതകൾക്കിടയിലും ഓടിനടന്നിരുന്ന കോയസ്സൻകുട്ടിക്ക കൂടുതൽ വൃദ്ധനായപോലെ. അദ്ദേഹം പറയുന്ന കാര്യങ്ങൾക്കൊന്നും പരസ്പര ബന്ധമുണ്ടായിരുന്നില്ല. അവന്റെ പിതൃസഹോദരൻ അഷ്റഫാണ് മരണം കഴിഞ്ഞതോടെ കോയസ്സൻകുട്ടിക്കയുടെ സമനില നഷ്ടമായെന്ന് സൂചിപ്പിച്ചത്.

“മലയാളികളായ നിങ്ങളുടെ ഉറ്റവരോടുള്ള വൈകാരികമായ ഇഷ്ടമാണ് ദുഃഖങ്ങളെ മാനസികാഘാതങ്ങളായി പരിവർത്തിപ്പിക്കുന്നത്. ഞങ്ങളുടെ നാട്ടുകാരും ഉറ്റവരെ ഇഷ്ടപ്പെടാറുണ്ട്, ഓർക്കാറുണ്ട്. വാർദ്ധക്യത്തിൽ മക്കളിൽ മാത്രം അഭയം തിരയുന്നതാണ് സ്ഥിതി സങ്കീർണ്ണമാക്കുന്നത്. ആ അവസ്ഥയാണ് നിങ്ങളെ കൂടുതൽ ദുർബ്ബലരുമാക്കുന്നത്. എന്റെ നാട്ടിലാണെങ്കിലും മരണവീട്ടിലെ രംഗങ്ങൾ ഏറക്കുറെ ഇതെല്ലാമാവും. പക്ഷേ, അവർ ഇത്രത്തോളം നിരാശരാവില്ല, തീർച്ച.”

ഫെമ പറഞ്ഞത് തെറ്റോ, ശരിയോയെന്ന് വേർതിരിക്കാൻ ഒരുകാലത്തും സാദ്ധ്യമാവില്ലെന്ന് അക്ബറിന് ഉറപ്പായിരുന്നു.

നാല്പത്തി രണ്ട്

എന്റെ മനസ്സിൽ ഒരു പുഴയുണ്ട്. ഇരുകരകളിലും മുട്ടിയുരുമ്മി നിറഞ്ഞൊഴുകുന്ന പുഴ.

രാവു പുലരുമ്പോഴേക്കും കെട്ടുവള്ളങ്ങളുമായി മീൻ കൊയ്യാനിറിങ്ങുന്ന ഏകാകികളായ മുക്കുവർ അലസമായി തുഴയെറിഞ്ഞു നീങ്ങുന്ന പുഴ.

ഓളപ്പരപ്പിൽ മുങ്ങാംകുഴിയിടുന്ന ബാലികാബാലന്മാർ തിമിർക്കുന്ന പുഴ.

കാലത്തിന്റെ ഒഴുക്കിന് സാക്ഷിയായി എൺപതു പിന്നിട്ട കലന്തൻക്ക തോണികുത്തി കാലംകഴിക്കുന്ന കടവുള്ള പുഴ.

ഓർമ്മകൾക്ക് നേരവും കാലവുമില്ല.

അക്ബറിനും അതറിയാം. ഇരുപത്തിയഞ്ചു മൈൽ ദൂരെയുള്ള കാട്ടിൽനിന്നു വർഷകാലത്ത് ഒഴുകിയെത്തുന്ന മലവെള്ളത്തിൽ അവൾ ശിവതാണ്ഡവമാടും. കലക്കവെള്ളവും പേറി തിരിമുറിയാത്ത മഴയിൽ കരകവിഞ്ഞൊഴുകുമ്പോൾ ഏവർക്കും സംഹാരരുദ്രയായ കാളിയുടെ തനിപ്പകർപ്പാണവൾ. ആ ദിനങ്ങളിൽ അവളെ പ്രേമത്തോടെ തലോടുവാനോ, ആരാധനയോടെ കണ്ണെറിയാനോ ആർക്കും ധൈര്യമുണ്ടാവില്ല.

സർവ്വചരാചരങ്ങളെയും അവൾ മാറിൻ തണുപ്പിൽ പുണർന്നുറങ്ങാൻ ക്ഷണിക്കും. ഭയന്ന് വീട്ടിനുള്ളിൽ കരിമ്പടം പുതച്ച് ഉറങ്ങാൻ കിടന്നാലും വിട്ടുമാറില്ല. തൊട്ടടുത്തുനിന്നാണോ അവൾ ഒച്ചവെക്കുന്നതെന്ന് തോന്നും. ഏതു നിമിഷവും അകത്തുകയറി, വലിച്ചിഴച്ചു കൊണ്ടുപോവുമെന്നും ആ ദിനങ്ങളിൽ ഉമ്മയുടെ ഗ്രാമക്കാർ ഭയക്കാറുണ്ട്.

മഴ മാറുമ്പോൾ പൂളാനിട്ട്* അവളുടെ അടിത്തട്ടിൽ കല്ലോലങ്ങളുടെ സംഗീതം കേട്ടവരെയും നാഭിയമർത്തി വൈദ്യുതി പ്രവഹിപ്പിച്ച ചുണ

ക്കുട്ടന്മാരെയും അവൾ ചുറ്റുംതിരയും. പുഴക്കരയിൽ ഭീതിയോടെ നില കൊണ്ട ഓരോ ആണിനെയും തന്നിലേക്കു ക്ഷണിക്കും. അവരുടെ മുഖ ങ്ങളിലെ അപരിചിതത്വം അവളെ കൂടുതൽ വിറളിപിടിപ്പിക്കും.

യുവാക്കളിൽ പലരും തന്റെ മാറിൽ പൗരുഷം ഉരച്ചു രസിച്ചവരാ ണല്ലോയെന്നോർത്താൽ നഷ്ടസ്വർഗ്ഗസ്മരണകൾ അവളെ ഉലയ്ക്കും. ആരും സ്വമേധയാ പുണരില്ലെന്നും തന്നിലെ കൊടുംതണുപ്പിന് ആശ്വാ സമേകില്ലെന്നും തോന്നുമ്പോഴെല്ലാം സസ്യ-ജന്തുജാലങ്ങളെ കരവിഴുങ്ങി തന്നിലേക്കു ചേർത്തമർത്തും. മുലക്കച്ചകെട്ടി മങ്കമാർ കരയോട് ചേർന്ന് കലക്കവെള്ളത്തിൽ കാക്കകുളിയിൽ അഭയം തിരഞ്ഞപ്പോഴും അവസരം ഒത്തുവന്നപ്പോഴെല്ലാം ചിലമ്പഴിച്ച പാദങ്ങളാൽ ഊക്കോടെ ഒഴുക്കിലേക്ക് തള്ളി പുഴ പൊട്ടിച്ചിരിച്ചു. കലങ്ങിമറിയുന്ന ജലത്തിനടിയിലൂടെ നിധികും ഭങ്ങൾ മാലോകരറിയാതെ അവൾ കടലിനു സമ്മാനിച്ചു.

പുഴയെക്കുറിച്ചുള്ള ഈ കഥകളെല്ലാം നീ ഡിഗ്രിക്ക് പഠിക്കവേ എന്നോട് പറഞ്ഞതാണ്. അൻവറിന്റെ വാക്കുകളിൽ മടുപ്പ് പ്രകടമായി രുന്നു.

നിന്റെയൊരു പുഴ!

വേനലവധിക്ക് ഉമ്മയുടെ തറവാട്ടിൽ കഴിയുമ്പോൾ നീ അനുഭവിച്ച പുഴ.

ഭാഗ്യം! ആ പുഴയോരത്ത് സ്ഥിരമായി വസിച്ചിരുന്നെങ്കിൽ പുഴയെ ക്കുറിച്ച് പാടിപ്പാടി മുഴുഭ്രാന്തനായേനെ.

---

* മുങ്ങാംകുഴിയിടുക.

നാല്പത്തി മൂന്ന്

ഒലീവ് റെഡ്‌ലി ആമകൾ മുട്ടയിടാൻ എത്തുന്ന പയ്യോളിയുടെ സമീപപ്രദേശമായ കൊളാവി കടപ്പുറത്തുനിന്നു മടങ്ങവേയാണ് അയാൾ മൂരാട് പാലത്തിന് താഴെ തന്റെ പ്രേയസിയോടു സാദൃശ്യമുള്ള മറ്റൊരു പുഴ കണ്ടത്. ആ യാത്രയിലും അവൻ അനുഗമിച്ചിരുന്നു.

കണ്ണെത്തും ദൂരത്ത് അഴിമുഖം. കടലിൽനിന്നു കയറിവരുന്ന തിരമാലകൾ പുഴയുടെ ഒഴുക്കിൽ കൊച്ചോളങ്ങൾ സൃഷ്ടിച്ചു. ദൂരക്കാഴ്ചയിൽ നേർത്തപച്ചച്ചായം തേച്ച ചില്ലുകൾ ചേർത്തുവെച്ചപോലെ തോന്നിക്കുന്ന പുഴ. അത്ഭുതത്താൽ വിടർന്ന അക്ബറിന്റെ കണ്ണുകളിൽ പുഴയോടുള്ള പ്രണയം അൻവർ വ്യക്തമായി കണ്ടു. സംസാരം തുടർന്നെങ്കിലും അനിഷ്ടം തിരിച്ചറിഞ്ഞതിനാൽ അക്ബർ കഥനം അവസാനിപ്പിച്ചു. ഇരുവഴിഞ്ഞിയിലെ കടത്ത് നിയന്ത്രിച്ച കലന്തൻക്കയോട് എപ്പോഴെങ്കിലും പുഴ ആ കഥ പറഞ്ഞിരിക്കുമോ. തന്നിലേക്ക് ലൈംഗികാവേശത്തോടെ ഓടിയണഞ്ഞ യുവാക്കളുടെ കഥ.

തീരത്തെ യൗവനങ്ങളിൽ മാറിടം തുടിപ്പാർന്നതിനും നിതംബങ്ങൾ ഉയർന്നു വികസിച്ചതിനും സാക്ഷിയായ പുഴ. മറുകരയിലെ പെൺകുളിക്കടവിൽ വിഴുപ്പിനൊപ്പം കുടുംബിനികൾ അലക്കിയ തലേ ദിവസത്തെ രതികാവ്യങ്ങളുടെ കഥ. ജാരന്മാർ ഒളിഞ്ഞെത്തി പകർന്ന ചുംബനങ്ങളുടെയും നിശ്വാസങ്ങളുടെയും തപിക്കുന്ന അനുഭൂതികളുടെയും എത്ര കഥകളുണ്ടാവും പുഴയ്ക്ക് പറയാൻ:

കുളക്കടവിലെ ഉച്ചനീരാട്ടിലായിരുന്നു പാറു വണ്ണാത്തി മുലക്കച്ച അഴിച്ചുവീശിയത്. അക്ബറിൽ ആ കാഴ്ചയുടെ അനുഭൂതി ഇന്നുമുണ്ട്. പുഴയോരത്തെ കായൽക്കൂട്ടങ്ങൾക്കിടയിൽ ഒളിഞ്ഞിരുന്നു പെണ്ണിന്റെ ഭൂമിശാസ്ത്രം പരതാൻ കാത്തിരുന്ന ഒരു കാലം...

ജീവിതം യൗവനതീക്ഷ്ണമായ നാളുകളിൽ പുഴയോരത്ത് ജീവിച്ചവരിൽ ആ വഴി സഞ്ചരിച്ചവർ നിരവധി കാണും, ദേശത്തിനും ഭാഷയ്ക്കും അതീതരായി. മറുക് ഗോവിന്ദനായിരുന്നു ആസ്വാദനത്തിന്റെ അവസാന വാക്ക്. നാട്ടിലെ ഏറ്റവും മനോഹരമായ മുലകളുടെ ഉടമ പാറുവണ്ണാത്തിയാണെന്ന് പ്രഖ്യാപിച്ചതും അവനായിരുന്നു. ചുട്ടുപൊള്ളിക്കുന്ന വികാരങ്ങൾക്കിടയിൽ കൃത്യമായ ഇടവേളകളിൽ പുഴയുടെ അടിത്തട്ടിൽ നാഭി ഉരസി രസിച്ചപ്പോഴായിരുന്നു പാറുവണ്ണാത്തി അനർഘമായ സൗന്ദര്യക്കാഴ്ചയിലേക്ക് എടുത്തെറിഞ്ഞത്. പിന്നീട് വന്ന രാവുകളിലും പകലുകളിലും ആ കാഴ്ച അനിർവ്വചനീയമായ അനുഭൂതിയോടെ ഹൃദയത്തിൽ ഒട്ടിനിന്നു.

വെള്ളത്തിനടിയിൽ തന്നോടൊപ്പം ചേർന്നുനിന്നു കിതച്ച പാറുവിന്റെ ഫുട്ബോൾ ബ്ലാഡർപോലെ വീർത്ത എണ്ണമിനുപ്പുള്ള മുലകൾ, ആദ്യസ്പർശത്തിൽ മത്സ്യത്തെ ഓർമ്മിപ്പിച്ചു. മുകളിലേക്കു ചലിച്ച നീർകുമിളകളിൽ നിശ്വാസങ്ങളുടെ ചൂടുപറ്റിയിരുന്നു.

ഇരുവഴിഞ്ഞിയിലെ വർഷകാല കുതിപ്പിനെയും പിന്നിലാക്കി ഓർമ്മകൾ ഓടുന്നു.

നാല്പത്തി നാല്

ചിറയുടെ ചുറ്റുമതിലിലെ കല്വിടവിലൂടെ അക്ബർ ഓളങ്ങളിൽ വിരിയുന്ന ചിത്രങ്ങൾ കണ്ടു.

മാനാഞ്ചിറ സ്ക്വയറിൽ എത്തിയിട്ട് കുറേനേരമായി.

ഗാഢമായ ചിന്തകൾക്കിടയിലേക്ക് പെട്ടെന്നായിരുന്നു ഏതാനും മുതലകൾ എത്തിയത്. കുളത്തിന്റെ മുകൾപ്പരപ്പിലേക്ക് അവ കുതിച്ചെത്തിയപ്പോൾ ജലം ഉഗ്രശബ്ദത്തോടെ പൊട്ടിച്ചിതറി. നിമിഷങ്ങൾക്കകം ഒരു നിഴൽക്കാഴ്ചയായി അത് അവസാനിച്ചു. വേനൽ മാസങ്ങളിൽ പതിവായി വൃത്തിയാക്കുന്ന കുളത്തിൽ മുതല വരില്ലെന്ന് യുക്തി പറഞ്ഞെങ്കിലും കണ്ടത് കനവല്ലെന്ന് അയാൾക്ക് ഉറപ്പായിരുന്നു.

കഴിഞ്ഞ ദിവസം വർഷയുടെ മെയിലുണ്ടായിരുന്നു. ഏറെ നാളത്തെ അന്വേഷണത്തിനൊടുവിൽ ഉത്തരം ലഭിച്ചതിലുള്ള ആശ്വാസം അവളുടെ വരികളിൽ കാണാമായിരുന്നു. ഏറെ നാളുകൾക്കുശേഷം അവൾ സ്വസ്ഥമായി ഉറങ്ങിയെന്നറിഞ്ഞപ്പോൾ ഏതാണ്ടെന്തോ പുണ്യം ചെയ്ത സംതൃപ്തി.

പുരുഷൻ പലപ്പോഴും സഞ്ചരിക്കുക വേദനകളുടെ മുകൾപ്പരപ്പിലൂടെയാവും. സ്ത്രീ ഒരോ സംഭവങ്ങളെയും അതിന്റെ സർവ്വതീക്ഷണതയോടും അനുഭവിക്കുമെന്ന് ഫെമ പറയാറുണ്ട്.

ഒപ്പമില്ലാത്തതിന്റെ വേദന അല്പമെങ്കിലും കുറഞ്ഞുകിട്ടാൻ ഫെമ എന്നും വിളിക്കും. മിക്കപ്പോഴും ചാറ്റിങ്ങിലും തിണർത്തുനില്ക്കുക ഒറ്റപ്പെടലാവും. യൂണിവേഴ്സിറ്റിയുടെ പച്ചപ്പിൽപോലും അത്യുഷ്ണം അനുഭവിക്കുന്നതായി അവൾ ആവർത്തിക്കും.

ജനുവരി മാസത്തിൽ എങ്ങനെയാണ് പുൽത്തകിടിയിൽ തീപടരുക. ലാവാ പ്രവാഹത്തിന് ചരിത്രത്തിൽ ഒരിടത്തും സാക്ഷിയാവാത്ത ഒരു മരുഭൂമിയിൽ...

അവൾ സംസാരിക്കവേ ഹെഡ്ഫോണിലൂടെ തീക്കാറ്റ് ദേഹത്ത് പടർന്നത് അയാൾ ഓർത്തു.

മുട്ടിയുരുമ്മി നീങ്ങുകയും പുൽത്തകിടിയിൽ ഭാവിനെയ്യുകയും ചെയ്ത ഇണക്കുരുവികളെല്ലാം എവിടെ. അര മണിക്കൂർ മുമ്പ് ചുറ്റുപാടുകളിലേക്ക് അഗ്നിപ്രസരിപ്പിച്ച അവരാരും ഇപ്പോൾ സ്ക്വയറിലില്ല. ജീവിതത്തെക്കുറിച്ച് മൊഞ്ചൂറുന്ന സ്വപ്നങ്ങളും പേറിയാവണം വീടുകളിലേക്ക് മടങ്ങിയിരിക്കുക. ആ ഹൃദയങ്ങളിൽ കൊതിക്കുന്ന ജീവിതത്തിന്റെ പെരുമ്പറയാവും മുഴങ്ങുന്നുണ്ടാവുക. പെട്ടെന്ന് അൻവറും വർഷയും മനസ്സിലേക്കെത്തി. ഒരു ദുരന്തനാടകത്തിന്റെ അവസാന രംഗംപോലെ.

കാണുകയോ, അറിയുകയോ, പരിചയപ്പെടുകയോ ചെയ്തവരാരും അവരെപോലെ പ്രണയിച്ചിരിക്കില്ലെന്ന് അക്ബർ ഓർത്തു. സാക്ഷാൽ കരിക്കാത്ത പ്രണയം ബാക്കിയാക്കി, കടലിൽ ചാടാതെ, തീവണ്ടിക്ക് ജീവിതം ഹോമിക്കാതെ അവർ പിരിഞ്ഞെന്നത് അവിശ്വസനീയം. നോവൽ ഇറങ്ങിയാൽ അവൻ തിരിച്ചെത്തുമോ.

സ്ക്വയറിൽനിന്ന് പുറത്തുകടന്ന് പടിഞ്ഞാറോട്ടുള്ള ദിശയിൽ വീട് ലക്ഷ്യമാക്കി നടന്നു. ഉറ്റസുഹൃത്തുക്കളിൽ ആരെയും വഴിയിൽ കണ്ടുമുട്ടരുതേയെന്ന് ആഗ്രഹിച്ചു. ആരെങ്കിലും മുമ്പിൽപ്പെട്ടാൽ ഇന്നത്തെ എഴുത്തു പാളും.

മൊബൈൽ ചിലച്ചു.

സ്ക്രീനിൽ ഫെമയുടെ മുഖം.

കരിനീലച്ഛവിയുള്ള ആ കണ്ണിൽ പിടിതരാത്ത ഒരു ഭാവം ഒളിഞ്ഞിരിപ്പുണ്ടെന്ന് ആദ്യ കാഴ്ചയിലേ തോന്നിയിരുന്നു. കോളിങ് ബട്ടണിൽ വിരൽ അമർന്നപ്പോൾ പ്രിയയുടെ ശബ്ദം ചെവിയിലെത്തി.

"എവിടെയാ

എങ്ങോട്ടാ ഓട്ടം?"

ചലിക്കുന്നവന്റെ ഹൃദയമിടിപ്പുപോലും കൃത്യമായി പകർത്തി മറുതലയ്ക്കൽ എത്തിക്കുന്ന ആ യന്ത്രത്തെ അക്ബർ അത്ഭുതത്തോടെ നോക്കി.

അച്ഛന് സുഖമില്ലെന്നും ഇസ്താംബൂളിലേക്ക് ഉടൻ പോകുന്നെന്നും അറിയിക്കാനായിരുന്നു ആ വിളി. ടിക്കറ്റും പാസ്പോർട്ടും ഭദ്രമായി ബേഗിൽ വച്ചിട്ടുണ്ടെന്നും ചോദിക്കുന്നതിന് മുമ്പ് അവൾ പറഞ്ഞു.

ഇസ്താംബൂളിലാണ് സ്ഥിരവാസം. ആ നഗരത്തിന് പുറത്ത് ഫെമയുടെ അച്ഛന് ഒരു ജീവിതം സാദ്ധ്യമല്ലെന്നത് ആദ്യ കൂടിക്കാഴ്ചയിലേ തിരിച്ചറിഞ്ഞിരുന്നു. അയാളുടെ ബലഹീനതയാണ് ആ നഗരം. കൗമാരത്തിനും യൗവനത്തിനും സാക്ഷിയായ ആ നഗരത്തിൽ അന്തിയുറങ്ങുന്നതിനെക്കുറിച്ച് സൂചിപ്പിച്ചിരുന്നു.

"എന്നാ മടക്കം?"

"ഒരാഴ്ച കഴിയും, നമ്മുടെ അവധി ഞാൻ നീട്ടിവാങ്ങിയിട്ടുണ്ട്. അച്ഛന് നിന്നെ കാണണമെന്നുണ്ട്. മൂന്നു വർഷവും ഏഴു മാസവും പതി

മൂന്ന് ദിവസവുമായി തമ്മിൽ കണ്ടിട്ടെന്ന് പറഞ്ഞപ്പോൾ ഞെട്ടിപ്പോയി. പ്രായം എഴുപത്തിനാല് പിന്നിട്ടെങ്കിലും അച്ഛനിൽ ആ ചുറുചുറുക്കും ഓർമ്മശക്തിയും തെല്ലുംകുറഞ്ഞിട്ടില്ല. ദൈവത്തിന് സ്തുതി.”

“നിന്റെ ടിക്കറ്റ് കോഴിക്കോട് – ദുബൈ – ഇസ്താംബൂളാക്കി രണ്ടു ദിവസത്തിനകം അയക്കാം.”

ഫെമ പറയുന്നതെല്ലാം അയാൾ മൂളിക്കേട്ടു.

എന്റെ അലസത അവൾക്ക് നന്നായറിയാം. ഇന്റർനെറ്റിന് മുമ്പിൽ ഇരുന്നു മയങ്ങിയാൽ ഫെയ്സ്ബുക്കിൽ ചോദ്യങ്ങൾക്ക് മറുസന്ദേശം അവൾ അയക്കാറുണ്ട്. അഞ്ചോ പത്തോ മിനിറ്റിനകം ഞെട്ടിയുണരുമ്പോൾ ആ വരികൾ സ്വന്തമാണെന്ന് തോന്നും.

ആ നിമിഷം അസ്ഥിനുറുങ്ങും വിധം അവളെ പുണരാനും ചുംബനങ്ങളാൽ പൊതിയാനും കൊതിച്ചു.

“സ്വപ്നം കണ്ടുനടന്ന് ഏതെങ്കിലും വണ്ടിക്ക് മുമ്പിൽ ചാടരുതേ.

ഹോ നിന്റെ ഒരു നാട്. റോഡിൽ ഇറങ്ങുന്നവർ ജീവനോടെ തിരിച്ചുവരുമെന്ന് ഒരു ഉറപ്പുമില്ലാത്ത റോഡുകൾ. ഞാൻ കണ്ട ഏറ്റവും സുന്ദരമായ ദേശങ്ങളിൽ ഒന്നാണ് നിന്റേത്, നീ ഉൾപ്പെടെയുള്ളവർക്ക് തിരിച്ചറിയാൻ ആവുന്നില്ലെന്നതിലാണ് സങ്കടം.”

“വീടിന് മുമ്പിലായി തെളിനിരൊഴുകുന്ന അരുവിയോ, പുഴയോ...

ഇന്നും അതെന്റെ സ്വപ്നമാണ്.”

“ലോകത്തിലെ ഏറ്റവും സുന്ദരമായ പ്രദേശങ്ങളിൽ ഒന്ന് സ്വിറ്റ്സർലണ്ടാവുമെന്നായിരുന്നു എന്റെ തോന്നൽ. നിന്റെ നാട് വെടിപ്പാക്കി വെച്ചാൽ സ്വർഗ്ഗത്തിനുപോലും ആ സൗന്ദര്യമുണ്ടാവില്ല, തീർച്ച. നഗരത്തിലെ അഴുക്കുചാലുകളും ഫാക്ടറികൾ പുറന്തള്ളുന്ന രാസമാലിന്യങ്ങളം നിർബ്ബാധം ഒഴുകുന്ന തോടും പുഴകളും.

പരീക്ഷണശാലയ്ക്ക് പുറത്ത് ശാസ്ത്രത്തിന് ഒരു തുള്ളി ദാഹജലം സൃഷ്ടിക്കാൻ ഇനിയും സാധിച്ചിട്ടില്ല. നിന്റെ നാട്ടിലെ തെളിനീരുറവകൾ നശിപ്പിക്കുന്നത് എന്നിൽ വേദനയായി നിറയുന്നു, ഓ. കെ.”

ഞങ്ങൾ ഒന്നിച്ച് ആദ്യമായി നാട്ടിൽ വന്നത് മുതൽ അവൾ പലപ്പോഴും ആ വിഷയത്തിൽ രോഷത്തോടെ പ്രതികരിച്ചിട്ടുണ്ട്.

ഫെമ പറയുന്നപോലെ മലയാളി ഭൂമിക്ക് കിട്ടിയ സ്ത്രീധനത്തിന്റെ വില എന്നെങ്കിലും തിരിച്ചറിയുമോ.

നാല്പത്തി അഞ്ച്

പത്രത്തിന്റെ ആദ്യതാളിൽ അവളുടെ പടം ചേർത്തിരുന്നു.

ഗോയങ്ക അവാർഡ് വർഷമാപിനിക്കെന്ന വലിയൊരു തലക്കെട്ടും കൊടുത്തിരുന്നു. നോവലിന്റെ മിനുക്കുപണികളുമായി ഒന്ന് രണ്ട് മാസമായി നാട്ടിലുണ്ടെങ്കിലും അവനെക്കുറിച്ച് വിശദമായ അന്വേഷണത്തിന് സാദ്ധ്യമായില്ല. നോവൽ മിനുക്കിയെടുത്ത് ആർക്കെങ്കിലും പ്രസിദ്ധീകരണത്തിന് നല്കിയിട്ടേ ഇനി വല്ലതും ചെയ്യൂവെന്ന വാശിയിലായിരുന്നു. താഴത്തെമുറിയിൽ ഫെമ ഉണ്ടെങ്കിലും അവളെയും വല്ലപ്പോഴുമേ കാണാറുള്ളൂ. സുഹൃത്തായ അരവിന്ദന്റെ ഭാര്യക്കും അവരുടെ സുഹൃത്തുക്കൾക്കുമൊപ്പം മൂന്നാഴ്ചയോളം അവൾ ദക്ഷിണേന്ത്യൻ ടൂറിലായിരുന്നു. തനിച്ചിരുന്ന് മുഷിയാതിരിക്കാൻ എവിടേയെങ്കിലും ചുറ്റിക്കറങ്ങാൻ ഞാനായിരുന്നു നിർബ്ബന്ധിച്ചത്.

നോവൽ പൂർത്തിയാക്കുകയെന്നത് ഞങ്ങളുടെ ലക്ഷ്യമായതിനാൽ അവൾ അപൂർവ്വമായേ മുന്നിൽ വരാറുള്ളൂ. എഴുതിയ വരികൾ മിനുക്കിയും വെട്ടിയും കൂട്ടിച്ചേർത്തും മടുക്കുമ്പോൾ നേരംപുലർന്നിരിക്കും. ഗേറ്റിൽ വീണ പത്രങ്ങളിലൂടെ കണ്ണോടിച്ച് പത്തോ പതിനഞ്ചോ മിനിറ്റ് ചെലവഴിക്കും. മുകളിലെ ഹാളിൽ മൂടിവെച്ച ഭക്ഷണം കഴിച്ച് എ സി ക്രമപ്പെടുത്തി ഉറങ്ങാൻ കിടക്കും. എഴുന്നേല്ക്കുന്നത് മിക്കപ്പോഴും വൈകുന്നേരമായിരിക്കും.

വല്ലപ്പോഴും പുറത്തേക്ക് ഒന്നിറങ്ങും അര മണിക്കൂറോ ഒരു മണിക്കൂറോ കടൽക്കരയിലൂടെ നടക്കും. ചക്രവാളത്തിലേക്ക് ഉറ്റുനോക്കവേ യൂസുഫ് സെക്കറിന്റെ രൂപം പലപ്പോഴും കടലിന് മുകളിൽ തെളിയും. ചില നേരങ്ങളിൽ എഴുത്തിനെ യൂസുഫ് സെക്കർ നേർവഴിക്ക് നടത്തും. തിരിച്ചെത്തിയാൽ വീണ്ടും നോവലുമായി കെട്ടിമറിയും.

ഫ്ളാസ്ക്കിൽ അടച്ചുവെച്ച ഏലക്കായ ചേർത്ത കട്ടൻചായ ഇടയ്ക്ക് കുടിക്കും. എഴുത്തും തിരുത്തും മടുക്കുമ്പോൾ അലമാരയിൽ സൂക്ഷിച്ച ബിസ്കറ്റോ, കടലയോ കൊറിച്ച് മങ്ങിക്കാണുന്ന കടലിലേക്ക് കുറേനേരം ഉറ്റുനോക്കും. ദിനചര്യ ഇങ്ങനെയെല്ലാം തുടരുന്നതിനിടയിലാണ് വർഷ യുടെ പടം അച്ചടിച്ചു വന്നത്. അവളെ വിളിക്കാതിരുന്നതിൽ കുറ്റബോധം തോന്നി.

അവൾക്ക് ലഭിച്ച മഹത്തായ അംഗീകാരത്തിൽ മനസ്സുനിറഞ്ഞു. വെല്ലുവിളികളെ അതിജീവിച്ച് സ്വപ്നങ്ങൾക്കും അപ്പുറത്തേക്ക് സഞ്ച രിച്ച ഏഴു സ്ത്രീകളുടെ ജീവിതത്തെക്കുറിച്ചുള്ള പരമ്പരയ്ക്കായിരുന്നു അവാർഡ്. അവയിൽ ചിലത് വായിച്ചിരുന്നതുമാണ്. വർഷയുടെ പ്രതി ബിംബം അവയിൽ പലതിലും ആഴത്തിൽ പതിഞ്ഞിരിക്കുന്നതായും തോന്നിയിരുന്നു.

ഫോണെടുത്ത് നമ്പർ കറക്കിയെങ്കിലും മറുതലയ്ക്കൽ ഒരനക്കവും കണ്ടില്ല. പുലർച്ചെ മൂന്നരയ്ക്ക് ഫോണിനടുത്ത് ആളുണ്ടാവില്ലെന്ന് ഓർ ക്കാതെയായിരുന്നു ആ ശ്രമം.

അവനെ കാണാതായിട്ട് നാലു വർഷവും പത്തുമാസവും കടന്നു പോയിരിക്കുന്നു. ഭൂമിയുടെ ഏതെങ്കിലും കോണിൽ അവൻ ജീവിച്ചിരി പ്പുണ്ടാവും, പുലർച്ചയ്ക്കോ, നട്ടുച്ചയ്ക്കോ റെയിൽവേസ്റ്റേഷനിലോ, ബ സ് സ്റ്റാന്റിലോ വന്നെത്തിയേക്കാം.

മുൻനിര പ്രസാധകരിൽ ചിലർ പ്രസിദ്ധീകരിക്കാമെന്ന് അറിയിച്ചി ട്ടുണ്ട്. നോവലിന്റെ ചില അദ്ധ്യായങ്ങൾ അവർക്ക് അയച്ചുകൊടുത്തി രുന്നു. പുസ്തകമാവുന്നതിന് മുമ്പ് പ്രചാരമുള്ള ഏതെങ്കിലും പ്രസിദ്ധീ കരണത്തിൽ അച്ചടിച്ചുവരുന്നത് നല്ലതാണെന്ന് വന്യജീവി ഫോട്ടോഗ്രാ ഫറും പരന്ന വായനയുടെ ഉടമയുമായ അരവിന്ദനാണ് പറഞ്ഞത്.

വാരികയിലോ, മാസികയിലോ അച്ചടിച്ചു വന്നാൽ കുറേക്കൂടി ജന ങ്ങളിലേക്കെത്തും. അരവിന്ദനായിരുന്നു ആദ്യ വായനക്കാരൻ. ഇംഗ്ലീഷി ലേക്ക് മൊഴിമാറ്റിയ ചില ഭാഗങ്ങൾ ഫെമയും വായിച്ചു. അവർക്ക് നോവൽ ശ്രദ്ധിക്കപ്പെടുമെന്നതിൽ സംശയമില്ല. ആനുകാലികങ്ങളിൽ പ്രസിദ്ധപ്പെടു ത്താൻ സാധിക്കുമോയെന്ന് നോക്കാൻ ചില ഭാഗങ്ങൾ അരവിന്ദൻ കഴിഞ്ഞ ദിവസം കൊണ്ടുപോയിട്ടുണ്ട്.

ഒന്നുകൂടി മിനുക്കണം. പരതിയാൽ മുഴച്ചുനില്ക്കുന്ന വല്ലതും ഇനിയും കണ്ടേക്കാം. പേരിനായി ഒന്നു രണ്ടാഴ്ച പരതേണ്ടിവന്നു. കൃതി യുടെ പേരും ശ്രദ്ധിക്കപ്പെടുന്ന കാര്യത്തിൽ നിർണ്ണായകമാണ്. തൃപ്തി നല്കുന്ന ഒരു പേരും ഇതുവരെയും കയറിവന്നിട്ടില്ല.

ഗ്രന്ഥകർത്താക്കളുടെ പേരായി ഡോ. കമാൽ അക്തർ ഹബീബ്/ അൻവർ റഷീദ് എന്നു നല്കണമെന്ന് എഴുത്തിലേക്ക് കാലെടുത്തു വെ ച്ചപ്പോഴേ തീരുമാനിച്ചിരുന്നു. പാതിയിൽ അധികം അവൻ എഴുതിയ ഒ രു കൃതി സ്വന്തമാവുന്നതെങ്ങനെ. നോവൽ ഖണ്ഡശ്ശഃ പ്രസിദ്ധീകരിക്കാൻ തുടങ്ങിയാലെങ്കിലും അവൻ തിരിച്ചെത്തുമെന്നാണ് പ്രതീക്ഷ.

നാല്പത്തി ആറ്

കടൽ ശാന്തമായിരുന്നു.

പുലരിത്തണുപ്പുമായി, പഞ്ചാരമണലിന് മുകളിലൂടെ എത്തുന്ന ഇളം കാറ്റ് ദിക്കറിയാതെ കറങ്ങുന്നു.

രാവിലെ മണൽത്തിട്ട വിജനമായിരിക്കും. കടൽക്കാഴ്ച കാണാൻ ആരും ആ നേരത്ത് എത്തില്ല. എത്തിയിരുന്നെങ്കിൽ സങ്കല്പിക്കാൻ പോലും സാധിക്കാത്ത പലതും കണ്ടേനെ.

സുന്ദരമായ പ്രഭാതത്തെ വികൃതമാക്കാൻ എത്തുന്നവർ തീരത്തോട് ചേർന്ന് കൂനിക്കൂടി ഇരിപ്പുണ്ടാവും.

ഭൂമിയിൽ മനുഷ്യനോളം സൗന്ദര്യബോധമില്ലാത്ത മറ്റൊന്നും ഉണ്ടാവില്ലെന്ന് യൂസുഫ് സെക്കർ ചിന്തിച്ചു.

കടൽത്തീരത്ത് വിസർജ്ജിക്കുന്നവരുടെ മാനസികാവസ്ഥയെക്കുറിച്ച് എത്ര ചിന്തിച്ചിട്ടും അയാൾക്ക് ഉത്തരം കിട്ടിയില്ല. പുലർക്കാലമഞ്ഞിൽ പാതിമറഞ്ഞ കടൽപ്പാലം യമനിലോളം വളർന്നിരിക്കാമെന്ന് അയാൾ സംശയിച്ചു.

എന്തിനും ശമനം തോന്നുന്ന നേരമാണ് പ്രഭാതം. കടുത്ത രോഗത്തിനും ചെറിയൊരു ശമനം തോന്നുക പുലർകാലത്താണ്. ഗുരുതരരോഗങ്ങളുമായി മല്ലടിക്കുന്നവർ പ്രഭാതകിരണങ്ങൾ മുഖത്തടിക്കുമ്പോൾ ഒരു ദിനം കൂടി ലഭിച്ചതിൽ സന്തോഷിച്ചേക്കാം.

രാവിൽ സാക്ഷിയായ പാതകങ്ങൾ ഭൂമി മറക്കുന്നത് പകലിന്റെ ചാരത്തണഞ്ഞാണ്. പുലർകാലത്ത് ജീവൻവെടിയുന്നവർക്ക് ബുദ്ധിമുട്ടുകൾ കുറവായിരിക്കുമെന്നും കേട്ടിട്ടുണ്ട്. മടിപിടിച്ച് ചിണുങ്ങുന്ന ഓളങ്ങളിലേക്ക് ദൃഷ്ടിയൂന്നിയപ്പോൾ അതിന് മുകളിലൂടെ അനായാസം നടക്കാമെന്നും യമനിലേക്ക് എളുപ്പം എത്താമെന്നും അയാൾ വ്യാമോഹിച്ചു.

രാത്രിയിലെ വേലിയേറ്റശേഷം കടൽ തിരിച്ചുപോയ ഭാഗങ്ങളിൽ ഞണ്ടുകൾ പണിത മാളങ്ങൾ യൂസുഫ് സെക്കർ കൗതുകത്തോടെ പരിശോധിച്ചു. മഞ്ഞച്ച കൂറ്റൻഞണ്ടുകളാണ് വലിയ മാളങ്ങൾ പണിയുക. പെരുച്ചാഴിയുടേതുപോലുള്ള കൂറ്റൻമാളങ്ങൾ. കുത്തനെ ഒന്നു രണ്ട് അടിയോളം കുഴിച്ച് ചെറിയൊരു വളവോട് കൂടിയതാവും മിക്ക ഞണ്ടുകളുടെയും വാസസ്ഥലം.

പകൽ വെളിച്ചം പാറിവീഴുന്ന മാളങ്ങളുടെ വളവിൽ ഞണ്ടുകൾ ജാഗ്രതയോടെ കാലുകൾ ചുരുട്ടി നിലത്തമർന്ന് കിടക്കും. മാളത്തിലും പാവങ്ങൾക്ക് രക്ഷയില്ല, യൂസുഫ് സെക്കറിന് സങ്കടം സഹിക്കാനായില്ല.

ഞണ്ടുകളുടെ കാലുകൾക്ക് പ്രഭാതകിരണങ്ങളേറ്റാൽ മാറ്റുകൂടും. മഞ്ഞഞണ്ടുകളുടെ കാലുകൾക്ക് മറ്റുള്ളവയെ അപേക്ഷിച്ച് പതിന്മടങ്ങ് ഭംഗിയാണ്. കുറ്റിച്ചിറയിലെ സ്വർണ്ണമോതിരം അണിഞ്ഞ മൊഞ്ചത്തികളുടെ മടക്കിയ കൈവിരലുകളെ അവ ഓർമ്മിപ്പിച്ചു. ചാരനിറമുള്ള ഞണ്ടുകളുടെ കാലുകൾ നീണ്ടുമെലിഞ്ഞിരിക്കും. ഞണ്ടുകളുടെ കാലുകൾ നിരീക്ഷിച്ചാണ് ഏറ്റവും മനോഹരമായ സ്ത്രീ വിരലുകൾ ഞണ്ടിന്റെ കാലുകൾക്ക് സമാനമായ ആകൃതി ഒത്തതായിരിക്കുമെന്ന് ഗണിച്ചെടുത്തത്.

ഏതാനും മണിക്കൂറുകളുടെ ഇടവേളകളിൽ സംഭവിക്കുന്ന രണ്ട് വേലിയേറ്റങ്ങൾക്കിടയിൽ എന്തിനാണ് അവ വീടൊരുക്കുന്നതെന്ന് എത്ര ആലോചിച്ചിട്ടും ഉത്തരം ലഭിച്ചിട്ടില്ല. പുലർച്ചെ മാളം പണിത് താമസമാക്കുന്ന ഞണ്ടുകൾ വേലിയേറ്റം ആരംഭിക്കുന്നതോടെ തിര കയറി മണൽ തൂർന്ന മാളങ്ങളിൽ കുടുങ്ങും. പിന്നീട് പുറത്തുവരുന്നത് കാണാനായിട്ടില്ല.

കുട്ടികൾ സംഘം ചേർന്ന് രാവിലെ ഞണ്ട് വേട്ടയ്ക്കിറങ്ങും. സ്കൂൾ അവധി ദിനങ്ങളിലാണ് തകരപാത്രങ്ങളുമായി ഞണ്ടിനെ പിടിക്കാൻ കുട്ടികൾ വരിക. മാളങ്ങളിൽ കടൽവെള്ളം ഒഴിക്കുന്നതോടെ മാളത്തിന്റെ ഉൾഭാഗം പാതിയിലധികം മണൽ ഇടിഞ്ഞ് ഇല്ലാതാവും. മണ്ണിൽ രക്ഷയ്ക്കായി അമർന്നുകിടക്കുന്ന ഞണ്ടിനെ പൂഴിമാന്തി പുറത്തെടുക്കും. തകരപാത്രത്തിൽ പൂഴി നിറച്ച് ഞണ്ടിനെ വീട്ടിലെത്തിക്കും. ഇറുക്കുകാലിൽ ചൂണ്ടയിൽ കോർക്കുന്ന നൈലോൾ കയർകെട്ടി കുട്ടികൾ കുഞ്ചിരാമ കളിപ്പിക്കും.

പന്തിയല്ലെന്ന് തോന്നിയാൽ ഓടിക്കയറാൻ പാകത്തിൽ മുൻകാലുകൾ മാളത്തിലേക്ക് നീക്കിവെച്ചാണ് ഞണ്ടുകൾ കടൽക്കരയിൽ നിലയുറപ്പിക്കുക. പുലർകാലങ്ങളിലാണ് നയനാനന്ദകരമായ ആ കാഴ്ച സന്ദർശകരെ വരവേല്ക്കുക. കുഴിയിൽനിന്നു വാരിയെടുത്ത മണൽ മാളത്തിന് പുറത്ത് കൂട്ടിവെച്ചിരിക്കും. ഈർപ്പമുള്ള മണലിൽ അവയുടെ കാല്പാടുകൾ കാണാം രേഖാചിത്രംപോലെ.

മൂടൽമഞ്ഞ് ഇളംചൂടിൽ അലിഞ്ഞില്ലാതാവാൻ തുടങ്ങി. കടൽപ്പാലത്തിന്റെ അറ്റം ദൃശ്യമായപ്പോൾ യൂസുഫ് സെക്കറിൽനിന്നു നെടുവീർ

പ്പുയർന്നു.

പാലം ഒരിക്കലും യമനിലോളം നീളില്ലെന്ന് ഭ്രമങ്ങളിൽനിന്നു മുക്തമാവുമ്പോഴെല്ലാം അയാൾ അറിഞ്ഞു. തുറമുഖത്തിന്റെ ഭാഗമായി നിർമ്മിക്കുന്ന പാലങ്ങൾ ലോകത്തൊരിടത്തും കടലിലേക്ക് ഒരു പരിധിയിൽ അധികം നീട്ടിയിട്ടില്ല. നീണ്ട കടൽയാത്രകൾക്കിടയിൽ അയാൾക്കും അത് ബോദ്ധ്യപ്പെട്ടതാണ്.

പാലം അക്കരവരെ നീളുമെന്ന് എന്നിട്ടും യൂസുഫ് സെക്കർ സ്വപ്നം കണ്ടുകൊണ്ടിരുന്നു. ആ സ്വപ്നമായിരുന്നു ഏകാന്തതയിൽ അയാളെ ജീവിക്കാൻ പ്രേരിപ്പിച്ചത്.

മനുഷ്യരാൽ സാദ്ധ്യമായില്ലെങ്കിൽ ദൈവം ജിന്നുകളെ അയച്ച് പാലം പൂർത്തിയാക്കുമെന്ന് തോന്നിയതും സ്വപ്നച്ചിറകിൽ അഭിരമിക്കവേയായിരുന്നോ.

നാല്പത്തി ഏഴ്

വർഷ എഴുതിയ കത്ത് കറങ്ങിത്തിരിഞ്ഞാണ് ഷാർജയിൽ എത്തിയത്.

യൂണിവേഴ്സിറ്റി ലൈബ്രറിയിൽനിന്നു ചില പുസ്തകങ്ങൾ തപ്പിയെടുത്ത് വകുപ്പിലേക്ക് മടങ്ങവേയായിരുന്നു ബംഗ്ലാദേശുകാരനായ പിയൂൺ ഖാലിദ് കത്തുമായി എനിക്കരുകിലെത്തിയത്. കൗമാരം പിന്നിട്ടിട്ടില്ലെന്ന് അവനെ കണ്ടാൽ ഏതൊരാൾക്കും തോന്നും. സ്കൂൾ ഫൈനൽ പാസായ ഉടൻ കടൽ കടന്നെത്തിയതാണവൻ.

കോഴിക്കോട്ടെ മേൽവിലാസത്തിൽ അയച്ച ആ എഴുത്ത് അയൽവാസി സുരേഷിന്റെ കൈവശം ഉമ്മ കൊടുത്തുവിട്ടതാണ്. മുമ്പൊരിക്കലും കണ്ടുമുട്ടിയിട്ടില്ലാത്ത പുരുഷനോട് അൻവറിനെക്കുറിച്ച് പറയാൻ വാക്കുകൾ തപ്പിയപ്പോൾ എഴുത്തിടാൻ ആവശ്യപ്പെടുകയായിരുന്നു.

മാനാഞ്ചിറ സ്ക്വയറിന് സമീപത്തെ ഐസ്ക്രീം പാർലറിലിരുന്നായിരുന്നു ഞങ്ങൾ സംസാരിച്ചത്.

വേട്ടയാടപ്പെടുന്ന ഓർമ്മകളിൽനിന്നു ഹൃദയമുള്ള ആർക്കും ഒളിച്ചോടാനാവില്ല. ഇന്നല്ലെങ്കിൽ നാളെ ഓർമ്മകളുടെ ഭൂമികയിലേക്ക് ഏതൊരു മനുഷ്യനും മടങ്ങേണ്ടിവരും. അതിനിടയിൽ സംവത്സരങ്ങൾ കടന്നുപോയേക്കാം. ആ ആഗ്രഹം പൂർണ്ണമാവാതെ ജീവൻ വെടിഞ്ഞേക്കാം. മടങ്ങിവരരുതെന്ന് ഓരോ പകലിലും പ്രതിജ്ഞചെയ്യുന്നവരും ഉണ്ടാവാം.

മരിക്കുന്നവരുടെ ഓർമ്മകൾ ഏത് വഴിക്കാവും സഞ്ചരിക്കുന്നുണ്ടാവുക. മനസ്സിനെ മഥിക്കുന്ന, ഒരിക്കൽ കൂടി ആവർത്തിച്ചെങ്കിലെന്ന് ജീവിതകാലം മുഴുക്കേ ആഗ്രഹിച്ചുപോകുന്ന, അല്ലെങ്കിൽ ഒരു സ്വപ്നമായി പോലും വരരുതേയെന്നു പ്രാർത്ഥിച്ചുപോവുന്ന, അനേക കോടി ഓർമ്മകൾ.

കണ്ണീരുപ്പുപുരണ്ട ഓർമ്മകൾ.

നിണംനിറഞ്ഞ ഓർമ്മകൾ.

ഓർമ്മകൾ മാംസത്തിനും മജ്ജയ്ക്കും അസ്ഥിക്കുമൊപ്പം മണ്ണിൽ ലയിക്കുമോ.

ചിതയിൽ ഒടുങ്ങുമോ.

അപ്പൂപ്പൻ താടിപോലെ പറന്നു പറന്ന് എവിടേയെങ്കിലും സുരക്ഷിതമായി ചേക്കേറുമോ.

ലോകത്തിന്റെ വിവിധ കോണുകളിലൂടെ ഓടിപ്പോകുന്ന കാറ്റുകളിലാവുമോ ഓർമ്മകൾ ഒടുവിൽ ചെന്നുചേരുക.

കാറ്റിന് പുത്തൻ ആഖ്യായിക രൂപപ്പെടുന്നു.

രതിനിർവൃതികളും പേറി ആയാസപ്പെട്ട് നീങ്ങുന്ന കാറ്റ്.

പാതകങ്ങളുടെ ഓർമ്മകൾ താങ്ങാനാവാതെ ഹൂങ്കാരത്തോടെ ഓടിമറയുന്ന കാറ്റ്.

മോങ്ങലായി മാറിയ പീഡനങ്ങളുടെ ഓർമ്മ അവശേഷിപ്പിക്കുന്ന കാറ്റ്...

ഒരുപക്ഷേ, വായുമണ്ഡലങ്ങൾക്ക് പുറത്തെ ഏതെങ്കിലും ഒരു കോണിലുമാവാം ദേഹം നിശ്ചലമാവുമ്പോൾ ഓർമ്മകൾ ചേക്കേറുക.

ക്ലോക്കിൽ മണി മൂന്നായിരിക്കുന്നു. നാട്ടിൽ പുലർച്ചെ നാലര മണി.

അക്ബർ എഴുത്ത് അവസാനിപ്പിച്ചു. ചിതറിവീണ കടലാസുകൾ അടുക്കിവെച്ച് മുറിയിൽ പരമാവധി ഇരുട്ട് ഉറപ്പാക്കി ശീതീകരിണിയുടെ ഞരക്കത്തിനൊപ്പം ഉറങ്ങാൻ കിടന്നു.

ഉറക്കം അടുക്കുന്ന ലക്ഷണമില്ല. അൻവറും വർഷയും പിന്തുടരുന്നു. പൂക്കാത്ത പ്രണയത്തിന്റെ കനൽപ്പാടിന് മുകളിൽ ജീവിക്കുന്ന അനേകർ ഭൂമിയിലുണ്ടാവും. അവനെക്കുറിച്ചുള്ള അന്വേഷണം മുമ്പേ അവസാനിപ്പിക്കേണ്ടതായിരുന്നു. ഒടുങ്ങാത്ത അന്വേഷണത്വരയാണ് സ്വസ്ഥത നശിപ്പിക്കുന്നത്. അങ്ങനെ ചിന്തിച്ചതിൽ അടുത്ത നിമിഷം അയാൾക്ക് കടുത്ത കുറ്റബോധം തോന്നി.

ആത്മസുഹൃത്തിന്റെ തിരോധാനം അന്വേഷിക്കാത്തവൻ സ്വാർത്ഥനല്ലേ. അവനെങ്ങനെ എഴുത്തുകാരനാവും. ചോദിക്കുന്നത് മറ്റാരുമല്ല. എല്ലാം കലങ്ങിതെളിയുവോളം ഒന്നും പഴയപടിയാവില്ലെന്ന് അയാൾ ഉറപ്പിച്ചു.

അപൂർണ്ണമായ നോവൽ യൂസുഫ് സെക്കറിന്റെ ഡയറിക്കൊപ്പം അയച്ചത് അവനായിരിക്കുമോ.

അവൻ നിർത്തിയിടത്തുനിന്നു ആരംഭിക്കേണ്ടിയിരിക്കുന്നുവെന്ന ചിന്തപോലും മാസങ്ങൾക്ക് മുമ്പ് അസ്സഹനീയമായിരുന്നു. എന്നിട്ടും എഴുത്ത് നടക്കുന്നു. മഹാഭാഗ്യം.

അപൂർണ്ണമായ ഒരു നോവൽ.

എഴുതാനിരിക്കുമ്പോഴേക്കും അൻവറിന്റെ ചിരിക്കുന്നമുഖം തെളിയും. വർഷയുടെ ഭാവരഹിതമായ മുഖം കയറിവരുന്നതോടെ അപ്രത്യക്ഷമാവും.

നാല്പത്തി എട്ട്

കടൽപ്പാലത്തിൽ ശക്തമായ കാറ്റായിരുന്നു.
തിരമാലകൾ ഉച്ചത്തിൽ ചീറുന്നു. പാലത്തിലേക്ക് കുതിച്ചെത്തുന്ന തിരമാലകളാൽ ദേഹം മുക്കാലും നനഞ്ഞാണ് നടന്നത്.
നടക്കുന്നതിനൊപ്പം പാലം മുന്നോട്ടുനീളുന്നു. ലക്ഷ്യത്തിലേക്കുള്ള കുതിപ്പിൽ അതൊന്നും അയാളെ ബാധിച്ചില്ല.
തണുപ്പും നിലാവുമുള്ള രാത്രി. ആരുടേയോ ശബ്ദം കേട്ടാണ് ഉണർന്നതും യമനിലേക്ക് പോകാൻ പാലത്തിലേക്ക് വെപ്രാളപ്പെട്ടെത്തിയതും. ആരുടേതായിരുന്നു ആ ശബ്ദം. യമനിൽനിന്നു വരുമ്പോൾ മുത്തച്ഛന്മാരുടെ ജീവിതം രേഖപ്പെടുത്തിയ ഓലക്കെട്ട് തോൽപ്പെട്ടിയിൽ ഭദ്രമായി സൂക്ഷിച്ചിരുന്നു.
കന്തൂറകൾക്കും മൂന്ന് യമനി തലപ്പാവുകൾക്കും ഇടയിലായിരുന്നു ആ ജീവചരിത്രങ്ങൾ. മടക്കയാത്രയിലും അവ അയാൾ നെഞ്ചോട് ചേർത്തുപിടിച്ചു. കാലപ്പഴക്കത്താൽ അവയിൽ മിക്കവയും ദ്രവിച്ചിരുന്നു. ഓരോ അടി മുന്നോട്ടുവെക്കുമ്പോഴും ക്ഷീണിച്ച ഞരമ്പുകളെ ആവേശം ത്രസിച്ചു. ശിഷ്ടകാലം നടന്നുതീർക്കേണ്ടിവന്നാലും യമനിൽ എത്തിയേ വിശ്രമിക്കൂവെന്ന ദൃഢപ്രതിജ്ഞയുമായാണ് പുറപ്പെട്ടിരിക്കുന്നത്.
അർദ്ധരാത്രി കഴിഞ്ഞതിനാൽ തീരം വിജനമായിരുന്നു. ഇരുണ്ടകടലിൽ നിലാവ് വിളങ്ങുന്നു. നഗരംവിടുന്നത് ആരെയെങ്കിലും അറിയിക്കണമെന്ന് മോഹിച്ചു. വിജനതയിലേക്ക് ഉറ്റുനോക്കി നിർത്താതെ കൂവിയെങ്കിലും പ്രതിദ്ധ്വനിപോലുമുണ്ടായില്ല.
നടക്കുന്നതിനിടയിൽ പാലം ഉയരുന്നു. തുടക്കത്തിൽ പാലത്തിന് ചുവട്ടിൽ വെള്ളം കണ്ടിരുന്നു. നോക്കിനില്ക്കേ കടൽ അഗാധ

തയിലേക്ക് ആണ്ടുപോയി. താഴെ കടലില്ലെന്ന യാഥാർത്ഥ്യം ഹൃദയത്തെ പൊള്ളിച്ചു. പാലം മുന്നിലുണ്ട്. ഓരോ കാലടിക്കുമൊപ്പം ആരോ മുമ്പിലേക്ക് വലിച്ചുനീട്ടികൊണ്ടിരുന്നു. ആരാണ് ആകാശങ്ങളിലേക്ക് പാലത്തെ ഉയർത്തിയത്?

വെള്ളിമേഘക്കീറുകൾക്കിടയിലൂടെ പാലം പറക്കുന്നു. വീഴാതിരിക്കാൻ അള്ളിപ്പിടിച്ച് കിടന്നു. ഇടയ്ക്ക് മിന്നായംപോലെ ഭൂമി പ്രത്യക്ഷമായി. മണൽത്തിട്ടയും തരിശും കുന്നും കാടുമായി അതിവേഗം കാഴ്ചയിൽനിന്നു മറഞ്ഞു.

കാടുകൾക്ക് മുകളിലൂടെ സഞ്ചരിക്കവേ വന്യമൃഗങ്ങളുടെ ഒച്ചയും അരുവിയുടെ തേങ്ങലും പറവകളുടെ കളകൂജനങ്ങളും വ്യക്തമായി ചെവിയിലേക്കെത്തി.

തരിശുഭൂമിക്ക് മുകളിലൂടെ നീങ്ങവേ കീഴ്ഭാഗത്ത് ജീവന്റെ യാതൊരു ലക്ഷണവും കണ്ടില്ല. മണൽക്കാടുകൾക്ക് മുകളിലൂടെ പറക്കവേ ചുടുകാറ്റിൽ ദേഹം വെന്തുരുകി.

വീണ്ടും കടൽ ദൃശ്യമായി.

പാലം കടലിന് മുകളിലേക്ക് താഴുന്നു. കുറേ ദൂരേ സയ്യയിലെ പാറക്കൂട്ടങ്ങൾ...

ആ നിമിഷം അത്യാഹ്ളാദത്തിന്റേതായ ചില സ്വരങ്ങൾ തൊണ്ടയിൽനിന്നു പുറത്തേക്ക് തെറിച്ചു. സയ്യയിലെ ഈന്തപ്പനപ്പാലത്തിലേക്ക് അവിശ്വസനീയതയോടെ നോക്കി. പാറക്കെട്ടിൽനിന്നു കടലിലേക്ക് പണിത പഴയ ഈന്തപ്പനപ്പാലം. ആവേശത്തോടെ അതിലേക്ക് ചാടിക്കയറാൻ തുനിയവേയാണ് താഴെവീണത്. അപ്പോഴേക്കും സ്വപ്നജ്വരം ഓടിയൊളിച്ചിരുന്നു.

തെക്കേകടൽപ്പാലത്തിന്റെ അറ്റത്തു നിന്നാണ് വീണത്. നിലയില്ലാകടലിലായതോടെ കര ലക്ഷ്യമാക്കി നീന്തി.

പത്ത് നാല്പത് മീറ്ററോളം നീന്തി കര പിടിച്ചപ്പോഴേക്കും അമ്പേ തളർന്നു. മത്സ്യത്തെപ്പോലെ നീന്തിത്തുടിച്ച നാളുകൾ നഷ്ടമായിരിക്കുന്നു.

പുലരാൻ ഇനിയും യാമങ്ങൾ ബാക്കിയാണ്.

കടൽക്കരയിലെ കൂരയിൽനിന്നു എപ്പോഴാണ് പുറത്തിറങ്ങിതും കടലിൽ ചെന്നു ചാടിയതുമെന്ന് ഓർക്കാൻ ശ്രമിച്ചെങ്കിലും ഒന്നിനും വ്യക്തതയുണ്ടായില്ല. മൂടൽമഞ്ഞിൽ ആണ്ടുപോയ കടൽപ്പാലം പോലെയായിരുന്നു മനസ്സ്. ദൂരെ മങ്ങിക്കാണുന്ന കൂരയിലേക്ക് സാവധാനം നടന്നു.

കടത്തുകാരുടെ കാവൽപ്പുരയ്ക്ക് സമാനമായിരുന്നു ആ കൂര. പാണ്ട്യാലയും കച്ചവടവും അവസാനിപ്പിച്ച ശേഷം വർഷങ്ങളായി ആ ചെറ്റപ്പുരയാണ് അഭയകേന്ദ്രം. പാതിയും ദ്രവിച്ചടർന്ന കൂരയിൽ കാറ്റും മഴയും തൊട്ടുരുമ്മി നില്ക്കും.

കൂരയുടെ പിൻഭാഗത്ത് തൊട്ടിയിൽ സൂക്ഷിച്ച വെള്ളം തലയി

ലൂടെ ഒഴിച്ചു. നാവിൽ ഉപ്പിന്റെ പുളി. ദേഹത്തു പറ്റിയ മണലും അഴുക്കും വെള്ളത്തിനൊപ്പം അലിഞ്ഞൊഴുകി. നിലാവിനെ സാക്ഷിയാക്കി അകത്തേക്ക് കയറി. ദേഹം തളർന്നിരുന്നു.

ഒരുപാട് കാലത്തിന് ശേഷമാണ് ഉടൽ കടലിൽ മുങ്ങുന്നത്. ഇനി ഒരുപക്ഷേ, അത് സംഭവിക്കണമെന്നില്ല.

ചോരയോട്ടം മന്ദീഭവിച്ച ദേഹം നിവർത്തി പിന്നെ മലർന്നു കിടന്നതേ ഓർമ്മയുള്ളൂ. കണ്ണടഞ്ഞതും മണിക്കൂറുകൾ ഓടിപ്പോയതും അറിഞ്ഞതേയില്ല.

നാല്പത്തി ഒൻപത്

വീടിന് മുമ്പിൽ നിറയെ നിരന്നുനില്ക്കുന്ന മുരിങ്ങമരങ്ങൾ.

പെടാപ്പുറ*ത്തുനിന്നു പുറത്തേക്ക് ഇറങ്ങിയാൽ നീളമുള്ള കോലായ. അതിന്റെ പടിക്കെട്ടിൽ ഇരുന്ന് കഴുത്തല്പം പുറകിലേക്ക് ചെരിച്ച് മുകളിലോട്ട് നോക്കിയാൽ മുരിങ്ങയിലകളുടെ നേരിയ പച്ചപ്പിന് മുകളിൽ നീലാകാശം. വിവിധ ഋതുക്കളിൽ നിറഭേദം സംഭവിക്കുമ്പോൾ വെള്ളയോ, കാപ്പിയോ, കറുപ്പോ ആയി മാനം ഭാവംപകരും.

വെയിൽ വെട്ടിത്തിളങ്ങുന്ന പകലുകളിൽ നേരിയ പച്ചിലകൾക്ക് സൗന്ദര്യം പതിന്മടങ്ങാവും. മരത്തിന് ചുവട്ടിൽ നരച്ച നിഴൽ. കട്ടികുറഞ്ഞ കുഞ്ഞിലകൾക്കുള്ളിലൂടെ പതിക്കുന്ന സൂര്യരശ്മികൾ സൃഷ്ടിച്ച ഇന്ദ്രജാലം. വേനൽപ്പകലുകളിൽ നട്ടുച്ചയ്ക്ക് പടിക്കെട്ടിലിരുന്ന് ആ കാഴ്ച എത്ര തവണ ആസ്വദിച്ചിരിക്കുന്നു. ആ കാഴ്ചയോട് അക്ബറിന് തോന്നിയ പ്രണയം ഇനിയും അവസാനിച്ചിട്ടില്ല.

ചവിട്ടുപടികൾ കയറി, കോലായ കടന്നു പെടാപ്പുറത്തെ വല്യുപ്പയുടെ കൊട്ടിലിനെ ലക്ഷ്യമാക്കി പലരും വന്നുപോവും. അവരിൽ ഒരാളെപ്പോലും അക്ബർ കണ്ടെന്നുവരില്ല.

ചിലരുടെ ആവശ്യം രോഗശാന്തിക്കുള്ള ഐക്കല്ലാ**വും മറ്റു ചിലർക്ക് കുടുംബത്തെ ബാധിച്ച ദോഷമകറ്റാൻ മന്ത്രിച്ചൂതിയ ചെമ്പുതകിട്.

ആ മഹാസന്നിധിയിൽ കുറച്ചുസമയം ചെലവിട്ട് അനുഗ്രഹം നേടാനെത്തുന്നവരും അക്കൂട്ടത്തിലുണ്ടാവും. കൊട്ടിലിലായിരുന്നു നിക്കാഹ് നടക്കാറ്. എല്ലാ മന്ത്രങ്ങളുടെയും മുഖ്യകേന്ദ്രവും ആ സിമന്റു തിണ്ണയായിരുന്നു.

കൊട്ടിലിലെ പുൽപ്പായയിലാണ് വല്യുപ്പ ഇരിക്കുക. വല്യുപ്പ വീട്ടി

ലുണ്ടാവുമ്പോൾ കോലായയിൽ പുരുഷാരം കാണും. കട തുറന്നിട്ടിരിക്കും. ആർക്കും വരാം, അധികാരത്തോടെ പൂമുഖത്തിരിക്കാം. വരുന്നവർക്ക് ചായയും ചോറും തയ്യാറാക്കിയിരിക്കും.

എന്റെ ജനനത്തിന് ഏതാനും വർഷം മുമ്പായിരുന്നു യൂസുഫ് സെക്കർ മരിച്ചത്.

യൂസുഫ് സെക്കർ വീട്ടിൽ വന്നിരുന്ന കാലത്തെക്കുറിച്ച് വല്യുമ്മയ്ക്കും ഒരുപാട് കഥകൾ പറയാനുണ്ട്. അയാൾ ജീവിച്ചിരുന്ന കാലത്ത് അവർ നേരിൽ കണ്ട ഒരേയൊരു ദിവ്യൻ ആ മനുഷ്യനായിരുന്നു. കടലിന് മുകളിൽ വർഷങ്ങളോളം യാത്ര ചെയ്തവൻ. തിരുനബിയുടെ റൗളയുള്ള നാടിനോട് ചേർന്നു ജനിച്ചവൻ...

യമനിൽനിന്നും മക്കയിലേക്ക് ദീർഘയാത്ര വേണ്ടിവരുമെന്നൊന്നും കോഴിക്കോട്ടങ്ങാടിക്കപ്പുറം ലോകം കണ്ടിട്ടില്ലാത്ത വല്യുമ്മയ്ക്ക് അറിയേണ്ട കാര്യമില്ല. വല്യുപ്പയും യുസുഫ് സെക്കറും ഊണുകഴിഞ്ഞാൽ പടിഞ്ഞാറെ കൊട്ടിലിലായിരുന്നു അച്ചിപ്പായ വിരിച്ച് മയങ്ങുക. രണ്ട് തലയിണകൾ വീതമായിരുന്നു അവർ ഉപയോഗിക്കാറ്. പടിഞ്ഞാറെ ജനലിലൂടെ അവരെ തഴുകിയാണ് കടൽക്കാറ്റ് നേരിയ ശബ്ദത്തോടെ പെടാപ്പുറത്തേക്ക് കയറി വരിക.

ഞങ്ങളുടെ കുട്ടിക്കാലത്തേ യുസൂഫ് സെക്കർ നാടിന്റെ മിത്തായി രൂപാന്തരപ്പെട്ടിരുന്നു. കണ്ണംപറമ്പിലെ അദ്ദേഹത്തിന്റെ ഖബറിടത്തിൽ ആളുകൾ സന്ധ്യാസമയത്ത് ചന്ദനത്തിരി കത്തിച്ച് ഉദ്ദിഷ്ടകാര്യങ്ങൾക്കായി പ്രാർത്ഥിക്കും. പേരു കൊത്തിയ മീസാങ്കല്ല്*** ചാഞ്ഞുനില്ക്കുന്ന ആ ഖബറിടം ഇന്നുമുണ്ട്. തോരാമഴയത്തും കർക്കിടകത്തിലെ ഇടിയുടെ പ്രകമ്പനങ്ങളിലും സന്ധ്യാനേരത്ത് ഇന്നും ആ ഖബറിടത്തിൽ ആളുകളെ കാണാം.

വർഷകാലത്ത് കടൽ നിർത്താതെ ഗർജ്ജിക്കുന്നതിന് സാക്ഷിയാവുന്ന പള്ളിക്കാട്.

മഴ കനത്തുപെയ്യുന്ന ഇരുണ്ടസന്ധ്യകളിൽ ഖബറിന് സമീപം കുടചൂടി നനഞ്ഞൊലിച്ച് കൂടിനില്ക്കുന്ന ആൾക്കൂട്ടത്തിന്റെ ചിത്രം ഒരിക്കലും മായില്ല. യമനിൽ ജനിക്കുകയും ഈ മണ്ണിൽ ലയിക്കുകയും ചെയ്ത് കോഴിക്കോടിന്റെ മിത്തായി രൂപാന്തരപ്പെട്ട യൂസുഫ് സെക്കർ. ആ മഹാനെക്കുറിച്ച് ഓർക്കുമ്പോൾ മനസ്സിലേക്ക് ആദ്യം വരുന്നത് ഞാറ്റുവേലയുടെ തണുപ്പാണ്. വല്യുപ്പയ്ക്കൊപ്പം തോരാമഴയത്ത് പള്ളിയിൽനിന്ന് വരുമ്പോൾ കണ്ട ആ ചിത്രം കാൽ നൂറ്റാണ്ട് പിന്നിട്ടിട്ടും ചാരുത ഒട്ടും കുറയാതെ ഉള്ളിലുണ്ട്.

വെയിൽ പടിഞ്ഞാറോട്ട് ചായുന്നു. മുരിങ്ങ പൂത്തത് അപ്പോഴാണ് ശ്രദ്ധിച്ചത്. പെൺകൊടിമാരുടെ കാതിൽ തൂങ്ങുന്ന ജിമിക്കികമ്മലിന്റെ ആകൃതിയിലുള്ള നേരിയ ഇതളുള്ള വെളുത്തപൂക്കൾ. തല പിന്നോട്ടു ചരിച്ചു നോക്കിയപ്പോൾ ഇലച്ചാർത്ത് വ്യക്തമായി. പ്രണയസല്ലാപത്തിൽ പരിസരം മറന്നിരിക്കുന്ന കൂരിയാറ്റകൾ. ചില്ലകൾക്കിടയിൽ ഒച്ചയടക്കി

യാണ് അവയുടെ ഇരുപ്പ്.

അല്പം കഴിഞ്ഞാണ് അവ ചെറിയ ശബ്ദത്തിൽ മിണ്ടുന്നതായി ബോദ്ധ്യമായത്. അടക്കിയശബ്ദത്തിൽ സംസാരിക്കുക പ്രണയാർദ്രരായ മനുഷ്യർ മാത്രമല്ല. ആൺപക്ഷി മൃദുവായി കൊക്കമർത്തിയപ്പോൾ പ്രണയിനി നോവഭിനയിച്ചു. പ്രണയിനികളെവിട്ട് കോലായയോട് ചേർന്ന തടിച്ചിത്തെങ്ങിന്റെ ചുവട്ടിലേക്ക് നടന്നു.

അമ്മായി പാത്തുവിന്റെ ഭാഷയിൽ പറഞ്ഞാൽ മച്ചിത്തെങ്ങ്.

തേങ്ങയിടാൻ വരുന്ന മൊയ്തുണ്ണിക്ക ഏത് കാലത്ത് കയറിയാലും രണ്ടോ മൂന്നോ പേട്ട് തേങ്ങ മാത്രം നല്കുന്ന തെങ്ങ്. കുട്ടിക്കാലത്ത് അക്ബർ എഴുന്നേറ്റ ഉടൻ ആ തെങ്ങിന് ചുവട്ടിലേക്ക് ഓടുമായിരുന്നു. പല്ലുപോലും തേക്കാതെയാണ് ആ ഓട്ടം. പാറ്റാൻ**** കടിച്ചിട്ട പേരക്ക തെങ്ങിന് ചുവട്ടിൽ മിക്ക ദിവസവും കാണും. ചുറ്റുവട്ടത്തെ മരത്തിൽ ഉണ്ടാവുന്ന വിവിധ തരം ഫലങ്ങൾ പാറ്റാൻ തെങ്ങിന് മുകളിലിരുന്ന് രുചിച്ച ശേഷം താഴോട്ടെറിയും. മിക്കപ്പോഴും പുലരാൻ നേരത്താവും പാറ്റാന്റെ കസർത്ത്.

കടിയേറ്റ ഭാഗം ചെത്തിമാറ്റി തിന്നുന്നത് അക്ബറിന് ഇഷ്ടമായിരുന്നു.

---

* കോഴിക്കോട്ടെ പഴയ തറവാടുകളിൽ കോലായയിൽനിന്നു കയറി എത്തുന്ന ആദ്യ ഭാഗം.

** ഏലസ്സ്.

*** ഖബറിന് മുകളിലെ പേരുകൊത്തിയ ഫലകം.

**** വവ്വാൽ.

അമ്പത്

കാലചക്രം ഉരുളാൻ തുടങ്ങുന്ന കാലം.
ഭൂമി അന്ന് അകംകുഴിഞ്ഞ പൊട്ടക്കിണറുപോലെയായിരുന്നു .
ഭൂമിയിൽ ജനിമൃതി സമസ്യകൾ ആരംഭിച്ചിരുന്നില്ല. വർഷങ്ങൾ ദീർഘിച്ച രാപ്പകലുകൾ പങ്കിട്ടെടുത്തതായിരുന്നു ഭൂമിയുടെ ഓരോ അണുവും...
കലങ്ങിമറിഞ്ഞ കടൽ ഭൂമിക്കു ചുറ്റും അഗ്നിപർവ്വതം കണക്കെ തിളച്ചുയർന്നു. കടലിന്റെ അലർച്ച അവസാനിച്ചതേയില്ല. കാറ്റ് ഭൂമിയുടെ കണ്ണെത്താത്ത ദൂരങ്ങളിലേക്ക് ആ രോദനം ഏറ്റിനടന്നു. ദൂരം പിന്നിടവേ കാറ്റിന് അലർച്ച നഷ്ടമായി. ജീവനുത്ഭവിക്കാത്ത ഭൂമി മൗനത്താൽ ഉറഞ്ഞുപോയിരുന്നു. ആകാശഭൂമികളിൽ അവശേഷിച്ചത് അരൂപികളുടെ ശബ്ദരഹിതമായ നൃത്തം മാത്രം. അവ മുടിനാരിഴയുടെ തടസ്സംപോലുമില്ലാത്ത നിരശൂന്യതയിൽ അലഞ്ഞുനടന്നു. കണ്ണും മൂക്കും ചെവിയുമില്ലാത്തവ തമ്മിലടിച്ചു ദൂരേക്ക് തെറിച്ചു വീഴുമ്പോഴും നിശ്ശബ്ദതമാത്രം. പറന്നു തളരുമ്പോൾ വവ്വാലുകളെപ്പോലെ ആകാശത്ത് തലകീഴായി വിശ്രമിച്ചു. അന്ന് എല്ലാറ്റിനും ഒറ്റ പേരായിരുന്നു.
ദൈവസങ്കല്പം രൂഢമൂലമായപ്പോൾ മാലാഖയും ജിന്നും ചെകുത്താനും അവതാരപുരുഷന്മാരും ജന്മമെടുത്തു. അവയിൽ വിശ്വാസമർപ്പിച്ച് മനുഷ്യൻ പിച്ചവെച്ചു. കാലം കടന്നുപോകവേ മനുഷ്യർ നാനാജാതികളായി. അവർക്കിടയിൽ കൊള്ളക്കാരും കൊലപാതകികളും പിറന്നു. കള്ളനും പിടിച്ചുപറിക്കാരും വളർന്നു. വഞ്ചകരും വേട്ടക്കാരും ഉദാരനും ലുബ്ധനും പിറന്നു. മനുഷ്യന്റെ വിശ്വാസം മുതലെടുത്ത് ദൈവത്തിൻ പ്രതിപുരുഷന്മാരെന്ന അ

വകാശവാദവുമായി ആൾദൈവങ്ങൾ തടിച്ചുകൊഴുത്തു. ആൾദൈവങ്ങളും മതനേതാക്കളും ആചാരങ്ങളുടെയും അനുഷ്ഠാനങ്ങളുടെയും പേരിൽ മനുഷ്യനെ ഭിന്നിപ്പിച്ച് സമ്പത്ത് കുന്നുകൂട്ടി. പഠിച്ച പാഠങ്ങൾ മറന്നതോടെ കാലപ്രവാഹത്തിന്റെ വേഗം കൂടി. ദിവസങ്ങളും ആഴ്ചകളും മാസങ്ങളും വർഷങ്ങളും മിന്നൽ വേഗത്തിൽ കടന്നുപോയി. കാലത്തെ തോല്പിക്കാൻ മൂഢനായ മനുഷ്യർ വൃഥാശ്രമിച്ചു. ആർക്കും ഒന്നിനും നേരമില്ലന്നായി. മനുഷ്യർ ചിരിക്കാനും മിണ്ടാനും മറക്കുന്ന അവസ്ഥയിലേക്കെത്തി. ജീവിക്കാനുള്ള ഓട്ടത്തിനിടയിൽ മലകളെ തച്ചുടച്ചു. ജലാശയങ്ങളെ തേവി വറ്റിച്ചു. മരങ്ങളെ വേരോടെ പിഴുതെടുത്ത് ദൂരേക്കെറിഞ്ഞു. കാറ്റും മഴയും ചൂടും തണുപ്പുമെല്ലാം അനുഭവിച്ച് ജീവിക്കണമെന്ന പ്രകൃതിയുടെ ബാലപാഠംപോലും അവൻ സൗകര്യപൂർവ്വം മറന്നു. കല്ലും മരവും വെട്ടിച്ചീന്തി അവൻ വാസഗൃഹങ്ങൾ നിർമ്മിച്ചു. കിട്ടാവുന്നതെല്ലാം കൊള്ളചെയ്ത് ഭാവി തലമുറയ്ക്കായി ബാങ്കുകളിലും ലോക്കറുകളിലും സൂക്ഷിച്ചു.

ഡയറിയുടെ എഴുപത്തിയൊൻപതാമത്തെ പേജിലായിരുന്നു ആ വരികൾ യൂസുഫ് സെക്കർ കുറിച്ചിട്ടതെന്ന് അക്ബർ ഓർത്തു. കാലഘടന അവഗണിച്ചായിരുന്നു യൂസുഫ് സെക്കർ സംഭവങ്ങൾ ഡയറിയിലേക്ക് പകർത്തിയത്. ഒരു നോവൽ വായിക്കുന്ന ലാഘവത്തോടെ തന്റെ കഥ ആർക്കും വായിക്കാൻ സാധിക്കരുതെന്ന് അയാൾക്ക് നിർബ്ബന്ധമുള്ളതായി ആദ്യ ഭാഗങ്ങളുടെ വായന അക്ബറിനെ അയാളെ ബോദ്ധ്യപ്പെടുത്തി.

പല വരികളും സംഭവവിവരണങ്ങളായി മാത്രം കാണാവുന്നതല്ല. ഡയറിക്കുറിപ്പിൽ അയാൾ സഞ്ചരിച്ച വിദൂരദേശങ്ങളും ഉത്തരം തേടുന്ന സമസ്യകളുമെല്ലാം ഉൾച്ചേർന്നിരുന്നു. ചില വരികളിൽ സർവ്വജ്ഞപീഠം താണ്ടിയ ഒരു മഹാമുനിയുടെ മുഖമായിരുന്നു യൂസുഫ് സെക്കറിന്.

ദിവസങ്ങളോളം ചിന്തിച്ച് ആറ്റിക്കുറുക്കിയെടുത്ത വരികളായിരുന്നു ചില താളുകളിൽ. അവയിൽ പലതും വിസ്മയങ്ങളുടെ പുതുലോകം സൃഷ്ടിച്ചു. ചിലതിൽ അനുഭവങ്ങളുടെ തീക്ഷ്ണത തിണർത്തുകിടന്നു. പലതും ദീർഘസഞ്ചാരം നടത്താത്തവരെ വിസ്മയിപ്പിക്കുന്നതായിരുന്നു.

ചില താളുകളിൽ രാവിൽ കണ്ട സ്വപ്നങ്ങളെ അതേപടി പകർത്തിയതും അക്ബർ കണ്ടെത്തി. ജീവിതം എഴുതുന്നതിനപ്പുറം ചില വരികളിൽ യൂസുഫ് സെക്കർ സാഹിത്യവും പരീക്ഷിച്ചു.

"കുറച്ച് ദിവസത്തേക്ക് ഇനി യൂസുഫ് സെക്കർ മാത്രമാവും..."

ഹെമയുടെ ശബ്ദം വളരെ ദൂരെ നിന്നെന്നപോലെ ചെവിയിലേക്കെത്തി.

എത്ര യാമങ്ങളെ പിന്തള്ളിയാണ് രാവ് നില്ക്കുന്നതെന്ന് അക്ബർ ഓർക്കാൻ ശ്രമിച്ചു.

പുതപ്പിനടിയിൽനിന്നാണ് ആ ശബ്ദം എത്തിയത്.

സൂക്ഷിച്ച് നോക്കിയാൽ വ്യക്തമാവുന്ന രീതിയിൽ അവൾ കണ്ണെഴുതിയിട്ടുണ്ട്. പീലിനിറഞ്ഞ വിടർന്നകണ്ണിൽ എണ്ണമറ്റ സമുദ്രങ്ങൾ ഇരമ്പുന്നു. എത്രയോ നാടുകളിലെ ജീവിതക്കാഴ്ചകൾ ആ വലിയ കണ്ണുകളിൽ ആണ്ടുകിടപ്പുണ്ടാവണം. പരസഹസ്രം ജീവിതങ്ങൾ അലതല്ലുന്ന കണ്ണുകൾ...

അറബ്വംശത്തിൽ പിറന്ന പെൺകൊടികൾക്കായിരിക്കണം ഭൂമിയിലെ ഏറ്റവും മനോഹരമായ കണ്ണുകൾ ദൈവം നല്കിയിരിക്കുക. ഒരു നൂലിന്റെ നിഴൽപോലുമില്ലാത്ത പൗർണ്ണമി ദർശിച്ചാവാം ആ കണ്ണുകൾക്ക് അത്ഭുതശോഭ ലഭിച്ചിരിക്കുക. കാറ്റാൽ താഴുന്ന മാന്ത്രികപ്പരവതാനിയിൽ ഇരുത്തിയാവാം അവരുടെ പൂർവ്വികരെ ആദിയിൽ സ്വർഗ്ഗത്തിൽനിന്നു ദൈവം താഴോട്ട് ഇറക്കിയിരിക്കുക. അന്ന് മരുഭൂമിയിൽ ചന്ദ്രികപൂക്കുന്ന രാവുകൾ മാത്രമായിരിക്കാം. പൗർണ്ണമി വറ്റാത്ത ഒരു ലോകത്തെക്കുറിച്ച് സങ്കല്പിച്ചപ്പോൾ അയാൾക്ക് എന്തെന്നില്ലാത്ത ഉത്സാഹം തോന്നി.
എല്ലാ രാവിലും ചന്ദ്രപ്രഭയേറ്റ് സ്ത്രീപുരുഷന്മാരുടെ ചർമ്മം സ്വർണ്ണ സമാനമായി രൂപാന്തരപ്പെട്ടിരിക്കാനും ഇടയുണ്ട്. പൊൻവർണ്ണമാർന്ന മണലിൽ അതേ വർണ്ണത്തിൽ മേയുന്ന ഒട്ടകങ്ങളും കാലികളും അലയുന്ന മനുഷ്യരും...

വരികൾക്കിടയിൽ യൂസുഫ് സെക്കറിന്റെ ഭാവന വാനത്തോളം ഉയർന്നു.

"എന്താ ഉറങ്ങുന്നില്ലേ?, ചുണ്ടും പല്ലുമായെത്തി ഉണർത്തിയേക്കരുത്."

അവൾ മുന്നറിയിപ്പ് നല്കി. ആ വാക്കിൽ എന്നെത്തേതിലും മധുരം കിനിഞ്ഞു.

പുതപ്പിന്റെ മുകൾഭാഗം കഴുത്തിന് കുറേ താഴ്ന്നാണ് കിടക്കുന്നത്.

അല്പം മുമ്പ് വായിച്ച, ചന്ദ്രപ്രഭയേറ്റ സ്ത്രീയുടെ നിറം അക്ബർ അവിടെ കണ്ടു.

മൂന്ന്

ഇസ്താംബൂൾ

ഒന്ന്

കോഴിക്കോട്ടുനിന്ന് ദുബായ് വഴിയായിരുന്നു ഇസ്താംബൂളിലേക്ക് പറന്നത്.

ദുബായിൽ എത്തി നാലു മണിക്കൂറോളം കഴിഞ്ഞാണ് ഇസ്താംബൂളിലേക്കുള്ള ടർക്കിഷ് എയർലൈൻസിന്റെ കണക്ഷൻ ഫ്ളൈറ്റ് പുറപ്പെട്ടത്. ആദ്യമായി പോയപ്പോഴുള്ള കോരിത്തരിപ്പ് ഈ യാത്രയിലും അനുഭവപ്പെടുന്നു. പഴയ തീക്ഷ്ണത ഇല്ലെന്നുമാത്രം.

നല്ല തിരക്ക്. എങ്ങും ജീൻസും ടീ ഷേർട്ടും ഓവർകോട്ടും ധരിച്ച പെൺകൊടിമാർ. ഹൂറികളുടെ നഗരം ഭൂമിയിലുണ്ടെന്ന് കാഴ്ചകൾ സൂചിപ്പിച്ചു. ഇത്രയധികം സുന്ദരികൾ എവിടെനിന്നാണ് നഗരത്തിലെത്തിയതെന്ന് അക്ബർ അത്ഭുതപ്പെട്ടു. രണ്ടാം വരവിലും ഇസ്താംബൂൾ കാഴ്ചകൾ പുതുമ നല്കുന്നു. ക്ലിയറൻസ് കഴിഞ്ഞ് പുറത്തേക്കു നടന്നു.

എന്റെ പെണ്ണിന്റെ നഗരം. ആഞ്ഞുശ്വസിച്ചപ്പോൾ ഇളംതെന്നലിൽ ഫെമയുടെ ഗന്ധം. രണ്ടു മൂന്ന് ആഴ്ചയായി ആ നെഞ്ചിലെ ചൂട് അന്യമായിരുന്നല്ലോയെന്ന ചിന്ത അക്ബറിന്റെ ഞരമ്പുകളെ ത്രസിപ്പിച്ചു. ക്ലിയറൻസ് കഴിഞ്ഞ് പുറത്തെത്തിയപ്പോൾ കമ്പിയഴികളിൽ ദേഹംതാങ്ങി നില്ക്കുന്ന ഫെമയെ കണ്ടു. പ്രസരിപ്പ് നഷ്ടമായ മുഖം, അടുത്തെത്തിയതും അവൾ ഇറുകേ പുണർന്നതും ഒരുമിച്ചായിരുന്നു.

ചുറ്റും സമാനമായ ദൃശ്യങ്ങളായതിനാൽ തെല്ലും സങ്കോചം തോന്നിയില്ല.

“ഹോ അക്ബർ, ഞാൻ എത്ര ദിവസമായി ഉറങ്ങിയിട്ട്...” കൂടുതൽ ശക്തമായി പുണരവേ മന്ത്രംപോലെ ആ ശബ്ദം ചെവിയിൽ നിറഞ്ഞു. ചെവിയുടെ താഴെ പല്ലുകൾ മൃദുവായി അമർന്നു. ദേഹം മുഴുവൻ ഇക്കിളി പടർന്നു.

അവളുടെ പല്ലുകൾ ദേഹത്ത് അമർന്നപ്പോഴെല്ലാം കട്ടുറുമ്പ് കടിക്കുന്നതായാണ് അനുഭവപ്പെടാറ്. രണ്ടു പേരും അല്പനേരം നെഞ്ചോട് നെഞ്ചടക്കി നിശ്ചലരായി. അക്ബറിന്റെ കൈപിടിച്ച് പുറത്തേക്കുള്ള വഴിയിലേക്ക് അവൾ നയിച്ചു.

എത്ര പെട്ടെന്നാണ് അവൾ പ്രസന്നയായത്. രക്തയോട്ടം വർദ്ധിച്ച ആ മുഖം അയാൾക്ക് ഏറെ പ്രിയപ്പെട്ടതാണ്. സ്ത്രീയെപ്പോലെ കാത്തിരിപ്പ് മനോഹരമായി അനുഭവിക്കാൻ ഭൂമിയിലെ മറ്റൊരു ജീവിക്കും സാദ്ധ്യമാവില്ലെന്ന് അക്ബർ അറിഞ്ഞു.

ഒരുപക്ഷേ, രാത്രികളിൽ അവൾ തീരെ കണ്ണടച്ചിട്ടുണ്ടാവില്ല. സ്നേഹിക്കുന്ന പുരുഷനെ ജീവിതം മുഴുക്കെ കാത്തിരിക്കാനും സ്ത്രീ ഒരുക്കമായിരിക്കും. ഹൃദയത്തിന്റെ ഒരു കോണിലും മറ്റൊരാളുടെ നിഴൽ പോലും പതിയാൻ അവൾ അനുവദിക്കില്ലെന്നും ചില മനഃശാസ്ത്ര പുസ്തകങ്ങളിൽ വിശദീകരിച്ചതും അക്ബർ ഓർത്തു.

ഫെമ തനിച്ചായിരുന്നു വണ്ടിയോടിച്ച് വിമാനത്താവളത്തിലേക്ക് എത്തിയത്. വീതികൂടിയ പച്ച കാറായിരുന്നു, ഫെമ കൊണ്ടുവന്നത്.

അച്ഛന്റെ പ്രിയപ്പെട്ട വാഹനം.

ഒരുപാട് വർഷത്തെ ചരിത്രം അയവിറക്കാനുണ്ടെന്ന് ഒറ്റനോട്ടത്തിലെ തോന്നിയിരുന്നു. അല്പം മുരൾച്ച കൂടുതലാണെങ്കിലും നല്ല വേഗത്തിൽ ഊർജ്ജസ്വലതയോടെ ഓടിക്കൊണ്ടിരുന്നു. കുറെ നീങ്ങിയപ്പോൾ ഒരു പാലത്തിലെത്തി. സമീപം ചെറിയൊരു പാർക്കിങ് സ്ഥലവും.

വണ്ടി നിർത്തി ഞങ്ങൾ പുറത്തിറങ്ങി.

തെളിനീരൊഴുകുന്ന പുഴ. പുഴയോരം വൃത്തിയായി സൂക്ഷിച്ചിരുന്നു.

പാലത്തിന്റെ കൈവരിയിലേക്ക് നടന്നു. മദ്ധ്യത്തിലെത്തിയപ്പോൾ കൈവരിയോട് ചേർന്ന് അവൾ നിന്നു.

മുന്നറിയിപ്പില്ലാതെ ഗാഢമായി പുണർന്നു. അസ്ഥിനുറുങ്ങിയോ. നെഞ്ചിലമർന്ന മുഖം അസ്ഥിയിലോളം മുട്ടുമെന്ന അവസ്ഥ. പെട്ടെന്ന് അവൾ ഒന്നു പിടഞ്ഞു. അതിനിടെ അക്ബർ മുഖം മാറിലമർത്തി. പതുപതുത്ത മുലകൾക്കിടയിൽ മുഖം ഞെരിഞ്ഞമരുമ്പോൾ ശ്വാസംമുട്ടി. ഇഷ്ടം തോന്നുന്ന ഏതോ പേരറിയാത്ത പൂവിന്റെ ഗന്ധമായിരുന്നു അവളുടെ ദേഹത്തിന്.

രതിയുടെ അന്ത്യത്തിൽ തളർന്ന് കിടക്കുമ്പോൾ സമാനമായ ഗന്ധം മുറി മുഴുവൻ പ്രസരിച്ചിരുന്നു. ആദ്യം കരുതിയത് ഏതോ സുഗന്ധലേപനമാണെന്നാണ്. കക്ഷവും കഴുത്തുമാണ് ആ ഗന്ധം പ്രസരിപ്പിക്കുന്നതെന്നായിരുന്നു ധരിച്ചത്. പിന്നെ ആ തോന്നൽ തെറ്റാണെന്ന് ബോദ്ധ്യമായി. ഭൂമിയിലെ ഏറ്റവും പ്രിയപ്പെട്ട ഗന്ധമായി അത് മാറിയിരിക്കുന്നു.

ജനിമൃതി സമസ്യകൾക്കപ്പുറത്ത് ആകാശത്തിന്റെ കാണാക്കോണിലേക്ക് എടുത്തെറിഞ്ഞ പ്രതീതിയായിരുന്നു ആ ശ്വാസംമുട്ടലിൽ അനുഭവിച്ചത്.

“എന്ത് പറ്റി?”

"സ്വപ്നം കാണാതെ വാ. അച്ഛൻ കാത്തിരിക്കുന്നു. ഒരിക്കൽ മാത്രം കണ്ട മകളുടെ ഭർത്താവിനെ കാണാൻ."

"പുരോഗമന ചിന്താഗതിക്കാരനാണെങ്കിലും ആറു വർഷമായി ഒന്നിച്ച് കഴിഞ്ഞിട്ടും വിവാഹിതരായില്ലെന്നൊന്നും എഴുന്നള്ളിച്ചേക്കരുത്. നമ്മുടെ മാത്രം സ്വകാര്യതയായി അത് നിലനില്ക്കണം."

രണ്ട്

ദുബായിൽനിന്നു ഫെമയ്ക്കൊപ്പം ആദ്യം ഇസ്താംബൂളിലേക്ക് പറന്നപ്പോൾ മഞ്ഞുകാലമായിരുന്നു. നഗരം മൂടൽമഞ്ഞിൽ അമർന്നിരിക്കേയാണ് അന്ന് ഇസ്താംബൂളിൽ വിമാനമിറങ്ങിയത്. മുമ്പ് വന്നപോലെ അയാൾക്ക് തോന്നിയിരുന്നു. വിമാനം താഴോട്ടിറങ്ങവേ ചിതറിക്കിടന്ന കെട്ടിടങ്ങളായിരുന്നു ആ തോന്നൽ സൃഷ്ടിച്ചത്. വീണ്ടും താഴ്ന്നതോടെ മൂടൽമഞ്ഞിൻ മാറാപ്പിലേക്ക് വിമാനം ആണ്ടുപോയി. ഏതോ തുരങ്കത്തിൽ പ്രവേശിച്ച പ്രതീതിയായിരുന്നു. ചരിത്രം സ്പന്ദിക്കുന്ന ആ നഗരം കാണാൻ കാലങ്ങളായി ആഗ്രഹിക്കുന്നതാണ്. അവളുടെ വർണ്ണനകൾ കേട്ടിരുന്ന രാവുകളിൽ ആഗ്രഹം പതിന്മടങ്ങായി.

ഫെമയുടെ ആദ്യ നിലവിളിക്ക് സാക്ഷിയായ നഗരം. കിഴക്കേ അറ്റം ഏഷ്യയിലും പടിഞ്ഞാറെ അറ്റം യൂറോപ്പിലുമായി കിടക്കുന്ന നഗരം. വാലും തലയും രണ്ട് വൻകരകളിലായുള്ള മറ്റൊരു നഗരവും ഭൂമിയിലില്ല. ഓട്ടോമൻ തുർക്കി സുൽത്താന്മാരുടെ തലസ്ഥാനമായി അറിയപ്പെട്ട കോൺസ്റ്റാന്റിനോപ്പിളാണ് പിന്നീട് ഇസ്താംബൂളായി രൂപാന്തരപ്പെട്ടത്.

നഗരത്തിന്റെ മദ്ധ്യഭാഗത്തായിരുന്നു ഞങ്ങളുടെ കുടുംബ വീട്. അവളുടെ ശബ്ദം ചെവിയിൽ മൂളുന്നു.

നാലു ദിക്കിലും കൂറ്റൻ കെട്ടിടങ്ങളായിരുന്നു. ഓർമ്മ ആരംഭിക്കുന്നിടത്ത് അടുത്ത കെട്ടിടത്തിന്റെ പുറം ചുമർ. ഈർപ്പം പറ്റിനില്ക്കുന്ന ആ ചുമർ ഡൈനിങ് ഹാളിലെ ജാലകത്തിലൂടെ കാണാം. നാലു നിലയുള്ള കെട്ടിടത്തിലെ മൂന്നാം നിലയിലായിരുന്നു ഞങ്ങൾ. അച്ഛനും അമ്മയും ഞങ്ങൾ കുട്ടികളും മൂന്നു മുറികളുള്ള ആ ഫ്ളാറ്റിൽ സന്തോഷത്തോടെയാണ് ജീവിച്ചത്.

സർക്കാർ കാലാവസ്ഥാ കേന്ദ്രത്തിൽ നിരീക്ഷകനായ അച്ഛന്റെയും

സ്വകാര്യ കിന്റർഗാർട്ടനിൽ അദ്ധ്യാപികയായ അമ്മയുടെയും വരുമാനത്തിന്റെ നല്ല പങ്കും വീട്ടുവാടകയ്ക്കായി മാറ്റിവെച്ചിരുന്നു. തുർക്കിയിലെ പ്രമുഖഗോത്രമായ ഗോഷിയാരിൽ നിന്നായിരുന്നു അമ്മൂമ്മ.

വടക്കൻതുർക്കിയിലെ പഴത്തോട്ടങ്ങൾ നിറഞ്ഞ ടിർത്താർ പ്രദേശത്തായിരുന്നു ഗോഷിയാർ കുടുംബം തലമുറകളായി ജീവിച്ചത്.

ഓട്ടോമൻ സാമ്രാജ്യത്തിന്റെ സുവർണ്ണ നാളുകളിൽ സുൽത്താന്റെ ഉപദേശകവൃന്ദത്തിൽ മുന്തിയ പരിഗണന ലഭിച്ചിരുന്നവരായിരുന്നു അമ്മൂമ്മയുടെ പൂർവ്വികർ. ആപ്പിളും മുന്തിരിയും വിളയുന്ന ഫലഭൂയിഷ്ഠമായ തോട്ടങ്ങൾ അമ്മൂമ്മയിൽനിന്ന് അമ്മ സഹ്‌ലയ്ക്ക് ഇഷ്ടദാനമായി ലഭിച്ചിരുന്നു.

മുന്തിരിവള്ളികൾ പൂക്കുന്നതും വണ്ടുകൾ മുന്തിരിക്കുലകളിൽ മധുതേടി നൃത്തംവയ്ക്കുന്നതും രാവിനെ സാക്ഷിയാക്കി അവൾ പറയുന്ന കഥകളിൽ നിറഞ്ഞുനിന്നിരുന്നു.

പഴുത്ത ഇലകൾ ചിതറിവീണ ആപ്പിൾ മരങ്ങൾക്ക് ചുവട്ടിലൂടെ നടന്നുപോവുന്നത് അടിക്കടി കിനാക്കണ്ടു. വിളവെടുക്കാറായ പഴുത്തമുന്തിരിയുടെ ഗന്ധവും വലംവെക്കുന്ന വണ്ടിന്റെ മുരൾച്ചയും കഥകൾക്കിടയിൽ വ്യക്തമായി അറിഞ്ഞിരുന്നെന്നും ഫെമ പലതവണ സാക്ഷ്യപ്പെടുത്തിയിട്ടുണ്ട്. ഷാർജയിൽ ജീവിക്കുമ്പോഴും ആപ്പിൾ മരങ്ങൾ പൂക്കുന്ന നാളുകളിൽ അവൾ ഓർമ്മകളിലേക്ക് വഴുതിവീഴുമായിരുന്നു.

താളംതെറ്റുന്ന കുടുംബ ബജറ്റുകൾക്കിടയിൽ നഗരത്തോടുള്ള ഭ്രമം മതിയാക്കി ഗ്രാമത്തിലേക്ക് തിരിച്ചുപോവാൻ അമ്മ അച്ഛനെ നിർബ്ബന്ധിച്ചിരുന്നു. സർക്കാരിൽനിന്ന് സൈനിക പെൻഷൻ ലഭിക്കുന്ന ഒരു തലമുറ ഇസ്താംബൂളിലെ കഫേകളിൽ ജീവിച്ചിരുന്നു. രാവിലെ കാപ്പിക്കട തുറക്കുന്നതും കാത്ത് പെൻഷൻപറ്റിയ വയോജനങ്ങൾ പാതയോരത്ത് കൂനിക്കൂടിനില്ക്കും. കട തുറന്നാൽ ഹുക്കയും പുകച്ച് രാജ്യം നേരിട്ട അനേകം വൈദേശികാക്രമണങ്ങളെക്കുറിച്ച് പൊടിപ്പും തൊങ്ങലും ചേർത്ത് സംസാരം ആരംഭിക്കും. സന്ധ്യമയങ്ങിയാലാവും വീടുകളിലേക്ക് മടങ്ങുക. സൈന്യത്തിൽനിന്നു വിരമിച്ചവരുടെ വീരകഥകളാൽ ആവേശം ഏറ്റുവാങ്ങിയവരായിരുന്നു അച്ഛനുൾപ്പെടെയുള്ള അന്നത്തെ യൗവനങ്ങൾ.

ഫെമ ചേർന്നിരുന്ന് ഗൃഹാതുരമായി ഇസ്താംബൂളിനെക്കുറിച്ച് സംസാരിക്കുന്നു. ആരെയും വശീകരിക്കുന്ന മാധുര്യമുണ്ട് ആ വിവരണത്തിന്.

അച്ഛൻ ഷംസ് അഹമ്മദിന്റെ ബാല്യം നിറയെ പട്ടാളക്കഥകളുടെ പകർന്നാട്ടങ്ങളായിരുന്നു. ഫെമയുടെ തലമുറയിലേക്ക് പകർന്നപ്പോഴും അവയ്ക്ക് തെല്ലും മങ്ങലേറ്റില്ല. അച്ഛന്റെ ആറു സഹോദരന്മാരിൽ മൂന്നു പേരും വിവിധ യുദ്ധങ്ങളിൽ പങ്കെടുത്ത് അംഗച്ഛേദം നേരിട്ടവരായിരുന്നു.

അനേകം പടയോട്ടങ്ങളിൽ രാജ്യത്തിനായി പൊരുതി ഇടതുകാലും വലതു കൈപ്പത്തിയും നഷ്ടപ്പെട്ട ഒരു ചെറിയച്ഛനും ഫെമയ്ക്കുണ്ടായി

രുന്നു. അമ്മൂമ്മയ്ക്കൊപ്പമായിരുന്നു അദ്ദേഹം കഴിഞ്ഞിരുന്നത്. ജാലകത്തിന് പുറത്ത് ഇരുളും വെളിച്ചവും മാറിമാറി വരുന്നതിന് മൂകസാക്ഷിയായി കഴിയുന്ന ആ മുഖം ഇന്നും ഹൃദയത്തിലുണ്ട്, യുദ്ധത്തിന്റെ നോവായി.

കനത്ത മഞ്ഞുവീഴ്ചയുമായി തണുത്ത കാറ്റ് നഗരത്തിൽ താണ്ഡവമാടിയ രാത്രിയിലായിരുന്നു സ്നോ ബൈറ്റിൽ മരവിച്ച് മുത്തച്ഛൻ അബ്ദുൽഖാദർ താജുദ്ദീൻ മരിച്ചത്. മണിക്കൂറുകൾ നെരിപ്പോടിനു മുകളിൽ പൊക്കിവച്ചിട്ടും കാലിനെ ബാധിച്ച മരവിപ്പ് വിട്ടുപോയില്ല. അസ്ഥികളിലേക്ക് ഇരച്ചുകയറിയ തണുപ്പിനിടയിൽ മരണം അട്ടയെപ്പോലെ ഒട്ടിനിന്നു.

ഇസ്താംബൂൾ നഗരത്തിന്റെ പ്രതാപസ്മരണകൾ മനസ്സിൽ സൂക്ഷിക്കുന്ന, വയോജനങ്ങളുടെ വീറുറ്റ കഥകൾ കേൾക്കാൻ സർക്കാർ സർവ്വീസിൽനിന്ന് പിരിഞ്ഞതോടെ ഷംസ് അഹമ്മദും യാത്ര തുടങ്ങി. സന്ധ്യമയങ്ങിയാൽ സിരകളിൽ അലതല്ലുന്ന ആവേശവുമായി അദ്ദേഹം മടങ്ങിയെത്തി.

നഗരത്തിനു വെളിയിലൊരു ജീവിതം അയാൾക്ക് ചിന്തിക്കാനേ കഴിയുമായിരുന്നില്ല. നഗരം ഉപേക്ഷിക്കേണ്ടി വന്നാൽ കരയ്ക്കിട്ട മത്സ്യത്തെപോലെ പിടഞ്ഞു ചാവുമെന്ന് അയാൾ ഭയന്നു.

രോഗിയായതോടെ ഷംസ് അഹമ്മദിന് നഗരക്കാഴ്ചകൾ അന്യമായി. ഒരിക്കൽക്കൂടി അലസഗമനം നടത്താനുള്ള ഇച്ഛയെ ഷംസ് പിടിച്ചുകെട്ടി. മഞ്ഞുകാല രാവുകളിൽ സ്നോബൈറ്റുമായി മരണം കടന്നുവരുമെന്ന് അയാൾ ഭയന്നു. മരവിപ്പ് കാലിനെ ബാധിച്ചതോടെ സുന്ദരവും സ്വപ്നതുല്യവുമായി അനുഭവപ്പെട്ട നഗരക്കാഴ്ചകളെ അയാൾ വെറുത്തു.

കണ്ണടച്ചാലും തുറന്നാലും കട്ടിലിനോടുചേർന്ന നരച്ചചുമരുകളും മഞ്ഞച്ച മേല്ക്കൂരയും മാത്രം ഷംസ് കണ്ടുകൊണ്ടിരുന്നു. ആ അവസ്ഥയിൽനിന്നു അടുത്ത നിമിഷം മുക്തിനേടാൻ അയാൾ കൊതിച്ചു. ഭാര്യയും മക്കളും കൊണ്ടുവരുന്ന ഗോതമ്പുകഞ്ഞിയും ഇലക്കറികളും പഴവർഗ്ഗങ്ങളുമെല്ലാം ഫ്ളാറ്റിനു പുറത്ത് കലപിലകൂട്ടുന്ന കാട്ടുതാറാവുകൾക്കും നഗരവാസികളായ പറവകൾക്കും തരം കിട്ടിയാൽ എറിഞ്ഞുകൊടുത്തു.

രോഗം മൂർച്ഛിച്ചപ്പോഴായിരുന്നു ആശുപത്രിയിലേക്ക് മാറ്റിയത്.

മൂന്ന്

ഷാംസ് അഹമ്മദിന് കാഴ്ചയിൽ പ്രായം തോന്നില്ല.

മൂത്ത മകൾ ഫെമയ്ക്ക് മുപ്പത്തിനാല് വയസ്സായെങ്കിൽ അദ്ദേഹത്തിന്റെ പ്രായം അറുപതിനും മുകളിലായിരിക്കണം. തുർക്കിക്കാർ മിക്കവരും മുപ്പതിനോടടുത്തേ വിവാഹിതരാവൂവെന്ന് അറിയുമ്പോൾ...

തുർക്കിക്കാരന്റെ മുഖമുദ്രയായ മനോഹരമായ കട്ടിമീശ അയാളുടെ മുഖത്തും ആഢ്യത്തത്തിന്റെ ലക്ഷണമായി നിറഞ്ഞുനിന്നു. വെളുത്തുതുടുത്ത കവിളുകൾ. ജിജ്ഞാസയും കുസൃതിയും ഓളംവെട്ടുന്ന കണ്ണുകളാണ് അക്ബറിനെ ആകർഷിച്ചത്. ആ കണ്ണുകളിലേക്ക് പാളിനോക്കിയപ്പോഴെല്ലാം ഒരു പതിനഞ്ചുകാരന്റെ ജിജ്ഞാസ അക്ബർ തിരിച്ചറിഞ്ഞു. ഹ്രസ്വമായ കുശലാന്വേഷണങ്ങൾക്ക് ശേഷം ഇസ്താംബൂൾ നഗരത്തിന്റെ ചരിത്രത്തിലേക്ക്, ഷംസ് അഹമ്മദ് അക്ബറിനെ ആനയിച്ചു.

അനേകം രണാങ്കണങ്ങളും പടയോട്ടങ്ങളും അദ്ദേഹം സംസാരിക്കവെ തനിക്ക് മുമ്പിൽ നിവർന്നുവരുന്നത് അയാൾ അനുഭവിച്ചു.

ഫെമയും അമ്മയും മറ്റെന്തോ ചർച്ചയിലായിരുന്നു. ടർക്കിഷിലായതിനാൽ ഒന്നും മനസ്സിലായില്ല. മുഖത്തെ അമ്പരപ്പ് വായിച്ചാവാം ഭക്ഷണക്കാര്യമാണ് ചർച്ചയെന്ന് ആംഗ്യത്തിലൂടെ അവൾ വ്യക്തമാക്കി. ഫെമയുടെ പാചകത്തിൽ ഒട്ടുമിക്ക ടർക്കിഷ് പലഹാരങ്ങളുടെയും രുചിയറിയാമെങ്കിലും ഇസ്താംബൂളിൽ ഇരുന്ന് ആ ഭക്ഷണം കഴിക്കുന്നതിനെക്കുറിച്ച് ആലോചിച്ചപ്പോൾ അക്ബറിന്റെ രോമങ്ങളെല്ലാം സടകുടഞ്ഞെഴുന്നേറ്റ് തീയിൽവേവുന്ന ഭക്ഷണത്തെ വണങ്ങി.

ഫെമയുടെ നേർപതിപ്പായിരുന്നു അമ്മ സഹ്‌ല. രണ്ടുപേരെയും ഒന്നിച്ച് കണ്ടപ്പോഴെല്ലാം അഞ്ചോ എട്ടോ വയസ്സിന്റെ വ്യത്യാസമേ തോന്നിയുള്ളൂ. പ്രസന്നമായ മുഖമായിരുന്നു അവരുടേത്. ചിരിക്കുമ്പോൾ രണ്ടുപേ

രുടേയും മുഖത്ത് സ്ഫടികപാത്രം തറയിൽ വീണുചിതറുന്ന കാഴ്ചയും ശബ്ദവും പ്രകടമായി.

മുതുകും ദേഹവും കുറച്ചുകൂടി ചീർത്ത് ഉടഞ്ഞിരിക്കുന്നതായി സൂക്ഷ്മമായി നിരീക്ഷിച്ചാൽ അമ്മയിൽ കണ്ടേക്കാം. അടുക്കളയിലെ സ്ത്രീകൾ അമ്മയും മകളുമല്ലെന്നത് അയാൾക്ക് അന്ന് ഉൾക്കൊള്ളാനേ സാധിച്ചില്ല.

രണ്ടാഴ്ചയോളം നീണ്ട ആശുപത്രി വാസത്തിനുശേഷം രണ്ടു ദിവസം മുമ്പാണ് അച്ഛൻ ആശുപത്രി വിട്ടതെന്ന് ഫെമ പറഞ്ഞു. ഹുക്കവലി നിർത്തിയെന്ന സന്തോഷവാർത്തയും അവൾ അറിയിച്ചു. ഒരുമാസം വിശ്രമിക്കണമെന്നും കൂടുതൽ സംസാരിക്കരുതെന്നും ഡോക്ടർ പറഞ്ഞിരുന്നെങ്കിലും അക്ബറിന് മുമ്പിൽ അദ്ദേഹം വായ പൂട്ടിയതേയില്ല. വീട്ടിൽ വരുന്നവരുടെ തറവാടും സ്വഭാവവും ദേഹപ്രകൃതിയും നോക്കിയേ അച്ഛൻ അടുത്ത് ഇടപഴകൂവെന്ന് ആദ്യമായി വീട്ടിൽ പോകാൻ ഒരുങ്ങവേ ഫെമ മുന്നറിയിപ്പ് നല്കിയിരുന്നു.

എന്റെ തൊട്ടാവാടി ശീലത്തിന് അതുൾക്കൊള്ളാൻ തയ്യാറെടുക്കാനായിരുന്നു ആ താക്കീത്. ദീർഘമായി സംസാരിക്കുന്ന ആ മനുഷ്യന്റെ ഇഷ്ടക്കാരനാവാൻ കുറച്ച് ബുദ്ധിമുട്ടാണെന്നും അവൾ സൂചിപ്പിച്ചിരുന്നു. ദീർഘിച്ച സംസാരത്തിൽനിന്ന് അച്ഛന് ഇഷ്ടമായെന്ന് ബോദ്ധ്യപ്പെട്ടപ്പോൾ അന്ന് അഭിമാനത്താൽ വാനത്തോളമുയർന്നു.

അതിഥികളായി ആരുവന്നാലും ഭക്ഷണം വിളമ്പാനും നല്ല വാക്ക് പറയാനും മത്സരിക്കുന്ന പ്രകൃതമായിരുന്നു അമ്മയുടേത്. നഗരത്തിരക്കിൽനിന്നു അല്പം മാറിയായിരുന്നു അവരുടെ പുതിയ വീട്. അനിയത്തിമാരിൽ ഒരാൾ ലണ്ടനിൽ അദ്ധ്യാപിക. രണ്ടാമത്തവൾ ഐയർലണ്ടിൽ ഡോക്ടർ. ഒപ്പം ജോലിചെയ്യുന്ന ഐറിഷുകാരനൊപ്പമാണ് താമസമെന്നും ഫെമ പറഞ്ഞു. കുടുംബത്തെക്കുറിച്ച് മുമ്പ് കൂടുതലൊന്നും പറഞ്ഞിരുന്നില്ല.

കുട്ടികളാണ് പുതിയ ഫ്ളാറ്റ് വാങ്ങാൻ ഏതാനും മാസം മുമ്പ് പണം നല്കിയത്. നാലു മുറിയോട് കൂടിയ മനോഹരമായ ഫ്ളാറ്റ്. സർക്കാരിൽനിന്നു മോശമല്ലാത്തൊരു തുക പെൻഷനായി ലഭിക്കുന്നതിനാൽ വീട്ടുചെലവിന് മക്കളെ ആശ്രയിക്കേണ്ടതില്ല.

രണ്ടുപേരുടെയും ജന്മദിനത്തിലും മറ്റു വിശേഷാവസരങ്ങളിലും ആറു പേരും മത്സരിച്ച് പണവും സമ്മാനങ്ങളും അയക്കും. അച്ഛന്റെ മുറിയിൽ കുറെ ആശംസാ കാർഡുകളും കൗതുകവസ്തുക്കളും ശ്രദ്ധയാകർഷിച്ചു. കൊച്ചുകുട്ടികളുടെ മുറിപോലെ. കുട്ടികൾക്ക് ഏറെ പ്രിയപ്പെട്ട കടുംവർണ്ണങ്ങളിലുള്ള ഒരുപാട് സമ്മാനങ്ങൾ ആ മുറിയിൽ ഭംഗിയായി അടുക്കിവെച്ചിരുന്നു.

ഉച്ചഭക്ഷണത്തിനുശേഷം അച്ഛൻ പതിവുറക്കത്തിലേക്ക് നീങ്ങി. ഇസ്താംബൂളിലെ പ്രായമായവരിൽ ബഹുഭൂരിപക്ഷത്തിനും ഉച്ചയുറക്കം നിർബ്ബന്ധമാണെന്ന് ഫെമ നഗരവിവരണത്തിനിടയിൽ പറഞ്ഞിരുന്നു.

അമ്മ എന്തോ തുന്നിക്കൊണ്ടിരുന്നു.

ഞങ്ങൾ കിടപ്പുമുറിയുടെ ബാൽക്കണിയിലേക്ക് നീങ്ങി. നഗരം എന്നെങ്കിലും കാണണമെന്ന് ആഗ്രഹിച്ചിരുന്നെങ്കിലും ആ മണ്ണിന്റെ അവകാശിയായ ഒരുവൾ ജീവിതത്തിലേക്ക് എത്തുമെന്ന് പ്രതീക്ഷിച്ചതല്ല.

നഗരം ഉച്ചയുറക്കത്തിലാണെന്ന് പെട്ടെന്ന് തിരിച്ചറിയാനാവും. ഫ്ളാറ്റിന്റെ തെക്കേ അതിരിലെ കാലിയായ റോഡുകളായിരുന്നു ആ സന്ദേശം നല്കിയത്.

“നീ എന്താ എന്നെ മറന്നോ?”

ഫ്ളാറ്റിന് പുറത്തേക്ക് കണ്ണയച്ചിരിക്കേ പിന്നിൽ ഫെമയുടെ ശബ്ദം, തിരിഞ്ഞുനോക്കുമ്പോഴേക്കും അവൾ ഗാഢമായി പുണർന്നു. കഴിഞ്ഞ പത്തിരുപത് വർഷമായി ഞാൻ കാണാൻ ഏറെ കൊതിച്ച ഒരു നാടാണിത്. ലോക നഗരങ്ങളിൽ ആദ്യം കാണാൻ കൊതിച്ചത് ഈ നഗരമായിരുന്നു. കാണുന്തോറും വീണ്ടും കാണാൻ കൊതിപ്പിക്കുന്ന നഗരം.

“ഇനിയും വിശ്വാസമായിട്ടില്ല. ആദ്യ വരവിൽ ഒന്നിനും സമയം ലഭിച്ചിരുന്നില്ല. മൂന്നു ദിവസത്തെ ഓട്ടപ്രദക്ഷിണമായിരുന്നല്ലോ.”

മുട്ടിയുരുമ്മി നില്ക്കുമ്പോൾ ഷാർജയിലെ ഫ്ളാറ്റിലാണോയെന്ന് അവർ സംശയിച്ചു.

“വാ വാതിൽ അടച്ചേക്ക്, ഇന്ന് പതിവിലും തണുപ്പുണ്ട്. സാധാരണ ഇക്കാലത്ത് ഇത്രയും തണുപ്പ് അനുഭവപ്പെടാറില്ല. പുതിയ കഥാപാത്രം നഗരത്തിൽ എത്തിയത് തിരിച്ചറിഞ്ഞാവണം തണുപ്പ് ചാടിത്തുള്ളി ജനൽവഴി അകത്തേക്ക് വരുന്നത്...”

കണ്ണോട് കണ്ണു ചേർത്ത് ഫെമ മൊഴിഞ്ഞു.

നാല്

മുത്തച്ഛൻ യൗവനത്തിൽ ആഫ്രോ-മദ്ധ്യേഷ്യൻ രണാങ്കണങ്ങളിലെ മികവുറ്റ പടയാളിയും രാഷ്ട്രതന്ത്രജ്ഞനുമായിരുന്നു. മുത്തച്ഛനിലെ സസ്യശാസ്ത്രജ്ഞനോടും കാർഷികവിദഗ്ദ്ധനോടുമായിരുന്നു നാട്ടുകാർക്ക് കൂടുതൽ അടുപ്പം. ഫെമ കുടുംബചരിത്രം വിവരിക്കവേ ടർക്കിഷ് കാപ്പിയുമായി വെയിറ്ററെത്തി.

അവൻ പിന്തിരിഞ്ഞതോടെ അവൾ ഈജിപ്തിലേക്ക് മടങ്ങി. നൈൽ നദിക്കരയിലെ രണ്ടു മീറ്ററോളം ഉയർന്ന കൃഷിയിടത്തിലായിരുന്നു മുത്തച്ഛന്റെ കാർഷിക പരീക്ഷണങ്ങൾ. മാവിൻതൈകളിലെ ബഡിങ്ങും ഗ്രാഫ്റ്റിങ്ങുമായിരുന്നു അവയിൽ പ്രധാനം.

ഉത്തരേന്ത്യയിലും പാകിസ്ഥാനിലും പ്രശസ്തമായ മല്ലികയും തെക്കേ ഇന്ത്യയിലെ കേരളം ഉൾപ്പെട്ട മേഖലകളിലെ ബെങ്ങനപ്പള്ളിയും നീലനും വിജയകരമായി ക്രാഫ്റ്റും ബഡ്ഡും ചെയ്തു വികസിപ്പിച്ച എം സ്ക്വയർ എന്ന മാവിൻതൈകളായിരുന്നു കാർഷിക രംഗത്തെ അദ്ദേഹത്തിന്റെ ഈടുവെപ്പ്.

കുട്ടിക്കാലത്ത് മുത്തച്ഛനൊപ്പം സസ്യഗവേഷണങ്ങളിൽ സഹായിയായി പ്രവർത്തിച്ച നീണ്ടകാലമായിരുന്നു വർഗ്ഗസങ്കലനങ്ങൾ മനുഷ്യനിലും സംഭവിച്ചിട്ടുണ്ടാവാമെന്ന ചിന്തയ്ക്ക് തുടക്കമിട്ടത്. നരവംശങ്ങളെക്കുറിച്ച് വായിക്കാനും നിരീക്ഷിക്കാനും പിന്നീട് പഠിക്കാനും അടിസ്ഥാനപരമായ പ്രേരണ മറ്റൊന്നുമായിരുന്നില്ല.

ഉന്നതവിജയം കരസ്ഥമാക്കിയതിനാൽ മെഡിസിൻ ഉൾപ്പെടെ ഏത് കോഴ്സിലേക്കും പോകാമായിരുന്നു. നരവംശശാസ്ത്രത്തോടുള്ള അടങ്ങാത്ത അഭിനിവേശമായിരുന്നു ഗവേഷണത്തിന്റേതായ വഴിയിലേക്ക് തിരിയാൻ കൂട്ടായത്. അമ്മയുടെ ജീവിതാഭിലാഷം പൂർത്തീകരിക്കാൻ

മെഡിസിന് പോയി. റാങ്കോടെ എം ഡിയും ചെയ്ത ശേഷമായിരുന്നു നരവംശശാസ്ത്രത്തിൽ പി.ജിക്കു ചേർന്നത്. അന്നെല്ലാം ഡോക്ടറായ എനിക്ക് വല്ല കുഴപ്പവുമുണ്ടോയെന്ന് അദ്ധ്യാപകർ സംശയിച്ചിരുന്നു.

ഇഷ്ടവിഷയത്തിൽ പിന്നീടാണ് ഇരട്ട ഡോക്ടറേറ്റ് നേടുന്നത്. കെട്ടിടത്തിന്റെ സൺഷെയിഡിലോ, ചുറ്റുമതിലിലോ ആലിൻകായ വേരുറപ്പിക്കുന്നതുപോലെ അതു സംഭവിച്ചെന്ന് ഡോ. അൽ ഫരീദിക്കൊപ്പം സംസാരിച്ചിരിക്കവേ അവൾ സൂചിപ്പിട്ടുണ്ട്.

സ്ഥാപിതവല്ക്കരിക്കപ്പെട്ട വിവാഹമെന്ന ആചാരത്തെയും അതിനെ പിന്തുണയ്ക്കുന്ന നിയമങ്ങളെയുമെല്ലാം പ്രതിക്കൂട്ടിൽ നിർത്തി വിചാരണ ചെയ്യാനും ഫെമയ്ക്ക് ഉത്സാഹമായിരുന്നു. പുരുഷനും മതവും സ്ത്രീയുടെ പ്രണയലൈംഗിക സങ്കല്പങ്ങൾക്കുമേൽ വിവാഹത്തിലൂടെ ടാർ പോലെ കട്ടിയും പശിമയുമുള്ള ഏതാണ്ടെന്തോ വലിച്ചിട്ടെന്നും അത്തരം ചർച്ചകളിൽ അവൾ ആരോപിച്ചു. മതത്തിനും പുരുഷനും വേണ്ടത് ഗോത്ര മഹിമ തലമുറകളിലൂടെ കലർപ്പില്ലാതെ കൈമാറ്റപ്പെടലാണ്. അവർ തിരയുന്നത് അതിന് അനുയോജ്യമായ ആരോഗ്യമുള്ള ഗർഭപാത്രങ്ങളാണ്.

കലർപ്പില്ലാത്ത സ്വന്തം ബീജത്തിലൂടെ വംശവർദ്ധനവ് നടത്താനുള്ള ഉപകരണം മാത്രമായാണ് സ്ത്രീയെ ചില മതങ്ങളും വംശങ്ങളും വ്യാഖ്യാനിക്കുന്നത്. അവളുടെ സഞ്ചാരത്തെയും ആഗ്രഹങ്ങളെയും ദൈവശിക്ഷയെക്കുറിച്ച് നിരന്തരം ഓർമ്മപ്പെടുത്തി തളച്ചിടാൻ ശ്രമിക്കുന്നു. കാലങ്ങളായി തുടരുന്ന ഇത്തരം മനുഷ്യാവകാശ ധ്വംസനങ്ങളെ എതിർക്കാൻ എന്നെങ്കിലും ഒരു സ്ത്രീ ഉണർന്നെഴുന്നേല്ക്കുമോ.

സ്ത്രീയുടെ പ്രശ്നങ്ങൾ.

അവളുടെ ഇഷ്ടങ്ങൾ.

സ്വപ്നങ്ങൾ,

ആകുലതകൾ,

ദേഹത്തിന്റെ പരിണാമങ്ങൾ.

വളർച്ചയുടെ ഘട്ടങ്ങളിലൂടെ സാംശീകരിച്ച പ്രണയ-രതി സങ്കല്പങ്ങൾ...

അവ നിശേഷം മൂടപ്പെടുന്നത് ഒരിക്കലും ഉൾക്കൊള്ളാനാവില്ല. സ്ത്രീക്കും പുരുഷനും ഇടയിൽ അവസാനിക്കാത്ത സൗഹൃദമാണ് ഉണ്ടാവേണ്ടത്. എന്നും പുതുമയുള്ളത് വല്ലതും സംഭവിക്കുമെന്ന തോന്നൽ സൃഷ്ടിക്കുന്ന ഒരു അവസ്ഥ, അതല്ലാത്തതൊന്നും സ്വീകാര്യമല്ല.

നിശ്വാസങ്ങൾക്കുപോലും വിലക്കേർപ്പെടുത്തുന്ന വ്യവസ്ഥ തകർക്കപ്പെടേണ്ടതാണ്. ശത്രുസൈന്യം നഗരത്തിൽ പ്രവേശിച്ചതിനോട് മാത്രമേ ആ അവസ്ഥയെ താരതമ്യപ്പെടുത്താനാവൂ. ചിലത് അവൾ എന്നോട് പറഞ്ഞിരുന്നു. ബ്ലോഗിൽ പരതിയപ്പോൾ കണ്ടെത്തിയ കാര്യങ്ങളും ഉണ്ട്.

പിതാവോ, ബന്ധുക്കളോ നിശ്ചയിക്കുന്ന ആൾ എന്ന ഒരൊറ്റ ഓപ്ഷനേ മിക്കപ്പോഴും പെണ്ണിന് ലഭിക്കുന്നുള്ളൂ. വിവാഹശേഷം നിന്റെ

സങ്കല്പങ്ങൾക്കും പ്രണയത്തിനും രതിനിർവൃതികൾക്കും മേൽ എന്റെ, എന്റേതുമാത്രമായ രീതിയും ഇഷ്ടവും മാത്രമേ സംഭവിക്കുവെന്ന് മിക്ക ഭർത്താക്കന്മാരും പറയാതെ പറയുന്നു.

സ്വതന്ത്രരായ രണ്ടു വ്യക്തികൾക്കിടയിൽ ഒരുത്തന്റെ സ്വപ്നവും രതിസങ്കല്പങ്ങളും മാത്രം പ്രയോഗവല്ക്കരിക്കുകയെന്നത് മൃഗീയമാണ്. അനേകം ജലസസ്യങ്ങളും മത്സ്യങ്ങളടക്കം എണ്ണമറ്റ ജലജീവികളുമുള്ള തണ്ണീർത്തടമോ, വയലോ നികത്തുന്നതുപോലെയാണത്. ഒരു സസ്യത്തിന്റെ വേരുപോലും ഒരിക്കലും ആഴ്ന്നിറങ്ങാത്ത, ഒരു കുറ്റിച്ചെടി പോലും അബദ്ധത്തിൽ പോലും രണ്ടില വിടർത്താത്ത മൊട്ടക്കുന്നിലെ മണ്ണിട്ട് നികത്തി കൂറ്റൻ ഫാക്ടറി പണിഞ്ഞാൽ വയൽ അനുഭവിക്കുന്നതിന് സമാനമായ ആഘാതമാണ് അത് സ്ത്രീഹൃദയത്തിൽ സൃഷ്ടിക്കുക.

ആദ്യ നാളുകളിൽ അനുനയവും മർക്കടമുഷ്ടിയും കൈയൂക്കും വിജയിപ്പിക്കുന്ന രതികൾ. പിന്നീടെപ്പോഴോ അതാവാം രതിയെന്നു അവൾ തെറ്റിദ്ധരിക്കുന്നതോടെ അവളിലെ വിപ്ലവകാരി മരിക്കും. അതിക്രമങ്ങൾ സഹിക്കാനോ ഇഷ്ടപ്പെടാനോ അവൾ നിർബ്ബന്ധിതയാവും. ഗർഭാശയത്തിൽ ജീവൻ നീന്തിത്തുടങ്ങുന്നതോടെ അവൾ കാലങ്ങളായി കണ്ടതും ഹൃദയഭിത്തിയിൽ ആഴത്തിൽ പതിപ്പിച്ചതുമായ സ്വപ്നങ്ങളെയെല്ലാം പിഴുതെറിയാൻ നിർബ്ബന്ധിക്കപ്പെടും. നികൃഷ്ടനായ പുരുഷനെ തന്നോട് ചേർത്തുവെക്കാനും അയാളുടെ പീഡനങ്ങൾക്ക് മാപ്പ് നല്കാനും തയ്യാറാവും...

സ്ത്രീയുടെ ഗതി...

ആഫ്രോ–ഏഷ്യൻ രാജ്യങ്ങളിലെ സ്ത്രീകൾക്കിടയിൽ രതിവേളയിൽ പുരുഷനുമേൽ നൃത്തംചെയ്യാൻ സ്ത്രീയെ പ്രേരിപ്പിക്കുന്നത് വൈവാഹിക ജീവിതത്തിലെ ഏകാംഗ രതിസങ്കല്പങ്ങളാവാമെന്ന ലോക പ്രശസ്ത ഫീമെയിൽ ആന്ത്രപോളജിസ്റ്റ് എലിസബത്ത് നിക്കോൾസിന്റെ നിരീക്ഷണം ഡോ. ഫെമ ഫർഹാനയെ ആഴത്തിൽ സ്വാധീനിച്ചിട്ടുണ്ടെന്ന് അക്ബർ കണ്ടെത്തി.

അഞ്ച്

ചില പ്രദേശങ്ങൾ ആദ്യകാഴ്ചയിൽ സങ്കല്പിച്ചതിലും മനോഹ രമാണെന്ന് തോന്നും.

നഗരങ്ങളും ഗ്രാമങ്ങളും കാണുമ്പോൾ വായിച്ചറിഞ്ഞതിലും ക്ഷേ മാണെങ്കിൽ ആ എഴുത്തുകാരന് മുന്നിൽ നഗരമോ, ഗ്രാമമോ ഹൃദയം പൂർണ്ണമായും തുറന്നില്ലെന്ന് പറയേണ്ടിവരും.

അവിടം ഹൃദയത്തിൽ തങ്ങിനില്ക്കുന്നതായി അനുഭവപ്പെട്ടില്ലെങ്കിൽ എഴുത്തുകാരൻ അതിശയോക്തി കലർത്തിയെന്നും ആരോപിക്കേ ണ്ടിവരും. വായിച്ചറിഞ്ഞതും പിന്നീട് കാണുന്നതും തമ്മിൽ തെല്ലും വ്യത്യാസമില്ലെങ്കിൽ എഴുത്തുകാരന്റെ മിടുക്കായി വിലയിരുത്തപ്പെടും.

ഓർഹാൻ പാമുക്ക് ടർക്കിയുടെ എഴുത്തുകാരനല്ല ഇസ്താംബൂളിന്റെ കാമുകനായ നോവലിസ്റ്റാണെന്ന് ഈ വിശകലനം നമ്മെ പഠിപ്പിക്കും. *മഞ്ഞും*, *ഇസ്താംബൂളും* ഉൾപ്പെട്ട നോവലുകളിലൂടെ നഗരത്തെ വായ നക്കാരുടെ മനസ്സിൽ പ്രതിഷ്ഠിക്കാൻ ആ എഴുത്തുകൾക്കും പുസ്തക ങ്ങൾക്കും സാധിച്ചിട്ടുണ്ട്. പാമുക്കിനാൽ പ്രചോദിതരായി എത്രയോ ആ യിരങ്ങൾ ഈ നഗരത്തിലേക്ക് എത്തുന്നുണ്ട്.

ചില നഗരങ്ങൾ അങ്ങനെയാണ്. തുറന്നതെന്ന് ധ്വനിപ്പിക്കുമ്പോഴും അവയുടെ ചില ഭാഗങ്ങൾ സന്ദർശകരിൽനിന്നും എഴുത്തുകാരിൽനിന്നും മറച്ചുപിടിക്കും. എഴുത്തുകാരൻ ആ നഗരത്തിൽ പിച്ചവെച്ചവനാണെങ്കിൽ കൂടി...

പാമുക്ക് പ്രശസ്തമാക്കിയ നഗരം നിത്യജീവിതത്തിലും അങ്ങനെ യാണെന്ന് അനുഭവിച്ചറിഞ്ഞപ്പോൾ രോമങ്ങളെല്ലാം ഉയിർത്തെഴുന്നേറ്റു. വസന്താഗമനത്തിലും മരക്കമ്പിൽ ഒട്ടിനില്ക്കുന്ന മഞ്ഞുകണങ്ങൾ പോലെ...

രണ്ട് വൻകരകളിലായുള്ള ഒരു നഗരം എത്ര കടുത്ത അസ്തിത്വ പ്രശ്നങ്ങളെയാവും അഭിമുഖീകരിക്കുന്നുണ്ടാവുക. യൂറോപ്പിൽനിന്നുള്ള ഫാഷന്റെ കാറ്റ്. ഏഷ്യയിൽ നിന്നുള്ള യാഥാസ്ഥിതികതയുടെ ചുടുകാറ്റ്...

സ്വന്തം നഗരത്തെക്കുറിച്ച് അതിന്റെ എഴുത്തുകാരെക്കുറിച്ച് ഓരോ അണുവിലും അഭിമാനിക്കുന്ന ഒരു ജനത കൂടുതലുണ്ടാവില്ലെന്ന് പ്രഥമ സന്ദർശനം എന്നെ ബോദ്ധ്യപ്പെടുത്തി. ഉത്സാഹികളും പ്രസന്നരുമായിരുന്നു നഗരവാസികൾ. ഓരോ മുഖങ്ങളും വ്യത്യസ്തങ്ങളായ ആഘോഷങ്ങളെ പ്രതിനിധീകരിച്ചു.

വാക്കിലും നോക്കിലും സൗന്ദര്യം തൊട്ടറിയാം. കോൺസ്റ്റന്റൈൻ ചക്രവർത്തിയുടെ കൊട്ടാരത്തിലെത്തിയ പ്രതീതിയാണ് ഇസ്താംബൂൾ നഗരവാസികളുടെ ആഢ്യത്വം ധ്വനിപ്പിച്ചത്.

ഫെമ പുറത്തെ മുറിയിൽ അമ്മയുമായി സംസാരത്തിലാണ്. അവരുടെ ശബ്ദങ്ങൾ നേർത്ത് മുറിയിലേക്കെത്തുന്നു. ബോസ്ഫറസിന്റെ ആലസ്യമാർന്ന മൂളലും അതോടൊപ്പം ഒഴുകിവരുന്നു. വാതോരാതെ സംസാരിക്കുന്നവരാണ് തുർക്കിക്കാരെന്ന് കേട്ടിരുന്നു. പകൽക്കാഴ്ചകൾ അത് ശരിവെച്ചു. വീടുകളിൽ ശണ്ഠയും ഗുസ്തിപിടുത്തവും നടക്കാറില്ലെ.

തെരുവിലൂടെ അവൾക്കൊപ്പം നടക്കുമ്പോൾ പണ്ട് പണ്ടേ അവിടെ ജീവിച്ചിരുന്നുവെന്ന ഒരു തോന്നൽ എന്നെ പൊതിഞ്ഞു. നീണ്ടുപോകുന്ന ചില വഴികൾ കടൽക്കരയിലോ, മൈതാനത്തോ പ്രധാന പാതയുടെ അരികിലോ എത്തുമെന്ന തോന്നലുകൾ സത്യമാവുന്ന നിമിഷങ്ങളിൽ വിസ്മയിച്ചു.

ആറ്

നമ്മുടെ പട്ടണങ്ങളിലൂടെ കാറുകൾ കടന്നുപോകുന്ന ലാഘവത്തോടെയാണ് ഇസ്താംബൂൾ നഗരത്തിലൂടെ ട്രാമുകൾ ഓടുന്നത്. അവയുടെ ഇരമ്പം നഗരവാസികളുടെ ഹൃദയത്തിൽ ആഴത്തിൽ പതിഞ്ഞതിനാലാവാം ദൂരെ നിന്നേ തിരിച്ചറിയാനും സ്വന്തം സുരക്ഷ ഉറപ്പാക്കാനും സാധിക്കുന്നത്.

ഓരോ നഗരവാസിയുടെയും കാതുകളിൽ ട്രാമുകളുടെ ശബ്ദം റെക്കാർഡ് ചെയ്തു വെച്ചിരിക്കുന്നമോ? മിഠായിത്തെരുവിലെ പുരുഷാരത്തിനിടയിലൂടെ കാറ് കടന്നുപോകുമ്പോൾ സംഭവിക്കാറുള്ളപോലെ തൊട്ടുതൊട്ടില്ലെന്ന നിലയിൽ ഒരു ട്രാം കടന്നുപോയി.

ചക്രവാളത്തിൽ കണ്ണുടക്കി പരിസരം മറന്ന് കടൽക്കരയിൽ നിലയുറപ്പിക്കവേ കാലിൽ തിരചുറ്റുമ്പോൾ അനുഭവപ്പെടുന്നതിന് സമാനമായി ഹൃദയം അതിനെ കുറിച്ചുവെച്ചു. മെട്രോയിലെ പ്രഥമ യാത്ര അയാൾ സങ്കല്പിച്ചതിലും ഹൃദ്യമായിരുന്നു. ജനങ്ങളെ പകുത്ത് ചീറിപ്പായുന്ന മെട്രോ, ഇസ്താംബൂൾ നഗരത്തെക്കുറിച്ചുള്ള അതുവരെയുള്ള സങ്കല്പങ്ങളെ പൊളിച്ചടുക്കി.

നഗരത്തിന്റെ ഓരോ ഇഞ്ചും വൃത്തിയായി സൂക്ഷിച്ചിരുന്നു. സിഗരറ്റ് കുറ്റിയോ, മിഠായിക്കടലാസോ അലക്ഷ്യമായി കിടക്കുന്നത് ഒരിടത്തും കണ്ടില്ല. ലഘുപാനീയങ്ങളുടെ ഒഴിഞ്ഞ ക്യാനുകളുമായി ഡസ്റ്റ്ബിൻ തേടുന്നവരിൽ പലപ്പോഴും കണ്ണുടക്കി. മാലിന്യഡബ്ബ തേടിയെത്തിയ ഏഴു വയസ്സുകാരന്റെ മുഖം നഗരത്തിന്റെ ശുചിത്വത്തിന്റെ പ്രതീകമായി.

സന്ധിയില്ലാത്ത ശുചിത്വബോധം ആ ജനത പാരമ്പരാഗതമായി സൂക്ഷിക്കുന്നതാണെന്ന് സൂക്ഷ്മനിരീക്ഷണത്തിൽ ബോദ്ധ്യമായി. ഒരാളും വഴിയിൽ കാർക്കിച്ചുതുപ്പുന്നില്ല. പല്ലു കുത്തുന്ന കോലുപോലും

റോഡിൽ കാണാനായില്ല.

പേർഷ്യൻ-ബോസ്ഫറസ്-യൂറോപ്യൻ വാസ്തുശില്പ ചാതുരിയുടെ സമന്വയങ്ങൾക്കൊപ്പം രുചിക്കൂട്ടിലും നഗരം കേമമാണെന്ന് അനുഭവിച്ചറിഞ്ഞ നാളുകൾ.

കോഫിഷോപ്പുകളിൽ പലതിനും നാടൻ ചായക്കടയുടെ മണമായിരുന്നു. നഗരവിശേഷങ്ങൾ ചായക്കടകളിൽ അയവിറക്കപ്പെടുന്നു.

നാട്ടുവർത്തമാനങ്ങളിൽ കുടുംബ കാര്യങ്ങളും മക്കളെക്കുറിച്ചുള്ള ഉൽക്കണ്ഠകളും തിണർത്തുകിടന്നു. കോഫിഷോപ്പുകളിൽ പങ്കുവെക്കപ്പെടാനാവാത്ത ജീവിതരഹസ്യം അവർക്കുള്ളതായി തോന്നിയില്ല.

ഫെമയ്ക്കൊപ്പമുള്ള ആറേഴു ദിവസത്തെ നഗരസഞ്ചാരത്തിനിടയിലായിരുന്നു നഗരസിരകളുടെ ചൂടും ചൂരും അടുത്തറിഞ്ഞത്.

ഓരോ ദിവസം ഇരുളുമ്പോഴും നഗരം തന്നെ കൂടുതൽ കൂടുതൽ ചേർത്തുപിടിക്കുന്നത് അക്ബർ അറിഞ്ഞു. തിരിച്ചുപോകല്ലേയെന്ന് ഓർമ്മപ്പെടുത്തി.

എത്തിപ്പെടുന്ന ഒരാളെയും തിരികേ പോകാൻ നഗരം അനുവദിക്കില്ലെന്ന് ഫെമ പറഞ്ഞത് അക്ഷരാർത്ഥത്തിൽ നേരായി ഭവിക്കുന്നു. പരിചയമില്ലാത്ത നഗരം ആദ്യ ദർശനത്തിൽ ആകുലതകളാണ് സമ്മാനിക്കുക. കടലുകൾക്കകലെയുള്ള ഉറ്റവരെക്കുറിച്ചുള്ള ഓർമ്മകളും ഹൃദയത്തിൽ രൂഢമൂലമാവുന്ന ഭയങ്ങളുമാവാം അത്തരം മാനസികാവസ്ഥയ്ക്ക് ഇടയാക്കുന്നത്.

കിനാവുപെയ്തപോലൊരാൾ ഒപ്പമുണ്ടെങ്കിൽ ഭൂമിയുടെ ഏത് കോണും സ്വർഗ്ഗമാണെന്ന് പാടിയത് പേർഷ്യൻകവിയായ അമീർ ഖുസ്റുവായിരുന്നോ.

ജീവനേക്കാൾ ഇഷ്ടപ്പെടുന്നൊരാൾ.

അറിയുന്തോറും കൂടുതൽ അറിയാനുണ്ടെന്ന് ഹൃദയം ഓർമ്മപ്പെടുത്തുന്നൊരാൾ.

അടുക്കുംന്തോറും കൂടുതൽ ഇഴുകിച്ചേരാനുണ്ടെന്ന് മനസ്സ് മന്ത്രിക്കുന്നൊരാൾ.

അങ്ങനെ ഒരാൾ ഒപ്പമുണ്ടായാൽ അനുഭവപ്പെടുന്ന സന്തോഷം അതായിരിക്കില്ലെ പരമമായ ആനന്ദം. സന്ദർശിക്കുന്ന നഗരം ഓരോ അണുവിലും സഞ്ചാരിയെ സന്തോഷിപ്പിക്കുന്നതുമാവുമ്പോൾ മനുജന് ഉലകത്തിൽ മറ്റെന്തു വേണം.

പ്രിയപ്പെട്ടവളുടെ നാട്ടിലെത്തിയ ഭരണാധികാരികളും സാഹിത്യകാരന്മാരും ബുദ്ധിജീവികളും എന്തിന് ഇസ്പേട് ഏഴാംകൂലികൾവരെ അത്തരമൊന്ന് അവരുടേതായ തരംഗദൈർഘ്യത്തിൽ അനുഭവിച്ചിരിക്കും, തീർച്ച.

"എന്തുപറ്റി?"

"ഞങ്ങളുടെ നഗരത്തേയും നോവലിലേക്ക് പറിച്ചുനടാനുള്ള പുറപ്പാടാണോ?"

"സോറി, മനസ്സ് ഏതെല്ലാമോ വഴിയിലൂടെ ഓടുകയായിരുന്നു. ചിന്തിച്ചതത്രയും നിന്നെക്കുറിച്ചും ഈ നഗരത്തെക്കുറിച്ചുമാണെന്നത് പരമാർത്ഥമാണ്. നീ പറഞ്ഞപോലെ ഏതോ ജന്മങ്ങളിൽ നാം ഒന്നിച്ച് ജീവിച്ചിരിക്കും തീർച്ച. അതിന് ശക്തിപകരുന്ന നിമിത്തങ്ങളാണ് ഇവിടെ എത്തിയത് മുതൽ എനിക്ക് ചുറ്റും സംഭവിക്കുന്നത്."

ഫെമയുടെ മുഖം ചുവന്നുതുടുത്തു.

അവൾ അയാളോട് കുറേക്കൂടി ചേർന്നിരുന്നു.

ജാലകത്തിന് പുറത്ത് ധൃതിപ്പെട്ടെത്തുന്ന സന്ധ്യയിലേക്ക് ഇരുവരും ഉറ്റുനോക്കി, പിന്നെ നെഞ്ചിൽ നെഞ്ചമർത്തി ചുണ്ടിൽ ചുണ്ടമർത്തി നിശ്ചലരായി.

ഏഴ്

ഷാംസ് അഹമ്മദ് കുട്ടിക്കാലത്ത് കോഴിക്കോട്ട് വന്നിരുന്നു.

സത്യത്തിന്റെ തുറമുഖത്തെക്കുറിച്ച് അവൾ അച്ഛനിൽനിന്ന് ബാല്യത്തിലേ ഒരുപാട് കേട്ടിരുന്നു. ബന്ധുക്കളായ കുറെ ആളുകളും അന്ന് പത്തേമാരിയിൽ കോഴിക്കോട്ടെത്തിയിരുന്നു. പത്തേമാരിയിൽനിന്നു പച്ച പുതച്ച തീരത്തേക്കെത്താൻ ആടുന്ന കയർകോണിയിലൂടെ അച്ഛൻ ഇറങ്ങിയതിന്റെ നടുക്കം ഇന്നും ആ യാത്രയുടെ പൊള്ളുന്ന ഓർമ്മയായി അവളുടെ നെഞ്ചിലുണ്ട്.

ശൈഖ് പള്ളിയിൽ അപ്പവാണിഭ നേർച്ച കൊടിയേറിയ ദിനങ്ങളിലായിരുന്നു അച്ഛനും ചെറിയച്ഛനും ഉൾപ്പെട്ട സംഘം വടക്കേ കടൽപ്പാലത്തിൽ എത്തിയത്. രണ്ട് കുട്ടനിറയെ അപ്പവാണിഭ വിഭവങ്ങളുമായാണ് ശൈഖ് മുഹമ്മദ് ഹിമ്മസിയുടെ ഖബറിടത്തിലേക്ക് അവർ ചെന്നത്.

കുന്നോളം സ്വർണ്ണം വഴിയരുകിൽ മറന്നുവെച്ചാലും തരിപോലും ആരും അപഹരിക്കില്ല, അതായിരുന്നു കോഴിക്കോട്ടങ്ങാടിയുടെ പോരിശ* സാമൂതിരി രാജാക്കന്മാരുടെ ആസ്ഥാനമായ കോഴിക്കോടിനെ ലോകത്തിലെ വിശ്വസ്ത നഗരമായി മാറ്റിത്തീർത്തത് നന്മയാൽ ജ്വലിച്ച ജനതയുടെ സുകൃതമാവാം.

കടൽതാണ്ടി ദീർഘയാത്ര ചെയ്തു തീരത്തണയുന്നവർക്കെല്ലാം താമസത്തിനും കച്ചവടത്തിനും ആവശ്യമായതെല്ലാം ചെയ്യാൻ ഒരുക്കമുള്ളവരായിരുന്നു ബ്രിട്ടീഷ് ആധിപത്യത്തിന് മുമ്പത്തെ തുറമുഖാധിപരായ സാമൂതിരി രാജാക്കന്മാരെന്നും ഫെമ വായിച്ചറിഞ്ഞിരുന്നു.

ലോകത്തൊരിടത്തും അതുപോലൊരു രാജ്യത്തെയും പ്രജാക്ഷേമതല്പരരായ രാജാക്കന്മാരെയും കാണാനായിട്ടില്ലെന്ന് ചരക്കുകളുമായി കപ്പലിൽ ഉലകംചുറ്റിയ കച്ചവടക്കാരും അനുഭവങ്ങൾ തേടി പുറപ്പെട്ട

സഞ്ചാരികളും രേഖപ്പെടുത്തിയിട്ടുമുണ്ട്.

ഷാർജ യൂണിവേഴ്സിറ്റിയുടെ കീഴിലുള്ള കൈയെഴുത്തു പ്രതികൾക്കിടയിൽ പരതിയപ്പോഴാണ് അത്തരം വിവരങ്ങൾ ബോദ്ധ്യപ്പെട്ടത്.

അക്ബറിനൊപ്പം കോഴിക്കോട്ട് എത്തിയപ്പോൾ അവൾ ആദ്യമായി ചോദിച്ചത് ആ പള്ളിയെക്കുറിച്ചായിരുന്നു. അപ്പവാണിഭ നേർച്ച കഴിഞ്ഞ കാലമായതിനാൽ ഷെയ്ഖിന്റെ ജാറത്തിൽ ആളും ആരവങ്ങളും ഒഴിഞ്ഞിരുന്നു.

പുഴക്കത്തെപള്ളിക്കരുകിലെ കൽപ്പടവുകളിൽ കണ്ണടച്ച് പ്രാർത്ഥനാനിരതയായപ്പോൾ ഭൂമിയുടെ ഗർഭത്തിലേക്ക് പിൻവലിഞ്ഞ പുഴയുടെ ആരവം അവൾ വ്യക്തമായി കേട്ടു. പ്രാർത്ഥനയ്ക്കിടയിൽ മിഴി തുറന്നാൽ ജലം നിറഞ്ഞ ഒരു പുഴ തൊട്ടരുകിൽ കാണുമെന്ന് അവൾക്ക് ഉറപ്പായിരുന്നു.

പള്ളിക്ക് പിന്നിലെ തീവണ്ടി പാളത്തിലേക്ക് നടക്കുമ്പോൾ റെയിലോരത്തെ ഗതിമുട്ടിയ തോട്ടിലെ പരലും ചൂലിയും ഉൾപ്പെടെയുള്ള മത്സ്യങ്ങളിലേക്ക് അക്ബർ, ഫെമയുടെ ശ്രദ്ധക്ഷണിച്ചു. നഗരഹൃദയത്തിലെ തോടുകളിലും കുളങ്ങളിലും ഓടകളിലും കാണാറുള്ളവയായിരുന്നില്ല ആ മത്സ്യങ്ങൾ. നഗരത്തിന്റെ കിഴക്കൻ ഭാഗത്തെ തോടുകളിലും ജലാശയങ്ങളിലും കാണുന്ന മത്സ്യങ്ങൾ എങ്ങനെയാവാം ഇവിടെ എത്തിയത്.

നഗരത്തിലെ തോടുകളും കുളങ്ങളും കിലാപ്പി**യും ഗപ്പിയും വാലാത്തനും ചെറുപരലുകളുമെല്ലാം കൈയടക്കിയപ്പോൾ നഗരത്തിന്റെ കിഴക്കൻ ഭാഗങ്ങളിലെ തോടുകളിലും വയലുകളിലും തിമിർത്താടുന്ന ബഹുഭൂരിപക്ഷം മത്സ്യങ്ങളും ചൂലിയും വിവിധ തരം പരലുകളുമായിരുന്നു.

പുഴ ഒഴുകിയതിന്റെ ശേഷിപ്പാവാം ആ മത്സ്യങ്ങൾ. നഗരത്തിലെ തോടുകളിലെല്ലാം ഓടകളിലെ മലിനജലം നിറയുമ്പോൾ ഈ തോട്ടിൽ മാത്രം തെളിനീരും മഞ്ഞമണലും അരികിൽ വെളിയിലച്ചെടികളും കൂട്ടമായി നില്ക്കുന്നതും പുഴയെ സാധൂകരിക്കാനായിരിക്കാം.

ഭൂഗർഭത്തിലൂടെ ഒഴുകുന്ന നദിയുടെ ദൃഷ്ടാന്തങ്ങളാവാം അവയെല്ലാമെന്ന് ഫെമ ഉറപ്പിച്ചു. തോട്ടിലെ തെളിവെള്ളത്തിലേക്ക് ഊളിയിട്ട് അടിത്തട്ടിൽ അഗോചരമായി ഒഴുകുന്ന ആ പുഴയിൽ ഒന്ന് മുങ്ങിത്തുടിക്കാൻ എന്തെന്നില്ലാത്ത ഒരാവേശം ആ നിമിഷം രണ്ടുപേരിലും അനുഭവപ്പെട്ടു.

ചിന്തകൾ കനക്കവേ, മൗനം നിറയവേ വടക്കുനിന്ന് ഏതോ ഒരു തീവണ്ടി കൂകിയാർത്ത് പ്ലാറ്റ്ഫോമിലേക്ക് വന്നണഞ്ഞു.

ആ ലോഹ വണ്ടിയുടെ കിതപ്പ് അല്പനേരം പരിസരങ്ങളെ പ്രകമ്പനംക്കൊള്ളിച്ചു.

---

* മഹത്ത്വം.

** തിലോപ്പിയ.

എട്ട്

മഹാന്മാർ യുക്തിക്ക് നിരക്കാത്ത ചില കാര്യങ്ങളും പ്രവർത്തിക്കുമെന്ന് കേട്ടിരുന്നു.

യൂസുഫ് സെക്കറും അതിന് അപവാദമല്ല. അയാൾ സഞ്ചരിച്ച പല നാടുകളിലും കരയിൽനിന്ന് കടലിലേക്ക് മുറിപ്പാലങ്ങൾ സ്ഥാപിച്ചിരുന്നു.

പത്തേമാരികൾക്കും കപ്പലുകൾക്കും തീരത്തോളം എത്താൻ പ്രയാസം നേരിടുന്ന കടലുകളോട് ചേർന്നാണ് ആഴമുള്ളിടംവരെ പാലം കെട്ടുന്നത്. ലോകത്തിന്റെ പല ഭാഗങ്ങളിലും കച്ചവട കേന്ദ്രങ്ങളുടെ അടയാളമായി ഇത്തരം പാലങ്ങൾ ഇന്നും അവശേഷിക്കുന്നുണ്ട്.

കടലിനെക്കുറിച്ചും ഭൂമിയുടെ കിടപ്പിനെക്കുറിച്ചും ആഴത്തിൽ അറിയുന്ന യൂസുഫ് സെക്കർ എന്തിനാവും കടലിന്റെ മറുകരവരെ നീളുന്ന പാലത്തെക്കുറിച്ച് വാചാലനായത്. തന്റെ ദിനാന്ത്യക്കുറിപ്പുകളിൽ വശ്യമനോഹരമായി നിരവധി സ്ഥലങ്ങളിൽ അതേക്കുറിച്ച് എഴുതിയിരിക്കുന്നതിന്റെ പൊരുളെന്ത്?

ചോദ്യങ്ങൾ ഏറ്റുമുട്ടിക്കൊണ്ടേയിരുന്നു ഒരു ഉത്തരവും നല്കാതെ. അക്ബറിന് തല പെരുക്കുന്നതായി തോന്നി. ഈ കുഴഞ്ഞുമറിഞ്ഞ പ്രശ്നത്തിൽനിന്ന് രക്ഷപ്പെടാനായിരുന്നോ അവൻ നോവൽ ഉപേക്ഷിച്ച് നാടുവിട്ടത്.

ആഴ്ചകളോളം കൂലങ്കഷമായി ചിന്തിച്ചിട്ടും ഒരെത്തുംപിടിയും ലഭിച്ചിട്ടില്ലെന്നത് അയാളെ അസ്വസ്ഥനാക്കി.

അൻവർ നാടുവിട്ടതിനെ അത്തരം ഒന്നിൽ തളച്ചിടാൻ അയാൾ ഉത്സാഹിച്ചു.

നോവൽ പൂർത്തിയാക്കേണ്ടത് അവനെ തിരിച്ചുകിട്ടുന്നതിനുള്ള മാർഗ്ഗമായി തോന്നിത്തുടങ്ങിയതോടെ അയാളിലെ എഴുത്തുകാരൻ ഉ

ത്തേജിതനായി. നോവൽ എഴുതാൻ തുടങ്ങുന്നതിന് മുമ്പ് അവന്റെ തിരോധാനത്തെക്കുറിച്ച് ബോദ്ധ്യപ്പെട്ട കാര്യങ്ങൾ വിശദീകരിച്ച് അക്ബർ വർഷയ്ക്ക് മെയിലിട്ടു.

തൊട്ടരുകിൽ ഫെമ ഉറങ്ങുന്നു. തൊട്ട മുറിയിൽ തനിച്ചുകിടക്കാൻ അവൾക്കാവുമായിരുന്നില്ല. ഉറക്കത്തിലും കഥാപാത്രങ്ങൾ വന്നുപോകുന്നതിന് സാക്ഷിയാവണമെന്ന് ഫെമയ്ക്ക് നിർബ്ബന്ധമായിരുന്നു.

ഇഷ്ടപ്പെടുന്ന കൂട്ടുകാരി, ചിന്തയിലും ബുദ്ധിയിലും നമ്മെക്കാൾ ഉയരത്തിലാണവളെന്ന് കൂട്ടുകാരന് ബോദ്ധ്യംവരികകൂടി ചെയ്താൽ ആർക്കായാലും ഏകാഗ്രത നഷ്ടമാവും. അവൾ അതീവ സുന്ദരിയുമായാൽ... ആ സ്ത്രീയെ വിട്ട് പുരുഷൻ ഒരു നിമിഷംപോലും അകന്നുനില്ക്കില്ല.

പുരുഷന്റെ മനഃശാസ്ത്രം, അത് സ്ത്രീയുടേതുമാവുന്നു.

ഓരോ വ്യക്തിയിലും രണ്ട് ജീവിതങ്ങളുണ്ടാവും–വിധിച്ച ജീവിതവും കൊതിച്ച ജീവിതവും. കൊതിച്ച ജീവിതം ലഭിക്കാതെ വിധിച്ച ജീവിതവുമായി പൊരുത്തപ്പെടാനാവും നമ്മിൽ മിക്കവർക്കും യോഗം. വിധിച്ച ജീവിതം വേണ്ടത്ര വിജയമല്ലെന്ന് തോന്നിയാൽ കൈവിടാനുള്ള വഴികൾ അവൻ തേടും. മിക്കവർക്കും അതിൽ വിജയിക്കാനാവില്ലെന്ന് മാത്രം. വിധിച്ച ജീവിതപങ്കാളിയിൽനിന്ന് തിക്താനുഭവങ്ങൾ ഉണ്ടായാൽ ആണിന്റെയും പെണ്ണിന്റെയും ജീവിതം നിത്യനരകമാവും.

ജീവിതം ഒന്നേയുള്ളൂവെന്നും മരണത്തോടെ എല്ലാം അവസാനിക്കുമെന്നും ബോദ്ധ്യമുള്ള ഒരാളായാൽ ആത്മഹത്യയിൽപോലും അഭയം ലഭിക്കില്ല. യൂസുഫ് സെക്കർ കോറിയിട്ടപോലെ വീട് തിളച്ചുമറിയും. ശയ്യയിൽനിന്ന് തീക്കാറ്റ് റൂഹിടും. ഇണയുടെ സാന്നിദ്ധ്യം ഹൃദയത്തെ ചുട്ടുപൊള്ളിക്കും.

എല്ലാ മനുഷ്യനിലും അവൻ കൊതിക്കുന്ന ഒരു രതിയുണ്ടെന്ന് ആദ്യമായി പറഞ്ഞത് എതീനിയൻ ചിന്തകനായ സമീസിയസ് ആയിരുന്നോ അതോ ബൈസാന്റിയൻ ഭരണത്തിന്റെ തുടക്കത്തിൽ ജീവിച്ച ഖുറംഖുയാറോ.

എല്ലാ മനുഷ്യനിലും അവൻ അന്വേഷിക്കുന്ന ഒരു രതി സങ്കല്പമുണ്ട്. ഭാര്യയുമായുള്ള രതിയെ നിരയിട്ടു പൂട്ടിയ കടയോട് ഉപമിച്ചത് ആരായിരുന്നു?

ചെമ്മങ്ങാട് കുളക്കരയിൽ ഖുംട്ടിയുള്ള ആറ്റക്കോയയായിരുന്നില്ലേ. കേൾക്കുമ്പോൾ തമാശയെന്ന് തോന്നുമെങ്കിലും തത്ത്വചിന്താപരമായ ചില സവിശേഷമാനങ്ങൾ അതിനില്ലേ.

“നിരയിട്ട പീടിക തുറക്കാൻ വലിയൊരു താക്കോലും കരുതി കട ഉടമ ജീവിക്കണം. വളരെ ശ്രമപ്പെട്ടാലെ അകവശത്ത് തുരുമ്പ് കയറിയ പൂട്ടു തുറക്കാനാവൂ. പിന്നെ മരത്തടിയിൽ നിർമ്മിച്ച നിരപ്പലകൾ ഓരോന്നായി എടുത്ത് നമ്പർ പ്രകാരം അടുക്കികെട്ടണം. ശരിയായി ബന്ധിച്ചില്ലെങ്കിൽ മിഠായിയും ബീഡിയും വാങ്ങാനെത്തുന്നരുന്നവരുടെ ദേഹത്ത് പതിക്കും...”

ബാക്കി ഇങ്ങള്* ആലോയിച്ചാൽ** മതിയെന്ന് ആറ്റക്കോയക്കയുടെ വെളുക്കെ ചിരിച്ചുകൊണ്ട് പറയും.

പഠനവും അന്വേഷണങ്ങളും നീണ്ടപ്പോൾ ഉറ്റസുഹൃത്തുക്കളിൽ പലരും വിവാഹിതരായിരുന്നു. അവരിൽ മിക്കവരുടേതും വിധിച്ച ജീവിതമായിരുന്നു. അവരിൽ ചിലർ ആറ്റക്കോയ പറഞ്ഞത് അക്ഷരംപ്രതി ശരിയാണെന്ന് സാക്ഷ്യപ്പെടുത്തിയവരുമായിരുന്നു. ആറ്റക്കോയ പറഞ്ഞതിലും ഉചിതമായൊരു ഉപമ ഇക്കാര്യത്തിൽ പറയാൻ കഴിയില്ലെന്നും അവർ ആണയിട്ടിരുന്നു. മറ്റെവിടെയെങ്കിലും ജനിച്ചിരുന്നെങ്കിൽ ആറ്റക്കോയ ലോകമറിയുന്ന കവിയോ, ചിന്തകനോ ആവുമായിരുന്നു.

വിവാഹിതരിൽനിന്ന് അടിക്കടി കേട്ട അനുഭവ വിവരണങ്ങളുമാവാം നാട്ടുകാരായ പെൺകുട്ടികളെ വിവാഹം കഴിക്കുന്നതിൽനിന്ന് പിന്തിരിപ്പിച്ചത്. നാട്ടിലെ സുഹൃത്തുക്കളെല്ലാം പിതാക്കന്മാരായിട്ടും വീണ്ടും നടന്നു അന്വേഷണങ്ങളുമായി ഒരുപാട് കാലം.

അമ്മാവന്റെ മകൾ ഫൈറൂസ, ഉപ്പയുടെ ഉറ്റ സുഹൃത്ത് അദ്ര്മാൻ ഹാജിയുടെ ഏക മകൾ സുന്ദരിയും ബി എക്കാരിയുമായ സെൽമ... പട്ടിക നീണ്ടിട്ടും ഒന്നിലും വീഴാതെ പിടിച്ചുനിന്നു, മുപ്പത്തിരണ്ട് വർഷം. ഷാർജ യൂണിവേഴ്സിറ്റിയിൽ ലക്ചററായി കയറി അസോസിയേറ്റ് പ്രൊഫസറായിട്ടും ഫ്ളാറ്റിൽ തനിച്ചായിരുന്നു. സുഹൃത്തുക്കളിൽ ചിലർ അദ്ധ്യാപികമാരുമായും ശിഷ്യകളുമായും രഹസ്യമായി കഥമെനഞ്ഞെങ്കിലും അതിനൊന്നും വേരോട്ടമുണ്ടായില്ല.

നെഞ്ചിൻപാതിയിൽ പതിവിൻപടി അലക്ഷ്യമായിട്ട പുതപ്പുമായി ഫെമ ഉറങ്ങുന്നു. അഭിമാനം തോന്നി. നാട്ടിൽ നിന്നെന്നല്ല ലോകത്തിന്റെ ഒരു കോണിൽ തിരഞ്ഞാലും അവൾക്ക് തുല്യയായ ഒരു കൂട്ടുകാരിയെ കിട്ടില്ല...

ഒരുനിമിഷം അക്ബർ എഴുത്ത് മറന്നു. ഗിൽറ്റിനടിയിലേക്ക് നുഴഞ്ഞുകയറി. ഉറക്കത്തിന്റെ ആഴങ്ങളിലൂടെ സഞ്ചരിച്ചുകൊണ്ടിരുന്ന പ്രിയ കൂട്ടുകാരിയെ നെഞ്ചോട് ചേർത്തു.

---

* നിങ്ങൾ.

** ചിന്തിക്കുക

ഒമ്പത്

ഇസ്തിക്‌ലാൽ സ്ട്രീറ്റിലൂടെ കടന്നുപോകുമ്പോൾ ആദ്യമായാണ് ആ തെരുവിലൂടെ നടക്കുന്നതെന്ന് അയാൾക്ക് തോന്നിയതേയില്ല. പണ്ടെന്നോ തന്റെ കുഞ്ഞിക്കാലുകൾ ആ വഴികളിൽ പാടുതീർത്തിരുന്നെന്ന തോന്നൽ സിരകളെ ത്രസിപ്പിച്ചു. വൈകുന്നേരങ്ങളിൽ തെരുവ് കൈവരിക്കുന്ന ബാല്യം ആഹ്ളാദം ഇരട്ടിയാക്കി.

ടർക്കിഷ് ഖാവയുമായി അരുകിലൂടെ ഒരാൾ നടന്നുപോയി. പുരാതന നാടകത്തിൽനിന്നെന്നപോലെ തോന്നിച്ചു ആ രൂപം. ഖാവ നിറച്ച കൂറ്റൻകൂജയും മുതുകിൽ പേറിയാണ് അയാൾ നടക്കുന്നത്. സഞ്ചാരികളായി എത്തുന്നവർക്ക് മുമ്പിൽ ഖാവയുടെ മഹത്ത്വം വാഴ്ത്തിയും കൂജയിൽ നിന്ന് ആവിപറക്കുന്ന ഖാവ പകർന്നുനല്കിയും അയാൾ സുസ്മേരവദനനായി ജനബാഹുല്യത്തിൽ മറയുവോളം അക്ബർ മിഴിചിമ്മാതെ പിന്തുടർന്നു.

വ്യത്യസ്തങ്ങളായ വേഷവിധാനങ്ങളുമായാണ് ആളുകൾ നീങ്ങുന്നത്. പലരുടെയും വസ്ത്രങ്ങളിലെ അലങ്കാരങ്ങൾ കൗതുകത്തോടെ നിരീക്ഷിച്ച് മുന്നോട്ടുനടന്നു. നാനാ വർഗ്ഗങ്ങളിലും ജാതികളിലുംപ്പെട്ട ജനവിഭാഗമാണ് ഏതോ ഘോഷയാത്രയിൽ അണിനിരന്നവരെപ്പോലെ ഒരേഭാവത്തിൽ കടന്നുപോവുന്നത്. വിവിധ രാജ്യങ്ങളിൽ നിന്നുള്ളവരെ അവർക്കിടയിൽ കണ്ടു. പല സ്ഥലങ്ങളിലും വ്യത്യസ്തമായ പലഹാരങ്ങൾ എണ്ണയിൽ വെന്തുപാകമാവുന്നു. ഗ്രില്ലിൽ പറ്റിക്കിടക്കുന്ന പാതി വെന്ത മാംസത്തുണ്ടുകൾ...

അനേകം ഗന്ധങ്ങൾക്കിടയിലൂടെ അക്ബർ നടന്നു. ചുറ്റുമുള്ള പുരുഷാരം ആരുടേയോ സംഗീതത്തിനൊത്ത് നൃത്തം ചെയ്യുന്നവരാണോയെന്ന് സംശയിച്ചു. തെരുവിൽനിന്ന് തെരുവിലേക്കുള്ള യാത്രയിൽ മസാ

ലയുടെയും പൂക്കളുടെയും പഴങ്ങളുടെയും ഔഷധച്ചെടികളുടെയുമെല്ലാം ഗന്ധം മാറി മാറി വരുന്നു.

അസ്തമയസൂര്യന്റെ പൊൻകിരണങ്ങൾ ചക്രവാളത്തിൽ നിറയവേ തെരുവിലെ വിളക്കുകൾ മിഴിതുറന്നു. കടകളിൽ നിയോൺ ബൾബുകളും എൽ ഇ ഡി വിളക്കുകളും പ്രഭപരത്തി. തെരുവിന്റെ ഭാവം ക്ഷണത്തിൽ മാറിയിരിക്കുന്നു. പിന്നിട്ട വഴികളിലൂടെ നടന്നെങ്കിലും നേരത്തെ നടന്ന വഴിയായിരുന്നോയെന്ന് അയാൾ സംശയിച്ചു. ഇരുളിനിടയിൽ ദീപങ്ങളാൽ ജ്വലിക്കുന്ന തെരുവിൽ രാവ് പുലരുവോളം കഴിയാനായെങ്കിലെന്ന് ആശിച്ചു. ഏതൊരു നഗരത്തിലും ആളും ആരവവും ഒഴിഞ്ഞാൽ രംഗം കൈയടക്കുന്നവരെക്കുറിച്ച് അപ്പോൾ ഓർത്തതേയില്ല. പാനീസുകളും ഉയർത്തിപ്പിടിച്ച് കുറേപ്പേർ ഘോഷയാത്രയായി അയാൾക്കരുകിലൂടെ തെരുവിന്റെ അങ്ങേയറ്റത്തേക്ക് ധൃതിപ്പെട്ട് നടന്നു. അവർക്ക് പിന്നിലായി വാദ്യഘോഷക്കാർ. ഒപ്പം രംഗം കൊഴുപ്പിക്കാൻ നൃത്തവും പാട്ടുമായി വലിയൊരു സംഘം.

കണ്ടുകൊണ്ടിരിക്കുന്ന നാടകത്തിലെ രംഗങ്ങൾ ക്ഷണനേരത്തിൽ മാറിയിരിക്കുന്നു. തെരുവിൽ ഉലാത്താനിറങ്ങിയവരും വിവിധ ആവശ്യങ്ങൾക്കായി എത്തിയവരുമെല്ലാം ആ ഘോഷയാത്രയിൽ കണ്ണുടക്കി ഒരു നിമിഷം നിശ്ചലരായി.

തങ്ങളുടെ കടകളിലെ ഉല്പന്നങ്ങളെക്കുറിച്ച് മത്സരിച്ച് പറഞ്ഞുകൊണ്ടിരുന്നവരും ആ രംഗത്തെ കണ്ണുകളാൽ അനുയാത്ര നടത്തുകയാണ്. പെട്ടെന്ന് സംഘാംഗങ്ങളിലൊരാൾ ഉച്ചത്തിൽ ബ്യൂഗിൾ മുഴക്കി. ആ സ്വരം എല്ലാ ഹൃദയങ്ങളിലും കുളിർക്കാറ്റായി നിറഞ്ഞെന്ന് ആളുകളുടെ മുഖങ്ങളിൽ നിന്ന് വായിച്ചെടുക്കാനായി.

വർണ്ണക്കുപ്പായക്കാരായ അവർ അല്പം ദൂരെയായി തടിച്ചുകൂടി. അതിനിടയിൽ നിന്നാണ് ബ്യൂഗിൾ നാദം ഒഴുകിയെത്തിയത്. ആളുകളും അവർക്ക് ചുറ്റും തടിച്ചുകൂടിയിരിക്കുന്നു. അക്ബർ അവർക്കരുകിലേക്ക് നടന്നു. ചുവപ്പും നീലയും മഞ്ഞയും പച്ചയും നിറങ്ങളിലുള്ള ചിത്രപ്പണികളോട് കൂടിയ വസ്ത്രങ്ങളാണ് അവരെല്ലാം അണിഞ്ഞിരിക്കുന്നത്.

തെരുവുനാടകം അവതരിപ്പിക്കാൻ എത്തിയവരാണ്. നായകനെന്ന് തോന്നുന്ന ഏഴടിയോളം ഉയരമുള്ള ഒരു യുവാവ് ആകാശത്തേക്ക് കണ്ണുയർത്തി ടർക്കിഷ് ഭാഷയിൽ എന്തോ ഉച്ചത്തിൽ പറഞ്ഞു. സംഘാംഗങ്ങളിൽ രണ്ടുപേർ മുമ്പോട്ടുവന്ന് ഇരുകൈയും ഉയർത്തി പ്രാർത്ഥനാനിരതരായി.

പിന്നണിയിൽ ഡ്രം ഒച്ചവെച്ചു. വൈവിദ്ധ്യമാർന്ന സംഗീതോപകരണങ്ങൾ അതോടെ ഉണർന്നു. പാട്ടിനൊത്ത് നൃത്തം ചെയ്യാൻ രണ്ടു സുന്ദരികൾ മുൻനിരയിലേക്കെത്തി. കാലുകൾ ചുഴറ്റി ഭൂമിയെ സ്പർശിച്ചില്ലെന്ന മട്ടിൽ അവർ നൃത്തമാടി. കാലുകൾക്ക് അടിയിലുള്ള അദൃശ്യമായ ചക്രങ്ങളാവുമോ അതിമനോഹരമായ ആ ചുവടുകൾക്ക് പിന്നിലെന്ന സംശയം നൃത്തം അവസാനിച്ചിട്ടും ശേഷിച്ചു.

ടർക്കിഷ് സംഗീതത്തെയും കലയെയും അടുത്തറിയാനുള്ള അവസരമായിരുന്നു ആ തെരുവുനാടകം. ചടുലതാളത്തിൽ പുരുഷന്മാർ ചുവടുവെച്ചപ്പോൾ പെൺകൊടികളുടെ നൃത്തച്ചുവടുകൾ പക്ഷികളുടെ ചിറകടികൾക്ക് സമാനമായി അനുഭവപ്പെട്ടു. ഒരു മണിക്കൂറിലധികം ദൈർഘ്യമുള്ളതായിരുന്നു ആ നാടകം. രംഗസജ്ജീകരണങ്ങളോ, കെട്ടുകാഴ്ചകളോ ഇല്ലാതിരുന്നിട്ടും ആ ദൃശ്യം ഇസ്താംബുളിന്റെ ഓർമ്മയായി അയാളിൽ നിറഞ്ഞു.

പത്ത്

താഴ്വരയിലെ പഴത്തോട്ടങ്ങൾ പിന്നിട്ട് കുന്നുകയറി എത്തുന്ന തണുത്തകാറ്റിൽ ഞങ്ങൾ ചൂടുപകർന്ന് ചേർന്നുനിന്നു. കൃഷിയിടങ്ങളിൽനിന്ന് പാകമായ പഴങ്ങളുടെ ഗന്ധവും പേറിയെത്തുന്നതിനാലാവാം കാറ്റിന് തേൻമണം.

താഴ്വരയുടെ അങ്ങേയറ്റത്ത് ഇരുണ്ടുകാണുന്ന വൃക്ഷക്കൂട്ടത്തിലേക്ക് ഫെമ കൈചൂണ്ടി.

"അതിനുമപ്പുറത്തെവിടേയോ ആയിരുന്നു അമ്മയുടെ പൂർവ്വികർ താമസിച്ച ഗ്രാമം. ആപ്പിളും ഓറഞ്ചും വിളയുന്ന തോട്ടങ്ങളായിരുന്നു ആ പ്രദേശം മുഴുക്കെ. കൃത്യമായ ഇടവേളകളിൽ ഭൂമി കുലുങ്ങുകയും മരങ്ങളും കെട്ടിടങ്ങളും തകരുകയും ചെയ്തിരുന്നു. വീണ്ടും ഗ്രാമീണർ അതിനെ പൂർവ്വസ്ഥിതിയിലാക്കും. വർഷങ്ങൾ അദ്ധ്വാനിച്ചാണ് അവർ ആ യജ്ഞം പൂർത്തീകരിച്ചത്. ഒരാളും ഗ്രാമത്തെ ശപിച്ചില്ല. ആരും കൂടുതൽ സുരക്ഷിതമായ ഗ്രാമം തേടി പലായനം ചെയ്തില്ല...."

അവൾ പറയുന്നത് അക്ബർ മൂളിക്കേട്ടു.

"ഓരോ ഭൂകമ്പം അതിജീവിച്ചപ്പോഴും തെളിവായി പുതിയ അരുവികൾ മലമുകളിൽനിന്ന് താഴോട്ടൊഴുകിയെത്തി. ആപ്പിൾ തോട്ടങ്ങൾക്കപ്പുറം കുന്നുകൾ ശൈത്യകാലത്ത് മഞ്ഞുപുതച്ചുറങ്ങി. വേനൽ ദിനങ്ങളിൽ മലമുകളിലെ കൊടുങ്കാട് ആകാശത്തിലേക്ക് ചാഞ്ഞുകിടന്നു. വന്യമൃഗങ്ങളെ വേട്ടയാടാൻ പൂർവ്വികർ കാടുകയറിയിരുന്നു. ഇന്ന് വേട്ടയ്ക്കിറങ്ങാൻ നിയമം അനുവദിക്കുന്നില്ല...."

ഫെമയുടെ വാക്കുകൾ കാറ്റിനൊപ്പം ചെവിയിലെത്തുന്നു. ദീർഘനേരമായി ഞങ്ങൾ നിശ്ചലരായി നില്ക്കുന്നു. ഇരുൾപരക്കാൻ നേരം ഏറെയുണ്ടെങ്കിലും തണുത്തകാറ്റിൽ അവളുടെ മൂക്കിൻത്തുമ്പ് ചുവന്നുതു

ടുത്തു. പിഴുതാൽ മൂപ്പെത്തിയ ചെറിപ്പഴങ്ങൾ പൊഴിയുമെന്ന് അക്ബറിന് ഉറപ്പായിരുന്നു. മൂക്കിൻത്തുമ്പിൽ അയാൾ തഴുകി. പിന്നെ വേദനിപ്പിക്കാതെ കടിച്ചു.

അവളുടെ ചിരിയിൽ മുത്തുമണികൾ പൊഴിഞ്ഞു.

"എന്തു പറ്റി, ആൾ റൊമാന്റിക്കാവാൻ തുടങ്ങുകയാണോ."

അവൾ ഒന്നുകൂടി അവനെ ഇറുകെപ്പുണർന്നു. കഴുത്തിൽ ഫെമയുടെ ചുണ്ടും മുക്കും കവിളും ഒട്ടിച്ചേർന്നിരിക്കുന്നു. ആ ഗന്ധം അവൻ ആഞ്ഞുശ്വസിച്ചു.

ചിരിക്കുമ്പോഴും ആരവമുതിർക്കുമ്പോഴും സങ്കടപ്പെട്ടിരിക്കുമ്പോഴുമെല്ലാം അവൾക്ക് വേറിട്ട ഗന്ധമാണ്. പരിചയപ്പെട്ട സ്ത്രീ–പുരുഷന്മാരെല്ലാം ഒരേ ഗന്ധമുള്ളവരായിരുന്നു. ഇവൾ മാത്രം എന്തേ വ്യത്യസ്ത സമയങ്ങളിൽ പരിമളങ്ങളാൽ പുതുക്കപ്പെടുന്നു. നഗരത്തോട് ചേർന്ന മർമ്മരയുടെ അരികിൽ നില്ക്കേ ഫെമ പ്രസരിപ്പിച്ചത് വേവുന്ന നന്നാറി സർബത്തിന്റെ മണമായിരുന്നു. ജീവിതത്തിൽ ഒരിക്കൽപോലും അവൾക്ക് അത്തരം ഒന്ന് പരിചിതമായിരിക്കില്ല. എന്നിട്ടും...

മർമ്മരക്കടലിന്റെ കരയിൽ വിദൂരതയിലൂടെ നീങ്ങുന്ന ഇരുണ്ടകപ്പലുകളെ ഇമയനക്കാതെ നോക്കിക്കൊണ്ടിരുന്നപ്പോൾ അവൾക്ക് നാരകയിലയുടെ സൗരഭ്യമായിരുന്നു. ഫിലിപ്പ് ലാർക്കിന്റെ 'നെക്സ്റ്റ് പ്ലീസ്' എന്ന കവിതയെക്കുറിച്ച് ഞങ്ങൾ പരാമർശിച്ചത് ഒരേ സമയത്തായിരുന്നു. ദൂരെ നീങ്ങുന്ന കരിങ്കപ്പലുകൾ ആ കവിതയിലേക്കു ഞങ്ങളെ നയിക്കുകയായിരുന്നു.

"നമ്മെ തേടിയും ആ കപ്പൽ ഒരിക്കൽ വരില്ലേ? അന്ന് നീ എന്റെ അടുത്ത് ഇതുപോലെ ചേർന്നിരിപ്പുണ്ടാവില്ലെ?"

അവളുടെ കണ്ണുകൾ സജലങ്ങളായി.

"നീ ഇല്ലാത്ത ഭൂമി, അതെങ്ങനെയാവുമെന്ന് എനിക്കറിയില്ല. പക്ഷേ, എന്റെ ഊർജ്ജമെല്ലാം അപ്പോഴേക്കും നഷ്ടമായിരിക്കും."

കടൽതാണ്ടിയെത്തുന്ന കാറ്റിന് തണുപ്പോ, ചൂടോയെന്ന് തിരിച്ചറിയാനാവുന്നില്ല. സംഭാഷണം നിലച്ചിട്ട് ദീർഘനേരമായിരിക്കുന്നു. കപ്പൽപ്പാതയിൽ ഇരുൾ മാത്രം. ചുറ്റുമുള്ള വെളിച്ചവും മങ്ങിയിരിക്കുന്നു. ഫെമ ഉറക്കത്തിലേക്ക് വഴുതിയോ? അയാൾ കഴുത്തിൽ ചേർത്തുവെച്ച അവളുടെ മുഖം നെഞ്ചിൽ ചാരി അരുമയോടെ മടിയിലേക്ക് ഇറക്കിവെച്ചു. എന്തുപറ്റി, അനക്കമില്ലാതെ...

നെഞ്ചൊന്നു പിടഞ്ഞു. മുടിയിഴകളിൽ നനവ്. എന്താ സംഭവിച്ചത്. അവൻ പ്രേയസിയെ കുലുക്കിവിളിച്ചു. കലങ്ങിയ കണ്ണുകൾ അവൾ പണിപ്പെട്ട് തുറന്നു, ചിരിച്ചെങ്കിലും അത് വിജയിച്ചില്ല.

"ഹേയ്, കരയായിരുന്നോ. പേടിച്ചുപോയി...."

ഫെമ ചുണ്ടിൽ വീണ്ടും ചിരി തേച്ചുപിടിപ്പിക്കാൻ ശ്രമിച്ചു.

ചുറ്റും ഇരുൾ നിറയുന്നത് മൗനത്തിൻ പുതപ്പിലൂടെ അവർ നോക്കി. അവളുടെ കണ്ണുകളിൽ വേദനയുടെ വടുക്കൾ മുറ്റിനിന്നു.

“എന്തിനാ കരഞ്ഞത്? ജനിച്ചവരാരും ഈ ഭൂമിയിൽ മരിക്കാതെ അവശേഷിക്കില്ല. എല്ലാം ലയിച്ചുചേർന്നല്ലേ മണ്ണുണ്ടാവുന്നത്. ആ മണ്ണിലൂടെയല്ലേ പുതുതലമുറ വേരിറക്കിയും കാലിളക്കിയും പുറംകാഴ്ചകൾ കാണാൻ ഓടിയെത്തുന്നത്? നമുക്ക് കാണാൻ സാധിക്കാത്ത അനേകകോടി ജീവികളും ജനിക്കുന്നുണ്ട്. അവയുടെ സാമിപ്യം അറിയാനാവുന്നില്ലെന്ന് കരുതി ഇല്ലെന്ന് പറയാനാവുമോ.

എല്ലാറ്റിനും ഓരോ നിയോഗങ്ങളുണ്ടെന്നാണ് ഞങ്ങളുടെ ഐതിഹ്യങ്ങളിൽ രേഖപ്പെടുത്തിയിരിക്കുന്നത്. കോടാനുകോടി വർഷങ്ങൾക്ക് മുമ്പ് ഭൂമിയിൽ മൗനം മാത്രം അവശേഷിച്ച കാലമുണ്ടായിരുന്നു. അന്ന് വാല്മീകങ്ങളിൽ അടയിരിക്കാൻപോലും ഒരു ജീവിയും ഉണ്ടായിരുന്നില്ല....”

“അക്ബർ, നീ എത്രവേഗത്തിലാണ് മനുഷ്യാവസ്ഥയിൽനിന്ന് ഋഷിതുല്യനാവുന്നത്? നിന്റെ ഈ കണ്ണും വാചാലതയും അറിഞ്ഞിരുന്നില്ലെങ്കിൽ നാം ഡിപ്പാർട്ട്മെന്റിന്റെ രണ്ട് കോണിലൂടെ കടന്നുപോയേനെ....’

“ഞാൻ നിന്നെ അങ്ങനെ വിടുമായിരുന്നെന്ന് തോന്നുണ്ടോ. അൽ ഫരീദിക്ക് ഗ്രാമത്തിൽ പോകാനുണ്ടായ കാര്യം നമ്മെ കൂട്ടിയോജിപ്പിക്കാനായി സംഭവിച്ചതാവണം. അത് അങ്ങനെയേ ആവാൻ വഴിയുള്ളൂ. നീയെന്ന മത്സ്യവും ഞാനെന്ന നദിയും യാഥാർത്ഥ്യങ്ങളാണ്. കടലുകൾക്കെന്നപോലെ യാനങ്ങൾക്കും വികാരങ്ങളുണ്ട്. ചലിക്കുന്ന ജീവികൾക്ക് മാത്രമേ വികാരങ്ങളുള്ളൂവെന്ന് ആരെങ്കിലും തീർത്തുപറഞ്ഞാൽ അയാൾ പ്രപഞ്ചത്തെ അറിഞ്ഞില്ലെന്ന് പറയേണ്ടി വരും. ജീവനാൽ പുതുക്കപ്പെടുന്ന മണ്ണ്. പുതുക്കപ്പെടുന്ന വെള്ളം....”

“ഈ ഇരുണ്ട തീരത്ത് ഇനി നമ്മൾ മാത്രമേ ബാക്കിയുള്ളൂ. കടലും കപ്പലും കരയും മനുഷ്യരുമെല്ലാം ഇരുളിനടിയിലേക്ക് ഊളിയിട്ടിരിക്കുന്നു. തണുത്ത ഈ രാവിൽ പുലരുവോളം നിന്റെ നെഞ്ചിൽ തലചായ്ച്ച് കിടക്കാനാണെനിക്കിഷ്ടം. രാവിന്റെ പരിണാമങ്ങൾക്ക് നിന്റെ നെഞ്ചിന്റെ പിടച്ചിലും ചൂടും ആസ്വദിച്ച് സാക്ഷിയാവുക അനിർവ്വചനീയമായിരിക്കും.”

രാവ് ദീർഘിക്കവേ ഫെമ എഴുന്നേറ്റു.

“മഞ്ഞു കനത്ത് പെയ്യുന്നു. ദേഹം കുതിർന്നല്ലോ, നമുക്ക് മടങ്ങാം.”

അക്ബർ അവളെ ദേഹത്തോട് ചേർത്തുപിടിച്ച് റോഡിലേക്ക് നടന്നു.

പതിനൊന്ന്

കടൽ കാണാവുന്ന ഒരു മുറിയായിരുന്നു അവർ തെരഞ്ഞെടുത്തത്.

മർമ്മരയെയും കരിങ്കടലിനെയും ബന്ധിപ്പിക്കുന്ന ബോസ്ഫറസ് കടലിടുക്കിന്റെ തീരത്തോട് ചേർന്നായിരുന്നു ആ ഹോട്ടൽ മുറി. വിശാലമായ ജാലകച്ചില്ലിലൂടെ അവർ കടൽക്കാഴ്ചകൾ കണ്ടു. മർമ്മരയിൽനിന്ന് ബോസ്ഫറസിലേക്ക് ചരക്കുകപ്പലുകളും എണ്ണടാങ്കറുകളും യാത്രാ യാനങ്ങളും വേഗത്തിൽ നീങ്ങുന്നു.

തെക്കുള്ള ഈജിയൻ കടലിൽനിന്ന് വടക്കുള്ള കരിങ്കടലിലേക്ക് നീങ്ങുന്ന യാനങ്ങൾ. എതിർദിശയിൽ യാനങ്ങളുടെ ഒഴുക്ക് കുറവായിരുന്നു. മർമ്മരയുടെ ആഴങ്ങളിലൂടെ അനേകായിരം മത്സ്യങ്ങളും കടൽജീവികളും ഇരുഭാഗത്തേക്കും സഞ്ചരിക്കുന്നുണ്ടാവും. നേരിയതിരകൾ തീരവുമായി കളിക്കുന്നു. തീരം പിടികൂടിയേക്കുമെന്ന ഭയത്താലാവണം അവ തൊട്ടുതൊട്ടില്ലെന്ന മട്ടിൽ പിൻവാങ്ങുന്നത്. സന്ധ്യമൂടിയിട്ടും നിരവധി വള്ളങ്ങളും ബോട്ടുകളും ഓളപ്പരപ്പിൽ ഭാഗ്യമന്വേഷിക്കുന്നു. ഇരുട്ടിന് കനംവെച്ചതോടെ നക്ഷത്രങ്ങൾ കണ്ണുതുറന്നു. അകലങ്ങളിൽ നങ്കൂരമിടുകയോ, സഞ്ചരിക്കുകയോ ചെയ്യുന്ന കപ്പലുകളുടെ വെളിച്ചം അവരുടെ കണ്ണിലോളം എത്തുന്നു.

ഫെമ കുളിക്കുന്നു. നേർത്ത ശബ്ദത്തിൽ അകത്തുനിന്ന് ഏതോ ടർക്കിഷ് ഗാനം പുറത്തേക്കൊഴുകുന്നു. എന്നും അവൾ കുളി തുടങ്ങിയാലാണ് പാട്ട് മൂളുക. അത് തല തുവർത്തുന്നതുവരെ തുടരും. വാസനസോപ്പിനൊപ്പം അവളുടെ ഗന്ധവും മുറിയിൽ പരന്നിട്ടുണ്ട്. പല പാട്ടുകളിലും വിവരിക്കുന്നത് യുദ്ധം ജയിച്ച മുൻതലമുറയിലെ യോദ്ധാക്കളുടെ ധീരകൃത്യങ്ങളാണ്. അവളുടെ അമ്മയിൽനിന്ന് പഠിച്ചവയാണ് ആ പാട്ടുകൾ.

ഈജിയൻ കടൽതാണ്ടി ഗ്രീസിൽനിന്നു കരിങ്കടലിലേക്ക് നിലാവുള്ള രാവുകളിൽ സഞ്ചരിക്കുന്ന മാലാഖമാരുടെയും ദേവതകളുടെയും കഥകളും അവൾ എന്നോട് പറഞ്ഞിട്ടുണ്ട്. മുത്തശ്ശിയായിരുന്നു ആ കഥകളുടെ ശില്പി. ടർക്കിഷ് ഗ്രാമങ്ങളിൽ വസന്തം വന്നണയുന്ന നാളുകളായിരുന്നു മുന്തിരിവള്ളികൾ മുറ്റിത്തഴച്ചു വളരുന്ന ചോലകളിൽ ഇരുന്ന് അവളുടെ മുത്തശ്ശി അത്തരം കഥകൾ അവളെയും കൂടെപ്പിറപ്പുകളെയും കേൾപ്പിക്കുക.

മർമ്മരയുടെ ജലപ്പരപ്പിൽ അവ ഇപ്പോഴും വിശ്രമിക്കുന്നുണ്ടാവുമെന്ന് അക്ബർ സംശയിച്ചു. നിശ്ചലമായ നീലജലാശയത്തിൽ തൂവെള്ളച്ചിറകുള്ള മാലാഖമാർ ഭാരമില്ലാതെ കൂട്ടംകൂടി ഉറങ്ങുന്നത് അയാൾ സങ്കല്പിച്ചു. കാറ്റേല്ക്കുമ്പോൾ അവയുടെ ചിറകുകൾ വിറകൊള്ളുന്നതും ഓളങ്ങളിൽ അവ നിദ്രാവസ്ഥയിൽ ചാഞ്ചാടുന്നതും അക്ബറിന് മുമ്പിൽ വർണ്ണചിത്രങ്ങളായി അവതരിച്ചു.

ജലദേവതയും കുഞ്ഞുങ്ങൾക്ക് സ്വപ്നങ്ങൾ എത്തിക്കുന്ന മോഹദേവതയും അവയ്ക്കിടയിൽ ഗാഢനിദ്രയിലാണ്. പുലരാറാവുമ്പോഴാവും ദേവതകൾ ഉറക്കം ഉണർന്ന് ജോലികളിൽ വ്യാപൃതരാവുക.

കടലിൻ അടിത്തട്ടിൽ മത്സ്യകന്യകമാർ കാണുമോ. അവയും ദേവതമാരെപ്പോലെ രാവിൽ കടലിന് മുകൾപ്പരപ്പിൽ വന്നിരിക്കുമോ. അവ സംസാരിക്കുന്നതും ചിരിക്കുന്നതും കാണാനുള്ള മോഹം അക്ബറിനെ വലച്ചു. ഇരുളിന് കനംകൂടിയാൽ പാതിരാവിൽ ജനൽചില്ലിലൂടെ ആ കാഴ്ച കാണാനാവുമെന്ന് അയാൾ കരുതി.

മുറിയിൽ നേരത്തെ അനുഭവപ്പെട്ട ഗന്ധം ശക്തമായിരിക്കുന്നു. ഫെമ പുറത്തേക്കിറങ്ങിയത് അവൻ അറിഞ്ഞില്ല. അവൾ അധികനേരമായിരിക്കുമോ ഇറങ്ങിയിട്ട്?

റെസ്റ്റോറന്റിൽ ചെന്ന് അത്താഴം കഴിച്ച് ഇരുവരും വീണ്ടും മർമ്മരയുടെ തീരത്തേക്ക് നടന്നു. നിലാവെളിച്ചത്തിൽ കണ്ണെത്താദൂരങ്ങളിൽ കപ്പലുകൾ നീങ്ങുന്നു. വിജനമായ കടൽക്കരയിൽ അങ്ങിങ്ങായി ഏതാനും യുവതീയുവാക്കൾ മുട്ടിയുരുമ്മി നീങ്ങുന്നു. അവർ മഞ്ഞും തണുപ്പുമൊന്നും അറിയുന്നുണ്ടാവില്ല.

"ഞണ്ടുകളെപ്പോലെ നമുക്കും ഒരു മാളമുണ്ടാക്കണം മർമ്മരയുടെ അടയിലൂടെ മറുകരയിൽ ചെന്ന് കയറാവുന്ന ഒരു ദീർഘിച്ച മാളം...."

"അക്ബർ, ഇപ്പോൾ സംസാരിക്കുന്നത് നീയല്ല, നിന്നിലെ കവിയാണ്."

ഫെമ അവന്റെ ചുമലിൽ മുഖമുരച്ച് സ്വപ്നത്തിലെന്നപോലെ മുന്നോട്ടുനീങ്ങി. കരയിലെ പാറക്കല്ലുകളിൽ തലതല്ലുന്ന ഓളങ്ങളുടെ ശബ്ദം, ദൂരെ കുന്നിൻപുറങ്ങളിൽ നിന്നെത്തുന്ന വേറെയും ശബ്ദങ്ങൾ. മന്ദമായി തലോടി കടന്നുപോയ കാറ്റിന് പകരം പിശറൻ കാറ്റുകൾ അവരെ ആഞ്ഞുപുണർന്നു.

"തണുപ്പ് കഠിനമാവുമെന്ന സന്ദേശമാണ് കരുത്താർജ്ജിച്ച കാറ്റു

കൾ നല്കുന്നത്. അവയെ അതിജീവിച്ച് മുന്നേറാൻ നിന്റെ ദേഹത്തിന് സാദ്ധ്യമാവണമെന്നില്ല. നമുക്ക് മടങ്ങാം."

അവൾ അവനെ വന്ന വഴികളിലൂടെ തിരിച്ചുനടത്തി. ഹോട്ടലിന്റെ പൂമുഖം കടന്നതോടെ ആസ്വാദ്യമായ ചൂട് അവരെ പുണർന്നു. കോഫി ഷോപ്പിലെ തിരക്കിൽ അല്പനേരം അവർ ഇരുന്നു. ആവിപറക്കുന്ന ടർക്കിഷ്കാപ്പി നിറച്ച കപ്പുകൾ അവർക്ക് മുമ്പിൽ നിരത്തപ്പെട്ടു.

കാപ്പി കുടിച്ച് ഉന്മേഷത്തോടെ അക്ബറും ഫെമയും മുറിയിലേക്ക് മടങ്ങി.

പന്ത്രണ്ട്

കാറ്റുവീശുന്ന ദിക്കിൽനിന്ന് പൂമ്പൊടി പാറിവന്നു.

ചുവപ്പും മഞ്ഞയും വയലറ്റും പൂമ്പൊടി മഴയായി പെയ്യുന്നു.

തെക്കേകുന്നിൻ നെറുകയിൽനിന്നാണ് കാറ്റിനൊപ്പം പൂമ്പൊടി സൗരഭ്യവും പേറി താഴ്വര തേടി പറക്കുന്നത്. സന്ദർശിച്ച നാടുകളിലൊന്നും അത്തരത്തിൽ ഒരു കുന്നുണ്ടായിരുന്നില്ല. പൂർണ്ണമായും പൂമരങ്ങൾ നിറഞ്ഞ കുന്ന്. താഴ്വരയിലെ അരുവിവരെ മാത്രമേ ചെന്നെത്താനാവൂ.

കാഴ്ച കാണാനായി വരുന്ന സന്ദർശകർക്കായി ഗ്രാമമുഖ്യന്റെ താക്കീത് രേഖപ്പെടുത്തിയിട്ടുണ്ട്. സഞ്ചാരികൾ ആരെങ്കിലും വിലക്ക് ലംഘിച്ച് അരുവി മുറിച്ചുകടക്കാൻ ശ്രമിക്കുന്നത് തടയാൻ ഏത് നേരവും കാവല്ക്കാർ നിലയുറപ്പിച്ചിരുന്നു. ഗ്രാമത്തിന്റെ ഐശ്വര്യദേവത കുടികൊള്ളുന്നത് പൂത്തകുന്നിന്റെ ഉച്ചിലാണെന്ന് ഗ്രാമീണർ വിശ്വസിച്ചു. ജനിച്ചുവീണ ആണും പെണ്ണും ഒരിക്കലും വിശ്വാസങ്ങളെ തൃണവല്ക്കരിച്ച് ചരിത്രത്തിലിന്നോളം കുന്നുകയറാൻ ശ്രമിച്ചിട്ടില്ല.

കുന്നിന്റെ ഉച്ചിയിൽ സ്ഥിതിചെയ്യുന്ന കരിമ്പാറക്കെട്ടിന് ചായംപൂശപ്പെടുന്നത് പൂവും പൂമ്പൊടിയും ധാരാളമായി പൊഴിയുന്ന സെപ്തംബർ, ഒക്ടോബർ മാസങ്ങളിലാണ്. ഒരിലപോലും അവശേഷിപ്പിക്കാതെ പൂത്തുനില്ക്കുന്ന വൈവിദ്ധ്യമാർന്ന മരങ്ങൾ ഏതെങ്കിലും നാട്ടിലുണ്ടാവുമോ.

ഗ്രാമാതിർത്തിക്ക് കാവൽ നില്ക്കുന്ന കൊച്ചുദേവതയുടെ പ്രതിഷ്ഠ ആറാട്ടിനായി അരുവിയിൽ എത്തിക്കുക പൗർണ്ണമി നാളിലാണ്. ഗ്രാമം മുഴുവനും ആർപ്പുവിളിയുമായി അരുവിയിലെ ദേവസ്നാനത്തിൽ പങ്കാളികളാവും.

ഗ്രാമത്തിലെ വളർത്തുമൃഗങ്ങൾ ആ ദിനങ്ങളിൽ അരുവിക്കരയിൽ കൂനിക്കൂടി ഇരിക്കും. അവയും ഗന്ധം ആസ്വദിക്കാൻ എത്തുന്നതാവണം. ഇസ്താംബൂളിൽനിന്ന് അങ്കാറയ്ക്ക് പോകുന്ന വഴിയിൽ രണ്ടു മണിക്കൂറോളം സഞ്ചരിച്ചു വേണം ഗ്രാമത്തിലേക്ക് നയിക്കുന്ന വഴിയിലെ ഒന്നാമത്തെ അരുവിക്കരയിലെത്താൻ. പിന്നീട് കാൽനടയായോ, മൃഗങ്ങളുടെ പുറത്തോ മൂന്നു മണിക്കൂറിലധികം സഞ്ചരിച്ച് മൂന്നു അരുവികളും ഒരു പുഴയും താണ്ടിവേണം ഇഫ്രിനയെന്ന കുഗ്രാമത്തിലെത്താൻ.

ശൈത്യകാലത്ത് ഇഫ്രിനയിലെ കുന്നുകളും പുഴകളും താഴ്വരകളുമെല്ലാം മഞ്ഞിൽ ആണ്ടുപോവും. ഗ്രാമീണർ നിത്യവും രാവിലെ പുറത്തേക്കുള്ള വാതിലിൽ ഘനീഭവിച്ച മഞ്ഞുകട്ടകൾ വെട്ടിമാറ്റാൻ അദ്ധ്വാനിക്കും. വളർത്തുമൃഗങ്ങളുടെ ഒച്ചയും അനക്കവും അത്യപൂർവ്വമായേ ആ ദിനങ്ങളിൽ ഗ്രാമത്തിൽ മാറ്റൊലിക്കൊള്ളൂ.

ഫെമയുടെ അച്ഛന്റെ പുസ്തകശേഖരത്തിൽ നിന്നായിരുന്നു ഇഫ്രിനയുടെ വിശേഷങ്ങൾ അക്ബർ വായിച്ചറിഞ്ഞത്. ഒരിക്കലെങ്കിലും ആ ഗ്രാമത്തിൽ പോകണമെന്ന് ആഗ്രഹിച്ചിരുന്നു. ഗ്രാമപാതയിൽ വർഷത്തിൽ നല്ലൊരു സമയവും മഞ്ഞുണ്ടാവുമെന്നത് യാത്ര സഫലമാവുന്നതിന് തടസ്സമായി.

ഇത്തവണ ഫെമയ്ക്കൊപ്പം വന്നപ്പോഴും ആ യാത്രയെക്കുറിച്ച് ഓർമ്മിപ്പിച്ചിരുന്നു. മരങ്ങൾ പൂത്തുല്ലസിക്കുന്ന കാലമല്ലാത്തതിനാൽ യാത്ര മാറ്റിവെച്ചു. എന്നെങ്കിലും അവിടെ പോകണമെന്ന് ഞങ്ങൾ തീരുമാനിച്ചിട്ടുണ്ട്.

ഫെമ ക്ഷീണത്താൽ നേരത്തെ കിടന്നിരിക്കുന്നു. തണുപ്പുള്ള നാടുകളിൽ ജീവിക്കുന്നവരെല്ലാം മഞ്ഞുകാലത്ത് നേരത്തെ ഉറങ്ങാൻ ആഗ്രഹിക്കുന്നവരാണെന്ന് മുമ്പേ അറിയാം.

ജാലകത്തിന് പുറത്ത് മഞ്ഞുപെയ്യുന്നത് നോക്കിനിന്നു. ശക്തമായ കാറ്റിൽ പൊടിപൊടിയായി പാറിയെത്തിയ മഞ്ഞിൻതുണ്ടുകൾ കാഴ്ചയെ പൊതിയുവോളം നിശ്ചലംനിന്നു.

പതിമൂന്ന്

പൂക്കൾ പൊഴിഞ്ഞ വഴികളിലൂടെ ഞങ്ങൾ നടന്നു.

ഇസ്താംബൂൾ നഗരത്തിൽനിന്നു അങ്കാറയ്ക്കുള്ള മുഖ്യപാതയോട് ചേർന്ന ഒരു ഗ്രാമത്തിലൂടെയായിരുന്നു ആ നടത്തം. അധികം ദൂരത്തൊന്നുമായിരുന്നില്ല ആ ഗ്രാമം. എല്ലായിടത്തും കൂറ്റൻമരങ്ങളും പൂച്ചെടികളും പുൽപടർപ്പുകളും ധാരാളമായി വളരുന്ന ഗ്രാമം.

അവന്റെ മിഴികൾ എല്ലായിടത്തും കൗതുകത്തോടെ പരതിക്കൊണ്ടിരുന്നു. ആ മുഖം പലപ്പോഴും തുടുപ്പാർന്നു, കണ്ണുകൾ അത്ഭുതത്താൽ വികസിച്ചു. ഒരിക്കലും ആ മണ്ണിൽ കാലുകുത്തുമെന്ന് തോന്നിയിരുന്നില്ലെന്ന് അവൻ എന്നോട് പറഞ്ഞു. ഏഷ്യക്കും യൂറോപ്പിനുമിടയിലെ പാലമായി സ്ഥിതിചെയ്യുന്ന ആ നഗരത്തിൽ ജനിക്കാനായതിൽ അനേകം തവണ എന്നെ അവൻ പ്രശംസിച്ചിട്ടുണ്ട്.

വെയിലിന് ചൂടുപിടിച്ചു വരുന്നേയുള്ളു. ആട്ടിൻപറ്റത്തിന്റെ ചടുലതയോടെ കാറ്റെത്തി. മരച്ചില്ലകളിൽനിന്ന് മഞ്ഞുകണങ്ങളും വയലറ്റും വെള്ളയും പൂക്കളും പൊഴിഞ്ഞു. പെട്ടെന്ന് സംഭവിച്ചതിനാലാവാം ഞാൻ അവനെ ഇറുകെ പുണർന്നു. അവന്റെ കൈകൾ മുതുകിൽ തലോടുമ്പോഴും ഞങ്ങളുടെ ദേഹത്ത് പൂക്കൾ പൊഴിഞ്ഞുകൊണ്ടിരുന്നു.

അല്പം ഉയർന്നുപോകുന്ന ഒറ്റയടിപ്പാതയിൽ നില്ക്കേയായിരുന്നു അവിചാരിതമായി അതെല്ലാം സംഭവിച്ചത്. ചുറ്റും പൂക്കൾ മാത്രം. അല്പനേരംകൂടി നടന്നപ്പോഴേക്കും ആ നടവഴി വലത്തോട്ടു തിരിഞ്ഞ് ചെങ്കുത്തായ കുന്നുകളുടെ ഉയരങ്ങളിലേക്ക് കയറിപ്പോയി. സമീപത്തെ പാറക്കെട്ടിന് മുകളിൽ ഞങ്ങൾ ഇരുന്നു. താഴ്‌വര താണ്ടി കുന്നിൻമുകളിലേക്ക് കയറിവരുന്ന കാറ്റ് ഞങ്ങളെ മുട്ടിയുരുമ്മി കടന്നുപോയി. താഴെ ദൂരെയായി കെട്ടിടങ്ങളുടെ നരച്ചകാഴ്ച. ദീർഘിച്ച ആ ഇരുപ്പിൽ ഒരു വാക്കുപോലും മിണ്ടാനായില്ല.

പൂമ്പാറ്റകൾ കൂട്ടമായി പലവട്ടം ഞങ്ങളെ വലംവെച്ച് പറന്നുപോയി, ഒരു വർണ്ണവസന്തംപോലെ. അവ എവിടെ നിന്നാവാം പാറിയെത്തുന്നത്. മനുഷ്യസ്പർശമേല്ക്കാത്ത കാട്ടിനുള്ളിൽ പൂമ്പാറ്റപൂക്കുന്ന മരങ്ങളുണ്ടെന്ന് മുത്തശ്ശി പറഞ്ഞത് ഓർത്തു. ഞങ്ങൾ ഇരിക്കുന്ന പാറയ്ക്ക് പിന്നിൽ അത്യഗാധമായ താഴ്വരയായിരുന്നു. മരങ്ങൾ തിങ്ങിവളരുന്ന താഴ്വര. അവിടെയും കാണുമായിരിക്കാം പൂമ്പാറ്റകൾ പൂത്തുവിടരുന്ന മരങ്ങൾ. ഒരേ മരത്തിൽ നിന്നാവുമോ നാനാജാതി പൂമ്പാറ്റകൾ പിറക്കുന്നത്. വട്ടമിടുന്ന പൂമ്പാറ്റകളെ ഇമയനക്കാതെ നോക്കിനിന്നു. അവ പരസ്പരം ആശയങ്ങൾ കൈമാറുകയാണ്. ആംഗ്യം കാണിച്ചും മൂക്കുചൊറിഞ്ഞുമാണ് സംസാരം. കുറച്ചു കഴിഞ്ഞപ്പോഴേക്കും പുതിയ പൂക്കൾ തേടി അവ കൂട്ടത്തോടെ പറന്നകന്നു. അക്ബറിന്റെ ചുണ്ടുകൾ വിടരുമെന്ന് ഓരോ നിമിഷവും പ്രതീക്ഷിച്ചെങ്കിലും അതുണ്ടായില്ല. അവൻ സ്വന്തം നാട്ടിലെ കാട്ടുവഴികളെക്കുറിച്ച് ചിന്തിക്കുകയാവാം.

കോടയിറങ്ങിയപ്പോഴെല്ലാം കാഴ്ചകളിൽനിന്ന് മിഴിപറിച്ച് ഞങ്ങൾ പരസ്പരം നോക്കി. പറയാനാശിച്ചതെല്ലാം മുഖത്ത് രേഖപ്പെടുത്തിയിരുന്നു. അവന്റെ കൈകൾ എന്റേതിന് മേൽ അമർന്നു. ആ നിമിഷം ഞങ്ങളുടെ ചിന്തകളെല്ലാം ഇരുഭാഗത്തേക്കും ഞരമ്പുകളിലൂടെ കുതിച്ചോടി. ചുമലിൽ ചെറുതായി അമർത്തി അവന്റെ നെഞ്ചിലേക്ക് എന്നെ ക്ഷണിച്ചു. ആ കരവലയത്തിനുള്ളിൽനിന്ന് നോക്കിയപ്പോൾ കാഴ്ചകൾക്ക് മുമ്പെങ്ങുമില്ലാത്ത മനോഹാരിത.

നീണ്ടവിരലുകളും രോമം നിറഞ്ഞകൈത്തണ്ടയും നല്കുന്ന സുരക്ഷ മറ്റെങ്ങും ലഭിക്കില്ലെന്ന് ഹൃദയം മന്ത്രിച്ചു. അനിർവ്വചനീയമായ നിമിഷം. മുഖത്ത് മുട്ടിയുരുമ്മിയ കാറ്റിൽ പേരറിയാത്ത കാട്ടുപൂക്കളുടെ ഗന്ധം. എവിടെനിന്നാണ് അത് പുറപ്പെട്ടിരിക്കുക. ഗന്ധങ്ങൾ പ്രസരിപ്പിക്കുന്ന മരങ്ങളും താഴ്വരയിലുണ്ടാവാം. പൂവുംകായയുമില്ലാതെ ഇലകളിലൂടെയും കമ്പുകളിലൂടെയും സൗരഭ്യം പ്രസരിപ്പിക്കുന്ന മരങ്ങൾ...

വിശപ്പിന്റെ കാഠിന്യമായിരുന്നു എഴുന്നേല്ക്കാൻ പ്രേരണ. ഉച്ചകഴിഞ്ഞതൊന്നും ആ ഇരുപ്പിൽ അറിഞ്ഞില്ല. ഒരിക്കലും അവസാനിക്കരുതെന്ന് കരുതുന്ന നിമിഷങ്ങളിൽ ചിലതാണ് കടന്നുപോയത്. അവൻ എഴുന്നേറ്റു. വിരലുകൾ കൊരുത്ത് എന്നെ ചേർത്തുനടത്തി. കാറ്റുമൂളുന്ന വഴികളിൽ ഒരിടത്തും ചിത്രശലഭങ്ങളെ കണ്ടില്ല. ദൂരേനിന്ന് കാട്ടുപക്ഷികളുടെകലമ്പൽ നേർത്ത് ചെവിയിലേക്കെത്തുന്നു.

മുഖ്യപാതയോരത്ത് അരികുചേർത്തു നിർത്തിയ അച്ഛന്റെ പഴയ കാറിനരുകിലേക്ക് ഞങ്ങൾ നടന്നു. അപ്പോഴും ആരും മിണ്ടിയില്ല. വണ്ടിയോട് ചേർന്നുനില്ക്കവേ അവൻ എന്നെ ചേർത്തുപിടിച്ച് കഴുത്തിലും കവിളിലും തെരുതെരെ ചുംബിച്ചു. അവന്റെ ദേഹത്തിന് കാറ്റിൽ പടർന്ന പൂക്കളുടെ ഗന്ധമായിരുന്നു. ആ ചുണ്ടുകൾക്ക് കാട്ടുതേനിന്റെ മാധുര്യം അനുഭവപ്പെട്ടു. നേരവും കാലവും ഘനീഭവിച്ചിരുന്നെങ്കിലെന്ന് ഉള്ളുരുകി പ്രാർത്ഥിച്ച നിമിഷങ്ങൾ. അവൻ കൂടുതൽ കരുത്തോടെ പുണരുന്നു.

പതിനാല്

ഊക്കോടെ ഒന്ന് തള്ളിയാൽ തുറക്കുന്നതാണ് ആ വാതിൽ. എന്നിട്ടും സാക്ഷയിട്ടോയെന്ന് ഒരിക്കൽ കൂടി പരിശോധിച്ചു. തിരിഞ്ഞുനടക്കുമ്പോഴും വാതിലിനെക്കുറിച്ച് ആകുലപ്പെട്ടു. ഉപ്പൂത്തിമരത്തിന്റെ തടിയിൽ നിർമ്മിച്ച കട്ടിലിൽ മൂന്നു മടക്കാക്കി വിരിച്ച കമ്പിളിയിൽ നീണ്ടുനിവർന്നു കിടന്നു.
ചിന്തകൾ കൊത്തിവലിച്ചു. ഒരിക്കലും അവ ശാന്തമായ ഉറക്കം നല്കാറില്ല. കടന്നുപോയ ജീവിതത്തിലെ നല്ലതും ചീത്തയുമായ മുഹൂർത്തങ്ങൾ അപ്പോഴാണ് മന്ദമായി കടന്നുവരിക. ഉറങ്ങാൻ കിടന്നാൽ ചിന്തകളുമായി തല്ലുകൂടി മനസ്സും ശരീരവും തളരുന്നു. സയ്യയിൽനിന്ന് കോഴിക്കോട്ടേക്ക് നടത്തിയ രണ്ടാമത്തെ യാത്രാസ്മരണകളാൽ ഹൃദയംവിങ്ങി.
കടൽ, നീലച്ഛവി പടർന്ന കടൽ. ആ ജലക്കാഴ്ച ഹൃദയത്തിൽ കുളിർ കോരിയിട്ടത് കുറഞ്ഞ സമയത്തേക്കായിരുന്നു.
ഏതാനും മണിക്കൂറുകൾ പിന്നിട്ടപ്പോഴേക്കും കടൽ ശാന്തത വെടിഞ്ഞു. മുട്ടിയുരുമ്മിയ സുഖമുള്ള കാറ്റും നീലച്ചില്ലു പാകിയതാണോയെന്ന തോന്നലുണ്ടാക്കിയ കടലും എങ്ങോ മറഞ്ഞു. ആകാശം ഇരുണ്ടു, പെട്ടെന്നായിരുന്നു മഴത്തുള്ളികൾ ഒച്ചവെച്ച് താഴോട്ടെത്തിയത്. ചുറ്റും മഞ്ഞുഭിത്തികൾ ഉയരാൻ അധികനേരം വേണ്ടിവന്നില്ല. പത്തേമാരിയുടെ രണ്ടറ്റവും കണ്ണിൽനിന്നു മറഞ്ഞു. കുടംപോലുള്ള മഴത്തുള്ളികൾ. ദേഹത്ത് ആഞ്ഞുപതിച്ചു. വെള്ളിനാരുപോലെ തിളക്കമാർന്ന മഴത്തുള്ളികൾക്ക് പിന്നീടൊരിക്കലും കടലിലോ, കരയിലോ സാക്ഷിയായിട്ടില്ല.
അകമ്പടിയായെത്തിയ കാറ്റ് നിയന്ത്രണമേറ്റടുത്തതോടെ വളഞ്ഞു

പുളഞ്ഞ് വെപ്രാളപ്പെടുന്ന മഴനാരുകൾ ചുറ്റും നൃത്തംവെച്ചു. കടലും ആകാശവും അപ്രത്യക്ഷമായി.
പത്തെഴുപതോളം തവണ വൻകരകൾക്കിടയിൽ കടന്നുപോയിട്ടുണ്ടെങ്കിലും ആ കാറ്റും മഴയും അവശേഷിപ്പിച്ച ഭീതി ഇന്നും ഒരണുപോലും കുറയാതെ ഉള്ളിലുണ്ട്. ചുഴലിക്കാറ്റിൽ മഴത്തുള്ളികൾ കടലിന് മുകളിൽ കറങ്ങിയത് നടുക്കുന്ന കാഴ്ചയായിരുന്നു. ഉറ്റുനോക്കിയാൽ മറുപുറം കാണാവുന്ന മഴത്തുള്ളിച്ചുഴി. താഴോട്ട് മിഴി പാളി, മഞ്ഞുകട്ടപോലെ കടൽജലം കറങ്ങുന്നു...
കാറ്റും മഴയും അനന്തമായി തുടരവേ പത്തേമാരിക്ക് നിയന്ത്രണം നഷ്ടമായി. ദിക്കിനെക്കുറിച്ച് ആർക്കും ഒരു രൂപവുമില്ല. പത്തേമാരിയുടെ ഗതിക്കൊത്ത് ഞങ്ങൾ മുന്നോട്ടുനീങ്ങുന്നു. ആകാശത്തുനിന്നു ലോഞ്ചിലേക്ക് ശബ്ദത്തോടെ മത്സ്യങ്ങൾ വീഴാൻ തുടങ്ങി. അപ്പോഴേക്കും മഴത്തുള്ളികൾ ചില്ലുനൂലായി രൂപാന്തരപ്പെട്ടിരുന്നു.
ഓർക്കാപ്പുറത്തായിരുന്നു മത്സ്യമഴ.
അവ്യക്തമായ എന്തോ കൂടിക്കുഴഞ്ഞ് പത്തേമാരിക്ക് മുകളിലേക്ക് അതിവേഗം പാറിവരുന്നത് കണ്ടിരുന്നെങ്കിലും മേഘപടലങ്ങളാവാമെന്നാണ് ധരിച്ചത്. താഴേക്കു എത്തിയതോടെയാണ് ഒന്നരകിലോഗ്രാമോളം ഭാരമുള്ള മത്സ്യങ്ങളാണെന്ന് ബോദ്ധ്യമായത്. പായ്മരത്തിന് ചുറ്റുമായി തളംകെട്ടിയ വെള്ളത്തിൽ നീന്താൻ ശ്രമിച്ച്, കടൽച്ചൂരിൽ ആകൃഷ്ടരായി നിമിഷങ്ങൾക്കകം പിടഞ്ഞു ചാടി ഓളങ്ങളുടെ അടിത്തട്ടിലേക്ക് ഊളിയിട്ടു. മത്സ്യം ശേഖരിക്കാൻ കൂറ്റൻ ബക്കറ്റുമായി ഒപ്പമുള്ളവർ എത്തുമ്പോഴേക്കും കിനാവുപോലെ ശൂന്യം.
കാറ്റും കോളും നിലച്ചിരുന്നില്ല.
ദിശ തെറ്റിയ പത്തേമാരിയെ ഇലാഹി*ൽ അർപ്പിച്ച് കപ്പിത്താൻ എഞ്ചിൻ നിശ്ചലമാക്കി. ചുറ്റും മഴയുടെ മേളപ്പെരുക്കം. മഴനാരുകൾ പത്തേമാരിക്കും ആകാശത്തിനുമിടയ്ക്ക് ചില്ലുമാളിക പണിതുയർത്തി. മഴയ്ക്ക് ഉടനെയൊന്നും ശമനമുണ്ടാവില്ലെന്ന് ഉറപ്പായി. ദിശ തെറ്റിയ പത്തേമാരി കാറ്റിന്റെ കൈകളിലാണെന്ന് കപ്പിത്താൻ വ്യക്തമാക്കി. ചുറ്റുമുള്ള കാഴ്ചകൾ അവസാനിച്ചിട്ട് മണിക്കൂറുകളായി. മഞ്ഞുകട്ടയ്ക്കകത്ത് അകപ്പെട്ടാൽ എങ്ങനെയിരിക്കുമെന്ന് ഞങ്ങൾ അനുഭവിച്ചു.
പെരുംമഴയിൽ വെള്ളയും നീലയും പച്ചയുമായി ചില്ലുഭിത്തി ഭാവംപകർന്നു. അടഞ്ഞ ചില്ലിന് പുറത്ത് അവസാനിക്കില്ലെന്ന പ്രതീതിയുമായി മഴ ഘോരഘോരം പെയ്യുന്നു. കടലിൽ നാം സാക്ഷിയാവുന്ന മഴ വേറിട്ട അനുഭവമാണ്. ഒന്നുമായി അതിനെ താരതമ്യപ്പെടുത്താനാവില്ല.
ചുറ്റും വെള്ളം, ആകാശം ചോർന്ന് വെള്ളം എത്തുന്നത് എഴു

ത്തിലേക്ക് പകർത്തുക അസാദ്ധ്യം. പത്തേമാരി രംഗബോധ മില്ലാത്ത കോമാളിയെപ്പോലെ നിലകൊണ്ടു. മഴ ശമിച്ചേക്കുമെന്ന് തോന്നിയ നിമിഷത്തിലായിരുന്നു തിരമാലകൾ പത്തേമാരിക്ക് മുക ളിലേക്ക് കുതിച്ചെത്തിയത്.

അവ വാശിയോടെ വെള്ളം ചീറ്റി. മുങ്ങിയാൽ യാത്രയും സ്വപ്ന ങ്ങളും അവസാനിക്കും. കപ്പിത്താന്റെ നേതൃത്വത്തിൽ മത്സരിച്ച് വെള്ളം കോരി മാറ്റി. എത്ര നേരം ആ ജോലി തുടർന്നെന്ന് ആർക്കും നിശ്ചയമില്ല. പത്തേമാരി മുങ്ങുന്ന ഘട്ടമായപ്പോൾ കൂറ്റൻ മരത്തടികൾ തയ്യാറാക്കി നിർത്താൻ കപ്പിത്താൻ നിർദ്ദേശിച്ചു.

എട്ടു പേരായിരുന്നു ഞങ്ങൾ. ഒന്നിനൊന്ന് ഭീതിപ്പെടുത്തുന്ന തിര മാലകൾ. അപകടത്തിൽപ്പെട്ടാൽ രക്ഷപ്പെടാൻ ഉതകിയേക്കുമെന്ന വിശ്വാസത്തിലാണ് ആ മരത്തടികൾ സൂക്ഷിച്ചിരുന്നത്. സ്വരക്ഷ യ്ക്ക് ശ്രമിക്കണമെന്നും ആരെക്കുറിച്ചും ആധി സൂക്ഷിക്കരു തെന്നും കപ്പിത്താൻ വ്യക്തമാക്കിയതോടെ ജീവിതത്തിന് തിരശ്ശീല വീഴുകയാണെന്ന് ഞങ്ങൾക്ക് ബോദ്ധ്യമായി. ചാടിക്കയറി വന്ന കൂറ്റൻ തിരമാലയ്ക്കൊപ്പം മരത്തടിയിൽ അള്ളിപ്പിടിച്ച് എല്ലാവരും കടലിനെ പുല്കി. ആരുമില്ലെന്ന് ഉറപ്പായ ശേഷമായിരുന്നു കപ്പി ത്താൻ പത്തേമാരി ഉപേക്ഷിച്ചത്.

തിരമാലകളിൽ അമ്മാനമാടുന്ന മരത്തടിയിൽ അധികനേരം പിടിച്ചു നില്ക്കാനായില്ല. ഓരോരുത്തരായി ഒഴുക്കിനൊപ്പം നീന്താൻ ശ്ര മിച്ചു. മരണം കൈയെത്തും ദൂരത്തുണ്ട്. ഒരുപക്ഷേ, ഒരു നൂലിന്റെ അകലത്തിൽ. ദേഹം ചെറുതായൊന്ന് ഇളക്കിയാൽ മുട്ടിയേക്കാം. മണിക്കൂറുകളോളം ദിക്കറിയാതെ കറങ്ങി. ഒപ്പമുണ്ടായിരുന്നവ രെല്ലാം അപ്രത്യക്ഷരായിരിക്കുന്നു. ഞാൻ നിലവിളിച്ചു. കടൽ ശാന്തമായാലും ജീവിതം തിരിച്ചുകിട്ടുമെന്ന് കരുതാനാവാത്ത അവസ്ഥ.

അനന്തമായ ആഴക്കടലിൽ നീന്തി രക്ഷപ്പെടുകയെന്നത് വ്യാമോ ഹമാണ്. ദേഹം മരവിക്കുന്നു. പത്തേമാരി അപ്രത്യക്ഷമായി. നിന്നിടം വ്യക്തമായില്ല. നോക്കുന്നിടമെല്ലാം ഒരേ ദിക്കെന്ന മതി ഭ്രമം. കൂറ്റൻതിരമാലകളിൽ ഒരെണ്ണം ചുഴറ്റി അടിത്തട്ടിലേ ക്കെറിഞ്ഞു. പ്രതിഷേധ സൂചകമായി ദേഹം അനക്കാൻ പോലുമാ യില്ല. ഇരുണ്ട ചില്ലുതുരങ്കത്തിൽ എത്തിയപോലെ. ചില്ലുകൊ ണ്ടുള്ള ഒരു ഖബറായിരുന്നോ.

അടിത്തട്ട് ശാന്തമായിരുന്നു. തെളിഞ്ഞജലത്തിൽ മത്സ്യങ്ങൾ കൂട്ട മായി നീങ്ങുന്നു. പക്ഷേ, അവയുടെ സഞ്ചാരത്തിൽ വെപ്രാളം പ്രകടമായിരുന്നു. ശ്വാസംമുട്ടിയപ്പോഴാണ് സർവ്വശക്തിയും സംഭ രിച്ച് ജലോപരിതലത്തിലേക്ക് എങ്ങനെയോ എത്തിയത്.

ക്ഷോഭിച്ചലറിയ കടലെവിടെ.

കാറ്റും കോളും തോന്നലായിരുന്നോ. കടൽ ശാന്തം. മഴ പെയ്ത

ലക്ഷണം കാണാനേയില്ല. ചുറ്റും വിജനം. ഒഴുക്കിൽപ്പെട്ട് ഒരുപാട് ദൂരേക്ക് എത്തിയിരിക്കുമോ. കുറേ അകലെയായി എന്തോ പൊന്തിക്കിടക്കുന്നു. നീന്തി കുറേക്കൂടി അടുത്തെത്തിയപ്പോഴാണ് പത്തേമാരിയാണെന്ന് ഉറപ്പായത്.

കാൽ എന്തിലോ കുടുങ്ങി. ശക്തമായി കുടയാൻ ശ്രമിച്ചെങ്കിലും അനങ്ങിയില്ല. വലിയൊരു മത്സ്യത്തിന്റെ വായയിലാണ് കാലുള്ളത്. ഭയപ്പെടുത്തുന്ന ആകാരമുള്ള ഒരു വിചിത്രമത്സ്യം. വായിൽ അകപ്പെട്ടിട്ടും വേദന തോന്നിയില്ല. പല്ലില്ലാത്ത മത്സ്യമാവുമോ. ദേഹം മരവിച്ചതിനാൽ അറിയാത്തതാവുമോ. ആ ജീവി താഴോട്ട് വലിക്കുന്നു. രക്ഷപ്പെടാനാവില്ലെന്ന് ഉറപ്പായി. മുങ്ങിമരണത്തിന് പകരം മത്സ്യത്തിന് ഭക്ഷണമാവാനാവും വിധി. അലംഘനീയമായ വിധി തിരുത്താനാവില്ലെന്ന് ബോദ്ധ്യമുള്ളതിനാൽ കണ്ണടച്ചു.

കുറച്ച് കഴിഞ്ഞപ്പോൾ മത്സ്യത്തിന്റെ വായയിൽപ്പെട്ട വലത് കാൽ ഒന്നിളകി. കാലിൽനിന്ന് എന്തോ ഊരിമാറ്റിയപോലെ, ഒന്ന് കുടഞ്ഞപ്പോൾ സ്വതന്ത്രമാണെന്ന് ബോദ്ധ്യപ്പെട്ടു. വീണ്ടും മരണം വഴി മാറിയോ. അത്ഭുതപ്പെടുത്തുന്ന മറ്റൊരു കാഴ്ചയാണ് മിഴികളിലേക്ക് എത്തിയിരിക്കുന്നത്. ആ മത്സ്യത്തെ മറ്റൊരെണ്ണം വിഴുങ്ങിയിരിക്കുന്നു. ഇനി അതിന്റെ തല മാത്രമേ അകത്താക്കാനുള്ളൂ. ജീവൻ തിരിച്ചുകിട്ടിയ ആവേശത്തിൽ പത്തേമാരിക്കരുകിലേക്ക് നീന്തിയെത്തി. മുകൾത്തട്ടിൽ കപ്പിത്താൻ നില്ക്കുന്നു. രണ്ടു പേർ കൊടിമരത്തിൽ കയറി പായ അഴിക്കുന്നു. വലിയ ചൂരൽക്കുട്ട ഇറക്കിയായിരുന്നു എന്നെ വലിച്ചുകയറ്റിയത്.

എട്ടു പേരിൽ രണ്ടു പേരെ കാണാനില്ല. ഒരു പകൽ മുഴുവൻ തിരഞ്ഞെങ്കിലും ഫലമുണ്ടായില്ല. അപകടകാരികളായ കൊമ്പൻസ്രാവുകൾക്ക് ഭക്ഷണമായിട്ടുണ്ടാവാമെന്ന് കപ്പിത്താൻ അഭിപ്രായപ്പെട്ടു. വെളിപാട് ലഭിച്ചവനെപ്പോലെ കടലിലേക്ക് ഉറ്റുനോക്കി.

ജീവൻ തിരിച്ചുതന്ന മത്സ്യത്തിന്റെ മുഖം എന്റെ മുമ്പിൽ തെളിഞ്ഞു.

ദൈവികസന്ദേശമായി ഞാൻ അത് വായിച്ചെടുക്കാൻ ശ്രമിച്ചു.

---

* ദൈവം

പതിനഞ്ച്

വാർദ്ധക്യം പിടിമുറുക്കിയതോടെ കാറ്റും വെളിച്ചവും അന്യമാവാൻ തുടങ്ങി.

ജീവിതത്തോട് മടുപ്പ് തോന്നിയ കാലം. ഹാജി അലി വലിയുല്ലയുടെ ഉപദേശം സ്വീകരിച്ച് ഒരു മാപ്പിളപെൺകൊടിയെ കല്യാണം കഴിച്ചിരുന്നെങ്കിൽ ഏകാന്തതയെ അതിജീവിക്കാമായിരുന്നില്ലെ. ആ ചോദ്യം ഇടയ്ക്കെല്ലാം എന്നിലേക്ക് എത്താറുണ്ട്. ഏകാന്തത മുഴുഭ്രാന്തനാക്കുമോയെന്ന് ഭയന്ന നാളുകളിലാണ് വീണ്ടും ഗ്രാമത്തെ പുല്കാൻ കൊതിച്ചത്. ഉറ്റവരുടെ മണ്ണിലേക്ക് തിരിച്ചുപോകണമെന്നും ആ മണ്ണിൽ ലയിക്കണമെന്നും ആഗ്രഹം തോന്നി.

കാട്ടിൽനിന്ന് റുബയ്യ ശേഖരിച്ച മഞ്ചാടിമണികൾ ഞാൻ നിധിപോലെ സൂക്ഷിച്ചിരുന്നു.

കാലം നിറപ്പകർച്ച വരുത്തിയ മഞ്ചാടിമണികൾ.

അവൾ ഉറങ്ങുന്ന മണ്ണും ആ ദേഹത്ത് വേരിറക്കി പടർന്നുപന്തലിച്ച മൈലാഞ്ചിച്ചെടിയുടെ കുറേ ചില്ലകളും ഞാൻ നട്ടുവളർത്തിയ മുല്ലവള്ളിയിലെ പൂക്കളും ഇലകളുമെല്ലാം ശേഖരിച്ചാണ് യാത്രയ്ക്കായി ഒരുങ്ങിയത്.

ചിത്രപ്പണിയോട് കൂടിയ ഒരു കൊച്ചുസഞ്ചിയിലാണ് ആ നിധികളെല്ലാം സൂക്ഷിച്ചത്. വർഷങ്ങൾക്ക് മുമ്പ് ഞാൻ തുന്നിയ സഞ്ചി.

സ്വപ്നങ്ങളെ പിന്തുടർന്ന് സ്ഥലകാലബോധമില്ലാതെ വീടുവിട്ടിറങ്ങുമ്പോഴും ഭാണ്ഡവും ആ തുണിസഞ്ചിയും നെഞ്ചോട് ചേർത്തുപിടിക്കാൻ ആരാണ് പ്രേരിപ്പിച്ചത്.

ഈ നിമിഷവും എന്റെ തലയണയുടെ പിന്നിൽ ആ ഭാണ്ഡമുണ്ട്.

ഒരു കൂട്ടം വസ്ത്രവും കോഴിക്കോടിന്റെ ഓർമ്മ കിനിയുന്ന ചില

സാധനങ്ങൾക്കുമൊപ്പം. റുബയ്യ അവസാനമായി ധരിച്ച വസ്ത്രവും അതിലുണ്ട്. ഭാണ്ഡത്തിൽ മുഖമമർത്തിയാൽ ഇന്നും അവളുടെ ഗന്ധം എന്നിലേക്ക് പടരും.
അവൾ ഏത് നിമിഷവും എത്തിയേക്കുമെന്ന ചിന്ത എന്നെ അടിമുടി ഉലയ്ക്കും.
പുറത്തിറങ്ങുന്നതും കുറഞ്ഞിരിക്കുന്നു. പലപ്പോഴും യാത്ര കടൽക്കരയിലോ, ഹാജിയുടെ വീടുവരെയോ ചെന്നവസാനിക്കും. ഒന്നിനും ഒരുത്സാഹവുമില്ല. ചില നേരങ്ങളിൽ ആരെങ്കിലും ഇതുവഴി വരും. അവർ കൊണ്ടുവരുന്ന പലഹാരങ്ങളും പഴങ്ങളും ആർത്തിയോടെ ഭക്ഷിക്കും.
ഭൂമിയിൽ നന്മ തീർത്തും ഇല്ലാതാവില്ലെന്ന് ഓരോ സന്ദർശകനും എന്നെ ഓർമ്മപ്പെടുത്തുന്നു. പലരും അപരിചിതർ. കരുണാകടാക്ഷമായി അവർ കയറിവരുന്നു. റോഡരുകിലെ മാളികയിൽനിന്നു ഇടയ്ക്ക് സൽമ വരും. ചൂടുകഞ്ഞിയോ, പലഹാരങ്ങളോ തൂക്കുപാത്രത്തിൽ നിറച്ചാവും അവളുടെ വരവ്.
സൽമയ്ക്ക് ഇരുപത്തിയഞ്ച് വയസ്സേയുള്ളൂ, നിലാവുപോലെ സുന്ദരി. കപ്പൽ ജോലിക്കാരനായ അവളുടെ ഭർത്താവിനെ കാണാതായിട്ട് അഞ്ചു വർഷമായി. രാവ് പുലരുവോളം അവൾ ഒരുപോള കണ്ണടയ്ക്കാറില്ല. അയാൾ തിരിച്ചെത്തുന്ന ശുഭമുഹൂർത്തത്തിനായി സൽമ കാത്തിരിക്കുന്നു.
ആ തൂക്കുപാത്രത്തിലെ കഞ്ഞിയിലും പലഹാരങ്ങളിലുമാണ് കുറച്ചു കാലമായി എന്റെ ജീവൻ തങ്ങിനില്ക്കുന്നത്. അവളും കുട്ടികളും ഉമ്മയും മാത്രമുള്ള വീട്ടിലേക്ക് മാറിത്താമസിക്കാൻ നിരന്തരം ആവശ്യപ്പെട്ടിട്ടും വഴങ്ങിയിട്ടില്ല.
കാറ്റോ, മഴയോ, കടലോ വിളിച്ചാൽ എനിക്ക് യമനിലേക്ക് പോകേണ്ടതാണ്. അന്യരുടെ വീട്ടിൽ കഴിഞ്ഞാൽ അസമയത്ത് പുറത്തിറങ്ങാനാവില്ല. ഉറക്കമില്ലാത്ത രാവുകളിൽ കടൽക്കരയിൽ കിടന്ന് നക്ഷത്രമെണ്ണുന്ന ശീലത്തിനും അത് തടസ്സമാണ്. ആ നിമിഷങ്ങളിൽ ഞാൻ അനുഭവിക്കുന്നത് മാത്രമാണ് ഇന്നെന്റെ ആനന്ദം.
പൂനിലാവിൽ ചന്ദ്രന് ചുവട്ടിലൂടെ ഊക്കോടെ വെള്ളിമേഘങ്ങൾ ഒഴുകുന്ന കാഴ്ചയോളം സുന്ദരമായ മറ്റെന്തുണ്ട്. കറുപ്പും വെളുപ്പും മേഘപാളികൾക്കിടയിൽ ഒളിഞ്ഞിരിക്കുന്ന കടൽപ്പാലം നിറനിലാവിൽ ഞാൻ വ്യക്തമായി കാണാറുണ്ട്. അലറിവിളിക്കുന്ന തിരമാലകളുടെ ശബ്ദത്തിന് കാതോർക്കുന്ന കടൽപ്പാലം.
അനന്തമായ കടലിന് മുകളിലൂടെ നീണ്ടുപോകുമെന്ന് അടിക്കടി സ്വപ്നം കാണുന്ന കടൽപ്പാലം.
ചിലനേരങ്ങളിൽ എന്റെ തലയ്ക്ക് മുകളിൽ നിശ്ചമാവും. ഇടയ്ക്ക് എന്റെ പേർ നീട്ടിവിളിക്കും. തൊട്ടുതാഴെ, കാണാവുന്നിടത്ത് നില്ക്കേ എന്തിനിത്ര ഉച്ചത്തിൽ അലറിവിളിക്കുന്നെന്ന് എനിക്കി

നിയും മനസ്സിലായിട്ടില്ല.
"യൂസുഫ് സെക്കറേ കയറി വരൂ, നിന്നെ സയ്യയിലിറക്കാം..."
കടൽപ്പാലം മന്ത്രിക്കും.
ആശയോടെ പാലത്തിലേക്ക് കണ്ണുനട്ടു കഴിയുമ്പോൾ കുട്ടിക്കാലത്തെ പൂക്കളും ചെടികളും ഇതരജീവികളും കേട്ട കഥകളിലെ കഥാപാത്രങ്ങളും എന്നിൽ നിറയും. കൊമ്പുള്ള മത്സ്യങ്ങളെയും ചിറകുള്ള ആനകളെയും എപ്പോഴും കാണും. കാറ്റിൽ സ്വച്ഛമായി ചിറകുവിരിക്കുന്ന തുമ്പികൾക്കും പൂമ്പാറ്റകൾക്കുമൊപ്പം പാറിനടക്കുന്ന കുഞ്ഞുങ്ങൾ മന്ദഹസിക്കും.
പാലത്തിന് മുകളിലെ ആകാശങ്ങളിൽ ചില നേരങ്ങളിൽ ചന്ദ്രക്കല മാത്രമാവും. മണൽക്കാറ്റിൽ ഏകനായി കിടക്കുമ്പോൾ അനുഭവിക്കുന്ന അസ്വസ്ഥതകൾ ഹൃദയത്തിൽ നിറയും. കാറ്റുപോലും മൂളാത്ത നിശ്ശബ്ദമായ മരുഭൂമിയിൽ രാവു കഴിച്ചുകൂട്ടുക ആസ്ത്മ രോഗിയുടെ മൂർച്ഛിച്ച രോഗാവസ്ഥയ്ക്ക് തുല്യമാണ്.
അത്തരം ചില രാത്രികളിൽ അവൾ എനിക്കരികിലേക്ക് ഇറങ്ങി വരും. അസ്വസ്ഥമായ ഹൃദയത്തിൽ കുളിർപെയ്യും.
മരുഭൂമി മുഴുക്കെ കുയിൽനാദം മുഴങ്ങും.
രാപ്പാടികൾ പാടും.
ആകാശത്തിന്റെ ഉന്നതങ്ങളിൽനിന്ന് നൂലിലൂടെ ഇറങ്ങിവരുന്ന അവളുടെ ചിത്രം എന്നിൽ ആഴത്തിൽ പതിഞ്ഞിട്ടുണ്ട്. വെള്ളി മേഘപാളികളാവും അവൾ പുതയ്ക്കുക. മഞ്ഞുതരികൾ മുഖത്ത് ഒട്ടിനില്ക്കുന്നുണ്ടാവും. ദീർഘനേരം മരവിച്ച അന്തരീക്ഷത്തിലൂടെ യാത്ര ചെയ്തതിനാലാവണം ഉടലെല്ലാം മഞ്ഞിൽ പുതയുന്നത്. ധ്രുവപ്രദേശത്ത് മഞ്ഞിൽക്കിടന്നുരുളുന്ന വെള്ളക്കരടിയുടെ ദേഹത്തിന് സമാനമായിരിക്കും അവളുടെ കൈകാലുകളുടെ നിറം. അവ ഭൂമിയിൽ സ്പർശിക്കുമ്പോൾ നേരിയ മുഴക്കം അനുഭവപ്പെടും.
എനിക്കരികിൽ അവൾ ഇരിക്കും, ഞങ്ങൾ കാട്ടിൽപോയ കാലം അയവിറക്കും. വസൂരി പിടിപെട്ടിട്ടും മരിച്ചില്ലെന്നും ആരെല്ലാമോ ജീവനോടെ കുഴിയിലേക്കിട്ട് മൂടുകയായിരുന്നുവെന്നും പരിതപിക്കും.
കിടപ്പറയ്ക്ക് പുറത്ത് കാത്തുനിന്ന അസൂയാലുവായ ജിന്നായിരുന്നു എല്ലാറ്റിനും ചുക്കാൻപിടിച്ചതെന്ന് ആവർത്തിക്കും.
ആ വാക്കുകൾ എന്റെ സമനില തകർക്കും.അപസ്മാരരോഗിയുടെ ചേഷ്ടകൾ പ്രകടമാവും. തളർന്ന ദേഹം അബോധാവസ്ഥയിലേക്ക് വീഴും. ബോധംതെളിഞ്ഞാൽ നിശ്ചലമായ രാക്കടൽ മാത്രം പരിഭവപ്പെടും. ഞാൻ കാണിച്ചുകൂട്ടിയ കോപ്രായങ്ങൾ ഓർമ്മിപ്പിക്കും. ആ നിമിഷം ഭൂമി പിളർന്നെങ്കിലെന്ന് ആഗ്രഹിക്കും.
മരിച്ചെന്ന് ഉറപ്പാക്കിയ ശേഷമാണ് അവളെ കുഴിവെട്ടി അരുമ

യോടെ കിടത്തിയത്. തലേന്ന് രാത്രി മരിച്ചിട്ടും പിറ്റേന്ന് വൈകുന്നേരംവരെ കാത്തുവെച്ചിരുന്നു, കണ്ണു തുറക്കുമെന്ന പ്രതീക്ഷയിൽ.

ദേഹം തണുത്തുറയുകയും വായിലൂടെ ഉറുമ്പുകൾ നിരനിരയായി സഞ്ചരിക്കുകയും ചെയ്തതോടെയാണ് കുഴിയിലേക്ക് എടുത്തത്. എന്നിട്ടും ജീവനോടെ കുഴിച്ചിട്ടെന്ന് അവൾ പരാതിപ്പെട്ടത് ജീവിച്ചു കൊതിതീരാത്തതിനാലാവാം.

പാവം...

ഹൃദയവേദന താങ്ങാനാവുന്നില്ല. മിഴികൾ മേൽപ്പോട്ടുയർത്തി അവളുടെ വരവ് പ്രതീക്ഷിച്ചു.

നക്ഷത്രങ്ങളും ചന്ദ്രക്കലയും അപ്രത്യക്ഷമായ ആകാശം ഉറ്റുനോക്കി.

ആരവങ്ങളില്ലാത്ത കടലും കരയും എന്നെ ഓർത്ത് വേദനിക്കുന്നപോലെ.

പതിനാറ്

ഓരോ ദിവസവും ഉണരുന്നത് നിരാശയിലേക്കാണ്. ശാന്തവും ഓർമ്മകൾ ഭാരമാവാത്തതുമായ ലോകത്തേക്ക് എത്തണമെന്ന പ്രാർത്ഥനയോടെയാണ് ഉറങ്ങാൻ കിടക്കുക.

മാസങ്ങളായി ഉറക്കം ഏഴയലത്തുപോലും വരാതായിരിക്കുന്നു. റുബയ്യ വന്ന് ജീവനോടെ കുഴിച്ചിട്ടെന്ന് പറഞ്ഞശേഷമാണ് ഉറക്കം കൈയൊഴിഞ്ഞത്.

കടൽക്കരയിലേക്ക് നടന്നാൽ ഇരുളിൽ പേരറിയാത്ത ജീവികൾ കടലിൽനിന്നു കയറിവരുന്നത് കാണാം. തീരത്തേക്ക് നാലോ അഞ്ചോ മീറ്റർ നടന്നടുക്കും. പിന്നെ കാണില്ല. നനഞ്ഞ വഴുപ്പൻ തൊലിയുള്ള ആനകൾ കൂട്ടമായാണ് കയറിവരിക. തീരത്ത് വീഴുന്ന ചന്ദ്രപ്രഭയിൽ അവയുടെ കാലുകൾ പൂഴിയിൽ ആണ്ടുകിടക്കുന്നത് പലപ്പോഴും കണ്ടിട്ടുണ്ട്. അവ കൂട്ടമായെത്തി ആക്രമിച്ചേക്കുമോയെന്ന് ആദ്യകാഴ്ചയിൽ ഭയന്നിരുന്നു.

കുറേക്കാലത്തിനുശേഷം അന്നായിരുന്നു പനിപിടിച്ച് കിടപ്പിലായത്. കടൽക്കുതിരകൾ, കരടികൾ, കരിമ്പുലികൾ... പലതും കടലിൽനിന്നു കയറിവരും. കരയിൽ ഏതാനും മീറ്റർ നടക്കുന്ന അവയെല്ലാം എവിടെയാണ് ഒളിക്കുന്നതെന്ന് അറിയാനായിട്ടില്ല. ഒന്നുരണ്ട് തവണ ശ്വാസമടക്കി എഴുന്നേല്ക്കാൻ ശ്രമിച്ചെങ്കിലും ആനയുടെ കൂർത്തകൊമ്പുകളും കരിമ്പുലിയുടെ ചുവന്നനാവും നീണ്ടകോമ്പല്ലുകളും കണ്ണിലുടക്കിയപ്പോൾ അനങ്ങാനായില്ല. ഭൂമുഖത്ത് നാം അറിയാത്ത അനേകം കാര്യങ്ങളുണ്ട്. നീണ്ട കടൽയാത്രകളിൽ അവയിൽ ചിലതിന് സാക്ഷിയായിട്ടുമുണ്ട്. ചില കാഴ്ചകളും അനുഭവങ്ങളും ഒരാളും വിശ്വസിക്കാത്തവയായിരുന്നു.

ആനയും കുതിരയും പുലിയും കടലിലുണ്ടെന്ന് ആരാണ് വിശ്വസിക്കുക. മത്സ്യകന്യകയെ നേരിൽക്കണ്ടത് പത്തേമാരിയിലെ സഹയാത്രികർപോലും വിശ്വസിച്ചിരുന്നില്ല.
ആ കാഴ്ചയുടെ വിവരണത്തിന് തുടക്കമിട്ടാൽ അബ്ബ മറ്റു വല്ലതും പറയൂവെന്ന് സൽമ ചിരിച്ചുകൊണ്ട് ഇടപെടും. അവൾക്കും അത് വിശ്വാസമായില്ലെന്ന് ചുരുക്കം. കടലിന് മുകളിലൂടെ കാട്ടുമരങ്ങൾ പറക്കുന്നത് നട്ടുച്ചകളിൽ എത്ര തവണ കണ്ടിരിക്കുന്നു. പാമ്പും ചേരയും, കാക്കയും കുയിലും, ആനയും കടുവയും വസിക്കുന്ന സാക്ഷാൽ കാട്.
കടലിന് മുകളിലൂടെ കാട് പറന്നുപോകവേ വീഴുന്നതോ, കൗതുകത്തിന് വെള്ളത്തിൽച്ചാടുന്നതോ ആവാം തീരത്തേക്ക് കയറിവരുന്ന ജീവികൾ. പല കാര്യങ്ങളിലും ചില വിശ്വാസങ്ങൾ നല്ലതാണെന്ന് ഹാജി അലി വലിയുല്ല പറയുമായിരുന്നു. നമുക്ക് ബോദ്ധ്യമാവാത്ത കാര്യങ്ങളെക്കുറിച്ച് കാടുകയറിയിട്ട് കാര്യമില്ല. വിശ്വാസകാര്യത്തിലും ആ ഉപദേശം പ്രസക്തമാണ്. സയൻസ് ക്ലാസിലെ ഡിസക്ഷൻ ടേബിളിൽ കീറിമുറിച്ച് ബോദ്ധ്യപ്പെടുത്താൻ സാധിക്കുന്ന ഒന്നല്ല വിശ്വാസം. നാലാം ക്ലാസുവരെ മാത്രം ഭൗതികവിദ്യാഭ്യാസം നേടിയ ഹാജിയുടെ വാക്കുകൾ അത്ഭുതത്തോടെയാണ് കേട്ടിരുന്നത്.
യാഥാർത്ഥ്യങ്ങൾക്കു മേൽ കഥകളും കെട്ടുകഥകളും പിണയുന്ന ഒന്നായി വേണം വിശ്വാസത്തെ സങ്കല്പിക്കാൻ. മനഃസാക്ഷിക്ക് ബോദ്ധ്യപ്പെടുന്ന രീതിയിൽ അതിനെ ഉൾക്കൊള്ളാൻ ശ്രമിക്കുക. ബോദ്ധ്യപ്പെടാത്ത കാര്യത്തെക്കുറിച്ച് സംസാരിക്കാതിരിക്കാൻ ശ്രദ്ധിക്കുക.
നീ അറിഞ്ഞ മതതത്ത്വങ്ങളെ ബോദ്ധ്യപ്പെട്ട രീതിയിൽ ഉൾക്കൊള്ളുക. മറ്റുള്ളവർ അനുഷ്ഠിക്കുന്നതും ആചരിക്കുന്നതും അവർക്ക് ബോദ്ധ്യപ്പെട്ടതോ, സമൂഹത്തിന്റെ നാട്ടുനടപ്പിന്റെ തുടർച്ചയോ ആവാം. തലമുറകളായി ആരാലും ചോദ്യംചെയ്യപ്പെടാതെ തുടരുന്നതുമാവാം.
ഹാജി അലി വലിയുല്ല വ്യത്യസ്തനാവുന്നത് ഇത്തരം ചിന്തകളാലാണ്.
വിശ്വാസത്തിന്റെ കാര്യത്തിൽ ഉൾപ്പെടെ സംശയങ്ങളും സംഭ്രമങ്ങളും ഇല്ലാത്തതിനാലാവാം അദ്ദേഹത്തിന് ഉറക്കം നഷ്ടമാവാത്തത്. ഒരു രാത്രിയെങ്കിലും ആ അവസ്ഥയിലേക്ക് എത്താനായെങ്കിലെന്ന് ആഗ്രഹിക്കാറുണ്ട്. സംശയങ്ങളിൽനിന്ന് മോചിപ്പിക്കപ്പെട്ട ജീവിതം ഒരിക്കലും ഉണ്ടാവില്ലെ.
കടൽക്കരയിൽ അന്തിയുറങ്ങുന്ന അദ്ര്മാനും കണ്ണനും കോയസൻകുട്ടിയുമൊന്നും അവിശ്വസനീയമായ കാഴ്ചകൾക്ക് സാക്ഷിയായതായി ഒരിക്കലും പറഞ്ഞിട്ടില്ല. കർണ്ണകഠോരമായ ശബ്ദങ്ങൾ

കേൾക്കാറുണ്ടെങ്കിലും അത് സ്വപ്നമോ, യാഥാർത്ഥ്യമോയെന്ന് അവർക്ക് ഉറപ്പില്ല. പത്തും മുപ്പതും വർഷമായി കടൽക്കരയിൽ രാപ്പാർക്കുന്നവരാണവർ.
ആരാലും കാണാത്തത് കാണുന്നു.
കേൾക്കാത്തത് കേൾക്കുന്നു.
അറിയാത്തത് അറിയുന്നു.
പ്രത്യേകമായ വല്ല പേരുമുണ്ടോ ഈ അവസ്ഥയ്ക്ക്. സൽമ പറയുന്നതുപോലെ പ്രായമായവരെ ബാധിക്കുമെന്ന് തിത്തിബിയുമ്മ പറയുന്ന നൊസ്സാവുമോ*. ഉറക്കമില്ലാത്തത് രോഗത്താലാണോ. ചികിത്സിക്കാൻ പണവും കൊണ്ടുപോകാൻ ആളുമില്ലാത്തവൻ രോഗത്തെക്കുറിച്ച് ആകുലപ്പെടുന്നതിൽ കാര്യമില്ല.
യമനിലേക്ക് മടങ്ങാനും പണം വേണം.
പത്തേമാരിയും കപ്പലും അറേബ്യൻനാടുകളിലേക്ക് പോകുന്ന കാലം കഴിഞ്ഞെന്നാണ് ഹാജി അലി വലിയുല്ല പറഞ്ഞത്. ഹജ്ജിന് പോകുന്നതുപോലും യന്ത്രപ്പക്ഷിയിൽ ഇരുന്നാണ്. നാലോ അഞ്ചോ മണിക്കൂറിനകം മരുഭൂമിയുടെ മദ്ധ്യത്തിലുള്ള പുണ്യനഗരങ്ങളിൽ എത്തുമത്രെ?
പാസ്പോർട്ട്, വിസ എന്തെല്ലാം നൂലാമാലകൾ ശരിപ്പെടുത്തണം. ഹാജി അതേക്കുറിച്ചെല്ലാം വിശദീകരിച്ചിരുന്നു. എല്ലാറ്റിനും അടിസ്ഥാനമായി വേണ്ടത് ജനന സർട്ടിഫിക്കറ്റാണ്. ഈ പ്രായത്തിൽ എവിടെനിന്നാണ് അവയെല്ലാം ലഭിക്കുക.
കാറ്റും കോളും അതിജീവിച്ചാണ് ഞങ്ങൾ പത്തേമാരിയിൽ ഹജ്ജിന് പോയത്. ദിവസങ്ങളോളം മണൽക്കാട് താണ്ടിയായിരുന്നു ഹറമിനരുകിലേക്ക് കാൽനടയായി എത്തിയത്. മഞ്ഞുകാലത്തിന്റെ അവസാന ദിനങ്ങളായതിനാൽ ചൂട് അറിഞ്ഞില്ലെന്നു മാത്രം.
ഈ നിമിഷവും അവളുടെ ഖബറിനരുകിൽ കിടക്കണമെന്നാണ് ആഗ്രഹം. പക്ഷേ, മരണം അകന്നുനില്ക്കുന്ന അവസ്ഥയിൽ എന്തുചെയ്യും. എഴുന്നേല്ക്കാനാവാതെ ദാഹജലം ലഭിക്കാതെ മരിക്കുമോയെന്ന ഭയം നൊമ്പരപ്പെടുത്തുന്നു. ദേഹം വഴങ്ങാതാവുമ്പോൾ ജന്മനാട്ടിലെ കാറ്റും വെളിച്ചവും ഏതൊരാളും കൊതിക്കില്ലേ.

---

* വാർദ്ധക്യത്തിൽ മനുഷ്യരിൽ കണ്ടുവരുന്ന പ്രത്യേക തരം ഭ്രാന്ത്.

പതിനേഴ്

ആ ദിനം വ്യക്തമായി ഓർമ്മയിലുണ്ട്.
അന്നായിരുന്നു വടക്കേ കടൽപ്പാലത്തിനു സമീപം കമ്യൂണിസ്റ്റ് പാർട്ടിയുടെ മഹാസമ്മേളനം നടന്നത്.
സൽമമോൾ കോരിത്തന്ന കഞ്ഞികുടിച്ച് കുടിലിന്റെ ഉമ്മറത്ത് നില്ക്കുമ്പോഴേ സമ്മേളനത്തിനായി ഒഴുകിയെത്തിയ ജനസഹസ്രങ്ങളാൽ കടൽത്തീരം നിറഞ്ഞുകവിഞ്ഞിരുന്നു. ഊണിനു ശേഷമുള്ള പതിവ് ഉറക്കവും കഴിഞ്ഞ് എഴുന്നേറ്റപ്പോഴും സൂര്യൻ ചായാൻ തുടങ്ങിയിരുന്നില്ല.
നിറഞ്ഞൊഴുകുന്ന പുരുഷാരത്തിനിടയിൽ ഭർത്താവിനെ കണ്ടേക്കാമെന്ന പ്രതീക്ഷയിൽ സൽമ സമ്മേളനനഗരിയിലേക്ക് നേരത്തെ പോയിരുന്നു.
ആളുകളുടെ ആധിക്യത്താൽ കടൽക്കരയിലേക്ക് പോയില്ല. ഉച്ചഭാഷിണിയിലൂടെ ചിതറിത്തെറിക്കുന്ന വിപ്ലവഗാനങ്ങൾ അവസാനിച്ചു. ആരുടെയോ കണ്ഠത്തിൽനിന്നു വിപ്ലവാഭിവാദ്യം മുഴങ്ങി. ദീർഘിച്ചൊരു സ്വാഗതപ്രസംഗം പിന്നാലെ മൈക്കിലൂടെ എത്തി. ക്ഷീണത്താൽ നില്ക്കാൻപോലും സാധിക്കാത്ത സ്ഥിതിയായി. ചുറ്റുമുള്ള ബഹളവും ഉച്ചഭാഷിണിയുടെ കാതടപ്പിക്കുന്ന ശബ്ദവും സൃഷ്ടിച്ച മാനസികപിരിമുറുക്കങ്ങളാവാം ക്ഷീണം വർദ്ധിപ്പിക്കുന്നത്.
കട്ടിലിനു സമീപത്തെ മൺകൂജയിൽനിന്നു വെള്ളമെടുത്തു കാവകപ്പിൽ ഒഴിച്ചു. ഒറ്റയടിക്ക് അത്രയധികം വെള്ളം കുടിക്കുക പതിവില്ലാത്തതാണ്. ദാഹം അടങ്ങുന്നില്ല. കൂജ കാലിയാവാറായപ്പോഴാണ് കട്ടിലിൽവന്നുകിടന്നത്. പെട്ടെന്നാരോ തട്ടിയെഴുന്നേല്പിച്ചു,

പുറത്തേക്ക് നയിച്ചു.
പാതി പണിത കടൽപ്പാലം കൺകുളിർക്കെ കണ്ടുകൊള്ളാൻ ആവശ്യപ്പെട്ടു. കടൽപ്പാലം അക്കരെവരെ എത്തുന്നതിനായി ഇന്നും ഇന്നലെയുമല്ല കാത്തിരിക്കാൻ തുടങ്ങിയിട്ടെന്ന് അയാളോട് പറഞ്ഞു. ആ മനുഷ്യന്റെ മുഖം കാണാനായില്ല. ആൾ തൊട്ടടുത്തുണ്ടെന്ന് ശബ്ദത്തിൽനിന്നു ബോദ്ധ്യപ്പെട്ടെന്ന് മാത്രം.
പാലത്തിന് ഒരുപാട് പഴക്കമുണ്ട്. എന്നെപ്പോലെ വയോധികരായ ഒരുപാട് പേരുടെ പ്രായം. മുമ്പ് പാലത്തിലേക്ക് ഉറ്റുനോക്കുമ്പോഴെല്ലാം കടലിലേക്ക് സാവധാനം നീളുന്നതായി അനുഭവപ്പെട്ടിരുന്നു. ആ നിമിഷം കാലം തളർത്തിയ എന്റെ പേശികളുടെ ശാസന വകവെക്കാതെ രോമങ്ങൾ കൂട്ടത്തോടെ എഴുന്നേല്ക്കും. പാലം യമനിലോളം നീളുമെന്ന് വിശ്വസിച്ച് ഉന്മത്തനായിട്ടുണ്ട്.
വെള്ളക്കാരനായ മറ്റൊരു എഞ്ചിനിയർ എത്തുമെന്നും പാലംപണി തുടരുമെന്നും ഞാൻ സ്വപ്നം കണ്ടു. ചിന്തകൾ കടിഞ്ഞാണില്ലാതെ കുതിക്കവേ ചക്രവാളത്തിൽ പാലം ലയിക്കുന്നത് മിന്നായംപോലെ കണ്ണിൽപ്പെട്ടു. കിനാക്കണ്ണിൽ തെളിഞ്ഞ പാലത്തിന് സുബർക്ക*ത്തിലെ നിലാവിനേക്കാൾ തെളിച്ചമുണ്ടായിരുന്നു.
പാലത്തിലേക്ക് ഉറ്റുനോക്കവേ മരുഭൂമിയുടെ ഒരു തുണ്ട് ദൃഷ്ടിയിൽപ്പെട്ടു. വെള്ളത്തിന് മുകളിൽ പൊങ്ങിനില്ക്കുന്നത് കനവായിരുന്നില്ല. ആ നിമിഷം സന്തോഷത്താൽ ശ്വാസംനിലച്ചേക്കുമെന്ന് ഭയന്നു.
കാലങ്ങളായി ഞാൻ കണ്ട സ്വപ്നം സത്യമായി. ആ മരുഭൂമിത്തുണ്ട് യമനായിരിക്കണം. അല്ലെങ്കിൽ അയൽനാടുകളാവാം.
പാലത്തിലൂടെ നടന്നോ. നിർത്താതെ ഓടിയോ, ഓർമ്മയില്ല.
എന്നെ പ്രോത്സാഹിപ്പിച്ചുകൊണ്ട് പാലം ചക്രവാളത്തോളം നീണ്ടുകിടന്നു.

---

* സ്വർഗ്ഗം

പതിനെട്ട്

ഇരുഭാഗത്തും വേലിപോലെ നേരിയ ഇലയുള്ള വള്ളിച്ചെടികൾ. അവയ്ക്ക് മുകളിൽ കൺപീലിപോലെ നേർത്ത ഇലയുള്ള തരളിതമായ മറ്റൊരു വള്ളിച്ചെടി. വള്ളികൾ കൂട്ടത്തോടെ പൂത്തിരിക്കുന്നു. ചുവപ്പ്, നീല, മഞ്ഞ, വയലറ്റ്, വെള്ള... പൂക്കൾക്ക് നാനാ നിറങ്ങൾ.

വെള്ളനിറത്തിലുള്ള പൂക്കളായിരുന്നു ആദ്യം ഇരുഭാഗത്തും. മുന്നോട്ടുപോകവേ വർണ്ണങ്ങൾ മാറിവന്നു. പുതുസൗരഭ്യങ്ങൾ എന്നെ തേടിയെത്തി. നീലപ്പൂക്കൾക്ക് നടുവിലൂടെയായി പ്രയാണം. നേർത്തവള്ളികളിൽ അതിലോലമായ വയലറ്റ്പൂക്കളായി പിന്നീടുള്ള കാഴ്ച. മഞ്ഞയും കറുപ്പും ഓറഞ്ചുമായി പൂക്കളുടെ നിറം മാറിക്കൊണ്ടിരുന്നു. ഒടുവിൽ സൂചിപോലെ നേർത്ത ഇലകളിൽ ചുവന്ന പൂക്കൾ മാത്രം.

അവ എനിക്കു നേരെ കൈവീശി.

വള്ളിയുടെ നിറം വെള്ളയും പച്ചയും മഞ്ഞയും കറുപ്പുമായി മാറുന്നതും ഞാൻ ശ്രദ്ധിച്ചു. ചുവന്നപൂവുള്ള ചെടികളുടെ തണ്ടിന് കാപ്പികലർന്ന കറുപ്പായിരുന്നു. പച്ചപ്പൂക്കൾ കാറ്റിലാടിയ വള്ളികളായിരുന്നു എന്നെ അത്ഭുതപ്പെടുത്തിയത്. കറുപ്പും ചുവപ്പും മഞ്ഞയും ഇലകളായിരുന്നു അവയുടെ വള്ളികളെ വ്യത്യസ്തമാക്കിയത്.

കാലുകൾ വേദനിക്കുന്നു. മിക്കപ്പോഴും ചക്രവാളത്തിലേക്കായിരുന്നു എന്റെ മിഴികൾ. നടന്നു തുടങ്ങിയിടത്ത് വെള്ളപ്പൂഴിയിൽ കുഞ്ഞുകാല്പാടുകളും ചിറകുകളുടെ അടയാളങ്ങളും പറ്റിക്കിടന്നു. നടക്കുന്നതിനിടയിൽ ആ കാഴ്ച വീണ്ടും തെളിഞ്ഞു. ധൃതിപ്പെട്ട് യാത്ര ആരംഭിച്ചപ്പോൾ അതേക്കുറിച്ചൊന്നും ആലോചിച്ചി

രുന്നില്ല.
കുറ്റിച്ചെടികളും വള്ളിപ്പടർപ്പുകളും മൂന്നുനാലടി ഉയരത്തിൽ പാലത്തിന്റെ അരികുകളെ ചുറ്റുപിണഞ്ഞ് കിടന്നു. ഇല കാണാനാവാത്ത വിധം പൂത്തിരുന്നു. നാനാവർണ്ണത്തിലുള്ള പൂക്കൾ. നേരിയ മരപ്പലകയിലൂടെ ഞാൻ നടന്നെത്തിയത് കൂർത്തമുള്ളുനിറഞ്ഞ വഴിയിലേക്കായിരുന്നു.
മുള്ളിൽ തറഞ്ഞ കാല്പാദം പൊക്കിവെക്കവേ ചോരപൊടിഞ്ഞു. കടുത്തവേദന അനുഭവപ്പെട്ടു. കുറച്ചുദൂരം നടന്നപ്പോഴേക്കും പാദം രക്തത്താൽ സ്നാനപ്പെട്ടു. രക്തത്തിന് കടുംചുവപ്പുനിറമായിരുന്നു. പിന്നീടത് തവിട്ടു കലർന്ന കറുപ്പായി. പിന്നിലൂടെ എത്തി മുട്ടിയുരുമ്മി, കടലിൻ ആഴങ്ങൾക്ക് മുകളിലൂടെ പാഞ്ഞുപോവുന്ന കാറ്റിൻ കൈകളിൽ തൂങ്ങി യമനിലേക്ക് പറക്കാൻ ആ നിമിഷം ഞാൻ കൊതിച്ചു. ഏത് നിമിഷവും പഴുത്ത ഈന്തപ്പഴത്തിന്റെ ഗന്ധമുള്ള യമനിക്കാറ്റ് എന്നെ പൊക്കിയെടുത്ത് പറക്കുമെന്ന് വ്യാമോഹിച്ചു.
ആരോ പുറത്ത് തട്ടി.
നേരത്തെ വന്ന ആളാവണം. അതേ പതുപതുപ്പും ഇളംചൂടുമെല്ലാം അനുഭവപ്പെട്ടു. അയാൾ എന്നെ കട്ടിലിലേക്ക് ആനയിച്ചു. ഭാരം അനുഭവപ്പെടാത്ത വിധം കൈകൾ ചുമലിൽ ചേർത്തായിരുന്നു ചിരകാല സുഹൃത്തിനെപ്പോലെ എന്നെ നയിച്ചത്.
മുമ്പത്തെ ഭയം ഉള്ളിലില്ല. കട്ടിലിൽ നീണ്ടുനിവർന്നു കിടന്നു. കട്ടിൽ കണ്ടതും ക്ഷീണവും ഉറക്കവും എന്നിലേക്കെത്തി. കാലമേറെയായി കട്ടിൽ എന്നെ താങ്ങുന്നു. പ്രശ്നസങ്കീർണ്ണമായ രാവുകളിൽ അതെന്നെ മുറുകെ പുണർന്ന് താരാട്ടിയിട്ടുണ്ട്. ചിന്തകൾ പെരുത്തപ്പോഴും കണ്ണീർമഴ നിലയ്ക്കാതിരുന്നപ്പോഴും ചേർത്തുപിടിച്ച് ആശ്വസിപ്പിച്ചത് എന്റെ കണ്ണീരുപ്പും വിയർപ്പുമേറ്റ് കരുവാളിച്ച കട്ടിലായിരുന്നു.
തീക്ഷ്ണമായ ദുഃഖങ്ങൾ ജീവിതത്തെ വലച്ചപ്പോഴെല്ലാം നിലാവിനെ സാക്ഷിയാക്കി കട്ടിലിനോട് ഏറ്റുപറഞ്ഞിട്ടുണ്ട്. വെടിപ്പാക്കി നിവർത്തിവിരിച്ച വിരിപ്പിനടിയിൽ എന്റെ ഭാരംതാങ്ങുന്ന അവൾക്ക് ഇഷ്ടക്കാരിയുടെ മനമാണെന്നും തോന്നിയിട്ടുണ്ട്.
ഉറക്കം കനിയാതെ വെപ്രാളപ്പെട്ട രാത്രികളിൽ അവൾ ആശ്വാസിപ്പിക്കുമായിരുന്നു. വസൂരി കവർന്ന റുബയ്യയുടെ മൃതദേഹം കൊണ്ടുപോയി തിരിച്ചെത്തിയ രാത്രിയിലായിരുന്നു കട്ടിൽ ആദ്യമായി മിണ്ടിയത്. പിന്നീട് പലപ്പോഴും ആവർത്തിച്ചു. പുതപ്പുകൾ മാറ്റിയാൽ അവളുടെ ദേഹം വെട്ടിത്തിളങ്ങും. കാലങ്ങളായി ഒലിച്ചിറങ്ങുന്ന എന്നിലെ വിയർപ്പേറ്റാണ് അവൾ സുന്ദരിയായത്.
എന്തുകൊണ്ട് കട്ടിലിനെക്കുറിച്ച് പ്രണയാർദ്രമായി ചിന്തിക്കുന്നു. ഇന്നുവരെ അത്തരം ഒരു ചിന്ത കടന്നുപോയിരുന്നോ. അബോധമനസ്സിൽനിന്നു ബഹിർഗ്ഗമിച്ചതാവാം.

പത്തൊൻപത്

മുറിയിൽ ഈ നിമിഷവും ആരോ നില്പുണ്ട്. കാലങ്ങളായി ഞങ്ങൾ രണ്ടുപേർ കഴിയുന്നിടത്ത് മൂന്നാമൻ എത്തിയിരിക്കുന്നു. അയാൾക്ക് തിരിച്ചുപോകണ്ടേ. നിന്നുതിരിയാൻ ഇടമില്ലാത്തിടത്ത് അപരിചിതന് അസമയത്ത് എന്തുകാര്യം.

രാത്രികളിൽ ഒറ്റയ്ക്കുകഴിയാനാണ് എനിക്കിഷ്ടം. ആ സാന്നിദ്ധ്യം അസ്വസ്ഥനാക്കി.

ഒരുപക്ഷേ, മുമ്പും അയാൾ വന്നിരിക്കാം.

ഇവിടെ ഏറെ സമയം ചെലവഴിച്ചിരിക്കാം.

ദേഹത്ത് സ്പർശിക്കാതെ അതീവ ജാഗ്രതയോടെ നിന്നതിനാലാം ആ സാന്നിദ്ധ്യം അറിയാതിരുന്നത്. കണ്ണിലെ ഞരമ്പുകൾ മാർദ്ദവമില്ലാതെ ഞെരിച്ചപോലെ പിടച്ചു, ചൊറിച്ചിലും വേദനയും ഇഴചേർന്നു. പെട്ടെന്ന് ആലസ്യംവിട്ട് ദേഹം ജാഗരൂകമായി.

മാംസപേശികളിലും നാഡീഞരമ്പുകളിലും നേരിയവേദന. ശ്രദ്ധിച്ചാൽ പിടിതരാതെ എങ്ങോ അപ്രത്യക്ഷമാവുന്നു. ഏതാനും നിമിഷങ്ങൾക്കകം അവ ഒത്തുചേർന്നു വീണ്ടും വരും. കൈകാലുകളിലെ ഞരമ്പുകൾ അടർത്തിമാറ്റപ്പെടുന്നു. തുടയിടുക്കിന് സമീപത്തും കക്ഷത്തിനകത്തും ഛേദിക്കപ്പെടുന്ന വേദന.

വേദനയിൽ മനസ്സ് കേന്ദ്രീകരിക്കപ്പെടുമ്പോഴേക്കും അവ ഓടിയൊളിച്ചു. ഒരിക്കലും അഭിമുഖീകരിച്ചിട്ടില്ലാത്ത തളർച്ച ദേഹത്തെ കീഴ്പ്പെടുത്തി.

കാലുകളിലൂടെ ദേഹത്തേക്ക് കയറിയ നീരാവി തലയോട്ടിവഴി പുറത്തേക്ക് മിന്നൽപോലെ പാഞ്ഞു. ഉമ്മറത്ത് കുട നിലത്തു കുത്തിനിർത്തിയ ശബ്ദം. ഒരാൾക്കൂടി നട്ടപ്പാതിരയ്ക്ക് കുടിലിന്

മുമ്പിലെത്തിയിരിക്കുന്നു. അസമയത്ത് വരുന്നവർ എന്താണ് പ്രതീക്ഷിക്കുന്നത്.
അയാളും വരുന്നത് എന്റെ കട്ടിലിനരികിലേക്കാണ്.
പാളത്തോലിലോ, മിനുസപ്പെടുത്താത്ത മൃഗത്തോലിലോ രൂപപ്പെടുത്തിയ പാദരക്ഷയാണ് അയാൾ അണിഞ്ഞിരുന്നത്. അത് നിലത്തുരയുന്ന ശബ്ദം അസഹ്യമായ പുളിപ്പ് സൃഷ്ടിച്ചു. വെയിലേറ്റ് വെന്തചർമ്മത്തിന്റെ ഗന്ധം, സൂക്ഷ്മമായി നിർവ്വചിച്ചാൽ സൂര്യാഘാതത്തിൽ കരിഞ്ഞ മനുഷ്യ മാംസത്തിന്റെ ഗന്ധം.
ആ ചൂര് മൂക്കിൽ ഒട്ടിനിന്നു. ചെമ്മരിയാടിൻച്ചൂര് ഒന്നുമല്ലെന്ന് തോന്നി. ശ്വാസംമുട്ടിക്കുന്ന നാറ്റം കുറച്ചു കഴിഞ്ഞതോടെ ഒഴിഞ്ഞു. അകത്തേക്കെത്തിയ രാക്കാറ്റ് മൂക്കുവീർപ്പിച്ച് ആർത്തിയോടെ ഉള്ളിലേക്ക് വലിച്ചു. പനിനീരിന്റെ, രാത്രിമുല്ലയുടെ, കുന്തിരിക്കത്തിന്റെ, ഇലഞ്ഞിപ്പൂവിന്റെ... സമ്മിശ്രമായ ഗന്ധമായിരുന്നു കാറ്റിന്.
ഏത് പൂവിന്റെ ഗന്ധമെന്ന് ചോദിച്ചാൽ കൃത്യമായി പറയാനാവില്ല. പ്രപഞ്ചത്തിലെ സകല രാപ്പൂക്കളുടെയും നറുമണം അതിൽ ഉൾച്ചേർന്നിരിക്കാം. ആ ഗന്ധത്തെ തിരിച്ചറിയാൻ ഞാൻ പിന്നിട്ട വഴികളിലൂടെ നടന്നു. ജീവിത ഏടുകൾക്കിടയിൽ ധൃതിപ്പെട്ട് പരതിയെങ്കിലും കണ്ടെത്താനായില്ല. നറുമണങ്ങളെല്ലാം ശീഘ്രം അവസാനിച്ചു.
ആട്ടിൻച്ചൂര് എന്നെ പൊതിഞ്ഞു. വിയർപ്പിന്റെ, കരിഞ്ഞ മനുഷ്യമാംസത്തിന്റെ ഒടുവിൽ ചീഞ്ഞളിഞ്ഞ മനുഷ്യന്റെ ഗന്ധമായി അത് പരിണമിച്ചു. എഴുന്നേല്ക്കാൻ അതിയായി ആഗ്രഹിച്ചെങ്കിലും അജ്ഞാതരിൽ ഒരാളുടെ കരങ്ങളാവാം കട്ടിലിലേക്ക് ബലമായി അമർത്തി.
ആ നിമിഷം സയ്യാ ഗ്രാമം തെളിഞ്ഞു.
രാവിൽ വാദ്യഘോഷങ്ങൾ മുഴങ്ങുന്ന ജന്മഗ്രാമം.
എന്റെ സുന്നത്ത് കല്യാണം നടത്താനുള്ള ഒരുക്കങ്ങളിലാണ് ഗ്രാമം. ഇരുൾ ചേക്കേറുന്നതിന് തൊട്ടുമുമ്പായിരുന്നു പള്ളി മുക്രി മുഹമ്മദ് ഹാഷിയും സുന്നത്ത് കർമ്മം നടത്തുന്ന അടുത്ത ഗ്രാമത്തിലെ മുസാഫിർ ഫാരിസിയും വീട്ടിലെത്തിയത്.
ഹാഷി അയാളുടെ ദേഹത്തോട് ഒട്ടും മാർദ്ദവമില്ലാതെ എന്നെ ചേർത്തുപിടിച്ചു. കൈകളും അയാളുടെ പിടിയിലമർന്നിരുന്നിരുന്നതിനാൽ എന്റെ പ്രതിഷേധം പുറത്തേക്കെത്തിയില്ല. ജനനേന്ദ്രിയത്തിന്റെ തോൽ മുസാഫിർ ഫാരിസി ബലൂൺപോലെ നിർദ്ദാക്ഷിണ്യം വലിച്ചുനീട്ടി. ആ നിമിഷം നാഭിയിൽനിന്നു അടർന്നേക്കുമെന്ന് ഭയന്നു. ഞാൻ അത്യുച്ചത്തിൽ നിലവിളിച്ചു. അതിനിടയിലായിരുന്നു ലിംഗാഗ്രം മൂടിയ തൊലി പരമാവധി നീളത്തിൽ അറുത്തെടുത്തത്.
അപരിചിതന്റെ കൈക്കരുത്തിൽ വാരിയെല്ലുകളിൽ ചിലത് കുപ്പി

വളയുടെ ലാഘവത്തോടെ തുരുതുരാ പൊട്ടി. തണുപ്പും അനിർവ്വച നീയമായ വഴുവഴുപ്പുമായിരുന്നു ആ കരങ്ങൾക്ക്, ചോര പുതഞ്ഞ മാംസത്തുണ്ടുപോലെ.

എണ്ണമറ്റ സന്ദേഹങ്ങൾ ഘോഷയാത്ര നടത്തവേയാണ് നെറ്റിയിൽ റുബയ്യയുടെ വിരലുകൾ പ്രണയത്തോടെ തലോടിയത്. ഹൃദയ ത്തിൽ കുളിർപെയ്തു.

ചുട്ടുനീറിയ തലയോട്ടി തണുത്തു. അവളുടെ ദേഹത്തിന്റെ പതു പതുപ്പിലേക്ക് ഞാൻ മുങ്ങി. നീണ്ട ഇടവേളയ്ക്കു ശേഷമാണ് അവ ളിൽ ലയിക്കുന്നത്. ആ ഗന്ധം എന്നെ മത്തനാക്കി. വലിയ മുല കൾക്കിടയിൽ മുഖം അമർത്തിയപ്പോൾ പണ്ടനുഭവിച്ച ചൂട് ഒട്ടും കുറയാതെ എന്നിലേക്ക് പടർന്നു. പക്ഷിത്തൂവലിന്റെ സ്നിഗ്ദ്ധത, പുലിത്തോലിന്റെ മാർദ്ദവം...

വെളുത്തുചുവന്ന മുലകൾ ചില്ലുജാലകത്തിൽ അമർന്നുവീർപ്പു മുട്ടുന്ന രംഗമായിരുന്നു മയക്കത്തിലേക്ക് വീഴുന്ന എന്നിൽ അവ സാനം പറ്റിനിന്നത്. അപ്പോഴും അവളുടെ മധുരശബ്ദം താരാട്ടായി എന്നിൽ നിറഞ്ഞു.

ആ നിമിഷങ്ങളിലും ഡയറി തുറന്നുകിടന്നു.

മരണത്തിന്റെ സമീപ്യവും സ്പർശവുമിതാണെങ്കിൽ മരണ മുഖത്തെ അവസാന നിമിഷങ്ങൾ കുറിച്ച വ്യക്തിയെന്ന ഖ്യാതി എന്റെ ദിനാന്ത്യക്കുറിപ്പുകൾക്ക് ലഭിച്ചാലോ.

ദേഹം സാവധാനം ഉയർന്നു. അധികം വൈകാതെ പഞ്ഞിക്കെട്ടു കണക്കെ പറന്നു. പാറിപ്പോവുമെന്ന് ഉറപ്പായപ്പോൾ കട്ടിലിൽ മുറുകേ പിടിക്കാൻ ഞാൻ ശ്രമിച്ചിരുന്നു. പഞ്ഞിയുടെ ഭാരംപോലും ദേഹത്തിന് ഇല്ലെന്നത് അത്ഭുതപ്പെടുത്തി. ഇരുണ്ടമേഘങ്ങളിലേക്ക് കാറ്റിനൊപ്പം അതിവേഗം ഉയർന്നു. കണ്ണുതുറന്നിരുന്നെങ്കിലും ഒരു കാഴ്ചയും പതിഞ്ഞില്ല.

ഹൃദയം ഉൾപ്പെടെ ദേഹത്തിന്റെ ഓരോ അണുവും കട്ടികൂടിയ തൂവെള്ളപ്പഞ്ഞിയാൽ ഭദ്രമായി പൊതിഞ്ഞുകെട്ടിയിരുന്നുവെന്നത് ഞാൻ മറന്നിരുന്നു. ജീവിച്ചകാലവും സഞ്ചരിച്ച സുദീർഘമായ കപ്പൽച്ചാലുകളും ഒന്നും ഓർക്കാനായില്ല. റുബയ്യ വീണ്ടും എനി ക്കരികിലെത്തി. പറന്നാവണം അവൾ വന്നിരിക്കുക. തൂവെള്ള വസ്ത്രത്താൽ ദേഹം മുഴുവൻ മൂടിയാണ് അവൾ വന്നത്. പറന്നു പറന്നു മേലോട്ട് പോകുന്തോറും അവൾ കൂടുതൽ ഉച്ചത്തിൽ എന്നെ ആശ്വസിപ്പിക്കാനായി പാട്ടുപാടി. മുമ്പ് പാടിയ താരാട്ടു പാട്ടുകളായിരുന്നു അവൾ പാടിക്കൊണ്ടിരുന്നത്. കഴിഞ്ഞതിനെ ക്കുറിച്ചും സംഭവിക്കുന്നതിനെക്കുറിച്ചും ചിന്തിക്കാനെനിക്കായില്ല. ഞാൻ താഴോട്ട് ഇറങ്ങിവന്നു.

ഉപേക്ഷിക്കപ്പെട്ട എന്റെ വീട് ഒട്ടുമുക്കാലും നശിച്ചിരുന്നു. പറക്കാൻ തുടങ്ങവെ നെഞ്ചിൽനിന്നു വഴുതിവീണ ഡയറി നിലത്ത് കിടന്നി

രുന്നു. മണ്ണും പൊടിയും ഏറ്റനിലയിൽ. കട്ടിലിൽ പായയും കോസടിയും ആരോ ചുരട്ടിവെച്ചിരുന്നു. സൽമയായിരുന്നെങ്കിൽ ആ ഡയറിയും എടുത്തുവെക്കുമായിരുന്നു.

മൂലയിലെ ഇരുട്ടിൽ എന്നെ താങ്ങിയ ഊന്നുവടി, പ്രിയപ്പെട്ട ഒന്നിലും തൊടാനായില്ല. എന്റെ ജീവിതം പകർത്തിയ ആ ഡയറി തൊടാനാവാത്തതിൽ വിഷമം തോന്നി. തണുപ്പൻ കാറ്റിൽ കൂടുതൽ നില്ക്കാനാവാതെ തുറന്നു കിടന്ന ജാലകപാളിയിലൂടെ പുറത്തുകടന്നു.

പുറത്തെത്തിയപ്പോൾ കാറ്റുനയിച്ച വഴികളിലൂടെ അതിവേഗം നീങ്ങി.

പൊങ്ങിക്കൊണ്ടിരിക്കേ താഴോട്ട് നോക്കിയെങ്കിലും എല്ലാറ്റിനും തൂവെള്ളപ്പഞ്ഞിയുടെ നിറമായിരുന്നു. അവർ അപ്പോഴും എനിക്കൊപ്പം മുറിയിലുണ്ട്. അവരിൽ ഒരാൾ ഇനി വൈകേണ്ടെന്ന് പറയുന്നത് ഞാൻ വ്യക്തമായി കേട്ടു.

ഓർമ്മകൾ ചികയാൻ ശ്രമിക്കുമ്പോഴേക്കും വെള്ളിമേഘക്കെട്ടിനുള്ളിൽ ആണ്ടുപോയി.

ഇരുപത്

വല്ല്യുപ്പയുടെ ഖബറിനരുകിൽ അക്ബർ നിന്നു.

ആ രൂപത്തിന് ഹൃദയത്തിൽ ഒരു പോറലും സംഭവിച്ചിട്ടില്ല. ഖബറിന് മുകളിൽ നട്ട മൈലാഞ്ചിച്ചെടി വല്യുപ്പയുടെ കിടപ്പിന് തണുപ്പേകുന്നത് അയാളെ സന്തുഷ്ടനാക്കി. ആകാശം നോക്കി മുകളിലേക്ക് വളർന്ന കൊമ്പുകൾ പൂത്തിരിക്കുന്നു. ആ മരത്തിന്റെ വേരുകൾ നിത്യവും വല്യുപ്പയെ കാണുന്നുണ്ടാവാം. അദ്ദേഹത്തിന്റെ മാംസവും മജ്ജയുമാവാം മൈലാഞ്ചിക്കമ്പിനെ മരമായി വളർത്തിയിരിക്കുക. ആ ഇലകളിലൂടെ ഭൂമിയിലെ കാഴ്ചകൾ വല്യുപ്പയിലേക്ക് എത്തുന്നുണ്ടാവുമോ.

തായ്ത്തടിയിൽ മുഖംചേർത്ത് അയാൾ വല്യുപ്പയുടെ ഗന്ധം തിരിച്ചറിയാൻ ശ്രമിച്ചു. ദീർഘനേരം ചെവിചേർത്തുവെച്ച് നേരിയ ചലനങ്ങളെങ്കിലും മുകൾത്തട്ടിലേക്ക് കയറിവരുന്നോയെന്ന് പരിശോധിച്ചു. കൈയെത്തും ദൂരത്തെ കടൽക്കരയിൽനിന്ന് ഉപ്പുപുളിയുള്ള കാറ്റ് അയാളെ തഴുകി ഖബറുകൾ താണ്ടി മറഞ്ഞു.

തോപ്പയിലെ പള്ളിപ്പറമ്പിലാവുമോ തന്റെ അന്ത്യവിശ്രമം. ഉമ്മയും ഉപ്പയും നാലാം വയസ്സിൽ പനി ബാധിച്ച് മരിച്ച അനിയത്തി ബീവിജാനും ഉറങ്ങുന്ന ഈ മണ്ണിൽ തനിക്കും ഒരിടമുണ്ടാവുമോ. അവരുടെ ഖബറുകളെല്ലാം തേടിപ്പിടിച്ച് കണ്ടെത്തി പ്രാർത്ഥിച്ച ശേഷമാണ് വല്യുപ്പയ്ക്കരുകിലേക്ക് എത്തിയത്.

പള്ളിക്കമ്മിറ്റിക്കാർ അടുത്തിടെ കാടുവെട്ടി വൃത്തിയാക്കിയതിനാൽ പള്ളിക്കാട് പൂന്തോട്ടത്തിന് സമാനമായിരിക്കുന്നു. അടുത്ത കാലത്താണ് സന്ദർശകർക്കായി നടപ്പാത പണിതത്. അയാളുടെ തലയ്ക്ക് മുകളിലൂടെ ഒരുകൂട്ടം വെട്ടുകിളികൾ പറന്നുപോയി. കടൽക്കരയിൽ ഈച്ചയെത്തേടി എത്തിയതാവാം അവ.

കുട്ടിക്കാലത്ത് മണൽപ്പരപ്പിൽ വലവിരിച്ച് വെട്ടുകിളികളെ പിടിച്ചത് ഓർത്തു. കുഞ്ഞുവവ്വാലുകളോട് സാമ്യമുള്ള കറുത്തപക്ഷികൾ. അവയുടെ പുതുതലമുറയും കടൽക്കര തേടിവരുന്നു.

മൈലാഞ്ചി ചില്ലയിൽ പറന്നിറങ്ങിയ കരിങ്കാക്ക ഈർഷ്യയോടെ അക്ബറിനെ നോക്കി. മരത്തിൽ ചുണ്ടുമിനുക്കുന്ന അവൻ ഏത് നിമിഷവും തന്നെ ആക്രമിച്ചേക്കാമെന്ന ഭയം അയാളെ അസ്വസ്ഥനാക്കി. ദൂരെ നിന്നും പറന്നെത്തിയ ഇണയെ കണ്ടതോടെ അവന്റെ മുഖത്ത് ശൃംഗാര ഭാവങ്ങൾ പ്രകടമായി. അവ അയാളിൽനിന്ന് മാറി സമീപത്തെ അരയാലിന്റെ ഇലച്ചാർത്തുകൾക്കിടയിലേക്കു മറഞ്ഞു.

വല്യുപ്പയോട് യാത്രപറഞ്ഞ് നടപ്പാതയിലൂടെ പുറത്തേക്ക് നടന്നു. സന്ധ്യമയങ്ങാൻ അധികമില്ല. ചക്രവാളത്തിൽ ചുവപ്പ് ചായമടിക്കുന്ന തിരക്കിലാണ് സൂര്യൻ. എന്നും രാവിന് വഴി ഒഴിയുന്നതിന് മുമ്പായി തന്റെ സിംഹാസനത്തിൽ സൂര്യൻ ചെഞ്ചായമടിക്കുന്നു. കടൽക്കരയിൽ ചീട്ടുകളിക്കുന്ന മത്സ്യത്തൊഴിലാളികൾ. ഓളപ്പരപ്പിൽ ചാഞ്ഞും ചെരിഞ്ഞും നീങ്ങുന്ന തോണികൾ. രാത്രി വലവിരിച്ച് രാവിലെ തിരിച്ചെത്തിയവരാവാം കളിയിൽ മുഴുകിയിരിക്കുന്നത്.

അരികുചേർത്ത് കാർ പാർക്ക് ചെയ്ത് അയാൾ കടൽക്കരയിലേക്ക് നടന്നു. മൊബൈൽ പാടുന്നു. ഫെമയുടെ നമ്പർ സ്ക്രീനിൽ തെളിഞ്ഞു. വേഗം വരണമെന്ന് അവൾ പറഞ്ഞത് മറന്നിരുന്നു. വന്ന വഴിയിലൂടെ തിരിച്ചുനടന്ന് കാറിൽ കയറി. സ്വന്തം മണ്ണിൽ സ്വന്തക്കാർക്ക് നടുവിൽ ജീവിക്കാൻ സാധിക്കുന്നത് മഹാഭാഗ്യമാണ്. തന്നെപ്പോലെ ദേശാടനം നടത്തുന്നവരുടെ ജീവിതം എവിടെയാവും അവസാനിക്കുക?

ആരാലും അറിയപ്പെടാത്ത ഒരു നാട്ടിൽ ജീവൻ വെടിഞ്ഞാൽ... മാസങ്ങളോ, വർഷങ്ങളോ ഫെമ കണ്ണീരുമായി കഴിഞ്ഞേക്കാം. ഒരുപക്ഷേ, അവൾ പൂക്കളുമായി ദിവസവും തേടിവരാനും മതി. അവളുടെ അവസാന നാളുകളിൽ ആരാണുണ്ടാവുക. കുഞ്ഞുങ്ങളുടെ നിലവിളി ആ നിമിഷം അയാളുടെ ഓരോ രോമകൂപങ്ങളെയും ഉണർത്തി. ഫെമയുടെ മുഖമുള്ള മകളും തന്റെ ഛായയുള്ള മകനും...

ഇരുപത്തി ഒന്ന്

അപൂർണ്ണമായ ആ നോവൽ ആരായിരുന്നു അയച്ചത്.

കവറിന് പുറത്തെ നമ്പരിൽ പല തവണ ശ്രമിച്ചിട്ടും ആരെയും കിട്ടിയില്ല. ആ ആൾ ഇന്നും അജ്ഞാതനായി തുടരുന്നു.

നല്ല ഉരുണ്ട കൈയക്ഷരം. പ്രത്യക്ഷത്തിൽ സ്ത്രീയുടേതിനോടായിരുന്നു സാമ്യം. ആ പൊതിക്കെട്ട് ലഭിച്ചതിൽ പിന്നെയാണ് അവൻ ഭൂമുഖത്ത് ശേഷിക്കുന്നില്ലെന്ന് ഉറപ്പിച്ചത്. ഉണ്ടായിരുന്നെങ്കിൽ അതോടൊപ്പം ഒരു കുറിപ്പ് ലഭിക്കുമായിരുന്നു. പഴകിയ നിലയിലായിരുന്നു, എവിടേയോ ദീർഘകാലം കിടന്ന് ഈർപ്പം വലിച്ചെടുത്ത് മഞ്ഞച്ചുപോയതായിരുന്നു പല താളുകളും. മഷി പരന്ന് അവ്യക്തമായ വരികളും വേണ്ടുവോളം. കാലപ്പഴക്കത്താൽ നിലംപൊത്താറായ ഏതോ കെട്ടിടത്തിലാവാം അവൻ അവസാനകാലത്ത് കഴിച്ചുകൂട്ടിയിരിക്കുക. ആ താളുകളിൽനിന്ന് പ്രസരിച്ച ഗന്ധത്തിന് നാടുമായി ബന്ധമുണ്ടായിരുന്നില്ല. ഭാങ്ങിന്റെ നേരിയ ഗന്ധവും ഇടകലർന്നിരുന്നു. ഗംഗാ തീരത്താവുമോ അവൻ കഴിഞ്ഞിരിക്കുക? അതിൽ തന്നെയാവുമോ അവസാനിച്ചിരിക്കുക?

മിഠായിത്തെരുവിനോട് ചേർന്ന അവന്റെ മുറിയിൽനിന്ന് അപ്രത്യക്ഷമായത് തുണിസഞ്ചിയും നോവലിന്റെ കൈയെഴുത്ത് പ്രതിയും മാത്രമായിരുന്നു. എഴുതി പാതിയിൽ ഉപേക്ഷിച്ച ചുരുട്ടിയ കടലാസുകൾ വലിയൊരു ചാക്കുനിറയെ അടിച്ചുകൂട്ടി കളഞ്ഞെന്ന് സുഹൃത്തുക്കളിൽ ചിലർ അറിയിച്ചിരുന്നു.

അവൻ ജീവിതം അവസാനിപ്പിച്ചതാവുമോ, അതോ ആരെങ്കിലും...

മാർജിനിൽ ചേർത്ത അവന്റെ കൈപ്പടയിലെ രണ്ടു വരികൾ കൃത്യമായ ഉത്തരം നല്കാതെ ഇന്നും നെഞ്ചിലുണ്ട്. അവൻ ആരെയോ ഭയ

പ്പെട്ടിരുന്നോ, ആ വരികൾക്കിടയിൽ അതുമുണ്ടായിരുന്നില്ലേ?

ആരെ? എന്തിനെ...?

മാസങ്ങളോളം ആ സംശയത്തിന് പുറകേയായിരുന്നു. പക്ഷേ, ഒരുതുമ്പും ലഭിക്കാതെ ശ്രമം ഉപേക്ഷിക്കേണ്ടി വന്നു. താനുമായി വല്ല ബന്ധവും ഉള്ള ആരെങ്കിലും ആവുമോ. അതോ അവൻ ആ കടലാസു കെട്ടിനൊപ്പം എന്റെ മേൽവിലാസത്തിൽ അയക്കാൻ താല്പര്യപ്പെട്ട താവുമോ. അവന്റെ മരണശേഷം തെളിവിനായി അന്വേഷണം നടത്തിയ ഏതെങ്കിലും പൊലീസ് ഉദ്യോഗസ്ഥനാവാനും മതി.

ദേഹത്തിന്റെ പല ഭാഗവും കാരണം കണ്ടെത്താൻ വെട്ടിക്കീറിയിരിക്കാം. ഹൃദയം പിളർത്തിയപ്പോൾ ആ പ്രണയത്തിന്റെ കഥ പുറത്തു ചാടിയിരിക്കുമോ. ഓർക്കാനാവുന്നില്ല. ഏത് നഗരത്തിൽ നിന്നാവാം ആ പൊതി പാർസലായി കോഴിക്കോട്ടെ വീട്ടിലെത്തിയത്. പിന്നീട് ഉമ്മ കൊടുത്തുവിടുകയായിരുന്നു.

അപൂർണ്ണമായ ആ നോവൽ ലഭിച്ച ഉടൻ പോസ്റ്റ് ചെയ്ത കവറിൽ സീലുണ്ടായിരുന്നോയെന്ന് ചോദിച്ചിരുന്നു. അടുപ്പിൽ നനഞ്ഞ വിറകുമായി തീശണ്ഠകൂടുമ്പോൾ ഉമ്മ ആ കവർ തീ ജ്വലിപ്പിക്കാൻ എടുത്തെന്ന് കേട്ടതോടെ ആ നഗരം കണ്ടെത്താമെന്ന പ്രതീക്ഷ എന്നെന്നേക്കുമായി അവസാനിച്ചു. അതിന് മുകളിൽ എഴുതിയ ഫോൺ നമ്പർ ഉള്ളതിനാലാവും ഉമ്മ കവർ സൂക്ഷിക്കാതിരുന്നത്. ഒരുപക്ഷേ, ഉമ്മ പകർത്തിയപ്പോൾ നമ്പർ മാറിയിരിക്കാനും മതി.

നോവലിന്റെ ചില താളുകളിൽ നിർദ്ദേശങ്ങളും അവൻ ചേർത്തിരുന്നു. എന്നെങ്കിലും അത് എന്റെ കൈകളിൽ എത്തുമെന്ന് പ്രതീക്ഷിച്ചാവാം. ഒരുപക്ഷേ, ഭൂമിയോട് വിടപറയാനായെന്ന് ഉറപ്പായ ദിനങ്ങളിലാവാം വിശ്വാസമുള്ള ആരെയോ അത് അവൻ ഏല്പിച്ചത്. അങ്ങനെയാണെങ്കിൽ അയാൾക്ക് തന്നെക്കുറിച്ച് അറിവുണ്ടാവാം. ഉത്തരേന്ത്യൻ നഗരങ്ങളിൽ ഏതിലോ ഒന്നിൽ കഴിഞ്ഞിരുന്ന അവന്റെ സുഹൃത്തുക്കളിൽ ആരെങ്കിലും ആവാനും മതി.

അവൻ ഭൂമുഖത്തില്ലെന്ന് വിശ്വസിക്കാനാവുന്നില്ല. അൻവറില്ലാത്ത ഒരു ലോകത്ത് ജീവിക്കേണ്ടിവരുമെന്ന് എന്നെങ്കിലും സങ്കല്പിച്ചിരുന്നോ. ചരമകോളത്തിൽ പ്രസിദ്ധീകരിക്കപ്പെടുന്ന സ്വന്തം പടം അവൻ കാണുമെന്നാണ് പലപ്പോഴും കരുതിയത്. പ്രായത്തിൽ മൂന്നു നാലു വയസ്സിന്റെ ചെറുപ്പം അവനായിരുന്നല്ലോ. ആരും തിരിച്ചറിയാത്ത ഒരു ദേശത്ത് അവൻ ജീവിക്കുന്നുണ്ടാവുമോ.

പ്രിയപ്പെട്ടവരുടെ ഓരോ വേർപാടും ഓർമ്മകളുടെ ഓരോ ലോകങ്ങളാണ് ജീവിച്ചിരിക്കുന്നവരിൽ സൃഷ്ടിക്കുന്നത്. നമ്മളും അവരും മാത്രം കഥാപാത്രങ്ങളാവുന്ന ഒരു ലോകം. ഒരു നാടകമോ, നോവലോ പോലെ കുറേ കഥാപാത്രങ്ങൾ അവയ്ക്ക് ചുറ്റും സഞ്ചരിച്ചേക്കാം. സൃഷ്ടികളിൽ പ്രധാന വേഷങ്ങളിൽ ഒരുപിടി കഥാപാത്രങ്ങളുണ്ടാവാറുണ്ടെങ്കിൽ രണ്ട് വ്യക്തികളുടെ ബന്ധത്തിനിടയിൽ മിക്കപ്പോഴും തീവ്രമാവുന്ന രംഗങ്ങളിലെല്ലാം അവർ മാത്രമായിരിക്കും.

ഇരുപത്തി രണ്ട്

അൻവർ റഷീദ് എഴുതിയ മേഘക്കെട്ടിനിടയിൽ മറഞ്ഞ യൂസുഫ് സെക്കറിനെക്കുറിച്ചുള്ള വരികൾ അയാളെ സ്വാധീനിച്ചു. അവനായിരുന്നു നോവൽ പൂർത്തിയാക്കുന്നതെങ്കിൽ ഇതുപോലെ ആയിരിക്കും അവസാനിപ്പിക്കുക. വർഷയെക്കുറിച്ചും ഏറെ വാചാലനാവാനും മതി. ഫെമയും വർഷയും ഏത് തലങ്ങളിലാവും നോവലിൽ ചിത്രീകരിക്കപ്പെടുക.

ഫെമ ഇല്ലാത്ത നോവലാവുമത്.

നോവൽ മുക്കാലും പൂർത്തീകരിച്ച അവൻ അപ്രത്യക്ഷനായത് എന്തുകൊണ്ടാവും. ആദ്യവും അവസാനവും എഴുതാനാവുമെങ്കിൽ ബാക്കി ഭാഗങ്ങൾ എന്തുകൊണ്ട് പൂർത്തീകരിച്ചില്ല.

കൈയെഴുത്ത് പ്രതി ലഭിച്ചതിന് ശേഷം ദിവസങ്ങളോളം ആ വിഷയം ഞങ്ങൾ ചർച്ച ചെയ്തിരുന്നു. ഒന്നും കൃത്യമായ നിഗമനങ്ങളിലേക്ക് നയിച്ചില്ലെന്നു മാത്രം. ഒരാൾ എഴുതി ഉപേക്ഷിച്ച നോവൽ പൂർത്തീകരിക്കൽ ചില്ലറക്കാര്യമല്ല. അയാളിൽ തെളിഞ്ഞ കാഥാപാത്രങ്ങൾ മറ്റൊരാളിലും അതേ തീവ്രതയിൽ വരിക പ്രയാസം.

മാസങ്ങളോളം ആലോചിച്ചാണ് അത് പൂർത്തിയാക്കണമെന്ന് തീരുമാനിച്ചത്. പിന്നീട് അവന്റെ കഥാപാത്രങ്ങളുടെ സഞ്ചാരപഥങ്ങളിലൂടെ നീണ്ട നാളുകൾ അലഞ്ഞു. ഓരോന്നിനെയും പല വഴികളിലൂടെ നടത്തി. അവരുടെ പ്രതികരണങ്ങൾ, സംഭാഷണങ്ങൾ, സഞ്ചാരവഴികൾ...

സൂക്ഷ്മതലത്തിൽ പരിശോധിച്ചാലെ അവയെ വേണ്ടരീതിയിൽ വിളക്കിചേർക്കാൻ സാധിക്കൂവെന്ന് ആദ്യമേ ബോദ്ധ്യപ്പെട്ടിരുന്നു.

സ്വന്തമായി ഒരു നോവൽ എഴുതുന്നതിലും പ്രയാസമാണ് ഇതുപോലെ ഒരെണ്ണം പൂർത്തീകരിക്കൽ. അവൻ തിരിച്ചെത്തുമെന്ന പ്രതീക്ഷയിൽ നോവൽ അതേപടി ദീർഘനാൾ എന്റെ എഴുത്തുമേശയ്ക്കക

ത്ത് ഉറങ്ങി. അൻവറെ സുഹൃത്ത് ഭൂമിയിലില്ലെന്ന് ഉറപ്പായ ശേഷമാണ് ആ ഉദ്യമം ആരംഭിച്ചത്.

കഥാപാത്രങ്ങളുടെ കലമ്പലിൽ ഉറക്കം എങ്ങോ മറഞ്ഞ ദിനങ്ങൾ. ചില കഥാപാത്രങ്ങൾ രാവിന്റെ ഇരുളിലാണ് ലജ്ജയോടെ കയറിവരിക. കുളിരുള്ള രാവുകളിൽ പലപ്പോഴും കഥാപാത്രങ്ങൾ പറ്റിനിന്നു. ഒരിക്കലും അവ വിട്ടുപോയതേയില്ല.

എഴുത്തുകാരന്റെ ചൂട് തേടിയാവാം അവ എത്തുന്നത്. ചില കഥാപാത്രങ്ങൾ വരുമ്പോഴേ തങ്ങളുടെ റോൾ എന്തായിരിക്കണമെന്ന് വ്യക്തമായി പറയാനും മടിച്ചില്ല. കഥാപാത്രങ്ങൾക്കൊപ്പം കഴിയുമ്പോൾ ഏകാന്തമായ രാവിലും പൂരപ്പറമ്പിൽ ചെന്നുപെട്ട പ്രതീതിയായിരുന്നു. ചെറിയ കഥാപാത്രങ്ങളായി കടന്നുവന്നവ പലപ്പോഴും രാവ് പുലരുവോളം സംസാരിച്ചു.

കാറ്റും വെളിച്ചവുമില്ലാത്ത രാവിൽ തണുപ്പിനെ കൂട്ടുപിടിച്ചായിരുന്നു പല കഥാപാത്രങ്ങളും വന്നുചേർന്നത്. അവർക്ക് അറിയാമായിരുന്നു തങ്ങളുടെ ജീവിതം പറയാൻ രാവിൽ ഒരാൾ ഉറക്കമൊഴിച്ച് ഇരിപ്പുണ്ടെന്ന്.

ഇരുപത്തി മൂന്ന്

ഫെമ നാട്ടിലേക്ക് പോയിട്ട് ആഴ്ചകളായിരിക്കുന്നു.

എത്തിയ ഉടൻ അവൾ വിളിച്ചിരുന്നു. ഏതാനും വരികളിൽ സംഭാഷണം മുറിഞ്ഞു. പിന്നീട് എത്ര ശ്രമിച്ചിട്ടും ലൈനിൽ കിട്ടിയില്ല. അച്ഛന് അസുഖം കൂടുതലാണെന്നും അദ്ദേഹത്തിന്റെ പൂർവികർ താമസിക്കുന്ന വിദൂരഗ്രാമത്തിലേക്ക് പോകുമെന്നും പറഞ്ഞിരുന്നു. ആധുനിക വാർത്താവിനിമയ ഉപാധികൾ പരിമിതമായ, വർഷത്തിൽ എട്ടു മാസവും മഞ്ഞുഘനീഭവിക്കുന്ന ഒരു ഗ്രാമം ഉണ്ടാവുമെന്ന് വിശ്വസിക്കാനായില്ല. പ്രത്യേകിച്ചും ആദ്യമായി ആ പ്രദേശത്തെക്കുറിച്ച് അവൾ വർണ്ണിച്ചപ്പോൾ.

ഇസ്താംബൂളിന് വടക്കുപടിഞ്ഞാറുള്ള ഗ്രാമത്തിന്റെ പേര് ഓർക്കാനായില്ല. കേട്ടുപരിചയമില്ലാത്ത സ്ഥലനാമമായതിനാലാവാമെന്ന് സമാധാനിച്ചു.

മൊബൈലിലേക്ക് അവളുടെ ശബ്ദം എത്തിയേക്കുമെന്ന പ്രതീക്ഷയോടെയാണ് കഴിഞ്ഞ ദിവസങ്ങളിലെല്ലാം ഉണർന്നത്. രാത്രി ഏറെ വൈകുവോളം അവളുടെ ശബ്ദം പ്രതീക്ഷിച്ച് കിടക്കും. സംസാരം നിലച്ചിട്ട് ആഴ്ചകളായിരിക്കുന്നു. എന്തുകൊണ്ടാണ് അവൾ വിളിക്കാതിരുന്നത്.

സ്ത്രീയുടെ മനോഗതി അറിയാനാവില്ലെന്ന് പറഞ്ഞത് നൂറോളം സ്ത്രീകൾക്കൊപ്പം ജീവിക്കുകയും തൊണ്ണൂറാം വയസ്സിൽ ജീവിതത്തിന്റെ അർഥംതേടി സന്യാസം സ്വീകരിക്കുകയും ചെയ്ത മഹർഷി ദേവാനന്ദ് പരമാർഥ് ദേത്രിയായിരുന്നു. അദ്ദേഹത്തെപോലെ ഭൗതികവും ആത്മീയവുമായ ലോകത്തെക്കുറിച്ച് തികഞ്ഞ ജ്ഞാനമുള്ളൊരാളുടെ മൊഴി അസത്യമാവില്ല.

എഴുത്തുമായി ബന്ധപ്പെട്ട് മൂന്നാഴ്ചയോളം കോഴിക്കോട്ടായിരുന്നു. അൻവറിനൊപ്പം എഴുതി തുടങ്ങിയ നോവൽ ഇനിയും പൂർത്തീകരിക്കാനായിട്ടില്ല. ഒരിക്കലും അത് സംഭവിക്കില്ലെന്ന് മനസ്സ് തീർപ്പ്കൽപ്പിച്ചപ്പോ

ഴാണ് അരുതാത്ത ചില തീരുമാനങ്ങൾ കൈക്കൊണ്ടത്. യൂസുഫ്സെക്കറിൽ നിന്നു കഥാഘടന എങ്ങോ എത്തിയിരിക്കുന്നു. ഇനി അതിനെ ഒതുക്കികെട്ടി അവസാനിപ്പിക്കാനാവില്ലെന്ന തോന്നൽ ശക്തമായപ്പോഴാണ് അത്തരം ഒന്നിലേക്ക് എത്തിച്ചേർന്നത്. രണ്ടു പേർ രണ്ടിടത്തിരുന്ന് ആവേശത്തോടെ എഴുതി തുടങ്ങിയ ഒരു നോവലിനാണ് ഈ ദുർഗതി. എഴുത്തിലെ പങ്കാളി തിരോഭവിച്ചിരിക്കുന്നു. അവൻ തിരിച്ചുവരില്ലെന്ന് ഹൃദയം ഓർമ്മപ്പെടുത്തുന്നു.

ജീവിതം എക്കാലത്തും ജീവിക്കുന്നവരുടേതാണ്. അത് മറ്റൊരാളുടേതുമായി കൂട്ടികെട്ടിയതാണെന്ന് ആണയിടാമെന്നു മാത്രം. അഴിക്കാൻ ശ്രമിച്ചാൽ ചിലത് നമ്മെപ്പോലും അത്ഭുതപ്പെടുത്തി ഒറ്റ നിമിഷം കൊണ്ട് വേർപ്പെടും.

ദേശവും ഭാഷയും വംശവും മാറി മറിഞ്ഞാലും ബന്ധങ്ങളുടെ ചരിത്രം വലിയ മാറ്റങ്ങളൊന്നുമില്ലാതെ ആവർത്തിക്കുമെന്നത് യാഥാർഥ്യമാണ്. ഒന്നിച്ച് ജീവിച്ചവർ, സ്നേഹിച്ച് കൊതിതീരാത്തവർ...

എങ്ങനെയാണ് ഒരു ദിവസം യാത്രപോലും പറയാതെ വഴിപിരിയുന്നത്.

മുറിപൂട്ടി അൻവർ സ്ഥലംവിട്ടപ്പോൾ താൻ അത് അനുഭവിച്ചതാണ്. ആയുസ്സൊടുങ്ങുവോളം അവൻ തന്നോടൊപ്പം ഉണ്ടാവുമെന്ന് വെറുതേ മോഹിച്ചു. സ്ലാവ്ക്കക്ക് ശേഷം മറ്റൊരു സ്ത്രീയും ജീവിതത്തിലേക്ക് എത്തരുതെന്ന് ഉറപ്പിച്ചിട്ടും ഒരുവൾ വന്നു. പലപ്പോഴും ആ ഇഷ്ടവും സ്നേഹവും ഒന്നിനോടും താരതമ്യപ്പെടുത്താവുന്നതായിരുന്നില്ല. എന്നിട്ടിപ്പോ...

അടുത്ത ആഴ്ച അൽ ഫരീദി വിദേശത്തേക്ക് പോകും. പിന്നെ മൂന്നു നാലാഴ്ചക്ക് ശേഷമേ തിരിച്ചെത്തൂ. അതുവരെയും വകുപ്പിൽ കഴിച്ചുകൂട്ടുക പ്രയാസമാവും. ഫെമയുടെ ഗന്ധം നിറഞ്ഞ വകുപ്പിൽ... അവധിയെടുത്ത് വീട്ടിലിരുന്നാലും രക്ഷപ്പെടാനാവില്ല.

അവളുടെ മുടിയിഴകളും കൺപീലികളും എത്ര തവണ തട്ടിക്കുടഞ്ഞാലും തുടച്ചുമിനുക്കിയാലും ഫ്ളാറ്റിൽ അവശേഷിക്കുമെന്നുറപ്പാണ്. മാറ്റി വിരിച്ചാലും കിടക്കയും തലയിണകളും ആ ഗന്ധം ശക്തമായി പുറന്തള്ളും. അർധരാത്രി ഞെട്ടിയുണരുമ്പോഴാണ് ആ ഗന്ധം ശ്വാസംമുട്ടിച്ചേക്കാവുന്നത്രയും ഗാഢമായി അകത്തേക്ക് പ്രവേശിക്കുക.

ആ ഗന്ധത്തിനൊപ്പം മത്തുപിടിച്ചുറങ്ങാൻ ഹൃദയം സദാ സന്നദ്ധമായിരുന്നു. ഇപ്പോൾ ആശങ്കകൾ മാത്രമാണ് ബാക്കി. താൻ അനുഭവിക്കുന്നതിനെ ഏത് പേരിലാണ് രേഖപ്പെടുത്തിവെക്കാനാവുക.

മണിക്കൂറുകൾ ശോകമൂകമായി കടന്നുപോവുന്നു. ഹൃദയത്തിന്റെ തേങ്ങൽ നിലച്ചില്ല. അയാളെപ്പോലും ഞെട്ടിച്ച്കൊണ്ട് അത്യുച്ചത്തിലുള്ള നിലവിളിയായി പുറത്തുചാടി. ഇരുളാൻ തുടങ്ങിയ രാവിനെയും പുലർയാമങ്ങളേയും പിന്നിലാക്കി ആർത്തനാദം നീണ്ടു.

ഇരുപത്തി നാല്

വിജനമായ കടൽക്കര.

കാർമേഘത്തുണ്ടുകൾക്കിടയിൽ പാലൊളി വിതറുന്ന വാനം.

ഏറെ നേരം പരതിയിട്ടും ജീവനുള്ള ഒന്നിനെയും കണ്ടെത്താൻ അക്ബറിനായില്ല.

തീരത്തോട് ചേർന്ന ഉപ്പുവെള്ളത്തിൽ മുങ്ങിനിവരുന്ന ഒരു ഞണ്ടിനെപ്പോലും കാണാനാവാത്തത് അയാളിൽ അത്ഭുതവും സങ്കടവും ഒരുപോലെ നിറച്ചു. ശക്തമായ കടൽക്കാറ്റേറ്റാവണം ചന്ദ്രപ്രഭയെ മറച്ച മേഘക്കെട്ട് വടക്കുകിഴക്കൻ ദിശയിൽ ഊക്കോടെ ഒഴുകി അപ്രത്യക്ഷമായത്. തീരത്തെ നരച്ച പ്രഭയിൽ ആശയോടെ വീണ്ടും അന്വേഷണം തുടർന്നു.

പടിഞ്ഞാറെ ദിക്കിൽ നിഴലുകൾ മാത്രം. അവയിൽ നിറയുന്നത് സഹതാപ കിരണങ്ങൾ. അപൂർണ്ണമായ നോവൽ അയാളുടെ കൈകളിൽ ഭദ്രമായിരുന്നു.

കടലിന്റെ ആഴങ്ങളിൽനിന്ന് അൻവറോ, യൂസുഫ് സെക്കറോ ആ നോവൽ ആവശ്യപ്പെട്ട് കയറിവരുമെന്ന ചിന്ത അക്ബറിനെ ഗ്രസിച്ചു. ഏത് കാര്യത്തെക്കുറിച്ചും യുക്തിപൂർവ്വം ചിന്തിച്ചിരുന്ന മനസ്സ് അയാളെ വിട്ടകന്നിരുന്നു.

ചക്രവാളസീമക്ക് പിന്നിൽനിന്ന് ഇളകിയാടി കുതിച്ചുവരുന്ന ഓരോ തിരമാലക്ക് പിറകിലും അവരെത്തുമെന്ന് തന്നെ അയാൾ പ്രതീക്ഷിച്ചു. കടൽക്കരയിൽ സന്ധ്യക്ക് മുമ്പേ ഇരിക്കുന്നതാണ്. ഓളപ്പരപ്പിൽ മിഴിയുറപ്പിച്ച് കഴിയാൻ തുടങ്ങിയിട്ട് ദീർഘനേരമായിരിക്കുന്നു.

ഞണ്ടിനെത്തേടി അലയുന്ന ഏഴെട്ട് കുറുക്കന്മാരടങ്ങിയ സംഘം നീട്ടിയോരിയിട്ട് അയാൾക്കരികിലേക്ക് വരികയും അതിവേഗം ദൂരേക്ക്

ഓടിമറയുകയും ചെയ്തു. മാളത്തിൽ വാലിട്ട് ഞണ്ടിനെ പിടിക്കുന്ന കുസൃതിക്കാഴ്ച അക്ബറിനെ ആകർഷിച്ചില്ല. മുമ്പ് നോവൽ ചർച്ചയുമായി നേരം പുലരുവോളം അവനൊപ്പം ഇരുന്ന ദിനങ്ങളിൽ ചർച്ചക്കിടയിൽ അവയെ സാകൂതം നോക്കുമായിരുന്നു. ചാഞ്ചാടുന്ന വാലിൽ ഇരയെന്ന് തെറ്റിദ്ധരിച്ച് ഞണ്ടുകൾ പിടിമുറുക്കും. ആ നിമിഷം കുറുക്കന്മാർ വാൽ ശക്തിയോടെ വലിക്കും. ഞൊടിയിടയിൽ ഞണ്ടുകൾ അവയുടെ വായിൽ കൃത്യമായി പതിക്കുന്നത് ആശ്ചര്യത്തോടെ നോക്കി നിന്നതൊന്നും അപ്പോഴയാൾ ഓർത്തില്ല.

കിഴക്ക് വെള്ളകീറിയത് അക്ബറിനെ നിരാശനാക്കി.

അസ്ഥിമാത്രമായ കടൽപ്പാലം അയാളെ ക്ഷണിച്ചു. വെള്ളത്തിലേക്ക് ഇറങ്ങിനിൽക്കുന്ന അവശേഷിക്കുന്ന കാലിനരുകിലേക്ക് സ്വപ്നാടകനെപ്പോലെ അക്ബർ നടന്നു. മുറുകേ പിടിച്ച നോവൽ താളുകൾ ഒന്ന്, രണ്ട്, മൂന്ന്... ഈണത്തിൽ ചൊല്ലി കടലിലേക്കെറിഞ്ഞു. അവസാന താളും വെള്ളത്തിൽ മുങ്ങിയതോടെ അതുവരെയും അനുഭവിക്കാത്ത ശാന്തത അയാളെ പുണർന്നു. ചുട്ടുനീറിക്കൊണ്ടിരുന്ന ഹൃദയത്തിൽ കുളിർക്കുടമുടഞ്ഞു. ഭ്രമാത്മകമായ കാഴ്ചകൾക്ക് അവസാനമായെന്ന ഉൾവിളി വ്യക്തമായി കേട്ടു.

വെള്ളമെത്തില്ലെന്ന് ഉറപ്പുള്ള മണൽപ്പരപ്പിൽ നീണ്ടുനിവർന്ന് അക്ബർ കിടന്നു.

ആ കിടപ്പിനിടയിൽ ഓർമ്മകൾ അയാളിലൂടെ കുത്തിയൊഴുകി. കടലും വൻകരകളും രാജ്യാതിർത്തികളും ദേശങ്ങളും പിന്നിട്ട ജീവിതത്തെക്കുറിച്ച് ചിന്തിച്ചയാൾ വിസ്മയിച്ചു.

www.ingramcontent.com/pod-product-compliance
Lightning Source LLC
LaVergne TN
LVHW060329051026
849517LV00004B/1249
* 9 7 8 9 3 9 3 4 6 8 4 8 2 *